# સ્ટીવ જોબ્સ મંત્ર

*The*
*Steve Jobs Way*
*now in Gujarati*

—

# સ્ટીવ જોબ્સ મંત્ર

## આઇ લીડરશીપ - નવી પેઢી માટે

*The Steve Jobs Way now in Gujarati*

**જે ઇલીયટ**

ભૂતપૂર્વ સીનીયર વાઇસ પ્રેસીડેન્ટ, એપલ કોમ્પ્યુટર્સ

**અને વીલીયમ એલ. સાયમન**

**જયકો પબ્લિશિંગ હાઉસ**

અમદાવાદ બેંગલોર ચેન્નાઇ

દિલ્હી હૈદરાબાદ કલકત્તા મુંબઇ

Published by Jaico Publishing House
A-2 Jash Chambers, 7-A Sir Phirozshah Mehta Road
Fort, Mumbai - 400 001
jaicopub@jaicobooks.com
www.jaicobooks.com



Original English language edition published by
Vanguard, division of Perseus.
English-language reprint for the Indian subcontinent.


THE STEVE JOBS WAY
સ્ટીવ જોબ્સ મંત્ર
ISBN 978-81-8495-328-2

Translator: Swati Vasavada

First Jaico Impression: 2012
Second Jaico Impression: 2016



Printed by
Trinity Academy For Corporate Training Limited, Mumbai

મારી પત્ની લીલીઆના
અને મારા પુત્રો જે એલેકઝાંડર
અને ફેડેરિકોને તેમના પ્રમાળ ટેકા માટે.

અને એરિન, વિક્ટોરિયા અને શાર્લોટ
અને શેલ્ડન વિન્સન્ટ અને એલેનાને ...

## અનુક્રમ

# લેખકની નોંધ

**કેટલીક વખત એવી વસ્તુઓ બને છે......**

કે જે એટલી સારી નિવડે કે જો આપણે અગાઉથી આપણી જિંદગીનો નકશો તૈયાર કર્યો હોય તે પણ તેમાં સુધારો કરી ન શકીએ.

અલબત્ત જેને 'રોમાંચક' નોકરીઓ તરીકે ઓળખાવાય છે - ફીલ્મો - ટેલિવિઝન, સંગીતનો વ્યવસાય, ફેશન - તે ઘણી વખત માત્ર બહારથી જ 'રોમાંચક' દેખાતા હોય છે. આમાંના એક પણ ક્ષેત્રમાં કામ કરવું એટલે સતત પડકારો તથા હતાશા વડે લદાયેલા હોવું.

ભાગ્યે જ કોઈ ટેક્નોલોજી વિશે એક 'રોમાંચક ક્ષેત્ર' તરીકે વિચારે છે. પરંતુ છેવટે મારે માટે તો, કામ ક્યારેય આટલું સંતોષપ્રદ અથવા માની ન શકાય તેટલું ઉત્તેજનાપૂર્ણ ન હતું, જેટલું હું સ્ટીવ જોબ્સ સાથે કામ કરતો હતો ત્યારે હતું.

મેં આઈબીએમ તથા ઈન્ટેલના નેતાઓ સાથે કામ કર્યું છે અને તેમને જાણ્યા છે. હું જેક વેલ્ચ, બુકમીન્સ્ટર ફુલર અને જોસેફ કેમ્પબેલ સહિતના મહાન નેતાઓ તથા વિચારકોને મળ્યો છું,. અને મેં પીટર ડ્રકર સાથે સંસ્થાકીય માળખામાં હવે પછીના લાક્ષણિક મોડેલના ફેરફાર વિશે ચર્ચા કરી છે.

સ્ટીવની પોતાની એક અલગ જ કક્ષા છે.

મોટાભાગની બીઝનેસ જર્નલ્સ ઘણી વખત સંમત નથી થતી, છતાં, વ્યાપારના ઈતિહાસમાં સ્ટીવ જોબ્સ સૌથી આગળ પડતી કંપનીનો નેતા છે તે વિશે એકમતતા છે. સ્ટીવ જે ઊડીને આંખે વળગે તેવું અશક્ય કાર્ય હોય તે કરે છે – દરરોજ.

આખાં લખાણમાં ‘ઉત્પાદનો અને સેવાઓ’ એમ લખીએ તે ઘણું ત્રાસદાયક લાગે છે તેથી તેને બદલે મેં માત્ર ‘ઉત્પાદન’ શબ્દનો ઉપયોગ કર્યો છે :

તો પછી એ શું છે, જે સ્ટીવને, જે તંત્ર આખી દુનિયાના આટલા બધા લોકોને માટે સગવડ, સમયનો બચાવ તથા ખુશીઓ લાવે છે, તેને ચલાવવાની રીતમાં આટલો અજોડ બનાવે છે ? આ એ પ્રશ્ન છે, જેનો જવાબ આપવા હું બહાર પડ્યો છું.

આ તમે તમારાં લાક્ષણિક મોડેલ ને કેવી રીતે ખસેડો છો તેના પૂરતું જ નથી; પરંતુ તમે તમારા તંત્રને કેવી રીતે તમારી સાથે ખસેડી શકો છો, તે જોવાનું છે. અહીં આપવામાં આવેલ ‘આઈલીડરશીપ’નો સિદ્ધાંત, તમે જે ઉત્પાદન અથવા સેવા આપો છો, લોકો અને શરતો, તંત્ર પોતે અને તમે જેના સુધી પહોંચાડવાનો પ્રયત્ન કરો છો તે ઉપભોક્તા માટે તમે શું કરો છો તથા તેની સાથે તમે શું બનાવો છો તેની સાથે જોડતું નવસર્જન એન્જીન સહિતનાં મુખ્ય તત્ત્વો આપે છે. સ્ટીવ જોબ્સ એક નેતા કેવી રીતે આ ફેરફારો લાગુ કરી શકે અને એક વિશાળ તંત્રને તે જાણે શરૂઆતના તબક્કામાં હોય તેવી રીતે કેવી રીતે ચલાવી શકે તેનું કદાચ શ્રેષ્ઠ ઉદાહરણ પૂરું પાડે છે.

હું આપીશ તેમાંથી કેટલીક સલાહો સરળ અથવા ઉપયોગી નહીં લાગે. હું તમને તમે જેનાથી ટેવાયેલા નથી તે રીતે વિચારવાનું કહીશ. પરંતુ તમે આ પાનાંઓમાં અપાયેલા *‘આઈ લીડરશીપ’* સિદ્ધાંતોને અમલમાં મૂકવા જેટલા હિંમતવાન હશો તો તમે તમારા વ્યાપાર તથા તમારા જીવનને સુધારી શકશો.

જે. ઈલીયટ

# આમુખ

## હું એક રેસ્ટોરંટના પ્રતિક્ષાખંડમાં બેઠો હતો. ....

....જે તમારી જિંદગી બદલી નાખે તેવી મુલાકાત માટે દુનિયાની સૌથી વિચિત્ર જગ્યાઓમાંની એક છે.

હું વ્યાપાર વિભાગ વાંચતો હતો. તેની મથાળાંની વાર્તા ઈગલ કોમ્પ્યુટર્સની પહેલના દુઃખદ અંત વિશે હતી. એક યુવાન માણસ, જે પણ કોઈકની રાહ જોતો હતો, તે પણ આજ લેખ વાંચતો હતો. અમે વાતો કરવા લાગ્યા અને મેં આ વાત સાથેનાં મારાં જોડાણની વાત તેને કહી. મેં તાજેતરમાં જ મારા ઉપરી - ઈન્ટેલનાં પ્રમુખ એન્ડી ગ્રોવને કહ્યું હતું કે હું ઈગલ કોમ્પ્યુટર્સ શરૂ કરનારા માણસો સાથે જોડાવા માટે તેની કંપનીનો મારો હોદ્દો છોડવાનો છું. આ કંપની જાહેરમાં જવાની તૈયારીમાં હતી.

જાહેર ભરણાંના દિવસે, તેનો સીઈઓ એકદમ જ મલ્ટીમીલીયોનીયર બની ગયો અને તેણે તેના સહસ્થાપકો સાથે દારૂની મહેફીલ માણીને ઉજવણી કરી. ત્યાંથી તે સીધો પોતાને માટે ફેરારી મોટર ખરીદવા માટે હંકારી ગયો. ટેસ્ટ ડ્રાઈવ માટે ડીલર પાસેથી એક કાર લીધી, અને ભટકાયો. તે ગુજરી ગયો, કંપની પણ ગુજરી ગઈ, અને જે નોકરી લેવા માટે મેં ઈન્ટેલ છોડી હતી, તે હું કામ પર હાજર થાઉં તે પહેલાં જ પતી ગઈ.

જેને મેં આ વાત કરી તે યુવક મારા બેકગ્રાઉન્ડ વિશે પૂછવા લાગ્યો. અમે એકબીજાથી સાવ વિરુદ્ધ હતા : તે વીસની આજુબાજુની ઉંમરવાળો હિપ્પી દેખાતો જીન્સ અને સ્નીકર્સ પહેરેલો યુવાન હતો. અને મારામાં તેને એક છ ફૂટ પાંચ ઈંચ ઊંચો,

કસરતબાજ, જે તેની ચાલીસીમાં હતો અને સુટ અને ટાઈમાં કર્પોરેટ પ્રકારનો દેખાતો માણસ દેખાયો. અમારા બંનેમાં માત્ર એક જ સામ્ય તે સમયે દેખાતું હતું, અમે બંનેએ દાઢી રાખી હતી.

પરંતુ અમને બંનેને બહુ ઝડપથી ખ્યાલ આવી ગયો કે અમારું કોમ્પ્યુટર માટે ઝનૂન સમાન હતું. એ માણસ તેજ-તર્રાર, ઉર્જાથી ફાટફાટ થતો હતો. અને હું ટેકનોલોજીમાં મુખ્ય હોદ્દો ધરાવતો હતો, પરંતુ મેં નવા વિચારોને સ્વીકારવા માટે આઈબીએમ છોડી દીધી કારણ તેઓ મને ધીમા લાગ્યા, તે સાંભળીને તે ચમકી ઊઠ્યો હતો.

તેણે પોતાની જાતને સ્ટીવ જોબ્સ, એપલ કોમ્પ્યુટર્સના બોર્ડના અધ્યક્ષ તરીકે ઓળખાવી. મેં એપલ વિશે ભાગ્યે જ સાંભળ્યું હતું, પરંતુ એ વ્યક્તિને એક કોમ્પ્યુટર કંપનીના વડા તરીકે જોવામાં જ મને મુશ્કેલી હતી.

અને પછી તેણે મને એમ કહીને, કે 'હું તેને માટે કામ કરીશ તો તેને ગમશે', મને સંપૂર્ણપણે આશ્ચર્યમાં મૂકી દીધો. મેં જવાબ આપ્યો, 'મને નથી લાગતું કે હું તમને પરવડી શકું.' તે સમયે સ્ટીવ પચ્ચીસ વર્ષનો હતો અને પછીથી તેજ વર્ષે જ્યારે એપલનું જાહેર ભરણું થયું ત્યારે તેની કિંમત ૨૫૦ મીલીયન ડોલર્સ થઈ જવાની હતી. તેને અને તેની કંપનીને હું પરવડી શકું તેમ હતો.

બે અઠવાડિયાં પછીના એક શુક્રવારે ઈન્ટેલ કરતાં થોડોક ઊંચો પગાર અને ઘણા વધારે શેર્સના વિકલ્પ સાથે મેં એપલ માટે કામ કરવાનું શરૂ કર્યું. એન્ડી ગ્રોવે છૂટાં પડતાં સંદેશો મોકલ્યો હું 'એક ભયંકર ભૂલ કરી રહ્યો હતો - એપલ ક્યાંય પહોંચવાનું નથી.'

સ્ટીવને છેલ્લી મીનીટ સુધી માહિતી ન વહેંચીને લોકોને આશ્ચર્યચકિત કરવાનું ગમે છે. આ કદાચ તમને થોડાક અસમતોલ તથા થોડાક વધારે પોતાનાં નિયંત્રણ હેઠળ રાખવાની રીત હોઈ શકે છે. મારી નોકરીના પ્રથમ દિવસે, બપોર ઢળવા આવી હતી ત્યારે એક બીજાને વધુ સારી રીતે ઓળખવા માટે જ્યારે અમે વાતો કરતા બેઠા હતા ત્યારે તેણે કહ્યું, 'આવતી કાલે આપણે થોડું બહાર જઈશું. મને અહીં દસ વાગે મળજો. હું તમને કશુંક દેખાડવા ઈચ્છું છું.' મારે શેની અપેક્ષા રાખવાની છે, અથવા મારે કંઈ રીતે મારી જાતને તૈયાર કરવાની છે, તેનો મને જરા પણ ખ્યાલ ન હતો.

શનિવારે સવારે અમે સ્ટીવની મર્સીડિઝમાં ગોઠવાયા અને હંકારી ગયા. કારનાં સ્પીકર્સમાંથી 'પોલીસ' અને 'બીટલ્સ'નું સંગીત અસહ્ય રીતે મોટા અવાજમાં બરાડી રહ્યું હતું, છતાં અમે ક્યાં જઈ રહ્યા હતા તે વિશે એક શબ્દ પણ નહીં !

તે 'PARC'ના પાર્કીંગ લોટમાં પહોંચ્યો - ઝેરોક્ષ પાલો આલ્ટો રીસર્ચ સેન્ટર, જ્યાં અમને એક કોમ્પ્યુટરની સાધન સામગ્રીના રૂમમાં લઈ જવામાં આવ્યા, જે જોઈને હું ચકરાઈ ગયો. સ્ટીવ મહિના પહેલાં તેના એપલના ઈજનેરોના જૂથ સાથે ત્યાં આવ્યો હતો. તેમની વચ્ચે ત્યાં તેમણે જોયેલ સાધનો પર્સનલ કોમ્પ્યુટર માટે કોઈ મુલ્ય ધરાવતા હતા કે નહીં તે બાબત ભાગલા પડી ગયા હતા.

હવે સ્ટીવ એક બીજી નજર નાખવા માટે ત્યાં આવ્યો હતો અને તે ભડકી ઊઠ્યો હતો. તે જ્યારે કશુંક 'ઓચિંતુ મહાન' જોવે ત્યારે તેનો અવાજ બદલાઈ જતો હતો, જેનો હું તે દિવસે સાક્ષી બન્યો. અમે એક સાધનની કાચી-અપૂર્ણ-આવૃત્તિ જોઈ જેને આપણે પછીથી માઉસ, કોમ્પ્યુટર, પ્રીન્ટર અને કોમ્પ્યુટર ડીસ્પ્લે કહેવાના હતા. તે માત્ર લખાણ અને આંકડાઓ પૂરતું જ મર્યાદિત ન હતું પરંતુ ચિત્રો અને ગ્રાફીક ડીઝાઈન્સ પણ દર્શાવી શકતું હતું અને માઉસની મદદથી તમે પત્રકની સૂચીમાંથી વસ્તુ પસંદ કરી શકતા હતા. પછીથી સ્ટીવ એ 'PARC'ની મુલાકાતોનો ઉલ્લેખ 'જ્ઞાનજ્યોતરૂપ' તરીકે કરતો. તેને ખાતરી હતી કે તેણે ત્યાં કોમ્પ્યુટીંગનું ભવિષ્ય જોયું હતું.

PARC ઉદ્યોગો માટે એક મશીન બનાવતું હતું. જે આઈબીએમની હરીફાઈમાં બનાવેલ વિશાળ કોમ્પ્યુટર હતું અને જેની અપેક્ષિત કિંમત ૧૦૦૦૦થી ૨૦૦૦૦ ડોલર્સ રહે તેમ હતી. સ્ટીવે કશુંક જુદું સ્વપ્ન સેવ્યું હતું, 'એક એવું કોમ્પ્યુટર જે બધાને માટે' હોય.

પરંતુ તેણે માત્ર કોમ્પ્યુટરની ટેકનોલોજી જ જોઈ ન હતી. જેમ ઇટાલીમાં મધ્ય-યુગમાં એક છોકરાએ મઠમાં પ્રવેશ કર્યો હતો અને જીસસને શોધી કાઢ્યા હતા, તેમ જ સ્ટીવે જાણે એક 'યુઝર ફ્રેન્ડલી' નામનો ધર્મ શોધી કાઢ્યો હતો. અથવા તો કદાચ તેનામાં પહેલેથી જ આ લાલસા પડેલી હતી, અને તેણે હમણાં જ શોધી કાઢ્યું હતું કે તેને સંતોષવાનો પણ એક માર્ગ હતો. સ્ટીવ, અલ્ટીમેટ ઉપભોક્તા, સ્ટીવ, ઉત્પાદનની સંપૂર્ણતા માટેનો દૃષ્ટા, એક ઝળહળતાં ભવિષ્ય તરફ લઈ જનાર રાજમાર્ગ પર અનાયાસે જ નીકળી પડ્યો હતો.

એ વાત ચોક્કસ હતી કે એ માર્ગ સરળ નહોતો નિવડવાનો. આ માર્ગમાં તે પુષ્કળ હાનીકારક, મોંઘી પડે તેવી અને લગભગ હોનારત કરી નાખે તેવી ભૂલો કરશે. જેમાંથી ઘણી તેની પોતાની ચોક્કસપણાંની ભાવના એક પ્રકારની દુરાગ્રહી ચોક્કસાઈ જેણે 'મારી રીતે કરો અથવા રસ્તો માપો' એવા વિધાનને બળ આપ્યું - આગળ વધાર્યું, તેને કારણે હશે.

પરંતુ મારા માટે તેના નવા મદદગાર, સહાયક માટે, તે શક્યતાઓ તરફ કેટલો ખુલ્લા મનવાળો હતો, નવા વિચારોને ઓળખવા બાબતમાં, તેનું મૂલ્ય જોઈને તથા તેને અપનાવી ને તે કેટલો ઉત્સાહી થતો હતો તે જોવું ભવ્ય હતું. અને તેનું ઉત્સાહીપણું ચેપી છે. તે જેમને માટે ઉત્પાદન બનાવે છે તે લોકોની વિચારસરણી સમજે છે, કારણ કે તે તેઓમાંનો જ એક છે, જ્યારે તે જાણે છે કે તે ભવિષ્ય જોઈ શકે છે, ત્યારે તે એક ભાવિ ગ્રાહકની જેમ વિચારે છે.

હું સ્ટીવને એક અકલ્પનીય રીતે તેજસ્વી, ઉત્હાસથી છલકતો, ભવિષ્ય વિશેની દૃષ્ટિથી પ્રેરિત, પરંતુ અકલ્પનીય રીતે નાનો તથા અદમ્ય રીતે લાગણીવશ તરીકે જોવાનો છું. તે મારા તરફ કેવી રીતે જોવે છે ? હું એવું કંઈક માનું છું કે તે માટે તે શોધી રહ્યો છે,. પરંતુ હજી મળ્યું નથી. છેવટે તેને મારામાં એક એવો વરિષ્ટ માણસ મળ્યો, જેની વ્યાપારમાં નક્કર ભૂમિકા-તાલીમ હતી. ભલે, મારા નવા હોદ્દાનું નામ એપલ કોમ્પ્યુટર ઈન્કૉર્પોરેટના 'સીનીયર વાઈસ પ્રેસિડેન્ટ'હતું, પરંતુ એ નોકરીમાં બીનસત્તાવાર રીતે સ્ટીવના મદદગાર, સહાયક તથા ઉંમરલાયક અનુભવી વ્યક્તિની ફરજો પણ સાથે આવતી હતી. (હું ચુંમાલીસ વર્ષનો હતો.) બહુ થોડા સમયમાં તે લોકોને કહેતો હશે કે, 'જે' સિવાયના ચાલીસ ઉપરના કોઈ પણનો વિશ્વાસ ન કરશો.'

સ્ટીવ પોતે ટેકનીકલ માણસ ન હોવા છતાં તેનામાં પોતાનાં ઉત્પાદન માટે આગ હતી. જ્યારે વોઝ કંપનીનું પ્રથમ કોમ્પ્યુટર બનાવતો હતો ત્યારે તે વેચાણ માટે ઢોલ પીટતો તથા સોદાઓ કરતો બહાર રહેતો હતો. છતાં તે એક એવું મશીન બનાવીને તેની સૂઝને પૂરવાર કરવાની મથામણ કરતો હતો, જે તેની પોતાની છાપ ધરાવતું હોય. જ્યારે તેણે એપલના લીસા કોમ્પ્યુટર ડીઝાઈન કરતા ઈજનેરો પર તેની ભવિષ્ય વિશેની દૃષ્ટિ થોપવાનો પ્રયત્ન કર્યો, ત્યારે લીસાના ઈજનેરો તેનાથી છુટકારો મેળવવા તેને કહી દેતા

કે, 'જો તને એમ લાગતું હોય કે તારા વિચારો-યુક્તિઓ-એટલી બધી સારી છે, તો તું જ તારું પોતાનું કોમ્પ્યુટર બનાવ.'

ના, સ્ટીવ પાસે એવો કોઈ કાચનો ગોળો ન હતો જેણે તેને કહ્યું હોય કે તે એક પછી એક આકર્ષક, મુગ્ધ કરી દે તેવાં ઉત્પાદનો  સર્જશે. તે ક્યારેય એટલો આત્મનિરીક્ષણ કરનાર પણ નહતો કે જે આ બધું કેવી રીતે બન્યું તે મનન કરવા થોભે. તમે કહી શકો કે તેણે જે કીર્તિ મેળવી છે તે તરફ તેનું ધ્યાન જ નથી.

સ્ટીવના 'PARC'માંના આંખ ઉઘાડી દેનારા અનુભવો ટેકનોલોજીના ઈતિહાસના કેટલાક સૌથી વધુ પ્રખ્યાત, જેના વિશે સૌથી વધુ લખાયું હોય તેવી ઘટનાઓ બની જવાના હતા. એ મુલાકાતોમાંથી સ્ટીવ જોબ્સ દુનિયા બદલી નાખવા માટે બહાર પડવાનો હતો.

# ભાગ ૧

## ઉત્પાદન સમ્રાટ

## ૧

# ઉત્પાદન માટેનું ઝનૂન

કેટલાક લોકો પોતાની જિંદગીનો માર્ગ પોતે પસંદ કરે છે. કેટલાક પર તે થોપી દેવાય છે. અને કેટલાક એવા હોય છે જેમણે તેના વિશે કાંઈ વિચાર્યું જ ન હોય અને અકસ્માતે તે તેને આવી મળે છે.

સ્ટીવન પાઉલ જોબ્સ એક ઉત્પાદક સમ્રાટ બનવા માટે નહોતો નીકળ્યો. જો મેં તેને શરૂઆતના દિવસોમાં તે વિશે કહ્યું હોત, તો મને ખાતરી છે કે હું શેના વિશે વાત કરું છું તે તેને સમજાયું પણ ન હોત અને કદાચ તે મારા તરફ હસ્યો પણ હોત.

ઠીક છે, હું એવો દાવો કરવા નથી માગહતો કે મને તેનો તે સમજે જ ખ્યાલ આવી ગયો હતો, કોઈને નહોતો આવ્યો. ચોક્કસપણે પાઉલ તથા કાલરા જોબ્સ કે જે સમર્પિત દંપતી છે તેમને પણ નહીં. પાઉલે પોતે કહ્યું છે તેમ, તે તેના શાળાના શરૂઆતના દિવસોમાં ખૂબ માથાભારે અને સંભાળવો મુશ્કેલ પડે તેવો હતો કે જેને કદાચ જેલમાં જવાનો વારો પણ આવ્યો હોત.

આથી તેને સૌથી આગળ પડતાં સીઈઓ તથા ઉત્પાદનકર્તા બનતો જોવો એ ઘણું વધારે અસામાન્ય અને ગૌરવપૂર્ણ છે. છતાં હું જ્યારે પ્રથમ વખત તેની સાથે કામ કરવા ગયો અને મેં જે માણસને જોયો તે ચોક્કસપણે ઘણો જ કૃતનિશ્ચયી હતો. અને હું જેટલા પણ મહાન નેતાઓને મળ્યો છું, તથા જેમની સાથે મેં કામ કર્યું છે, તે બધાંની જેમજ તેને પણ તેનું પોતાનું અંગત લગભગ અર્થહીન લક્ષ્ય હતું પરંતુ એ લક્ષ્ય એ જગતને એક વધુ સારું સ્થાન બનાવ્યું છે. તેનું વળગણ એ *ઉત્પાદન માટેનો ઝનુન.... ઉત્પાદનની ક્ષતિહિનતા માટેનો જુસ્સો છે.*

આ વળગણ કયો આકાર ધારણ કરે છે ? સાવ સહેલું છે. સ્ટીવ દુનિયાનો સહુથી મહાન ગ્રાહક/વપરાશકારછે. હું એપલમાં જોડાયો તે જ દિવસે મેં આ જોયું. તેણે મેકિન્ટોશ નામે 'સૌ માટેનુ કોમ્પ્યુટર'માં શ્વાસ પૂર્યો. તેના સંગીત પ્રત્યેના પ્રેમને કારણે તથા તે જ્યાં જાય ત્યાં સંગીતને પોતાની સાથે લઈ જવાની તેની ઈચ્છાને કારણે તેણે આઈટ્યુન સ્ટોર્સ તથા આઈપોડ બહાર પાડ્યાં. તેને સેલફોનની સુવિધા ખૂબ જ પસંદ હતી પરંતુ તે બજારમાં મળતા ભારે, બેડોળ, કુરૂપ તથા વાપરવામાં મુશ્કેલ ફોનને ધીક્કારતો હતો. અને તેનો આ અસંતોષ જ તેને પોતાને તેમજ આપણને બદાવે આઈફોન આપવા તરફ દોરી ગયો.

## સ્ટીવ જોબ્સ તેના પોતાના જુસ્સાને અનુસરીને સમાજને ટકાવે છે, સમૃદ્ધ બનાવે છે તથા બદલે છે.

મારી PARCની મુલાકાત વખતે જ મને આ જુસ્સાની ગંધ આવી ગઈ હતી અને એ બાકીના અઠવાડિયાના અંતમાં મેં એ અનુભવને વાગોળવાનું ફરી ફરીને જીવવાનું ચાલુ રાખ્યું. એ બે કલાકની દરેક વિગતો મારા માનસપટ પર પસાર થયા કરતી હતી અને મને ખ્યાલ આવ્યો કે મેં જે જોયું હતું તે કશુંક અસામાન્ય હતું. સ્ટીવ ઉત્તેજનાથી ભરપૂર, અસીમ ઉત્સાહથી છલકાતો હતો. આ જુસ્સાનો એકદમ પ્રાકૃતિક પ્રકાર હતો. એક ખ્યાલ માટેનો આવેશ, સ્ટીવ માટે તે એક વિશિષ્ટ ઉત્પાદનને આકાર આપવાનો આવેશ હતો.

એ ત્યાં હતા ત્યારે અને પછી ઘેર જતાં રસ્તામાં સ્ટીવે મને જે બધુ કહ્યું તેનાથી બે વસ્તુ સ્પષ્ટ હતી : સ્ટીવ એક એવી વ્યક્તિ હતી કે જેનામાં તે સમયે પણ કોમ્પ્યુટરનમાં રહેલી લોકોની જિંદગીને બદલી નાખવાની શક્તિ વિશેની દૃષ્ટિ હતી અને તે જાણતો હતો કે તે એવી વિચારવિભાવનાની સંમુખ આવી ગયો હતો કે જે તેને શક્ય બનાવવાની હતી. ખાસ કરીને તે પડદા ઉપરનાં એક એવા ચિત્ર/નિશાની, કર્સર - કે જે તમારા હાથના હલનચલન વડે કામ કરી શકે. તેની ધારણા વડે ઊછળી પડ્યો હતો. સ્ટીવે કોમ્પ્યુટીંગનાં ભવિષ્યનાં દૃશ્યને પલકવારમાં જોઈ લીધું.

એ માત્ર PARCની ટેક્નોલોજી જ ન હતી જેણે સ્ટીવને પ્રભાવિત કર્યો હતો, પરંતુ તેના લોકોથી પણ તે પ્રભાવિત થયો હતો. અને આ પ્રેમભાવ બંને દિશામાં વહ્યો. કેટલાક વર્ષો પછી PARCના વૈજ્ઞાનિક લેરી ટેસ્લરે સ્ટીવની એપલના જૂથ સાથેની મુલાકાતને યાદ કરતાં પત્રકાર તથા લેખક જેફ્રી યંગને કહ્યું, 'મને જે વાતે પ્રભાવિત કર્યો તે એ હતી કે મારા ઝેરોક્ષમાના સાત વર્ષો દરમ્યાન સાંભળેલા કોઈ પણ પ્રશ્ન પછી તે ઝેરોક્ષના કર્મચારી,

મુલાકાતી, યુનિવર્સિટીના પ્રોફેસર કે વિદ્યાર્થી, કોઈના પણ કરતાં તેમના પ્રશ્નો વધુ સારા હતા, તેમના પ્રશ્નો દર્શાવતા હતા કે તેઓ બધા જ સુચિતો તથા બધી જ મર્મજ્ઞતાઓ પણ સમજતા હતા. આ અગાઉ આ નિર્દેશ જોનાર કોઈએ આ મર્મજ્ઞતાઓ વિશે આટલી પરવા કરી ન હતી. જેમ કે વિન્ડોઝના મથાળામાં આવી ભાત કેમ છે, પોપ-અપ મેનું જેવા હતા તેવા શા માટે લાગે છે, વગેરે...'

ટેસલર એટલો પ્રભાવિત થઈ ગયો હતો કે તેણે ત્યાર પછી તરત જ એપલમાં વાઇસ પ્રેસિડેન્ટ તરીકે તેમજ એપલના પ્રથમ મુખ્ય વૈજ્ઞાનિક તરીકે જોડાવા માટે પીએઆરસી છોડ્યું.

મારા IBMનાં દસ વર્ષો દરમ્યાન મેં એવા ઘણા બધા તેજસ્વી પીએચ.ડી. થયેલા વૈજ્ઞાનિકો સાથે ખભે ખભા મિલાવીને કામ કર્યું હતું કે જેઓ અસાધારણ કાર્ય કરતા હતા, છતાં તેમના બહુ ઓછાં કાર્યો સ્વીકારાઈને ઉત્પાદનમાં પરિણમતાં હોવાને કારણે તેઓ નિરાશ હતા. PARCમાં મને હવામાં રહેલી આ નિરાશાની ખોરી ગંધ આવી ગઈ હતી. આથી તેમનો ટર્નઓવરનો દર ઉદ્યોગમાં સૌથી ઊંચો ૨૫% હતો, તે જાણીને એ જરા પણ આશ્ચર્ય થાય તેવું ન હતું.

હું એપલમાં જોડાયો તે સમયે એક જૂથ તમામ સીમાડા તોડી નાખે તેવાં એક ઉત્પાદન પર કામ કરતું હતું, કે જે 'લીસા' નામનાં કોમ્પ્યુટર તરીકે ઓળખાવાનું હતું. તેની ગરમી કંપનીમાં પ્રસરેલી હતી. તે એપલ II ટેકનોલોજીથી સંપૂર્ણપણે અલગ અને એપલના ઇજનેરોએ PARCમાં જોયેલી નવી શોધખોળોનો ઉપયોગ કરીને કંપનીને તદ્દન નવી દિશામાં મૂકવાનું કામ કરવાનું હતું. સ્ટીવે મને કહ્યું કે લીસા એક એવી વસ્તુ પુરવાર થવાની હતી કે, 'તે બ્રહ્માંડમાં સીમાચિહ્નરૂપ બની જશે.' આ પ્રકારની વાતથી તમે શેહ પામી જ જાવ; ત્યારથી આ ઉક્તિ મારે માટે એક પ્રેરણા બની ગઈ છે. જો તમે પોતે ઉત્સાહની આગથી સળગતા ન હો, તો તમે તમારે માટે કામ કરતા માણસોમાં એ ઉત્સાહ પ્રગટાવી શકો નહીં, અને તમે બધાને એ જણાવો પણ ખરા.

લીસા બે વર્ષથી વિકાસની પ્રક્રિયામાં હતું, પણ એનો વાંધો નહીં, સ્ટીવે PARCમાં જે ટેકનોલોજી જોઈ હતી, તે દુનિયા બદલી નાખવાની હતી અને લીસાને તે મુજબ ધરમૂળથી બદલી નાખવું પડશે. તેણે લીસા જૂથને તેણે PARCમાં જે જોયું હતું તેના તરફ ફેરવી નાખવાની કોશિશ કરી.

'તમારે દિશા બદલવી જ રહી' તેણે આગ્રહ ચાલુ રાખ્યો. લીસાના ઈજનેરો તથા પ્રોગ્રામરો વોઝના આરાધકો હતા અને સ્ટીવ જોબ્સના નિર્દેશન મુજબ કાર્યદિશા બદલે તેવા ન હતા.

એ દિવસોમાં એપલ એક એવા ધસમસતા વહાણ જેવું હતું જે તેના પુલ પર અસંખ્ય લોકો સાથે પૂરપાટ પાણી કાપી રહ્યું હતું, પરંતુ હકીકતમાં તે સુકાની વિહોણુ હતું. આ કંપની ચાર જ વર્ષ જૂની હતી છતાં, વાર્ષિક ૩૦૦ મિલિયન ડોલરનું ચોખ્ખું વેચાણ કરતી હતી. સ્ટીવ તેનો સહસ્થાપક હતો પરંતુ પહેલાં જ્યારે વોઝનું વલણ ટેકનોલોજી તરફ હતું અને એસ. જે. બાકી બધી વસ્તુઓનો ખ્યાલ રાખતો હતો ત્યારે હતી તેવી તેની ઓકાત રહી ન હતી. સી.ઈ.ઓ. કંપની છોડી ગયો હતો. શરૂઆતમાં રોકાણકાર તરીકે જોડાયો હતો એવો માઈક માર્કકુલા, અધ્યક્ષ માઇકલ સ્કોટ (સ્કોટી) સાથે મળીને વચગાળાના સી.ઈ.ઓ. તરીકે કામ કરતો હતો. બંનેનું સામર્થ્ય ઘણું હતું પરંતુ એક પ્રવૃત્તિથી ધમધમતી ટેકનોલોજી કંપની ચલાવવા માટેની પાત્રતા બંનેમાંથી કોઈનામાં ન હતી. મને લાગ્યું કે માઈક, કે જે બીજા નંબરનો સૌથી મોટો શેરધારક હતો, તેને આ ઝડપથી વધતા ટેકનોલોજીના ધંધાની રોજીંદી પળોજણને બદલે નિવૃત્ત થઈ જવામાં વધુ રસ હતો. સ્ટીવના ફેરફારોને કારણે લીસાને બજારમાં ઉતારવામાં થનાર વિલંબ અને બંને નિર્ણયકર્તાઓને જોઈતો ન હતો. પ્રોજેક્ટ આમ પણ નિર્ધારિત સમય કરતાં પાછળ હતો અને જેટલું થઈ ગયું હતું તેને ફગાવી દઈને નવી શરૂઆત કરવાનો વિચાર અસ્વીકાર્ય હતો.

લીસા જૂથ અથવા કંપની ચલાવનાર વ્યક્તિઓને પોતાની માગણી પરાણે ગળે ઉતારવા માટે સ્ટીવનાં મગજમાં એક તરકીબ હતી. તે નવા પ્રોડક્ટ ડેવલપમેન્ટનો ઉપાધ્યક્ષ બની જાય, જે તેને લીસા જૂથનો સર્વોચ્ચ સત્તાધારી બનાવે અને પોતે જે દિશામાં ફેરફાર લાવવા માગતો હતો તે તેમના પર થોપવાની સત્તા મેળવી લે.

તેને બદલે એક સંસ્થાકીય ફેરબદલીના ભાગરૂપે માર્કકુલા અને સ્કોટે સ્ટીવને એવું કહીને બોર્ડનો અધ્યક્ષ બનાવી દીધો કે તેનાથી તે એપલનાં શેરના આવનાર જાહેર ભરણા માટેની મુખ્ય વ્યક્તિ બની જશે; આને માટે તેમણે એવી દલીલ આગળ ધરી કે આ પચ્ચીસ વર્ષનો પ્રભાવશાળી યુવાન એપલના પ્રવક્તા તરીકે હશે તો તે શેરના ભાવને ઉપર લઈ જવામાં મદદરૂપ થશે, જે વસ્તુ તેને પોતાને વધુ શ્રીમંત બનાવશે.

સ્ટીવને ખરેખર ખૂબ જ દુઃખ લાગ્યું, સ્કોટીએ તેણે જાણ કર્યા વગર અથવા તેની

સાથે સલાહમસલત કર્યા વગર આ નિર્ણય કરી નાખ્યો તેનાથી તે દુઃખી થયો - આખરે તો તે તેની કંપની હતી. અને લીસા સાથેની સીધી સંડોવણી ગુમાવવાને કારણે તે ખરેખર વ્યથિત હતો. તેને સાચે જ જાણે આકારહીન કરી નાખવામાં આવ્યો હતો.

ડંખ તેનાથી પણ વધારે ખરાબ હતો. લીસા જૂથના નવા વડા જહોન કાઉચે સ્ટીવને આસપાસ ફરકવાની અને તેના ઈજનેરોને પરેશાન કરવાની મનાઈ કરી દીધી; તેણે દૂર રહેવાનું હતું અને તેમને એકલા છોડી દેવાના હતા.

સ્ટીવ જોબ્સને 'ના' સાંભળવાની ટેવ નથી અને તે 'આપણે ન કરી શકીએ' તથા 'તમારે નથી કરવાનું' જેવા શબ્દ તરફ બહેરો છે.

જો તમારા મગજમાં વિશ્વને હચમચાવી નાખે તેવાં ઉત્પાદનનો વિચાર હોય અને તમારી કંપની તેમાં રસ ન દાખવે તો તમે શું કરો ? મેં સ્ટીવને તે સમેય ખૂબ જ કેન્દ્રિત થતો જોયો. એક બાળકના હાથમાંથી રમકડું ખૂંચવી લેવામાં આવે ત્યારે તે કરે તેવો કકળાટ કરવાને બદલે, તે શિસ્તબદ્ધ તથા કૃતનિશ્ચયી થઈ ગયો.

તેણે આ પહેલાં ક્યારેય તેની પોતાની જ કંપનીમાં, પોતાને આવી, 'નિહથ્થો' કહેવાય, કે જે ભાગ્યે જ કોઈની થાય, તેવી હાલતમાં જોયો ન હતો, એક બાજુ, તે મને બોર્ડ મિટિંગમાં લઈ જતો, જ્યાં મેં ટેબલની આસપાસ બેઠેલા ઉમ્મરવાન, વધુ ડાહ્યા, ઘણા વધારે અનુભવી સી.ઈ.ઓ. કરતાં વધુ બુદ્ધિશાળી, જાણકાર એવા બોર્ડના અધ્યક્ષ તરીકે તેને સત્રને ચલાવતો જોયો. તેના મગજમાં એપલની નાણાકિય સ્થિતિ, સિલક, નાણા પ્રવાહ, જુદા જુદા માર્કેટ વિભાગો અને વેચાણ પ્રદેશોમાં એપલ-IIના વેચાણ તથા ધંધાની બીજી ઝીણીઝીણી વિગતો વિશેના વર્તમાન ડેટાનો વિપુલ જથ્થો હતો. આજે બધા તેને એક અતુલ્ય ટેકનોલોજીસ્ટ, આશ્ચર્યકારક ઉત્પાદનકર્તા તરીકે જોવે છે, પરંતુ તે બીજું ઘણું વધારે છે, અને શરૂઆતથી જ હતો.

છતાં, બીજી તરફ તેની એક યોજના ઘડનાર તથા નવા ઉત્પાદનોને આકાર આપનાર તરીકેની ભૂમિકા તેની પાસેથી આંચકી લેવાઈ હતી. કોમ્પ્યુટીંગના ભવિષ્ય વિશે તેની પાસે બહુ સ્પષ્ટ દૃષ્ટિ હતી જે તેનાં મગજને સતાવતી હતી, પરંતુ તેનાથી કંઈક થઈ શકે તેમ ન હતું. લીસા જૂથના દરવાજા તેના મોઢાં પર બંધ કરીને ચપોચપ ભીડી દેવામાં આવ્યા હતા.

હવે શું ?

●●●

આ એ સમય હતો, જ્યારે એપલ - IIના વેચાણમાંથી બેંકમાં કરોડો ડોલર્સ આવ્યા હતા અને એપલ ધનથી છલકાઈ રહ્યું હતું. આ નાણાએ કંપનીમાં બધી જ જગ્યાએ શક્ય હતા તેવાં નાના પણ નવા પ્રકારના પ્રોજેક્ટસને વેગ આપ્યો. જ્યારે કશુંક સાવ નવું, જે પહેલાં ક્યારેય ન હોય તેવું જગત સર્જવાનું સ્વપ્ન જોવાનો પ્રયત્ન કરવાનું વલણ હતું, ત્યારે આ એવા પ્રકારનું સામર્થ્ય હતું જેમાંથી કોઈપણ કંપની ફાયદો મેળવે.

મને મારા પ્રથમ અઠવાડીયાથી જ જેણે બધામાં નવસંચાર કર્યો હતો તે ઝનૂન અને વલણ નો ખ્યાલ આવી ગયો હતો. કંઈક એવી છાપ મારા મગજમાં હતી કે બે ઈજનેરો સામસામા મળે ત્યારે એમાંનો એક, જેના મગજમાં લાંબા સમયથી કોઈ વિચાર ઘડી રહ્યો હોય તેનું બીજા પાસે વર્ણન કરે, અને તેનો મિત્ર કંઈક આવું કહે, ‘ખૂબ સારો વિચાર છે, તારે એ વિશે કંઈક કરવું જ જોઈએ’ અને પહેલાવાળો પોતાની પ્રયોગશાળામાં પાછો ફરે, પોતાના જૂથને ભેગું કરે, અને એ વિચારને વિકસાવવા પાછળ મહિનાઓ સુધી કામ કરે. હું શરત મારવા તૈયાર છું કે એ દિવસોમાં આખી કંપનીમાં આવું જ બનતું હતું. મોટા ભાગની યોજનામાં કંઈ થવાનું ન હતું, તે એક નવાપૈસાની પણ કમાણી કરવાના ન હતા. અને બીજા કેટલાક એવા હતા જેના ઉપર બીજા જૂથો પણ કામ કરતાં હતાં, તેની જ પ્રતિકૃતિ હતા. પરંતુ તેનો કોઈ વાંધો નહીં. કંપની નાણાથી તગડી થઈ રહી હતી અને સર્જનાત્મક વિચારોથી છલકાઈ રહી હતી.

એપલમાં એક ચોક્કસ પ્રકારની પ્રાથમિક તબક્કાની વિકાસ યોજના હતી, એક એવી યોજના જેને સ્ટીવે બહુ લાંબા સમય પહેલાં ખતમ કરવાનો પ્રયાસ કર્યો હતો, કારણ કે તેનું કહેવું હતું કે તે લીસાની હરીફાઈ કરશે. હવે એ પ્રોજેક્ટ ટીમ કેવું કામ કરતી હતી તે જોવા તે પાછો ફર્યો. તેણે જોયું કે ‘ટેક્ષાકો ગેસ સ્ટેશન’ નજીક હોવાને લીધે ‘ટેક્ષાકો ટાવર’ તરીકે ઓળખાતાં એક મકાનમાં મુઠ્ઠીભર લોકો કામ કરી રહ્યા હતા. સમુહ માટે કામ કરવામાં સરળ તથા પરવડે તેવી કિંમતનું કોમ્પ્યુટર બનાવવામાં સમર્પિત આ જૂથ થોડાક જ મહિનાઓથી કાર્યરત હતું, પરંતુ તેમણે એક કામ કરતી મૂળ કૃતિ વિકસાવી લીધી હતી. આ કોમ્પ્યુટરને એક નામ પણ અપાઈ ચૂક્યું હતું. કંપનીના નામમાંથી જ પ્રેરણા લઈને આ નવા મશીનને મેકિન્ટોશ નામ અપાયું હતું. (ટીમના વડા જેફ રસ્કિન, એક બુદ્ધિશાળી ભૂતપૂર્વ અધ્યાપકે એપલની તેમની આ પ્રિય બ્રાન્ડનું નામ આપ્યું હતું : આ નામ એપલની પરંપરાનો એક ભાગ થઈ જશે કારણ કે તેઓ એપલ જેવી જ જોડણી - *McIntos* - નો ઉપયોગ કરવા માગતા હતા પરંતુ જોડણી ખોટી થઈ ગઈ, જોકે પછીથી રસ્કીને એવો

આગ્રહ રાખ્યો કે તેમણે જ દુવિધા ટાળવા માટે ઈરાદાપૂર્વક ખોટી જોડણી કરી હતી.

સ્ટીવ આ યોજના માંડી વાળાય તેવું ઇચ્છતો ન હતો. જો લીસાની ટીમ તેના નવા પ્રકારના કોમ્પ્યુટરીંગ માટેનો બોધ સાંભળવા ન માંગતા હોય, તો મેકિન્ટોશની નાનકડી ટીમ પાસે એવા હેકર્સ હતા જેઓ સ્ટીવની જેવું વિચારતા હતા, અને કદાચ તેના વિચારો તરફ અનુકૂળ પણ હતા.

જ્યારે કંપનીના સહસ્થાપક, બોર્ડના અધ્યક્ષ, તથા આ હાઈ-ટેકના પ્રચારકે એવા સ્ટીવ જોબ્સે મેકિન્ટોશના કાર્ય જૂથની અવારનવાર મુલાકાત લેવા માંડી, ત્યારે ટીમમાં મિશ્ર પ્રત્યાઘાતો પડ્યા. તેઓ સ્ટીવનાં ઝનૂન તથા સમર્પિતતાથી પ્રેરિત થયાનુ અનુભવતા હતા, પરંતુ બીજી તરફ બીજા એક ટીમના સભ્યે મેમોમાં મૂક્યું છે તે પ્રમાણે 'તે તાણ, રાજકારણ તથા હેરાનગતિ ઊભી કરવા માંગતા હોય તેમ લાગે છે.' સાચું છે. ઊંચી સિદ્ધિઓ મેળવનારા તથા એક ચોક્કસ દૃષ્ટિ ધરાવતા લોકો સામાજિક કુનેહમાં ક્યારેક થોડા ઢીલા હોય છે અથવા તો નમ્રતા દર્શાવવાની કે ચતુર બનવાની તેમને ખાસ પરવા હોતી નથી.

તેમની પાસે કોઈ વિકલ્પ ન હતો, સ્ટીવે ટીમની આગેવાની લઈ લીધી અને નવા લોકો ઉમેરવા, મીટીંગો બોલાવવી નવી દિશાઓ ગોઠવવી વગેરે શરૂ કરી દીધું. સ્ટીવની ટીમના વડા રસ્કિન સાથેનો મુખ્ય મતભેદ ઉપભોક્તાઓ કોમ્પ્યુટરને કેવી રીતે સૂચનો આપશે તેના વિશે હતો. જેફ કીબોર્ડ વડે આદેશ અપાય તેમ ઇચ્છતા હતા, સ્ટીવ જાણતો હતો કે એકવધુ સારો માર્ગ છે, કોઈક પ્રકારના કંટ્રોલ સાધનથી કર્સરને ફેરવવું. તેણે મેકિન્ટોશની ટીમને કર્સર ઉપર નિયંત્રણ કરવાનો, અને એક ફાઈલ ખોલવી તથા વિકલ્પોની સૂચિ દર્શાવવી જેવા આદેશો કર્સરને આપવા માટેના ઉત્તમ માર્ગ શોધવાનો આદેશ આપ્યો. આજે આપણે જે રીતે માઉસ વડે કર્સર ફેરવવું, એક પસંદગી કરવા માટે ક્લિક કરવું, એક ફાઈલ અથવા આઈકોનને ડ્રેગ કરવા, અને એવા બીજા બધા કામો કરી શકીએ છીએ. તેના પાયામાં PARCમાંથી ચમકેલા તથા સ્ટીવના સાદગી, ડીઝાઈનની સુઘડતા તથા સાહજિકતા માટેના અથાગ આગ્રહથી ટીમ વડે પોષાયેલ વિચારો હતા.

મારી કોર્પોરેટ સ્તરની ફરજો ઉપરાંત સ્ટીવ મને એક પ્રકારના ખાસ કરીને વ્યાપાર તથા સંસ્થાકીય બાબતો માટેના માર્ગદર્શક અને સલાહકાર તરીકે ખાસ રચાયેલ બોર્ડમાં ઇચ્છતો હતો. આથી તેણે મને મેકિન્ટોશના જૂથમાં બીજી ભૂમિકા સોંપી. મારે નામ

વગરના સલાહકાર, કોઈ પણ સત્તાવાર હોદ્દા વગરના સંપૂર્ણ જૂથ સભ્ય બનવાનું હતું. સ્ટીવ અને હું લગભગ દરરોજ મળતા અથવા બેન્ડલી ડ્રાઈવ આસપાસ ચાલવા જતા. લોકો, પ્રોજેક્ટ્સ, માર્કેટિંગ, વેચાણ અને એવી જ બધી જ બાબતો વિશે બીજો અભિપ્રાય લેવા માટે તે પોતાના વિચારો મારી પાસે ઠાલવતો. મેક જૂથને કોર્પોરેટ અમેરિકા માટે નવો માપદંડ કેવી રીતે બનાવવો તેના વિશે અમારે લાંબી ચર્ચાઓ થતી.

તેમને, બે મુખ્ય ટેકનોલોજી કંપનીઓમાં વ્યાપારનો બહોળો અનુભવ ધરાવનાર આપકર્મીને, તેનાં સ્વપ્નને સાકાર કરવામાં મદદરૂપ સાથીદાર તરીકે જોતો, મને લાગે છે કે તે મને એક નિરૂપદ્રવી, પોતાની જાતના સમતોલન જેવી વ્યક્તિ તરીકે જોતો. અને હું એક પેસમેકર હતો. સ્ટીવની સહાયક પેટ શાર્પ ઘણી વખત લોકોને કહેતી, ‘જ્યારે ‘જે’ રૂમમાં આવે છે, ત્યારે સ્ટીવ એક અલગ વ્યક્તિ બની જાય છે’ તેણી કહેવા માગતી હતી કે તે શાંત પડી જાય છે.

સ્ટીવે મારામાં જે ગુણવત્તાને ઓળખી, તે મારી જરા અસામાન્ય પાશ્ચાદ્ભૂમિકામંથી આવી હતી. મારા પિતા, જેમણે મોટાભાગના લોકો ખેડૂત કહેતા, પરંતુ અમારે માટે તેઓ એક નેસધારી (રેન્ચર) હતા. ‘એનો નુએવો (નવું વર્ષ) રેન્ચ અમારું ઘર હતું : ઉત્તર કેલિફોર્નિયાના મોન્તેરે કિનારા સાથે આવેલી ૧૦૦૦ એકર જમીન, જેને સાડાત્રણ માઈલનો દરિયાકિનારો અને નાની હોડીઓ માટે પૂરતા એવા બે વિશાળ સરોવરો હતા. ફાધર જ્યુનીપેરો સીએરાએ આ ક્ષેત્ર ૧૪૮૫માં શોધ્યું હતું. મારી માતાનું કુટુંબ ૧૮૦૦ની સાલમાં, જ્યારે કેલિફોર્નિયા એક નવું રાજ્ય હતું ત્યારે, બંધ ગાડીઓમાં બેસીને અહીં પશ્ચિમમાં આવનાર પ્રથમ પરીવારોમાંનું એક હતું. (આજે અમે મોટાભાગના ‘અનો નુએવો’ ને એક રાજ્યમાં ફેરવી નાખ્યું છે, અને તે દર વર્ષે એલીફન્ટ સીલ નિહાળવા આવનાર હજારો સહેલાણીઓમાટેનું જોવાલાયક સ્થળ બની ગયું છે.’)

મારા એક પૂર્વજ ફ્રેડરિક સ્ટીલ, યુલીસેસ એસ. ગ્રાન્ટના વેસ્ટ પોઈન્ટ સહવાસી હતા, અને તેમણે સિવિલ વોરમાં ગ્રાન્ટના જમણા હાથ તરીકે સેવા આપી હતી. મારી પાસે હજી સ્ટીલને જનરલ બનાવ્યા તેનો અબ્રાહમ લિંકનની સહીવાળો દસ્તાવેજ કૌટુંબિક વારસારૂપ છે.

પાક અને પશુઓ કોઈની રાહ જોતા નથી. પરિવાર દરરોજ, શની, રવિ પણ, સવારે વહેલો પાંચ વાગે ઊઠી જતો, અને સાંજે છ વાગે જ્યારે આખો પરિવાર -

માતાપિતા, દાદી, બે બહેનો, ક્યારેક મારો ભાઈ અને ભાભી અને તે ઉપરાંત અમારા ફાર્મનો મેનેજર વાળુ માટે બેસે ત્યાં સુધી હું મારા પિતાને કામ કરતાં જોતો.

ખેતરના બાળકો શાળા, ઘરકામ તથા ખેતરનાં કામ, એમ લાંબો સમય કામ કરે છે. ગાયોને સવારે અને સાંજે પાંચ વાગે દોહવીજ પડે. પછી તે અઠવાડિયાના ચાલુ દિવસ હોય કે સપ્તાહાંત, દિવસ હોય કે રાત, ધુમ્મસ હોય કે વાવાઝોડું. એક વખત તમે ટ્રેક્ટર ચલાવવા જેટલા મોટા થઈ જાવ એટલે તમે તેનું સમારકામ પણ શીખી જાવ, જ્યારે તે તમારા ખળાંથી વીસ માઈલ દૂર અટકી જાય, ત્યારે જો તમે તમારી મેળે સમારકામ કરીલો તેવા ન હો તો મદદ મેળવવા લાંબુ ચાલવું પડે. (સેલ ફોનને કારણે અલબત્ત આજે આ બાબત ચોક્કસપણે ઓછા મહત્ત્વની છે.)

આ જીવન સરળ નથી હોતું પરંતુ તે તમને સ્વતંત્રતા શીખવે છે. જો તમે પોતે જ કોઈક રીતે સર્જનાત્મક ન હોવ તો તમારી પાસે મનોરંજન ના કોઈ ખાસ માર્ગો રહેતા નથી. મેં મારું પોતાનું સર્ફબોર્ડ બનાવ્યું હતું અને બે હોડીઓ પણ બનાવી હતી જે ખરેખર ઘણી સારી રીતે પાણીમાં સફર કરતી હતી. જ્યારે હું માત્ર પંદર જ વર્ષનો હતો ત્યારે મારા પિતાજીએ જાહેર કર્યું કે તેઓ હવે આવનારા વર્ષોમાં આ ફાર્મ ચલાવવાની સંપૂર્ણ સત્તા તથા જવાબદારી મારા ઉપર છોડી દઈને તેમની સ્કૂલબોર્ડ સાથેની ફરજો તથા બીજી સામાજિક જવાબદારીઓ ઉપર વધારે ધ્યાન કેન્દ્રિત કરશે. મને એ નથી સમજાતું કે હું આ પ્રમાણે કરી શકીશ તેવું તેમણે શેના આધારે વિચાર્યું.

હું થોડાક ફેરફાર કરવા ઇચ્છતો હતો. એક વિશાળ રાજ્ય પર, સામાન્ય રીતે પાંચ વર્ષમાં એક વખત પાકનું વિક્રમી ઉત્પાદન થઈ જાય તો તે તમારે માટે તેને ચલાવવા માટે પૂરતું છે. હું એવા વિક્રમી પાકનું ઉત્પાદન કરવા માગતો હતો... પરંતુ કયો પાક ? હું શું વાવી શકું ? લણણીના સમયે કિંમતોનું સ્તર શું હશે તેનું અનુમાન કરીને તમારે છ મહિના અગાઉથી આયોજન કરવું જોઈએ. 'ફાર્મર્સ આલ્માનાક' જે એક અતિશય અતુલ્ય લખાણ હતું તેના વડે મારું વશીકરણ થઈ ગયું હોય તેવું મને લાગ્યું. પાક માટેની નવી મોસમ માટેના આલ્માનાકના આબોહવાના વરતારા અને તે વિસ્તારના ફળોનો પાક લેનારાઓની સલાહને આધારે મેં સ્ટ્રોબેરીનો પાક લેવાનું નક્કી કર્યું. અને આને માટે આ પાકનાં જાણકાર એવાં એક જાપાની દંપતીને હું રાન્ચ પર લઈ આવ્યો.

તે વર્ષ મારા માટે તેમજ રાન્ચ માટે અકલ્પ્ય નફાવાળું વર્ષ બની રહ્યું.હું માનું છું કે

આ અનુભવે મને મારી જાતમાં વધુ વિશ્વાસ ધરાવતો કર્યો અને મેં ધાર્યું હતું તેનાં કરતાં હું વધારે સિદ્ધ કરી શકું તેવી એક લાગણી મારામાં જન્માવી.

ખેતીમાંથી હું કંઈક બીજું પણ શીખ્યો. ભલે બધાં રાન્ચ અલગ અલગ હોય છે. પરંતુ એનો નુવા 'ઉપરીના હુકમને તાબે થવું' (હું જેમ કહું તેમ જ કરો) એ પ્રકારનું ન હતું. જો તમે કાંઈક ખોટું જોવો તો તેના વિશે બોલો. આ વલણ મારા વ્યક્તિત્વનો એક ભાગ બની ગયું. અને મારી વ્યાપાર જગતમાંની પ્રથમ નોકરી - આઈબીએમ-માં મને એક એવા સપના તરફ દોરી ગયું, જે હું ધારું છું ત્યાં સુધી મોટાભાગના લોકોએ ન ભર્યું હોત. કંપનીના અધ્યક્ષ - ટોમ વોટ્સન જુનિયર, આઈ.બી.એમ.ના પ્રથમ અધ્યક્ષના પુત્ર - એ સેનેટના ફોરેન રિલેશન કમિટિ જ્યારે વિયેટનામમાં શું ભૂલ થઈ તેનો જવાબ શોધતા હતા ત્યારે તે કમિટિ સમક્ષ એક નિવેદન કરેલું : તેમણે કહેલું કે યુદ્ધ કરવા માટે સેનાની હેરફેર કરવાની ગણતરી માંડવામાંથી જ સમસ્યા ઊભી થયેલી.

મેં જ્યારે વોટ્સનનાં નિવેદન વિશે વર્તમાનપત્રમાં વાંચ્યું ત્યારે 'તમે કશુંક એવું જોવો કે જે તમને ખોટું લાગે' ત્યારે તેને માટે બોલવાના મારા રાન્ચ પરના બાળપણના વલણે વડે હું ખેંચાયો. મેં નિરાંતે બેસીને આઈ.બી.એમ. એ જ પ્રકારનીભૂલ કરી રહ્યું હતું તેના કારણો દર્શાવતો એક પત્ર બહુ જ ચિવટપૂર્વક તૈયાર કર્યો. કંપની તેના કર્મચારીઓ તથા તેના કૉર્પોરેટર સંસ્થાઓ ગ્રાહકો તરફ જે આદર્શ દેખાડે છે તેની હુ પ્રશંસા કરું છું પરંતુ મને લાગ્યું કે ઉપભોક્તાનાં બજારમાં એક મોટી તાકાત ન બનીને તેઓ એક મોટી તક ગુમાવતા હતા.

મને વોટ્સનના સહાયક તરફથી ફોન આવ્યો કે મિ. વોટ્સન પછીનાં અઠવાડિયે હું જ્યાં કામ કરતો હતો તે આઈબીએમ ફેસીલીટીની મુલાકાત લેવાના હતા અને ત્યારે હું તેમને મળું તેવી તેમની ઇચ્છા હતી.મને લગભગ ખાતરી થઈ ગઈ કે એ દિવસ આ કંપનીમાં મારો છેલ્લો દિવસ હશે. અને આથી હું ખૂબજ મુંઝાઈ ગયો. તેને બદલે તેમણે કહ્યું કે તેઓ મારી સૂક્ષ્મદષ્ટિથી પ્રભાવિત થયા છે, હું બોલીશ તો તેની કદર કરશે અને મારાં સૂચનોને ધ્યાન પર લેશે. ત્યારથી, જ્યારે પણ ટોમ વોટ્સન આઈ.બી.એમ. ફેસીલીટી, જ્યાં હું કામ કરતો હતો તેની મુલાકાતે આવતા ત્યારે મારી સાથે બીજી વાતો માટે મુલાકાત ગોઠવતા.

મને લાગે છે કે મારા આઈ.બી.એમ. અને પછીથી ઇન્ટેલમાંના વ્યાપાર અનુભવો તથા સરળતાથી કાર્ય કરવાની તથા સૂચનો કરવાની તથા કોઈ દ્વેષ વગર અભિપ્રાય

આપવાની ક્ષમતા એ એવા ગુણ હતા જે મને સ્ટીવ જોબ્સ સાથે કામ કરવામાં ઉપયોગી થયા.

એપલ તેનાં બે કોમ્પ્યૂટર કે જે કંપનીના સહસ્થાપક સ્ટીવ વોઝનીયાક (વૈશ્વિક રીતે વોઝ તરીકે ઓળખાય છે. પરંતુ જે પોતાને સ્ટીવ તરીકે સંબોધવાનું પસંદ કરે છે)ના મગજની પેદાશ હતાં અને તેના વડે જીવંત બની રહ્યા હતાં. વોઝનો કીર્તિનો માર્ગ પણ તેના પરમ ભાગીદારનો છે તેટલો જ ગુંચવણ ભરેલો છે. ૧૯૯૬માં તેણે લેખક/પત્રકાર જીલ વોલ્ફસનને એક મુલાકાત દરમ્યાન કહ્યું હતું કે તે તેની યુવાનીમાં ટોમ સ્વીફટનાં પુસ્તકોથી પ્રભાવિત થયો હતો. આ પુસ્તકો 'આ યુવાન કે જે એક ઇજનેર હતો, જે કોઈ પણ વસ્તુ બનાવી શકતો, અને તે પોતાની કંપની ધરાવતો હતો, અને તે વિદેશીને ફાંસલામાં નાખી શકે, અને સબમરીન બાંધી શકે અને આખી દુનિયામાં જેના પ્રકલ્પો હોય' વગેરે વિશે હતાં. વોઝ એટલો બધો મુગ્ધ થઈ ગયો હતો કે તેને માટે તે 'તમે જીવનમાં જોયેલ પ્રથમ ટીવી શો' જેવું હતું. આનાથી પ્રેરિત થઈને તેણે વિજ્ઞાન મેળામાં એટલા કાળજીપૂર્વક તૈયાર કરાયેલા પ્રકલ્પો કરવાના શરૂ કર્યા કે છઠ્ઠા ધોરણ સુધીમાં તેણે એક ટીક-ટેક-ટો એવો અવાજ કરતું કોમ્પ્યુટર જેવું મશીન બનાવી દીધું હતું.

તેના માધ્યમિક શિક્ષણ તથા કોલેજકાળ દરમ્યાન તેણે આ જ માર્ગ પર આગળ વધવાનું ચાલુ રાખ્યું. છેવટે કોમ્પ્યુટરની સંપૂર્ણ રુપરેખા બનાવી તથા કોમ્પ્યુટર ઘડી નાખ્યું ત્યાં સુધી તે સતત વધુ ને વધુ પ્રગતિશીલ કાર્યો વડે પોતાની જાતને કોમ્પ્યુટર વિશે શીખવતો રહ્યો.

જ્યારે તેને એક શબ્દમાં જિંદગીનો સારાંશ પૂછવામાં આવ્યો ત્યારે તેણે સહેજ પણ અચકાયા વગર કહ્યું, "નસીબદાર. મેં જિંદગીમાં સેવેલાં દરેક સ્વપ્ન દસ ગણાં વધુ થઈને સાચાં પડ્યાં છે." તેણે તેનો ઇન્ટરવ્યૂ લેનારને કહ્યું કે ભલેને તે ક્યારેય ધાર્મિક સ્થળોની નિયમિત મુલાકાત લેનાર ન હતો, છતાં બાળપણથી તેણે પોતાનાં મૂલ્યોનો એક ગણ અપનાવેલો જે તેને લાગે છે કે ક્રિશ્ચિયનો જેવો હતો. "જો કોઈ તમારું કાંઈ ખરાબ કરે, તો તમે તેની સામે લડો નહીં. તમે તે પછી પણ તેની સાથે સારા રહો અને તમારા હૃદયના ઊંડા પ્રેમથી તેમની સાથે વર્તન કરો."

વોઝમાં વિનમ્રતા, સુશીલતાનો પણ એક ગુણ પ્રગટ થાય છે, જે તેના સહસ્થાપકમાં ગેરહાજર છે. 'મને આશ્ચર્ય થાય છે કે શા માટે... જ્યારે મેં કેટલુંક સારું ઇજનેરી કામ કર્યુ

ત્યારે.... કેટલાક લોકોએ વિચાર્યું કે હું કોઈક પ્રકારનો હીરો અથવા એક વિશિષ્ટ વ્યક્તિ છું. પરંતુ એ ખરેખર તો લોકોનાં શારીરિક સાથ અને તેમના સામૂહિક વિચારો છે, જેના કારણે કોમપ્યુટરનો આવિષ્કાર થયો.'

છતાં કોમ્પ્યુટર ક્રાંતિને તરતી મૂકવા માટેના તેના બધાં જ યોગદાનમાં સ્ટીવ સતત કીર્તિમાં ભાગીદારી કરતો વોઝની સાથે જ હતો.

વોઝની નાનકડીક આંગળીઓમાં જે ટેકનીકલ જ્ઞાન અથવા ક્ષમતા હતી તેટલી સ્ટીવ જોબ્સમાં ન હતી. તો પછી તે કોમ્પ્યુટર ટેકનોલોજીની જટીલતામાં આટલો નિપુણ કેવી રીતે થયો ?

એક વખત તેણે મને કહ્યું કે તેની કુમારાવસ્થાની શરૂઆતમાં એક નજીકના પહાડી વિસ્તારમાં નાસાના 'એમ્સ રીસર્ચ સેન્ટર'ની મુલાકાત સમયે તેને કોમ્પ્યુટર્સ પ્રત્યે લગાવ થયો હોવાનુ લાગ્યું હતું. ખરેખર તો પછીથી ખબર પડી કે તેણે જે જોયું તે સાચેસાચ કોમ્પ્યુટર જ ન હતું, તેણે જે જોયું તે માત્ર એક ટર્મીનલ હતું. જ્યારે તે તેના વિશે વાત કરે ત્યારે હજી પણ તમે તેનામાં એ બાળક જેવો ઉત્સાહ જોઈ શકો અને જ્યારે તે એમ કહે કે તે દિવસથી તે કોમ્પ્યુટર વિશેના આખા વિચારના 'પ્રેમમાં પડી ગયો' ત્યારે તેના અવાજમાં પણ એ સમય ઉત્સાહ સાંભળી શકો.

પીબીએસના *ટ્રીઅમ્ફ ઑફ ધ નર્ડ્સ* માટેના શરૂઆતના દિવસો વિશે વાત કરતાં તે આના પર થોડો પ્રકાશ ફેંકે છે. 'તમે કંઈક આદેશ ટાઈપ કરશો અને પછી થોડી વાર રાહ જોશો અને મશીનમાં કંઈક ડાડાડાડાડાડા એવું થશે. અને પછી તે તમને કંઈક કહેશે. પરંતુ તેમ છતાં પણ તે, ખાસ કરીને એક દસ વર્ષના બાળક માટે હજુ પણ નોંધપાત્ર છે કે તમે બેઝીકમાં અથવા ફોર્ટેન પ્રોગ્રામમાં કંઈક લખી શકો અને હકીકતમાં આ મશીન તમારા વિચારો લઈ લેશે અને તમારા વિચાર પર કામ કરશે અને તમને કંઈક પરિણામ આપશે. અને જો તે પરિણામો તમે જે ધાર્યાં હતાં તે જ હશે, તો તમારા પ્રોગ્રામે ખરેખર કામ કર્યું છે. આ એક અદ્‌ભુત રોમાંચક અનુભવ હતો.'

વર્ગખંડમાં પ્રથમ સઘન વર્ષો ગાળ્યા વગર તમે એક આગળ પડતા ટેક્નોલોજી કાર્યકર ન બની શકો. પરંતુ જીવનનો આ નિશ્ચિત નિયમ કોઈક રીતે સ્ટીવ જોબ્સને લાગુ ન પડ્યો. હું આ લગભગ ન માની શકાય તેવી વિલક્ષણ બાબતનો સાક્ષી રહ્યો છું. અહીં એક એવો યુવાન હતો, જેને કૉલેજમાંથી એક સેમેસ્ટરથી થોડુંક જ વધારે ભણીને પડતો

મૂકવામાં આવ્યો હતો. પછીથી જે પોતે ભારત ચાલ્યો ગયો, જ્યાં તેણે એક યાત્રીની જેમ નહીં, પરંતું મોટેભાગે એક ભિક્ષુક સાધુની જેમ પ્રવાસ કર્યો હતો , અને જેને બૌદ્ધધર્મમાં રસ પડ્યો હતો, જેને માટે તે આજીવન પ્રતિબદ્ધ બની ગયો. (એક વખત જાપાનમાં તેની સાથે એક રેલ સફર દરમ્યાન, અમે પસાર થતા હતા ત્યાં તેણે મને એક બૌદ્ધ મંદિર દેખાડ્યું અને કહ્યું કે તેની ભારતની યાત્રા પછી, તેણે તે મંદીરમાં રહેવાનું તથા બૌદ્ધ સાધુ બની જવાનુ નક્કી કર્યું હતું અને જો તેણે તેના એક પડોશમાં રહેતા બાળક સ્ટીવ વોઝનીયાક સાથે એક નાનકડો પ્રોજેક્ટ શરૂ ન કર્યો હોત તો તેમ કર્યું જ હોત. આપણી જિંદગી ક્યારેક આપણે ધાર્યું હોય તેના કરતાં કેવો જુદો જ માર્ગ લઈ લે છે તે કેટલું બધું આશ્ચર્યજનક છે.)

હવે, એક શિખાઉ સાધુને બદલે સ્ટીવ જોબ્સ એક અકલ્પનીય કાર્યદક્ષ ટેક્નોવિઝાર્ડ બની રહ્યો હતો.

તે બહુ ઝડપથી મેકિન્ટોશની ડીઝાઈન પદ્ધતિની બાંધણી તથા કાર્યપદ્ધતિનાં દરેક પાસાંમાં નિપુણ બની ગયો. તેની ટેક્નોલોજીની સમજ પરની પકડ એટલી ઊંડી હતી કે તે દરેકે દરેક ઇજનેર સાથે તે શેના પર કામ કરી રહ્યો છે તે વિશે વિગતવાર ચર્ચા કરી શકતો. આમ કરીને તે કેટલી પ્રગતિ થઈ છે, કોઈ પણ ઇજનેરે પેલાને બદલે આ નિર્ણય શા માટે લીધો છે, તે જાણવાની ઇચ્છા રાખતો અને જો કોઈ પસંદગી શ્રેષ્ઠ ન લાગે તો તે વિશે નક્કી કરીને તેમાં ફેરફારનો આદેશ આપતો. ‘મેકિન્ટોશ કઈ કમ્પ્યુટર ચીપ વડે ચાલશે’, તેટલી બધી પાયાની વાતમાં પણ તે ફેરફાર કરાવતો. સ્ટીવે તેના જૂથને મોટોરોલા ૬૮૦૦૦ નામની એક અલગ ચીપનો ઉપયોગ કરીને કોમ્પ્યુટરની એક આખી નવી નકલ બનાવવાનો આદેશ આપ્યો, કે જે વધુ વિશાળ મેમરીનો ગુણ વિશેષ ધરાવતું હોય. ઇજનેરોને કચવાટ થયો, પરંતુ તેમણે આદેશનું પાલન કર્યું અને તે સાચો નિર્ણય સાબિત થયો.

એક વખત મેકિન્ટોશના એક ઇજનેર ટ્રીપ હોકીન્સનો તેના એપલમાંના સમય વિશે ઇન્ટરવ્યૂ લેવામાં આવ્યો ત્યારે તેણે સ્ટીવનું આ મુજબ વર્ણન કર્યું, “તેનામાં એક દૃષ્ટિની શક્તિ છે, જે લગભગ ભય પમાડે તેવી છે. જ્યારે સ્ટીવ કોઈ વાતમાં દૃઢતાપૂર્વક માનવા લાગે, ત્યારે તે દૃષ્ટિની શક્તિ કોઈ પણ અડચણ અથવા સમસ્યા અથવા બીજું જે કાંઈ પણ હોય તેને શબ્દશઃ વાળી ચોળીને એક બાજુ ધકેલી દે, તે સમસ્યાનો અંત આવવો જ જોઈએ.”

સ્ટીવ જોબ્સને આવો ઇતડી જેવો લોહીચૂસ કોણે બનાવ્યો ? મારી ભૂમિકામાં - જેને હું તેના ડાબા હાથ જેવી ભૂમિકા કહું છું, કારણ કે તે ડાબોડી છે - મેં તેની સાથેની વાતચીતમાં તેણે પોતાના વિશે તથા તેની પોતાની ભૂમિકા તથા લક્ષ્યને જોવાની રીત વિશે જે ટીપ્પણી વ્યક્ત કરી હોય, તેમાં આનો જવાબ મેળવ્યો છે. મહાન ઉત્પાદનો માત્ર એવી વ્યક્તિઓ પાસેથી જ મળે છે, જેઓ ઝનૂની હોય. મહાન ઉત્પાદનો માત્ર એવાં જૂથ પાસેથી જ મળે છે, જે જુસ્સેદાર અથવા ઝનૂની હોય.

ટ્રીપ હોકીન્સે જેના વિશે વાત કરી તે દૃષ્ટિ સ્ટીવની ધ્યાન કેન્દ્રિતતામાંથી જ નહીં પરંતુ તેનાં આવાં ઝનૂનમાંથી આવી હતી. સ્ટીવ દરેક કામ શ્રેષ્ઠ રીતે થઈ શકે તે માટે પોતાના માટે તથા તેની આસપાસ રહેલ દરેક વ્યક્તિ માટે એક ચોક્કસ ધોરણ ગોઠવવા વિશે જે કારણ આપતો તે મને ખૂબ જ પ્રિય છે. તે કહેતો કે, “કારણ કે તમે તમારી જિંદગીમાં ખૂબ જ મર્યાદિત સંખ્યામાં જ કામ કરી શકો છો અથવા વસ્તુઓ બનાવી શકો છો.” કોઈ પણ ઝનૂની કલાકારની માફક તે પણ હંમેશાં પોતાનાં સર્જનો, પોતાનાં ઉત્પાદનો માટેના જુસ્સાથી પ્રેરિત હતો. મેકિન્ટોશ તથા ત્યારથી બનેલાં દરેકે ઉત્પાદનો ‘માત્ર ઉત્પાદનો’ કરતાં કંઈક વિશેષ છે. તેઓ સ્ટીવ જોબ્સની તીવ્ર પ્રતિબધ્ધતાનાં પ્રતિનિધિરૂપ છે. દીર્ઘદૃષ્ટિ ધરાવતા લોકો મહાન કલાકૃતિ અથવા મહાન સર્જન સર્જી શકે છે, કારણ કે તેમનું કાર્ય નવથી પાંચના સમયગાળામાં બંધાયેલું નથી હોતું. સ્ટીવ જે કરતો હતો, તે કામમાં તેનું પોતાનું નિરૂપણ થતું હતું. તે સાહજિક છતાં પ્રેરિત હતું. તેને ખબર ન હતી કે તે જે કરતો હતો તેની આઇન્સ્ટાઇને ભલામણ કરેલી હતી. ‘જે રહસ્યમય છે, તે માર્ગે આગળ ધપો.’ છતાં પ્રથમ મેકિન્ટોશ બનાવ્યાનાં ઘણાં વર્ષો પછી, જ્યારે નદીમાં ઘણાં પાણી વહી ચૂક્યાં હતાં ત્યારે કેટલાંક મુંઝવણભર્યાં ખોટાં પગલાંઓ ભરાયાં. ત્યાર પછી સ્ટીવને ખ્યાલ આવ્યો કે તેનું ખરું ઝનૂન માત્ર મહાન ઉત્પાદનો બનાવવાનું જ ન હતું, પરંતુ કશુંક વધારે વિશિષ્ટ, વધારે ધ્યાન કેન્દ્રિત વસ્તુ બનાવવાનું હતું. જેના વિશે આપણે પછીથી આગળનાં પાનાંઓમાં જોઈશું. આ વસ્તુ તેને સુરેખ, સુલભ, સહજ, સુંદર અને શક્તિશાળી પ્રતિક અથવા સાધનો બનાવવા તરફ દોરી જશે, જે તેની કારકીર્દિની વ્યાખ્યા બનાવશે, સમગ્ર દુનિયા તેને માટે બદલાઈ જશે.... અને તે દુનિયાને બદલી નાખશે.

તે કહેતો ‘હું મારી જિંદગીમાં બીજી પુષ્કળ વસ્તુઓ કરી શકું તેમ છું. પરંતુ

મેકિન્ટોશ દુનિયા બદલી નાખશે. હું આ વાત માનું છું. અને મેં મારા જૂથ માટે એવી વ્યક્તિઓ પસંદ કરી છે, જે પણ આમ માને છે.'

આ ઉત્પાદન માટેનો જુસ્સો સમગ્ર એપલ તંત્રમાં રીસેપ્શનીસ્ટથી માંડીને ઈજનેરોથી લઈને બોર્ડ ઑફ ડાયરેક્ટર્સના સભ્યો સુધી બધામાં ફરી વળ્યો છે. જો નેતાઓ તરફથી આગળ વધારાયેલ આ જુસ્સા અથવા ઝનૂનની અસર કોઈ પણ કંપનીના કર્મચારીઓને પણ ન આવરી લે તો નેતાઓને પૂછવું જ રહ્યું, 'શા માટે તેમ ન બન્યું ?'

પોતાનાં ઉત્પાદનના સમ્રાટ તરીકે સ્ટીવ મેકિન્ટોશ જૂથનાં 'ઉત્પાદન માટેનાં મુખ્ય ભેજાં'થી માંડીને બીજા અનેક ઝળહળાટભર્યા હોદ્દાઓ ધારણ કરતો હતો. ડ્રોઈંગ બોર્ડથી લઈને સોંપણી અથવા વહેંચણી સુધી, આ ઉત્પાદન જાણે એક જીવતી જાગતી શ્વાસ લેતી સજીવ રચના હોય, તેમ તેનો કેવો અનુભવ થશે તે માટેની ઝીણામાં ઝીણી વિગતોમાં જ જાણે તે વસતો હતો.

તે જાણતો હતો કે તે એવા જ લોકોથી વિંટળાયેલો હોવો જોઈએ, જેમનામાં પણ શ્રેષ્ઠતા પ્રાપ્ત કરવાની એટલી જ ધગશ હોય, જેટલી તેનામાં પોતાનામાં હતી. સ્ટીવની સફળતામાં તેનું આ ઝનૂન એ એક મહાન છૂપું રહસ્ય છે. તે સખત હાથે કામ લેનાર, તકાદો કરનાર અને હા, ઘણી વખત અવિચારી કે ઉતાવળીયો છે. આ બધું જ તેનાં સળગતા ઝનૂન, કે જે તેને આગળ ધપાવે છે તેનું પ્રતિબિંબ છે.

સ્ટીવ માને છે કે, મોટા ભાગના લોકોને એક ઉદ્યોગ સાહસિક અથવા ઉત્પાદન વ્યવસ્થાપક બનવા માટે શું જોઈએ તેનો ખ્યાલ હોતો નથી. આ વિશે તેણે જ્યારે તેઓ દ્રીઠ્ને બહાર પાડવા નો પ્રયત્ન કરતા હતા ત્યારે કહ્યું હતું. તેણે કહ્યું, 'પુષ્કળ લોકો મારી પાસે આવે છે અને કહે છે કે હું ઉદ્યોગ સાહસિક બનવા માગું છું.' જ્યારે તે તેમને પૂછતો કે, 'તમારી પાસે કંઈ યોજના અથવા વિચાર છે ?' ત્યારે જવાબ મળતો, 'હજુ તો મેં કશું વિચાર્યું નથી.'

તે આવા લોકોને આવું કહે છે, 'મને લાગે છે કે તમને ખરેખર કોઈક વસ્તુ માટે તીવ્ર જુસ્સો ચડી આવે તેવું કશુંક મળી આવે ત્યાં સુધી તમારે બસ કન્ડક્ટરની કે એવી કોઈ સારી નોકરી લઈ લેવી જોઈએ.' તે માને છે કે, 'સફળ ઉદ્યોગ સાહસિકોને નિષ્ફળ ઉદ્યોગ સાહસિકોથી જે ગુણ જુદા પાડે છે, તેમાં અડધો અડધ ભાગ તો માત્ર અપાર ખંત જ છે.'

"તમે આ વસ્તુમાં તમારા પ્રાણ રેડી દો છો. ઘણી વખત એવી કઠીન ઘડીઓ આવે

છે કે મને લાગે છે કે તેવા સમયે લોકો કાર્ય અધૂરું છોડી દે છે. હું તેમને દોષ નથી દેતો. આ ખરેખર જ કઠિન છે અને તે તમારી જિંદગીને નિચોવી નાખે છે.''

તમારી અંદર 'એક વિચાર, અથવા એક સમસ્યા, અથવા એક એવી ખોટી વસ્તુ કે જેને તમે સાચી કરવા માગો છો' તેની આગ સળગતી હોવી જોઈએ. જો તમે શરૂઆતથી જ આવું તીવ્ર ઝનૂન નહીં ધરાવતા હો, તો તમે ક્યારેય તેને વળગી રહી નહીં શકો.

૨

# વિગતોમાં સફળતા રહેલી છે

સ્ટીવ જોબ્સ એટલું સમજી ગયો કે ઘણી બધી કંપનીઓ કશુંક કરવાનો પ્રયત્ન કરે છે, પરંતુ ભાગ્યે જ તેમાં સફળ થાય છે. તે જેમ જેમ આગળ વધતો ગયો, તેનાં ઉત્પાદનો વધારે સાદાં થતાં ગયાં. કેટલાક દૃષ્ટાંતોમાં તો તે બાબત ઉત્પાદન વિશે ઓછી અને વપરાશકર્તાઓ વિશે વધારે છે. દરેક વપરાશકર્તા સફળ હોવાનું અનુભવવા ઈચ્છે છે. જ્યારે તમને ખબર પડે કે તમે કશાકનો નિપુણતાપૂર્વક ઉપયોગ કરી શકો છો ત્યારે તમને કેવી લાગણી થાય છે ? જ્યારે ગ્રાહકને કોઈ ઉત્પાદનના ઉપયોગથી સારી લાગણી થાય ત્યારે વધારે લોકો તે ખરીદશે.

સ્ટીવ માટે કશાનો બગાડ થતો નથી અને કશું બીનજરૂરીયાતવાળું નથી. તે ઠાંસી ઠાંસીને ભરવાથી નથી બનતું, પરંતુ તે ક્ષતિહિન કઠોર પ્રવૃત્તિ સાથે સર્જનાત્મકતા તથા નવી શોધખોળ કરવાથી થાય છે. એનો અર્થ એ છે કે વસ્તુને વપરાશકર્તા માટે સાહજિક બનાવવાનાં લક્ષ્ય પર પ્રમાણમાં ઓછુ ધ્યાન આપીને પણ, બાકીની બધી વસ્તુઓ માટે બરાબર વિચારવું. આમાં, વ્યંગ અથવા કટાક્ષ એવો છે કે આમ કરવા માટે વધારે કાર્ય, વધારે વિગતલક્ષી આયોજન કરવું પડે.

તમે મોટા ભાગે ઓછા-અથવા ઓછાથી પણ વધારે ઓછા-લોકોને જાણતા હશો, જેઓ પોતાની જાતને 'વિગત લક્ષી' ગણતા હોય. કદાચ તમે તમને પોતાને પણ એ કક્ષામાં મૂકો. સ્ટીવનું વિગતો ઉપર ધ્યાનકેન્દ્રિત કરવાનું સ્તર તેની સફળતા અને તેનાં ઉત્પાદનોની સફળતા માટે સૌથી નિર્ણાયક પાસાંઓમાંનું એક છે.

●●●

તે પોર્શની કાંડા ઘડીયાળ પહેરતો. તે તેણે એટલા માટે પસંદ કરી કે તેની સંગ્રહસ્થાન જેવી ગુણવત્તાવાળી ડીઝાઈનથી તેને ભવ્ય લાગતી હતી. જ્યારે પણ કોઈ પણ તેની ઘડિયાળની નોંધ લેતું અને તેની પ્રશંસા કરતું, સ્ટીવ તરત જ પોતાના કાંડા પરથી

ઉતારીને તેને ભેટ તરીકે આપી દેતો, જાણે કહેતો હોય, 'આ ઉત્તમ ડિઝાઈનને પારખવા માટે અભિનંદન'. થોડીજ મિનિટો પછી બીજી તેવી જ ઘડિયાળ તેના કાંડા પર આવી જતી. એ પોતાની ઓફિસમાં આ ઘડિયાળનું એક ખોખું રાખી મૂકતો જેથી તે પોતાની ઘડિયાળ કોઈને આપી દઈ શકે. આ એક ઘડિયાળની કિંમત લગભગ ૨૦૦૦ ડોલર્સ હતી.

તેણે મને જે એક ઘડિયાળ આપી હતી તેનો પટ્ટો બેએક વર્ષ પહેલાં તુટી ગયો; પટ્ટો એ ઘડિયાળનો જ એક આંતરિક ભાગ હતો અને બંને ટાઈટેનીયમનાં બનેલાં હોવાથી તે સમારી શકાય તેમ ન હતો. મેં સ્ટીવને ક્યારેય પૂછ્યું નથી કે શું એ ઘડિયાળો જ તેના 'ટાઈટેનિયમ મેક' માટેની પ્રેરણા હતી.

પાછા વળીને જોતાં, હું એ ગાડી મૂકવાની જગ્યાના સમયગાળા તથા કાંડા ઘડિયાળની સ્થિરતાને જેકોબ્સન લાક્ષણિકતા તથા સ્ટીવની ઉત્પાદનો ઘડનાર તરીકેની સફળતા માટેના આવશ્યક ગુણ વિશેના પ્રતિકરૂપે જોઉં છું. તેની સ્વેચ્છા- અથવા કદાચ મારે એમ કહેવું જોઈએ કે તેની સંપૂર્ણ, મુખ્ય જરૂરિયાત - પોતે જે ઇચ્છતો હોય તે નિર્ણય પર ન આવી જવાય ત્યાં સુધી તેની દૃષ્ટિમાંથી  તથા તેનાં મગજમાંથી બાકીનું બધું જ સાફ કરી નાખીને એક એકલ પાસાં અથવા વિગત પર ધ્યાન કેન્દ્રિત કરવાની તેની ઇચ્છા દેખાય છે.

ચોક્કસ, આપણે બધા જ ઘણી વખત આપણું ધ્યાન કેન્દ્રિત કરતા હોઈએ છીએ. છતાં, સ્ટીવ એક ઉત્પાદન અથવા નિર્ણયનાં દરેક પાસાં સાથે ઊંડી તપાસના એક જ સરખા તીવ્ર સ્તરથી વર્તતો. તે પ્રથમ પોતે ક્યાં જવા માગે છે, તેના પર પોતાનું ધ્યાન લગાવે, પછી ઉત્પાદન પર ધ્યાન આપે, જેમ કે તે કેવી રીતે કામ કરશે, તે જીવનના સ્વાભાવિક માર્ગ પર કેવી રીતે ગોઠવાશે. લોકો તે વસ્તુને કેવી રીતે વાપરશે વગેરે ...

## વપરાશકર્તાના અનુભવની પૂર્વધારણા કરવી

સ્ટીવ અનુભવની દરેક વિગતને જીવવા માગતો હતો. જ્યારે તમે તમારાં નવાં કોમ્પ્યૂટર સાથે તમારા ઘેર અથવા તમારી ઑફિસમાં હો, ત્યારે તમે શું જોશો ? તમે કોમ્પ્યૂટર ઊંચકો તે પહેલાં તમારે કેટલી વસ્તુઓ ખસેડવી પડશે, અને તેમ કરવાનું કેટલું સગવડતાભર્યું હશે ? તે તેના વિકસાવનાર જૂથને કહેશે, 'સારું, હું પોતે જ ઉત્પાદન છું. જ્યારે ખરીદનાર મને ખોખાંમાંથી બહાર કાઢે અને મને ચાલુ કરે ત્યારે મને શું થશે ?' તે ડીઝાઈનરથી લઈને વપરાશકર્તાના અનુભવ તથા વપરાશકર્તાના ઇન્ટરફેસ, માર્કેટિંગ

તથા પેકેજિંગથી લઈને ઉત્પાદનને કેવી રીતે બજારમાં મૂકવામાં આવશે તથા કેવી રીતે વેંચવામાં આવશે, ત્યાં સુધીની બધી જ બાબતોમાં હંમેશાં અપૂર્ણતા અથવા દોષ શોધ્યા કરતો.

હું તેના આવા દેખાવથી શેહ પામી ગયો હતો. આ તેની ઝીણવટભરી વિગત માટેનું ઝનૂન હતું - તેની પોતાની દૃષ્ટિ માટેની હિંમત તથા એક અંતિમ વપરાશકાર તરીકેના તેના આત્મવિશ્વાસ સાથે સંકળાયેલુ ઝનૂન હતું.

ઉપભોક્તા માટે માઉસ એ એક તદ્દન નવી વસ્તુ હતી : તો પછી તેને પેક કરવાની ડીઝાઈન કેવી હોવી જોઈએ જેથી તમે તેને ખોખાંમાંથી બહાર કાઢો તે પ્રથમ ક્ષણથી જ માઉસને કેવી રીતે તમારા હાથમાં પકડવું તેની સ્પર્શજન્ય લાગણી તમે અનુભવી શકો.

કોમ્પ્યૂટર છટાદાર લાગે - કશુંક એવું કે જે તમારી આંખોને ગમી જાય અને જે તમારા મેજ પર રાખવાથી તમને ગર્વનો અનુભવ થાય તે માટે કોમ્પ્યુટરના આવરણ અથવા ખોખાની ડીઝાઈન કેવી રાખવી જોઈએ ? તે એક ઇજનેરે ડીઝાઈન કર્યું હોય તેવું ચાર ચોરસ ખૂણાવાળું સામાન્ય ભદ્દૂ લાગતું ખોખું જ માત્ર ન હોવું જોઈએ.

તમે મેકિન્ટોશનું પ્લગ ભરાવો અને પ્રથમ વખત તેની પાવર આપતી સ્વીચ દબાવો પછી તે કેટલું ઝડપથી જીવંત થઈ ઊઠશે?

તમે તેને ચાલુ કરો તે દરેક વખતે જ્યારે તેનો પડદો જીવંત થઈ ઊઠે ત્યારે તમે તેના પર સૌપ્રથમ શું જોશો ?

શું તમે *વપરાશકર્તા માટેની માર્ગદર્શિકામાં* જોયા વગર બધાં જ પ્રાથમિક કાર્યો કેવી રીતે કરવાં તે નક્કી કરી શકવા સક્ષમ હશો?

'મેકિન્ટોશ સપોર્ટ' લખાણ લખનારા લોકો સાથેની એક બેઠકમાં કોઈકે તે દિવસનું સામાન્ય ડહાપણ વાતચીતમાં ઠાલવ્યું, કે વપરાશકર્તા માર્ગદર્શિકા બારમી શ્રેણીના સ્તરમાં લખાવી જોઈએ. સ્ટીવે આ સૂચનને ઉદારતાથી ન લીધું. તેણે કહ્યું, 'ના, પ્રથમ શ્રેણીના સ્તરમાં લખાવું જોઈએ.' તેણે કહ્યું કે મેકને એટલું સાદું બનાવવાનું તેનું સ્વપ્ન હતું કે તેનો ઉપયોગ કરવા માટે માર્ગદર્શિકાની જરૂર જ ન પડે.

અને પછી તેણે ઉમેર્યું, 'કાશ, આપણને તે લખવા માટે કોઈ પ્રથમ શ્રેણીની વ્યક્તિ મળી આવે !'

તે જાણતો હતો કે એવી કામગીરી પણ હોવાની જ જેને સહજ ન બનાવી શકાય.

તેણે સ્વીકાર્યું હતું કે માત્ર સૌથી સાદાં સાધનો જ સંપૂર્ણપણે સહજ બની શકે, પરંતુ તે એ પણ જાણતો હતો કે જો તેના ડીઝાઈનર્સ અને પ્રોગ્રામર્સ પૂરતી જહેમત લેશે, તો તેઓ મેક (અને પછીથી આવનાર બીજી બધી વસ્તુઓ)ના સરળ વપરાશનો ઉજ્જવળ માર્ગ શોધી કાઢશે.

સ્ટીવ માટે વિગતોમાં જ સફળતા છૂપાયેલી છે.

## નિખાલસતા

દરેક ઉત્પાદનને શક્ય તેટલું સાદું તથા ગુંચવણરહીત બનાવવાના કાયમી નિર્ણયવાળા સ્ટીવને, હું ૧૯૩૨નાં ફોર્ડના મોડેલ છને કેટલો ચાહતો હતો તે વાત કરી તેનાથી ઘણું બળ મળ્યું. રાન્ચ પર સખત મહેનત કરવાના બદલારૂપે મારા પંદરમા જન્મદિવસે મને એક મોટી ભેટ તરીકે જૂનું મોડલ 'એ' આપવામાં આવ્યું. તે ગાડી ત્યારે ૨૦ વર્ષ જૂની તો હતી જ, તેથી મારે તેનાં એન્જીન, બ્રેક્સ તથા બોડી પર ઘણું જ કામ કરવું જરૂરી હતું. પરંતુ હેન્રી ફોર્ડના માણસોએ પોતાનું કામ એટલું સારી રીતે કર્યું હતું કે મારે માટે માર્ગદર્શિકા વગર પણ એન્જીન પર કામ કરવાનું ઘણું સરળ હતું. ફોર્ડે એટલું બધું વિગતવાર વિચાર્યું હતું કે ફેક્ટરીમાંથી પેક કરવાનાં જે ખોખામાં ભાગો આવ્યા હતા તેના લાકડાની ટુકડાઓનો તળિયાના ભાગનો હવે સીટો તથા કારની આંતરિક સજાવટમાં ઉપયોગ થઈ ગયો. અને જો તમારે તેમને બદલવા જ પડે તેમ હોય, તો પણ લાકડાના પ્રકાર અને કદ પાછળના ભાગ પર છાપેલા હતાં જેથી શું શોધવું તે તમને ખ્યાલ આવી જાય. સ્ટીવને આ વાત કહેતી વખતે, મેં ધ્યાન દોર્યું કે જ્યારે આ મોટરકાર બહાર પાડવામાં આવી, ત્યારે તેની હરિફાઈ ઘોડાઓ સાથે હતી અને હજી સુધી તેમનાં સમારકામ માટેનાં કોઈ સ્થળો મૂકાયાં ન હતાં.

કોમ્પ્યૂટર ખરીદનારાઓએ આ પહેલાં ક્યારેય માઉસ જોયાં ન હતાં. કીબોર્ડ તેની હરિફાઈમાં હતાં. આ વસ્તુએ મને હેન્રી ફોર્ડ શું કર્યું હતું તે વિચારતો કર્યો - શરૂઆતના મોટર ચાલકોને આગળ વધવા માટે કદાચ, એક્સીલરેટર તથા ગીયર બદલાવાનો ઉપયોગ કરતાં શીખવું જ પડે તેમ હતું. તેવી જ રીતે માઉસ પણ ઉપભોક્તાઓ માટે એકદમ નવીન હતું, પરંતુ તેને શીખવામાં પ્રમાણમાં ઘણી ઓછી વાર લાગશે.

જ્યારે સ્ટીવ જોબ્સ તેનાં આઈફોન વિકસાવવાના ઉત્પાદનના અતિગુપ્ત પ્રકલ્પ પર તેના ઉત્તમ ઇજનેરો પાસે કામ કરાવતો હતો ત્યારે તેને એક યુદ્ધ છેડવું પડ્યું હતું. એક કંપની માટે સેલફોનના સર્જનનો પ્રયત્ન એ એક મહત્ત્વશીલ પ્રયત્ન હતો, ખાસ કરીને જ્યારે તેની પાસે તે ક્ષેત્ર વિશેની કોઈ પાશ્ચાદ્‌ભૂમિકા ન હતી. તેને માટે આવો અસંભાવ્ય

પડકાર ઉપાડવા માટેનું મોટું કારણ એ હતું કે તેણે ક્યારેય પણ જોયેલ દરેકે દરેક સેલફોન તેની દૃષ્ટિએ વાપરવા માટે ખૂબ જ ગુંચવણભર્યો હતો. વિગતો માટે તથા તેની સાથે જ ગુણવત્તા તથા સાદાઈ માટે સમર્પિત એવા એક માણસ માટે આ એકદમ અનુરૂપ પડકાર હતો.

આથી સ્ટીવે બહુ પહેલાં જ નક્કી કરી રાખ્યું હતું કે એપલમાં જે સેલફોન વિકસાવવામાં આવશે, તેમાં માત્ર એક જ બટન હશે.

તેમની અઠવાડિક એક અથવા બે વખતની સમીક્ષા બેઠકમાં તેના ઈજનેરોએ તેને વારંવાર કહ્યા કરવાનું ચાલું રાખેલું કે કોઈપણ સેલફોન માત્ર એક જ બટન ધરાવતો હોય તે શક્ય જ નથી. જો તેમાં માત્ર એક જ બટનથી કામ કરવાનું હોય, તો તમે તેને ચાલુ-બંધ ન કરી શકો, અવાજની તીવ્રતા વધારી ઘટાડી ન શકો, બીજાં કાર્યો ઉપર ન જઈ શકો, ઈન્ટરનેટ પર ન જઈ શકો અને ફોનમાં બીજી જે કોઈ પણ સુવિધાઓ આપવામાં આવી હોય તે કરી ન શકો.

તેમની આ ફરિયાદો સ્ટીવના બહેરા કાને અથડાતી. તેણે પોતાનો તકાજો ચાલુ જ રાખ્યો, 'ફોનમાં માત્ર એક જ બટન હશે, તેની રીત શોધી કાઢો.'

ભલે આટલાં બધાં વર્ષો દરમ્યાન તે સમસ્યાઓને ઉકેલવામાં અતુલ્ય રહ્યો હોય અને તેના હાથ નીચે વિકસાવાયેલ બધાં જ ઉત્પાદનો પાછળના તેજસ્વી વિચારોનો તે જ સ્રોત રહ્યો હોય, સ્ટીવ એક જ બટનની જરૂર પડે તેવો ફોન કેવી રીતે બનાવી શકાય તે જાણતો ન હતો. પરંતુ એક વપરાશકાર તરીકે પોતાને શું જોઈએ છે તે તે જાણતો હતો. તે જરૂરી ઉપાયો શોધી કાઢવાની માગણી સાથે ઈજનેરોને પાછા કાઢતો રહ્યો.

આ વાર્તાનો અંત આપ જાણો જ છો. નવસર્જિત અથવા પ્રારંભિક આઈફોનમાં માત્ર એક જ કન્ટ્રોલ બટન હતું.

## હાથ આપો

સ્ટીવ માણસના હાથની આશ્ચર્યકારક ક્ષમતાઓથી મુગ્ધ હતો, માત્ર પંજો અને તે હાથ સાથે મળીને કેવી રીતે કામ કરે છે, તેનાથી તે આકર્ષાયો હતો.

કેટલીક વખત મીટીંગમાં હું જોતો કે તે તેનો એક પંજો તેના ચહેરા સામે ઉપર લઈને તેને ધીમે ધીમે ફેરવતો હોય, જાણે કે હાથની ગોઠવણ - રચના કેવી રીતે થઈ છે અને તે શું કરી શકવા સક્ષમ છે તે જોવામાં જાણે પૂરેપૂરો તલ્લીન થઈ ગયો હોય. એકી સાથે દસથી

પંદર ક્ષણો માટે જાણે તે આ કામમાં સંપૂર્ણપણે મગ્ન થઈ ગયો હોય. તેનો અર્થ શું થાય તે સમજવા માટે તમારે તેને માત્ર એક અથવા બે વખત એમ કરતો જોવો જોઈએ : જાણે કે તે વિચારતો હોય કે આંગળીઓની ઉપયોગીતા માત્ર કોમ્પ્યૂટરના કીબોર્ડ પર ટાઈપ કરવાને બદલે કોમ્પ્યુટરને માટે સૂચનો આપવામાં ઘણી બહોળી છે.

PARCની મુલાકાતમાંથી મળેલી ઊંડી સૂઝને અનુસરીને તે ઘણી વખત હાથ એ કેવું અદ્ભુત સાધન છે તે વિશે વાત કરતો. તે આવા પ્રકારનું કહેતો કે, ‘તમારું મગજ જે કરવા ઈચ્છે છે તેનો અમલ કરવા માટે હાથ એ તમારા શરીરનો સૌથી વધુ ઉપયોગમાં આવતો ભાગ છે.’ અને ‘જો તમે માત્ર હાથની જ આબેહુબ નકલ બનાવી શકો, તો તે એક ભયાનક ઉત્પાદન હશે.’ લાંબાગાળે આ વિગતો વિશેનું એક આશ્ચર્ય પમાડે તેવું શક્તિશાળી અવલોકન હતું, કે જેણે એપલ ઉત્પાદનોની મેકથી લઈને આઇપોડ, આઈફોન અને આઈપેડ સુધીની વર્તમાન શ્રેણીને દોરવણી આપી.

સ્ટીવે મેકના જૂથને કર્સરને ફેરવવા માટે અને નિયંત્રણ કરવા માટે જુદા જુદા પ્રકારના ઇનપુટ સાધનો વડે પ્રયત્ન કરાવ્યો; એક પેન જેવું હતું, બીજું મને લાગે છે કે દ઼વાની ગોળી જેવું હતું. તે ઓછે વત્તે અંશે આજનાં લેપટોપના ટચપેડ જેવા હતા. માઉસ જેટલી સારી રીતે કોઈ સાધનનો ઉપયોગ થઈ શકે તેમ નથી, તે વાતની તેને ખાતરી થઈ તેને થોડો સમય લાગ્યો. છોડી દેવા અથવા કાઢી નાખવાના પત્રકથી લઈને કટ અને પેસ્ટ જેવા એડીટીંગ આદેશો માત્ર કર્સરને ફેરવવાની ક્ષમતાને કારણે શક્ય બન્યા.

## પ્રાથમિક ઉપભોક્તા :

## ગ્રાહક તરીકે હું અને હું એટલે જ ગ્રાહક

સૌથી પાયાના સ્તરે, એપલ ઉત્પાદનોની પાછળની દૃષ્ટિને સ્ટીવ તે ઉત્પાદનો વિશે શું અનુભવે છે તેની સાથે સંબંધ છે. તે તેને માનવ જીવનના અંગત તથા આત્મીય ભાગ તરીકે જોવે છે. તે એક ઉત્સાહી તથા સંપૂર્ણતાના આગ્રહી તરીકે, તેની દૃષ્ટિનું અમલીકરણ થવાની શક્તિ સાથે, તેના વ્યવહારદક્ષ ટેકનોલોજી માટેના પ્રેમ સાથે આ ઉત્પાદનોની ડીઝાઈન-રૂપરેખા - તૈયાર કરે છે. પરંતુ તેમાં સાથે સાથે કાર્ય કરી શકવા માટેની એક સુંદર સાદગી પણ હોય છે, જે તે વસ્તુઓના સાવ બેદરકાર તથા ટેકનોલોજીથી તદ્દન અજાણ ગ્રાહક વડે પણ પ્રેમપૂર્વક સ્વીકારાય છે.

જ્યારે સ્ટીવ પોતાને માટે કશુંક સર્જે છે, તે માને છે કે તે દરેક વપરાશકર્તા - ઉપભોક્તાને ધ્યાનમાં રાખીને તે બનાવે છે, પોતાને માટે ડીઝાઈન કરતી વખતે તે ‘ધ

સ્ટ્રીટ'ની પ્રતિષ્ઠિત વ્યક્તિ મિ. ટી.સી. મીટ્સ માટે, તેવી જ રીતે પ્રતિષ્ઠિત મહિલાઓ માટે પણ ડીઝાઈન કરે છે.

ખાસ કરીને શરૂઆતના દિવસોમાં કેટલીક વખત એવું લાગતું કે સ્ટીવના પ્રકલ્પ પર કામ કરતી દરેક વ્યક્તિ પાસે સ્ટીવની નિર્ણય લેવા બાબતની કાળજી અથવા ચિવટના સ્તર વિશે એકબીજા સાથે વહેંચવા માટે ભયાનક વાતો હતી. પ્રથમ મેક વખતે તે તેવો એક આસપાસ આંટા માર્યા કરતો છેલ્લામાં છેલ્લી હદે જાય તેવો મેનેજર હતો. એ એક પૂરતું નાનકડું જૂથ હતું, જેમાં ભાગ્યે જ એક સોથી વધારે વ્યક્તિઓ હતી. અને તેમાં વ્યાપાર બાજુ, પ્રકાશન, માર્કેટીંગ અને બાકીનાં બધાં કાર્યોનો સમાવેશ થઈ જતો હતો. પરંતુ તે તો સોમવારની સવારે ઑફિસ શરૂ થયે હજી માંડ પાએક કલાક થયો હોય ત્યાં, તેની છેલ્લી મુલાકાતથી અત્યાર સુધીમાં તમે કયા નિર્ણયો લીધા તે જાણવાની ઈચ્છા સાથે ચોંકાવી દે તેવી નિયમિતતાથી તમારા ટેબલ અથવા તમારી કેબીનમાં આવી જ ગયો હોય.

અને જો તે 'આ બકવાસ છે' એનાં જેવું કંઈક બોલે તો તમારે એમ સમજી જવું જરૂરી છે કે આ માત્ર એક ટિપ્પણી નથી પણ આ સ્ટીવની પોતાના પ્રકારની વિનંતી છે. 'હું એ સમજ્યો નથી - મને તે સમજાવો.'

મેક જૂથના મોટાભાગના સભ્યોને એ ઓળખી કાઢતાં થોડો સમય લાગ્યો કે તેમને જે વસ્તુ બીનજરૂરી હસ્તક્ષેપ તથા સમયના બગાડ તથા વધારે પડતી દાદાગીરી જેવી લાગતી હતી તે ખરેખર તો એક નેતાની તે પ્રકલ્પ સાથેની એકરૂપતા કે તન્મયતા હતી. તે માત્ર વિગતોમાં વધારે પડતો સંડોવાયેલો હતો, તેટલા માટે જ માત્ર નહોતો પૂછતો. ના, આ એક એવી વ્યક્તિની ક્રિયાઓ હતી, જેનામાં તે જેનું સર્જન કરવા માગતો હતો તે ઉત્પાદન માટેની એક દૃષ્ટિ હતી, અને તે ત્યાં સુધી પહોંચવા માટે દરેક પસંદગી, દરેક નિર્ણય શ્રેષ્ઠ હોય તેનાથી પોતાની જાતને સંતુષ્ટ કરવા માગતો હતો.

## સુધારવું

જો સ્ટીવ દરેક ઉત્પાદનને સાદગી તથા ઉપભોક્તા માટેની સહજ સમજણની અંતિમ અભિવ્યક્તિ બનાવવા માટે બાધિત હતો, તો તેને સર્જવાની તેની લગન અથવા બાધ્યતા પણ તેની સાથે જોડાયેલી જ હતી. તે તેના ઉત્પાદનોને બે ગુણવત્તા વડે રંગ આપવા પ્રતિબદ્ધ હતો : દરેક ઉત્પાદન સહજ હોવાની સાથોસાથ તેના વડે એવો સંતોષપ્રદ અનુભવ ઊભો થવો જોઈએ કે ગ્રાહકને તેની સાથે *લાગણી*નું બંધન બંધાઈ જાય.

સ્ટીવ માટે એક ઉત્પાદનને નક્કી કરેલ સમય મુજબ જ તરતું મૂકવું એ એટલું

અગત્યનું ન હતું, જેટલું તેને એકદમ યોગ્ય બનાવવું - એટલે કે વપરાશકર્તા માટે સંપૂર્ણતાની શક્ય તેટલા નજીક જવાનું પણ તેટલું જ અગત્યનું હતું. વારંવાર તેણે લોકોનું ધ્યાન દોર્યું છે, લક્ષ્ય રેખા તરફ લઈ જતી આગળ વધતી હિલચાલ અટકાવી છે, અને તેના ઉત્પાદન જૂથને પાછું વાળ્યું છે અને ફરી સંગઠીત કર્યું છે. તે આઈબીએમના પીસી જેવું ઉત્પાદન બનાવવા માગતો નહતો, જે જ્યાં સુધી તેને લાગતું વળગતું હતું ત્યાં સુધી માત્ર માર્ગ ખુલ્લો રાખવા પૂરતું જ ઉપયોગી હતું. બીજી બધી ખ્યાતિ વિશે હતું તેમ જ - સ્ટીવ એપલમાં પાછો ફર્યો ત્યારથી જે ઉત્પાદનો બનાવાયાં તેમાં પણ *બધાની* જેમ જ - તેને બહાર પાડવા માટે જે તારીખ નક્કી કરાઈ હોય તે લક્ષ્ય ચૂકાઈ જ ગયું છે. કારણ કે સ્ટીવે મુશ્કેલ વાત રજૂ કરી, કે જે કંપની મોટાભાગના શેરધારકોમાં એટલી અપ્રિય થઈ કારણ કે મહત્ત્વના સમયે જ હજી ઉત્પાદન તૈયાર જ ન હતું.

સ્ટીવે મૂળભૂત રીતે નક્કી કરેલી ઉત્પાદન બહાર પાડવાની તારીખના મહિનાઓ પછી પણ મેક જૂથના સભ્યો હજી તેમની બાંય પર 'મે ૧૯૮૪' (જૂની તારીખ) લખેલ ટી-શર્ટ પહેરીને ફરતા હોય - અને હજી એક પણ ઉત્પાદન બજારમાં આવ્યું જ ન હોય.

પરંતુ આ તારીખની સીમા રેખા ચૂકી જવા માટે હવે તેણે પત્રકારોની ટીકા ટિપ્પણનો સામનો કરવો પડતો નથી. તે કોઈ પણ નવા ઉત્પાદનને બહાર પાડવાના થોડાક જ સમય પહેલાં સુધી તેની જાહેરાત જ નથી કરતો. તે અફવાઓ અથવા શેરીની વાતો પર ધ્યાન જ નથી આપતો. બધી અગાઉની અટકળો અપેક્ષાની આગને હવા નાખવા જેવી છે.

## આપણે જેનો ઉપયોગ કરશું તેવું ક્યારેય ન વિચાર્યું હોય તેવી સૂઝ તથા અભિરુચિને બહાર આણો

તમારી એવી કઈ સૌથી અસામાન્ય અને વણવપરાયેલ સૂઝ, ક્ષમતા અથવા જ્ઞાનનું ક્ષેત્ર છે, જેનો ખાસ ઉપયોગ તમે ક્યારેય ધાર્યો જ ન હોય ?

આપણા બધામાં આ સૂઝ હોય જ છે. એ સુષુપ્ત સૂઝ અથવા પ્રાપ્ત કરેલ જ્ઞાનના ચિંથરેહાલ ટૂકડાઓ - કે જે આપણી જિંદગીમાં ક્યારેક મહત્ત્વપૂર્ણ ભાગ પણ ભજવી શકે તેવું આપણે ધાર્યું પણ ન હોય, સ્ટીવમાં આવા જ્ઞાન તથા સૂઝનો ભંડાર ભર્યો હતો. એક ઉદાહરણ : રીડ કૉલેજમાં તેના ટૂંકા સમયના રોકાણ દરમ્યાન તેનો કેલીગ્રાફીના વિષય સાથે ભેટો થઈ ગયો હતો. આ એક એવો યુવાન હતો, જે નાનપણમાં જ ટેક્નોલોજીના હાઉથી પરાસ્ત થઈ ચૂક્યો હતો. તો પછી પૃથ્વી પરનું આવું કેલીગ્રાફી જેવું નબળું પડી ગયેલું ક્ષેત્ર શા માટે તેને આકર્ષક લાગ્યું ?

તેનો આકારો સાથેનો મોહ શબ્દોની ગોઠવણ માટેના જેરામોન્ડ અથવા મેરીએડ જેવા ફોન્ટથી લઈને આઈફોનની લગભગ સંપૂર્ણ અને અકલ્પનીય રીતે આકર્ષક ડીઝાઈન સુધી લંબાય છે. (હું તેને જાણતો થયો તેવા એક શરૂઆતના સમયે, એક વખત તેણે ખૂબ જ પ્રભાવશાળી કર્સીવ સ્ક્રીપ્ટમાં તેના નામની સહી કરી હતી - જે બધા જ અક્ષરો સૌથી નીચેની શ્રેણીમાં હતા.)

સ્ટીવ માટે તેણે PARCમાં જોયેલ ગ્રાફીનાં ઈન્ટરફેસ આમંત્રણ જેવા હતાં : એનો અર્થ એવો કે તેના મેકિન્ટોશમાં, પ્રથમ કોમ્પ્યૂટર  મોનીટરના વખતથી ચાલ્યા આવતા નિશ્ચિત ધોરણવાળા અશુદ્ધ અથવા અપૂર્ણ, કંટાળાજનક આંખમાં કણાની જેમ ખૂંચે તેવા ટાઈપફેસ હોવા જ જોઈએ તે જરૂરી ન હતું. PARCમાં રેખાઓની બાજુમાં જે ગ્રાફીક્સ દર્શાવવામાં આવતા હતા તેની સાથે મેકિન્ટોશ પાસે વિવિધ પહોળાઈ સાથેના તેવા પ્રભાવશાળી નયન રમ્ય ફોન્ટસ (જેના કદની વિશાળ શ્રેણી હોય) ઉપરાંત બોલ્ડ, ઈટાલિક્સ, અન્ડરસ્કોર, ગણીતિક ચિહ્નો માટે સુપર સ્ક્રીપ્ટસ તથા સ્ટીવ પોતે જેને આકાર આપી શકે તેવાં વધુ પરિવર્તનોની વિશાળ પસંદગી હોઈ શકે.

સ્ટીવે ફરી એક વખત - અંતિમ વખત નહીં - પોતાની જાતને ભવિષ્યની દૃષ્ટિથી સજ્જ કરી હતી. મારા પોતાના ફોર્ડના મોડેલ 'એ' સાથેના અનુભવની જેમ શરૂઆતના અનુભવોમાં - જો આપણે તેમને મહત્ત્વની ક્ષણોએ ફરી યાદ કરવા માટે મન ખૂલ્લું રાખીએ તો - જાદુઈ શક્તિ હોય છે.

## વિગતો, વિગતો

સ્ટીવની નાનામાં નાની વિગતો માટે કાળજી કે ચિંતા કરવાના સ્તર વિશેની કેટલીક વાતોથી તમને હસવું આવશે, જ્યારે સાથોસાથ જ એક માપપટ્ટી સ્થાપિત કરતી પણ લાગશે, જેનો આપણે બધા ઉપયોગ કરી શકીએ.

૨૦૦૨માં જ્યારે સ્ટીવ સંગીતઉદ્યોગના જાગ્રત કાર્યપાલકોને તેની સાથે તેમનું સંગીત ઓનલાઈન વેચવા માટે સોદો કરવા માટે ખાતરી કરાવવા કે મનાવવાનો પ્રયત્ન કરતો હતો ત્યારે તે આ ઉદ્યોગ માટેના વ્યાપાર સંગઠન આર.આઈ.એ.એ. - ધ રેકોર્ડિંગ ઈન્ડસ્ટ્રી એસોસીએશન ઑફ અમેરિકાના મુખ્ય કાર્યપાલક હીલેરી રોસેન સાથે સંપર્કમાં હતો. એ ભૂમિકામાં, એક બેઠક વખતે તે સ્ટીવ અને જૂથના બે સભ્યો કે જે એપલના આઈટ્યુન્સ મ્યુઝીક સ્ટોર માટે વેબસાઈટ તૈયાર કરતા હતા તેમની વચ્ચે ગોઠવાણી અને તે સ્ટીવને દેખાડવા માટે અનેક ફેરતપાસ કરીને હમણાં જ પાછી ફરી હતી. પછીથી તેણે તેની

શેહ તથા રમૂજને આ રીતે વર્ણવ્યા, "સ્ટીવે ત્રણ ચોરસ ઈંચના વિભાગમાં *ત્રણ શબ્દો* ગોઠવવા માટે શ્રેષ્ઠ સ્થળ નક્કી કરવા માટે ઈજનેરો સાથે કુલ મળીને વીસ મીનિટ ગાળી. તે વિગતો ઉપર એટલું બધું ધ્યાન કેન્દ્રિત કરતો હતો."

*ટાઈમ* ના એક લેખકને પણ આવો જ અનુભવ થયેલો. એક વખત તેને પીક્સરમાં એક બેઠકમાં બેસવાની છૂટ મળી હતી અને તે પણ સ્ટીવની વિગત માટેની એકાગ્રતાથી એટલો જ શેહ પામી ગયો હતો. ડીઝનીમાંથી ટોય સ્ટોરી-૨ને નિર્દેશિત કરવાના પ્રમોશન પ્લાનમાં ભાગ લેવા માટે કેટલાક માર્કેટીંગના માણસો આવ્યા હતા અને સ્ટીવ તેનાં પોસ્ટર્સ, ટ્રેઈલર્સ, બીલ બોર્ડ્સ, બહાર પાડવાની તારીખ, સાઉન્ડટ્રેક, આલ્બમના પ્રમોશન અને પીક્ચરનાં પાત્રો પર આધારિત રમકડાંઓ વગેરે રંગ સંજ્ઞા તરફ  ત્રાંસી આંખો જોયા કરતો હતો. સ્ટીવ ટેલીવિઝન પર જાહેરખબરના સમયપત્રક ડીઝની લેન્ડ તથા ડીઝનીવર્લ્ડ પર બનેલી ઘટનાઓ  અને સ્ટુડિયોના લોકો કયા ટેલિવિઝન સમાચાર તથા ઈન્ટરવ્યૂ શો સાથે જોડાવા માગે છે તે વિશે ઝીણવટભર્યા તથા અણીયાળા પ્રશ્નો પૂછતો હતો.

એ લેખ મુજબ સ્ટીવ આમાં એટલો ઊંડો ઊતરી ગયો હતો કે તે "તાલમુડનો અભ્યાસ કરતા રેબાયૂની જેમ સમયરેખાને વાંચ્યા કરતો હતો." લેખક સ્પષ્ટપણે પ્રભાવિત થઈ ગયો હતો. પરંતુ જેણે એક પણ વખત તેની સાથે કામ કર્યું હોય તેને માટે તેના પ્રશ્નો વિશે કશું જ આશ્ચર્યજનક લાગતું નહતું. તે દરેક *વસ્તુ* માટે એટલું બધું સવિસ્તર વિચારનાર છે.

વધુ એક ઉદાહરણ : સ્ટીવની વિગતો વિશેની કાળજીની ઘણી વખત 'ડીઝની તેના ક્રીસમસ પ્રમોશનને 'પૂહ બેર' સાથે આગળ વધારશે કે 'બઝ લાઈટયેર' સાથે, તેના કરતાં પણ ઘણી વધારે અસર હોય છે. આઈફોન વખતે તેની ડીઝાઈન નક્કી કરતાં જુથ માટે બાહ્ય આવરણ માટે સંખ્યાબંધ વિવિધતાઓ હતી. કેટલાક માંડ દૃષ્ટિગોચર થાય તેવા ફેરફાર સૂચવતા હતા. તો કેટલાક ધરમૂળથી બદલી નાખવાનું કહેતા હતાં. કેટલાક કહેતા હતા કે બાહ્યાવરણ તદ્દન જુદી જ સામગ્રીમાંથી બનેલું હોવું જોઈએ. અને ત્યારે એક શનિવારે - જ્યારે તેને બહાર પાડવાનું કેટલાક મહિનાઓ આઘું જ હતું ત્યારે સ્ટીવ એક પીડાદાયક સત્ય સાથે સફાળો જાગ્યો, તેણે જે બાહ્યાવરણ પસંદ કર્યું હતું તેનાથી તે જરા પણ સંતુષ્ટ ન હતો.

બીજે દિવસે તે કામ પર ગયો ત્યારે જાણીને જ ગયો હતો કે તેનું આઈફોન જૂથ જે વધારે પડતા - અશક્ય લાગે તેટલા- કલાકોથી કામ કરતું હતું તે તેનાં આગમનથી ખુશ નહીં થાય. એનાથી કોઈ ફરક પડતો ન હતો. સ્ટીવ તેના ઉત્પાદનનાં સર્જનનો માઈકલ

એન્જલો છે. જ્યાં સુધી તેને ખાતરી ન થઈ જાય કે ચિત્ર યોગ્ય બન્યું છે, ત્યાં સુધી તે કેન્વાસ પર પીંછીના લસરકા માર્યા જ કરશે.

આને તે ઘણી વખત 'રીસેટ બટનને દબાવ્યા કરવું' એવું કહેતો. PARCનો લેરી ટેસલર, જે ત્યાં સુધીમાં એપલનો મુખ્ય વૈજ્ઞાનિક બની ચૂક્યો હતો, તેણે એક વખત કહેલું કે તે સ્ટીવ જોબ્સને મળ્યો ન હતો ત્યાં સુધી *કરિશ્મા (જાદુ)* શબ્દનો ખરો અર્થ સમજ્યો ન હતો. જ્યારે તમે તમારાં ઉત્પાદનમાં અને તમારા લોકોમાં સ્ટીવને છે તેટલો જ સંપૂર્ણ વિશ્વાસ મૂકશો, ત્યારે તમારા લોકો તમને વળગી રહેશે.

સીલીકોન વેલીમાં એપલનો ધારણશક્તિનો દર સૌથી ઊંચો છે અને ઉત્પાદન જૂથમાં તો તેનાથી પણ વધારે ઊંચો છે. કાર્યના કલાકો અથવા કાર્ય સ્થિતિને કારણે બહુ ઓછા લોકો કંપની છોડી ગયા છે.

પરંતુ અત્યાર સુધી એપલની ટુકડીને શેની અપેક્ષા રાખવી તે સમજાઈ ગયું હતું. જ્યારે સ્ટીવ કહે કે, 'આ બરાબર નથી, આપણે આને ફેંકી દેવું જોઈએ,દસ ડગલાં પાછળ જાવ અને જે ખરેખર યોગ્ય છે તેને ઓળખી કાઢો.' ત્યારે દબાણ તો વધવાનું જ છે પરંતુ તેના બદલામાં ઉત્પાદન ખરેખર વધુ સારું બનશે.

કોઈ એવી વસ્તુની કલ્પના કરવાનો પ્રયત્ન કરો કે જેનું એપલમાં નગણ્ય મહત્ત્વ હોય, તો તેની સાથે સ્ટીવ જોબ્સને પોતાને કાંઈક લેવા દેવા નહીં હોય.

## હવે આનું કદ જોવો

લોસ એન્જલસમાં ઈયાન મેડોક્ષ નામનો એક યુવાન છે જે સાયફાય ચેનલ પર *વેરહાઉસ ૧૩* ટેલિવિઝન શો પર કામ કરે છે. તેની પહેલા તે પસાડેનાના એપલ સ્ટોર પર વેચાણ પ્રતિનિધિ અને 'મુખ્ય વ્યક્તિ' (આસિસ્ટન્ટ મેનેજર) હતો. તેણે ત્યાં કામ શરૂ કર્યા પછી દરરોજ રાત્રે છેલ્લો ગ્રાહક ચાલ્યો જાય પછી કામગારોનું ટોળું આવી ચડવાનું શરૂ થયું. તેઓ એક પછી એક વિભાગમાંથી ભોંયતળીયાની લાદીઓ કાઢવાનું શરૂ કરે અને ઈટાલીથી આયાત કરેલ ઘેરા ગ્રે ગ્રેનાઈટ, જે સ્ટીવે પોતે જાતે પસંદ કર્યો હતો - તે બીછાવે. ઈયાન કહે છે, 'એક છૂટક વેચાણની દુકાન માટે તે વધારે પડતો શોભનીય કહેવાય.' આ કામ પૂરું થયું તેના પછીના બે દિવસ પછી એક વહેલી સવારે સ્ટોર - દુકાન - ખુલ્યા પહેલાં બધા વ્યવસ્થાપકો એકદમ સજાગ સ્થિતિમાં આસપાસ આંટા મારતા હતા. પ્રાદેશિક વડાએ પણ દેખા લીધી.

અને ત્યાં એ આવ્યો. સ્ટીવ જોબ્સ પોતે એ લાદીઓનું નિરીક્ષણ કરવા ચાર-પાંચ

લોકોનાં ટોળા સાથે આવી પહોંચ્યો.

સ્ટીવ ખુશ ન હતો. લાદીઓ પહેલાં જ્યારે તે બીછાવવામાં આવી ત્યારે તો સુંદર દેખાતી હતી પરંતુ જ્યારે ગ્રાહકો તેના પર ચાલવા લાગ્યા ત્યારે તેના પર મોટા કદરૂપા લપેડા જેવા ડાઘા દેખાવા લાગ્યા. એ જગ્યાને વિશિષ્ટતા બક્ષવાને બદલે, આ લાદીઓએ એક ગોબરો, બેધ્યાનપણાનો દેખાવ ઊભો કર્યો.

કર્મચારીઓ આખા દૃશ્યને આત્મસાત્ કરવાનો પ્રયત્ન કરતા શરમ તથા ભયથી ટૂંટીયું વળી જતા હતા અને વ્યસ્ત હોવાનો દેખાવ કરતા કરતા સ્ટીવના પ્રત્યાઘાતો નિહાળતા હતા. તે માત્ર અસંતુષ્ટ જ થયો નહતો. તે ક્રોધાયમાન હતો, આગ બબૂલા થઈ ગયો હતો અને બધું સરખું કરી નાખવાના હુકમો કરતો હતો.

બીજી રાત્રે કારીગરોનું ટોળું પાછું આવ્યું, બધી લાદીઓ ઉખેડી નાખી અને સંપૂર્ણપણે ફરી કરવાનું શરૂ કર્યુ. આ વખતે તેમણે અલગ સીલાન્ટનો ઉપયોગ કર્યો અને સાદી સાફ કરવા માટે વપરાતું અલગ ઉત્પાદન લાવ્યા.

જ્યારે મેં આ વાત સાંભળી ત્યારે હું હસ્યો : બીજી કોઈ પણ વૈશ્વિક કંપનીનો સીઈઓ આવી રીતે કંપનીના સ્ટોરની લાદીનું નિરીક્ષણ કરવાની તસ્દી લે તેવુ હું કલ્પી પણ નથી શકતો, છતાં આ વિગતોના આગ્રહમાં નિપૂણ એવા સ્ટીવની લાક્ષણિકતા હતી.

આ પ્રસંગ વિશે હું અવારનવાર વિચારું છું અને પોતાની જાતને પૂછું છું, “શું મેં તાજેતરમાં જ કહ્યું છે’, “આ મેં જે માગ્યું હતું તે નથી’, પરંતુ હું ધારું છું કે તે પૂરતું સારું હશે.” આ મારી જાત તપાસ કરવાની એક રીત છે કે હું મારા આદર્શ, સ્ટીવ જોબ્સની માફક વિગતોનો પૂરતો આગ્રહી છું કે નહીં સંપૂર્ણતાનો પૂરતો આગ્રહી છું કે નહીં.

ઈયાન પાસે સ્ટીવ જોબ્સની એક બીજી વાત પણ હતી, જે સ્ટીવના વ્યાવસાયિક વ્યક્તિત્વની બીજી બાજુ પ્રતિબિંબિત કરે છે. એપલ સ્ટોરમાં કામ કરતો હતો તે વખતે ઈયાનને એક દિવસ એક ઇમેઈલ મળ્યો. જેનાથી તેને આશ્ચર્ય થયું. એક ગ્રાહક જેને તેણે મદદ કરી હતી, તે ખુશ થયો હતો અને તે એટલો પ્રભાવિત હતો થયો કે તેણે સેવાના વખાણ કરતો એક ઇ-મેઈલ સ્ટીવ જોબ્સને મોકલી આપ્યો. ઈયાનને મળેલ ઇ-મેઈલ સ્ટીવ તરફથી હતો, જે તે ગ્રાહકને પણ મોકલવામાં આવ્યો હતો. આખો સંદેશ આ મુજબ હતોઃ

“મહાન કાર્ય.”

બસ આટલું જ. કોઈ મોટા અક્ષરો નહીં, શબ્દો વચ્ચે કોઈ અંતર નહીં, કોઈ સહી પણ નહીં. ઈયાન કહે છે, “આટલું જ પૂરતું હતું.”

ફરી એક વખત તમને શું લાગે છે, કે આવી વિશાળ કંપનીઓના કેટલા સીઈઓ આટલે દૂર રહેલા એક છેક નીચેના માણસની પીઠ થાબડવાની પરવા કરે ?

## ભૂલોમાંથી શીખવું

જેમ જેમ મેકનું જૂથ એક એવા મશીન, કે જેની પાસે કામ કરતું હાર્ડવેર હતું અને બધી જ જરૂરી કામગીરી કરી શકે છતાં તુટી ન પડે તેનું સોફ્ટવેર હતું, તે બનવાની નજીક આવતું જતું હતું, ત્યારે એક દિવસ સ્ટીવ એક પ્રત્યક્ષીકરણ માટે આવ્યો, અને તે ખુશ ન હતો.

‘આ શેનો અવાજ છે ?’ તેણે પૂછ્યું.

કોઈને ખ્યાલ ન આવ્યો કે તે શેના વિશે વાત કરી રહ્યો છે. પંખામાંથી આવતા ધીમા અવાજ સિવાય બીજો કોઈ અવાજ આવતો ન હતો.

સ્ટીવને આમાંનું કંઈ જ જોઈતું ન હતું. બીજા બધાં જ અંગત કોમ્પ્યુટર પાસે એક ઘોંઘાટીયો પંખો હતો. મેકિન્ટોશ સંપૂર્ણ શાંત બનવાનું હતું. ઈજનેરોએ તેને સમજાવવાનો પ્રયત્ન કર્યો કે મેક એક પંખા વગર ન ચાલી શકે, તે વધારે પડતું ગરમ થઈ જશે અને સળગી ઊઠશે.

સ્ટીવ દઢતાપૂર્વક પોતાની વાતને વળગી રહ્યો. કોઈ પંખો નહીં જોઈએ.

ઈજનેરો મારી ઓફીસમાં, મારે સ્ટીવ સાથે વાત કરવી પડશે તથા મારે તેનું મન બદલવુ જ પડશે તેમ કહેતા આવવા લાગ્યા. જૂથના દરેકે દરેક ઈજનેરે એવો આગ્રહ રાખ્યો કે મેકમાં પંખો તો હોવો જ જોઈએ. આખું તંત્ર તેની સાથે અસંમત હતું પરંતુ તે પોતાનું મન બદલાશે નહીં.

ઈજનેરો પોતાની પ્રયોગશાળામાં પાછા ગયા અને પંખા વગર ચાલતા મેકની ડીઝાઈન બનાવવાનું શરૂ કર્યું. મેકને બહાર પાડવાની આયોજિત તારીખ આવી અને ચાલી પણ ગઈ. મેકિન્ટોશનો પરિચય જગતને પાંચ મહિના મોડો કરાવવામાં આવ્યો.

સ્ટીવ તેના સિદ્ધાંતોમાં સાચો હતો. એક સંપૂર્ણપણે શાંત કોમ્પ્યૂટરનો ઉપયોગ કરવો તે એક આનંદ છે, પરંતુ તે માટેનો દંડ ઘણો વધારે હતો. ફરી એક વખત સ્ટીવ એક કિંમતી બોધપાઠ ભણવાનો હતો : વિગતોનું મહત્ત્વ છે, તે બરાબર થાય ત્યાં સુધી રાહ જોવી તે પણ વાજબી છે પરંતુ એવો સમય પણ હોય છે, જ્યારે તેને બરાબર કરવાને કારણે મળતા ફાયદા સામે બજારમાં મોડા પડવાની કિંમત તોળી જોવી પડે. સ્ટીવ ઉત્પાદનને યોગ્ય

બનાવવા માટે વિલંબ કરવાનું ચાલુ જ રાખશે, પરંતુ જાહેરમાં એમ જ સ્વીકારશે કે તે ફરી ક્યારેય પોતાની જાતને આટલો બધો વિલંબ કરવાની છૂટ આપે તેવી સ્થિતિમાં નહીં મૂકે.

મેકિન્ટોશના કેટલાક વિવેચકો અને કંપનીના ઉત્સુક સ્તુતિકારોમાંના કેટલાકને પણ, પહેલાંના વધુ પડતા ગરમ થઈ જવાની ટાળી ન શકાય તેવી સમસ્યાવાળા મેક, છેલ્લી પંક્તિનું 'ઉપટી ગયેલ રંગવાળા ટોસ્ટર' જેવા લાગતા હતા.

પરંતુ પછીથી આવનાર બધાં જ ઉત્પાદનો, આઈપોડથી લઈને બધાં, સ્ટીવ ઉપભોક્તાના હાથમાં ઉત્પાદન આવવાની પ્રક્રિયા, કિંમત નક્કી કરવી વગેરે જેવી બીજી બધી બાબતો વિશેના જે એકત્રિત પાઠ પ્રથમ મેકનાં ઘડતરમાંથી શીખ્યો., તે બધાં જ, પેલા ઉત્પાદન સર્જક તરીકેની તાલીમના દિવસોના અનુભવો પર આધારિત હતા.

માત્ર આ જ સ્ટીવના મેક વિશેના મોટા લોચા કે ધબડકા ન હતા. તેણે નક્કી કર્યું કે હાર્ડવેર અને સોફ્ટવેર બનાવવા ઉપરાંત તે કોમ્પ્યુટર્સ પણ *ઘડવા* માગતો હતો. તે માટેનાં કારખાનાંની કિંમત ૨૦ મિલિયન ડોલર્સ થશે. એપલનું બોર્ડ અનિચ્છુક હતું, કારણ કે કોઈ માનતું ન હતું કે મેકિન્ટોશ ક્યારેક દિવસનો પ્રકાશ પણ જોશે. પરંતુ એપલ પાસે એપલ-IIના 'ઝળહળતાં' વેચાણને આભારી એવા ૨૦૦ મિલિયન ડોલર્સ બેંકમાં પડ્યા હોવાને કારણે સંમતિનો નિર્ણય લેવાનું થોડુંક સરળ બન્યું.

સ્ટીવે ક્યુપરટીનોથી ગાડીમાં અડધા કલાકથી સહેજ જ વધારે સમય લાગે તેવા અંતરે, નજીકનાં ફ્રેમોન્ટમાં એક પહેલેથી જ અસ્તિત્વમાં હોય તેવું કારખાનાનું મકાન શોધી કાઢ્યું અને તેને મેકિન્ટોશના ભાગોને એકત્રિત કરવા માટેનાં સંપૂર્ણ સ્વયંસંચાલિત કારખાના તરીકે નવી રીતે બનાવીને ગોઠવી દીધું. (ભલે ટેકનોલોજીના ઇતિહાસમાં પુસ્તકો તેને એક કારખાનાં તરીકે સંદર્ભ આપે, પરંતુ ખરેખર તે એક મશીનના ભાગો ને એકત્રિત કરવાનો પ્લાન્ટ હતો. વિવિધ ભાગો જાપાનમાં કે બીજે કશેક બનાવાતા હતા અને સ્ટીમરમાં ફ્રેમોન્ટમાં લવાતા હતા.)

વિવિધ સ્વયંસંચાલિત મશીનની ડીઝાઈન બનાવતા ઈજનેરો સાથે તે હંમેશ મુજબ દરેક યંત્ર કેવી રીતે કામ કરશે અને તેને કેવી રીતે નિયંત્રણમાં રાખી શકાશે તેના વિગતવાર નિર્ણયોમાં સામેલ થઈને તે પોતે જ અંગત રીતે કામ કરતો. ક્રિસમસની એક સવારે જ્યારે એક નવું મશીન આવવાનું હતું ત્યારે અને તેને સ્થાપવાનું હતું ત્યારે તે, બાળકની જેમ તેની રાહ જોતો હતો. ફ્રેમોન્ટ જઈને તેને કામ કરતું જોવા માટે તે માંડ માંડ રાહ જોઈ શકતો હતો. તેને માણસના હાથ માટે જે આકર્ષણ હતું તેમાંથી રોબોટીક્સ માટેનું વિશાળ આકર્ષણ વધી રહ્યું હતું. પ્લાન્ટમાં ઉત્પાદન શરૂ થયું તે પહેલાંના અંતિમ અઠવાડિયે

તે અને હું બંને સાથે લગભગ અઠવાડિયામાં ત્રણ વખત ત્યાં હંકારી ગયા.

પરંતુ વાર્તાના આ ભાગનો અંત સુખદ નથી. જો સ્ટીવ ઘણો વહેલો અટકી ગયો હોત, અને તેણે તેની તીવ્ર વિશ્લેષણ શક્તિ લાગુ કરી હોત, તો તેને ખ્યાલ આવ્યો હોત કે પ્લાન્ટને નાણાકીય ભાવ આપવા માટે મેકિન્ટોશના વેચાણ ભાવ આસમાને રાખવા પડત. મને લાગે છે કે પ્લાન્ટમાંથી બહાર પડતા દરેક મેકિન્ટોશને બનાવવાનો ખર્ચ લગભગ ૨૦,૦૦૦ ડોલર્સ થતો હતો, જ્યારે બજારમાં દરેક મેક ૨૦૦૦ ડોલર્સનું એક વેચાતું હતું. ગણતરી માંડી લો, આ એક ભયાનક મોંઘો નિર્ણય હતો અને જ્યારે શરૂઆતમાં મેકિન્ટોશ સારી રીતે નહોતાં વેચાતા ત્યારે મોટી સમસ્યા ઊભી થવામાં તેનો ફાળો ઘણો રહેવાનો હતો.

પરંતુ સ્ટીવને શ્રેય આપો : આ બીજી એવી ભૂલ હતી, જે તે ફરી ક્યારેય નહીં કરે.

## નાનો ફેરફાર, મોટું પરિણામ

હું સ્ટીવની દીર્ઘદૃષ્ટાપણાની ઘણી વધારે કદર કરું છું. કારણ કે હું મારી કારકીર્દિમાં અગાઉ ઘણા અનુભવોનો સામનો કરી ચૂક્યો છું. મારા ઇન્ટેલના દિવસો દરમ્યાન હું એક વખત કંપનીના ત્રણ સ્થાપકો એન્ડી ગ્રોવ, ગોર્ડન મૂરે તથા બોબ નોટ્સે (કે જે અર્ધસંવાહકના શોધકોમાંનો એક હતો)ની સાથે કાર્યવાહી બેઠકમાં હતો.

એન્ડીએ એક પ્રતિસ્પર્ધીની અર્ધસંવાહક પટ્ટી દેખાડીને કહ્યું, ‘આ જુઓ - તે આપણા ઉત્પાદન કરતાં ઘણી વધારે સારી લાગે છે. આપણા અર્ધસંવાહકોની ટેકનોલોજી વધુ સારી છે, પરંતું આનું ખોખું વધુ સારું છે. છપાયેલા અક્ષરો વધુ સારા છે અને બધાં કનેક્શન્સ સોનાનાં છે. તેઓ આપણને એક એવા ઉત્પાદન વડે મારી રહ્યાં છે જે આપણા જેટલું સારું નથી, પરંતુ દેખાય છે સારું.’

અર્ધસંવાહક એ એક એવું ઉત્પાદન છે, જે કોમ્પ્યૂટર તથા બીજા ઇલેક્ટ્રોનિક્સ સાધનોની અંદર રહે છે. ભલે ઉપભોક્તા તેને જોતો નથી છતાં બેઠકમાં હાજર રહેલ દરેકને સમજાઈ ગયું કે ઇન્ટેલે કશુંક કરવું જરૂરી હતું. તેમણે ટેકનોલોજીની ગુણવત્તાને અનુરૂપ ઉત્પાદનનો દેખાવ બનાવવાનું એક મોટું આયોજન કર્યું. પછી તેમણે એક મોટું જાગરુકતા અભિયાન શરૂ કર્યું, જેને ‘ધ ઇન્ટેલ ઇન્સાઈડ’ કાર્યક્રમ નામ અપાયું.

અર્ધસંવાહકના બજારમાં ઇન્ટેલ ચોથા ક્રમે હતું. આ પ્રયત્નોથી તે પ્રથમ ક્રમનું બની ગયું.

એમ કહેવામાં જરાય અતિશયોક્તિ નથી કે સ્ટીવ જોબ્સ તેની નાનામાં નાની વિગત પર પૂરતું ધ્યાન કેન્દ્રિત કરવાના તથા દરેકે દરેક બાબતને યોગ્ય બનાવવાના આગ્રહને કારણે આટલો અસરકારક કૉર્પોરેટ નેતા અને અસામાન્ય ઉત્પાદનોનાં વહેણનો સર્જક બની શક્યો છે.

સ્ટીવ માટે દરેક વસ્તુનું મહત્ત્વ છે. તે તેના આદર્શ, તેની સંપૂર્ણતા માટેની દૃષ્ટિ કે જે હંમેશાં બીજા બધા જેને વર્તમાનમાં પ્રાપ્ત કરી શકાય તેવી વાસ્તવિકતા ગણે છે, તેને પેલે પાર જતી હોય છે, તેની વધુ ને વધુ નજીક જવા માટે પોતાને હંમેશાં નવસજ્જ રાખતો હતો.

આ પ્રક્રિયા સમય માગીલે તેવી છે, સ્ટીવને માટે કામ કરતા ઉત્પાદન સર્જકો માટે તે ગુસ્સે કરી મૂકે તેવી છે, પરંતુ તે તેની સફળતાનું સર્વથા અનિવાર્ય તત્ત્વ છે.

# ભાગ ૨

# પ્રતિભા શાસન કરે છે

3

# જૂથ બનાવવું

## 'પાઇરેટ્સ ! નૌકાદળ નહીં.'

મને ખબર હોવી જોઈતી હતી કે આ ભાગ્યે જ તમારું લાક્ષણિક વ્યાપારી ઉત્પાદન સ્થળ હશે. 'કાર્મેલ ઇન'ની રેસ્ટોરન્ટની બીજા માળની વિશાળ કાચની બારીઓમાંથી તે રૂમમાં રહેલ દરેક વ્યક્તિને ચળકતા ભૂરાં પાણીવાળા તરણ હોજનું દશ્ય બરાબર દેખાતું હતું. કેટલાક યુવાન પુરુષો અને બે ત્રણ યુવાન સ્ત્રીઓ આનંદથી સંપૂર્ણ નગ્ન અવસ્થામાં નીચેના પાણીમાં ઉછળી રહ્યાં હતાં સવારે આઠ વાગ્યા હતા. મોટાભાગના નાસ્તો કરનારાઓ સમજી નહોતા શકતા કે ક્યાં જોવું. બે ગૌરવશાળી, સફેદવાળવાળી મોટી ઉંમરની મહિલાઓ, જેઓ આરામથી કોફી પી રહી હતી, તે આઘાત પામી ગઈ હોય તેવું લાગતું હતું. હું પણ લગભગ તેમના જેટલો જ આશ્ચર્યચકિત હતો. ત્યાં પાણી ઉછાળતાં અને તોફાનમસ્તી કરતાં બાળકો મેકિન્ટોશ જૂથના સભ્યો હતા.

### એક જૂથ સંસ્કૃતિ બનાવવી

દરેક નેતા અને દરેક મેનેજર તેના અથવા તેણીના લોકો સાથે મળીને કામ કરે, બધા એક જ દિશા તરફ ખેંચાતા હોય, એક બીજાને ટેકો આપતા હોય, દરેક વ્યક્તિ જૂથનાં લક્ષ્યને સિદ્ધ કરવા માટે પોતપોતાનાં કામ કરવા સુસજ્જ હોય તેવું ઇચ્છે છે. હા, તરણહોજમાં અત્યારે જે ચાલી રહ્યું હતું તે આ બધાના શીરમોર સમાન હતું, એક નેતાને જેની તૃષ્ણા હોય તેનું એકદમ બરાબર ઉદાહરણ તો ન કહી શકાય.... પરંતુ તે ચોક્કસપણે એવું દર્શાવતું હતું કે સ્ટીવે મેકિન્ટોશ જૂથની વચ્ચે ખરેખર એક સમાજની ભાવના ઊભી કરી હતી.

અત્યાર સુધીમાં મેક જૂથ એક ભાંગી નાખવા જેવા કોમ્પ્યૂટરના સર્જન માટે બનાવાયેલ પાંચ વ્યક્તિના મૂળભૂત કેન્દ્રસ્થાન જૂથમાંથી વધીને લગભગ ત્રીસ વ્યક્તિ -

જેમાં સ્ટીવ વડે ઉમેરાતી જતી નવી-સવી વ્યક્તિઓ પણ સામેલ હતી - નું જૂથ બની ગયું હતું. તેણે દરેક વ્યક્તિ એક સરખી વિચારસરણીવાળી તથા એક જ દિશામાં જતી હોય તેની ખાતરી કરવા માટે આ રીતે કંપનીની બહાર બેઠક ગોઠવી હતી.

આ માણસો જે મોટેભાગે વીસ કે એટલા હતા, તેમને લગભગ દુશ્મનાવટભરી કહેવાય તેવી ગોઠવણમાં સંપૂર્ણપણે તાજા, મૂળભૂત નવા વિચારો સાથે, સ્ટીવ હવે જેને તારીખ મુજબ જોતો હતો અને જે હવે સુસંગત ન હતી, તેવી ઉત્પાદન રેખા પર સમૃદ્ધ કંપનીની મર્યાદામાં રહીને, આગળ આવવાનો પડકાર આપવામાં આવ્યો હતો. તો પછી આ વાતથી આશ્ચર્ય થવું ન જોઈએ. તેણે એપલમાં અને બીજે બધે અલગ પડવાની હિંમતવાળા, સુધારાવાદી અને જે આગળ વધવા માગતા હોય તેવા લોકો માટે દરવાજા મોકળા મૂકી દીધા હતા.

## જૂથ ઘડતરનાં તત્ત્વો

જેમ દરેક વ્યક્તિ કાર્મેલમાં આ વ્યાપાર મેળાની પ્રથમ બેઠકમાં આવતા ગયા, ત્યારે છોકરાઓ તથા છોકરીઓ હાથ લંબાવીને ઊભાં હતાં. જૂથના આવનારા દરેક સભ્યને એક વાક્ય છાપેલું ટી-શર્ટ આપવામાં આવતું હતું. આ વાક્ય મેક જૂથનું એક સ્થાપિત ચિન્હ બની જવાનું હતું :

પાઈરેટ્સ ! નોટ ધ નેવી.

મેં સ્ટીવ ક્યારેય પૂછ્યું નથી કે આ પંક્તિ ક્યાંથી આવી. હવે મને લાગે છે કે કદાચ એ પંક્તિ સ્વ. જે શીઆટ, કે જેઓ શીયાટ/ડિ નામની જાહેરખબર કરતી સંસ્થા કે જેણે વર્ષો સુધી સ્ટીવ તથા એપલ માટે કામ કરીને આવો જાદુ કર્યો હતો. તેના અકલ્પનીય રીતે બુદ્ધિશાળી સહસ્થાપક હતા, તેની બનાવેલી હતી. પરંતુ એ સ્ટીવ હતો, જેણે આ પંક્તિને એક એવા વાક્યાંશ તરીકે લઈ લીધી, જે તેની ટોળકીને હલાવી નાખે. તેણે એને એક સામૂહિક અવાજ બનાવી દીધી કે જે એક સંયોગી જૂથનાં ઘડતરમાં મદદ કરે, એક એવી વ્યક્તિઓનું જૂથ જે એકબીજા સાથે બંધાઈ રહે અને ભરોસો રાખી શકે.

અને તે સફળ રહ્યો. સ્ટીવ માટે આ ઉત્પાદન મેળો / સમારંભ એ યોજનાના જુદાં જુદાં પાસાંઓ પર કામ કરતા લોકો, કે જે સામાન્ય રીતે એકબીજાને ન મળત, તેમને એકઠા કરવા માટેની એક આશ્ચર્યકારક તક હતી.

આવી કંપનીની બહાર ગોઠવાયેલી બેઠકોએ સમગ્ર તંત્રમાં એક પરિવાર જેવી તથા

'આમાં આપણે સહુ સાથે છીએ' એવી ભાવના ઉછેરી. ત્રણ દિવસથી પણ વધારે સમય સુધી આખાં જૂથે જાગ્રત અવસ્થાની દરેક ક્ષણ સાથે - ખાઈ-પીને રમીને અને વિચારોની આપલે કરીને એક બીજા સાથે બંધાઈ રહીને વિતાવી.

સ્ટીવે તેમની અજોડ આવડતને બીરદાવતું તથા કશુંક ક્રાંતિકારી બનાવવામાં મુખ્ય ભૂમિકા ભજવવાની લાગણીને અપીલ કરતું હૃદયનાં ઉંડાણપૂર્વકનું ભાષણ આપ્યું.

મારા કંપનીના સમયગાળા દરમ્યાન મેળવેલ વસ્તુઓમાં પેલાં પાઈરટેસવાળું ટીશર્ટ

સેંકડોમાંનું એક હતું. એપલ એક એવી કંપની તરીકે જાણીતી થઈ જશે જે દરેક વસ્તુની ઉજવણી કરે. જેમકે ઉત્પાદનના સીમાચિહ્ન, બેઠકના લક્ષ્યો, વેચાણવૃદ્ધિ, નવા ઉત્પાદનો પરિચય અને નવા નિમાયેલ મુખ્ય લોકો. અને કોઈ સીમાચિહ્નો અથવા સિદ્ધિઓને ઉજવવા માટે અથવા યાદગીરી રૂપે ટી-શર્ટ અથવા સ્વેટરો આપવાં તે જાણે એપલની છાપ અથવા ટ્રેડમાર્ક બની ગયો. મને લાગે છે કે મારે પોતે આટલાં વર્ષો દરમ્યાન આવી સોએક જેટલી યાદગીરીઓ એકઠી કરવી જોઈતી હતી. અને ખરેખર માત્ર એપલના ટી-શર્ટ્સના ફોટોગ્રાફસથી ભરેલી એક આખી કોફી-ટેબલ-બૂક છે.

## નાનાં ઉત્પાદન પર કેન્દ્રિત જૂથોની નીતિમત્તા

સ્ટીવ સહજભાવે સમજી ગયો કે કેટલાક પ્રકલ્પોને થોડાક બુદ્ધિશાળી લોકોનાં બનેલાં નાના જૂથને નજીક લઈ આવીને અને તેમને સામાન્ય અંકુશમાંથી મુક્ત રાખીને કામ કરવાની છૂટ આપીને ઉત્પાદિત કરેલ તીવ્રતા તથા ગરમીની જરૂર છે. યોગ્ય સંજોગોમાં, યોગ્ય પ્રકારની હિંમતથી પ્રેરાઈને 'પાયરેટ્સ' એ પ્રાપ્ત કરી શકે છે. જે 'નૌકાદળ' ક્યારેય ન કરી શકે. જૂથના બધા સભ્યો પોતાની સર્જનાત્મક તથા સુરુચિપૂર્ણ આત્મસૂઝને છૂટો દોર આપે તેવી તેની અપેક્ષા હતી.(પછીથી તે તેના આ વલણનો ઉપયોગ *બધા* પ્રકલ્પો પરનાં જૂથો માટે કરશે.)

મેકનું જૂથ સો માણસો કરતાં ન વધે તેવું તેનું પહેલાંથી જ આયોજન હતું. તેણે કહેલું, 'જો આપણે કોઈ ચોક્કસ નિપુણતા ધરાવતી વ્યક્તિને લેવી જ પડે તેમ હોય, તો બીજા કોઈકે જવું પડશે.' કાર્ય જૂથની વૃદ્ધિથી ઊભાં થનાર જોખમો તે જાણતો હતો. તેનાથી તંત્રના માર્ગમાં અવરોધો ફૂટી નીકળશે, જે બધુ ધીમું પાડી દેશે. પરંતુ તે આવો ખુલાસો આપવાનું પસંદ કરશે, 'એક સોથી પણ વધુ વ્યક્તિઓનાં નામો યાદ રાખવાનું અઘરું છે.' તેનું એક વધુ બૌદ્ધ માન્યતાવાળું વલણ. પરંતુ ચોક્કસપણે તે સાચો હતો. એક વિશાળ તંત્ર નકલખોરી, સંમતી મેળવવા માટે ઘણા સ્તરે પસાર થવાનું અને વાટાઘાટો તથા વિચારોના મુક્ત વલણનાં માર્ગમાં આવતા અવરોધોના છટકાંમાં આવી પડે છે. સ્ટીવે એપલના બાકીના વિભાગોમાં આ બધું બનતું જોયું હતું. તે આમાંનું કશું થાય તેમ ઇચ્છતો નહતો. હકીકતમાં ત્યારે પણ તેણે કહેલું કે નાનાં જૂથ વડે શરૂઆત કરવાની વિચાર વિભાવનાને મેકિન્ટોશની સફળતા વડે સાબિત કરવાની, અને પછી આ બળ વડે ઉત્પાદનલક્ષી નાનાં જૂથની વિચારસરણી એપલના બાકીના વિભાગોમાં પ્રસરાવવી તેવી તેની ઇચ્છા હતી.

'પાઈરેટ્સ' એ માત્ર ઉત્પાદન વિશે જ નહતું - તેણે સ્ટીવ જે બહારવટીયાની મુક્ત

વિચારસરણીવાળું ક્રાંતિકારી મનોબળ સજાવવા માગતો હતો, તેનો પણ કબજો લીધો. તે એપલ વિશે વાતો કર્યા કરતો. તેને એ ચિંતા હતી કે એપલ જેમ જેમ વૃદ્ધિ પામે છે, તેમ તે માત્ર બીજી ‘વેનીલા’ કંપની બનીને રહી જશે.

તેની ઉચ્ચ અપેક્ષાઓ ઈજનેરોથી માંડીને વેચાણ, હિસાબ પદ્ધતિ, ઉત્પાદન દરેકને લાગુ પડતી. જેવી રીતે ત્રણ માણસને ચંદ્ર પર પહોંચવા માટે હજારો દિર્ઘદષ્ટા વ્યક્તિઓનાં કૌશલ્યની જરૂર પડી હતી, તેમજ સ્ટીવ તેનાં અંતિમ ધ્યેય સુધી પહોંચવા માટે મેકિન્ટોશના દરેક કર્મચારી ઉપર તેમના પોતાના મગજની મૂલ્યવાન ઉપજ અને ફાળા પર આધાર રાખતો હતો.

એક ઉત્પાદન લક્ષી જૂથની એ સંસ્કૃતિ હતી. તે કહેતો કે જો એપલ એક ધબકતા વિચારો વાળા સ્થળ તરીકે ઉત્પાદનો માટે પ્રેરણા પૂરતું પાડતું અને સાથે સાથે કામ કરવા માટેનાં મહાન સ્થળ તરીકે ચાલુ રહેવાનું હોય તો આ આવશ્યક હતું.

મેક જૂથની અસામાન્ય બીરાદરીનો મોટો ભાગ સ્ટીવની તેના લોકો બાકીની કંપનીના અનુચિત હસ્તક્ષેપથી આઘા રહે તેવી ઈચ્છાનું પરિણમ હતું. એક સ્વ-નિર્ભર એકમ તરીકે મેક જૂથને તેના પોતાના ડીઝાઈનર્સ, પ્રોગ્રામર્સ, ઈજનેરો, ઉત્પાદન કર્મચારીઓ, દસ્તાવેજીકરણ લખનારા તથા જાહેરખબર તથા પ્રમોશન માટેના વિશેષજ્ઞો હતા. જૂથમાં બીજા બધા સાથે સુમેળભર્યા સંબંધો હોવા, ખાસ કરીને જ્યારે તમે દિવસના સોળ-સોળ કલાક કામ કરતા હો ત્યારે, એ એક નાનાં ઉત્પાદન જૂથના ભાગ હોવાની સારી બાજુ છે. આ વસ્તુ જવાબદારપણું વિકસાવે છે. તે વધુ અંગત બની જાય છે અને દરેક વ્યક્તિને બાકીનાં જૂથ સાથે સારા સંબંધો રાખવા માટે સંપૂર્ણપણે નિશ્ચયાત્મક રાખે છે.

સ્ટીવ એવા સમયનું સ્વપ્ન જોતો હતો જ્યારે એપલ જેમાં સંમતિ મેળવવા માટે ઓછા ઉપરીઓનાં સ્તરો હોય, દરેક નિર્ણય ઉપર સહી કરવાની નકારવા માટે ઓછા માણસોની જરૂર હોય તેવાં વધુ સરળ વ્યવસ્થાપન માળખાંમાંથી તેનો માર્ગ કંડારે.

તે મને કહ્યા કરતો, ‘એપલ એક એવા પ્રકારનું સ્થળ બનવું જોઈએ, જ્યાં કોઈપણ આવી શકે અને સીધા સીઈઓ પાસે પોતાના વિચારો પ્રદર્શિત કરી શકે.’ આ તેની વ્યવસ્થાપન અદાનો ઘણો સારો ઉપસંહાર હતો. પરંતુ તે જાણતો હતો કે તેની પાસે બધા જવાબો ન હતા. હું ધારણા પણ નથી કરી શકતો કે લોકોને આ તેમની પોતાની કંપની છે, તેમનું પોતાનું ઉત્પાદન છે તેમ માનીને કામ કરતા રાખવા વિશે સાથે મળીને વાતો કરવા પાછળ તેણે તથા મેં કેટલા કલાકો વિતાવ્યા હશે.

## જોડાણની કળા : સમારંભો સાથે આગળ વધવું

કાર્મેલ સમારંભના સમાપન સમયે ભાગ લેનાર દરેકને એપલનાં ચિન્હનું ચિત્ર દોરેલા પાણીના બે ગ્લાસ આપવામાં આવ્યા હતા. એવી વ્યક્તિઓ કે જેઓ મારી માફક નવાં સવાં જ એપલ અથવા મેકિન્ટોશ સાથે જોડાયેલા હતા, તેમણે અમારો પ્રથમ સમારંભ સંપૂર્ણપણે ઉત્તેજીત થઈને, જૂથનો એક પૂરેપૂરો હિસ્સો બની ગયાની લાગણી સાથે છોડ્યો. દરેક વ્યક્તિ ખૂબ જ સકારાત્મક દેખાતી હતી. હું પુષ્કળ કૉર્પોરેટ મેળાવડાઓમાં ગયો હતો. પરંતુ એ અનુભવની તોલે આવે તેવું બીજું કશું ક્યારેય જોયું નહતું. તેણે માત્ર સ્પષ્ટપણે મેકિન્ટોશને આગળ જ વધાર્યું ન હતું, પરંતુ તેનાથી બીરાદરીની આદરની લાગણીની અને 'આમાં આપણે બધાં સાથે છીએ' તેવી પરસ્પર ટેકાની ભાવના સર્જવાનું લક્ષ્ય સિદ્ધ કર્યું હતું.

આ સમારંભમાં મેં જોયું કે, સ્ટીવ 'જૂથ ઘડતર'ની બેઢંગી વાતને કળાનાં સ્વરૂપમાં ફેરવી નાખવામાં નિપુણ હતો. તે ધંધાને એક હંમેશાં કરાતી વિધીની જેમ લેતો હતો અને તેનો, તેણે બનાવેલ ઉત્પાદનો માટે તે જેમ કરતો હતો તથા તે જે જૂથનું નેતૃત્વ કરતો તેને જેવી રીતે પ્રેરણા આપતો હતો તેમ જ પુનઃ આવિષ્કાર કરતો હતો. તે એક વ્યાપારી બેઠકને એક સંપૂર્ણ અનુભવની જેમ લેતો હતો - ઉત્પાદનનાં સર્જન માટેનાં એક વધુ આવશ્યક તત્ત્વની જેમ.

સ્ટીવને ઉત્પાદન સમારંભો પ્રિય હતા. તે તેમને ચાલુ કાર્યપત્રકમાં લગભગ દર ત્રણ મહિને મેકની સમગ્ર વૃદ્ધિ પામતી ટીમ માટે યજમાની કરીને ગોઠવતો. આવા સમારંભોમાં આનંદપ્રમોદ અને સ્વસ્થતા માટેનો પુષ્કળ સમય મળતો, પરંતુ તેના પછી જે વ્યાપારનું સમયપત્રક આવતું તેમાં ખૂબ જ કડક સમયપત્રક રહેતું. દરેક સભ્ય હાજર રહે તેવી અપેક્ષા રખાતી. સ્ટેન્ફોર્ડમાંથી એમબીએ થયેલ ડેબી કોલમેન કે જે મેકનાં બજેટ ઉપર નજર રાખતો હતો, તે સમારંભના કાર્યક્રમ પણ સંભાળતો અને બેઠક વ્યવસ્થિત માર્ગે સાથે આગળ વધે તેની ખાતરી રાખવાની જવાબદારી પણ તેની હતી.

હાર્ડવેર, સોફ્ટવેર, માર્કેટીંગ, વેચાણ, નાણા, પીઆર- એમ એક પછી એક દરેક જૂથના વડાઓ ટૂંકમાં સ્થિતિનો અહેવાલ તથા સમયરેખા તથા સમયપત્રકની રીતે તેઓ ક્યાં છે તે દર્શાવીને રજૂ કરતાં. જો તેમનું જૂથ પાછળ રહી જતું હોય તો, તેઓ આ મોડા પડવા માટે અથવા જે કોઈ પણ સમસ્યાનો સામનો કરતા તેના વિશે જણાવતા અને પાછા રસ્તા પર આવી શકાય તે માટે તેમણે શું યુક્તિઓ વિચારી છે તે કહેતા. દરેકને કોઈ પણ

સૂચન સાથે ટપકી પડવાની છૂટ હતી. મૂળ વિચાર કોઈ પણ સમસ્યાને ખુલ્લી રીતે હવામાં તરકી મૂકવાનો અને આખા જૂથને તેમનો ઉકેલ કેવી રીતે લાવવો તે વિચારતા કરવાનો હતો. અહીં બધું માત્ર મેક વિશે વિચારાતું, કોઈના અંગત નામ અથવા હોદ્દા વિશે નહીં.

## પાઈરેટ્સના સરદાર તરીકે નેતા

સ્ટીવ આ સર્કસનો રીંગમાસ્ટર હતો, અને તેણે રીંગમાટરના કોરડાનો સટાકો બોલાવ્યો. તે હંમેશાં દરેક જૂથમાંથી તે ઇચ્છતો હતો તેવી ગુણવત્તા માટે કશાંક વિશિષ્ટની શોધમાં રહેતો. તેણે ઘણા માણસોમાંથી તેમની સર્જનાત્મક તજજ્ઞતા બહાર આણી હતી અને તેમને એકરાગતાથી કામ કરવા તરફ દોરી ગયો હતો. તે હંમેશાં પોતાની જાતને તેની કાર્યશૈલીમાં તથા ફિલોસોફીમાં બંધ બેસે તેવા અને જેઓ (છેવટે મોટાભાગના સમય માટે)તેની આગેવાની ઇચ્છતા હોય, તેવા લોકોથી વિંટળાયેલી રાખતો.

છતાં, સાથો સાથ જ તે ખુલ્લી ચર્ચાઓને પણ પ્રોત્સાહન આપતો. પુષ્કળ દ્વેષિલી ચર્ચાઓ પણ થતી અને પુષ્કળ વિનોદ પણ થતો. મેં સ્ટીવને માત્ર એવા સમયે જ ખરેખર હતાશ થતો જોયો છે જ્યારે તેને એમ લાગતું કે કોઈક સભ્ય મુદ્દાસર અથવા સ્પષ્ટવક્તા નથી બનતો. ચર્ચાઓ ગરમી પણ પકડી લે - પરંતુ - તમે બીજે કશેક કદાચ વાંચ્યું હોય તે છતાં - બેઠકનો સામાન્ય સ્વર હંમેશાં શિષ્ટ રહેતો... જોકે સ્ટીવ કોઈની પણ સાથે જો તેણે આપેલ સૂચન તેના મત મુજબ આધારહિન જણાય તો ઉગ્ર થવામાં પાછો ન પડતો. મેકિન્ટોશનાં દરેક પાસાં વિશે તેને એટલું બધું ઊંડું જ્ઞાન અથવા જાણકારી અને સૂઝ હતી કે ભાગ્યે જ કોઈ તેની તોલે આવે અને તે જેને મૂર્ખ અથવા ઓછા માહિતગાર હોય તેવાં ગણે તેની સાથે ક્યારેય ખાસ ધીરજ ન રાખી શકતો.

મેં મારી અગાઉની પરંપરાગત કંપનીઓની નોકરીઓમાં જોયું હતું તેમ, મોટા ભાગની વ્યાપારી બેઠકોનું વલણ સંસ્થાકીય માળખા વડે નિર્દેશાયેલી રેખાઓમાં રહીને ચાલવાનું હતું. જો ઉપરી એમ કહે છે ગાય જાંબલી રંગની છે, તો મોટાભાગના સમયે, કોઈ ધ્યાન નહીં ખેંચે કે તેણે એ પ્રાણીને જોયું હતું, અથવા 'તે ગાય ન હતી અને તે નારંગી હતી.' સ્ટીવ આવું ન ચલાવી લે; જો તમારી પાસે કોઈ નવો વિચાર હોય, તો તમે બોલો. જ્યાં સુધી તે વિચાર સમજ પડે તેવો અને માહિતીસભર હોય, તો તે વિચાર અથવા ટીપ્પણી અથવા સૂચન ગમે તેટલા નીચેના સ્તરના કર્મચારી પાસેથી આવેલું હોય, તેને કોઈ ફરક નહોતો પડતો. એક ઇજનેર યાદકરે છે કે, 'ઘણી વખત સ્ટીવ એક બેઠક અથવા ચર્ચાનો આરંભ ઉશ્કેરણીજનક અથવા લાગણીવશ પદ્ધતિથી કરે, પરંતુ એક વખત તે

નિશ્ચય કરે કે તમે મૂર્ખ નથી, પછી તે વધારે વાતડિયો બની જશે. મેં તેને આખી કંપનીની બેઠકોમાં એક કસરત કરાવતા સાર્જન્ટ જેમ બેઠકની શરૂઆતમાં તેની રૂખ અથવા તરહ ગોઠવવા માટે કશાક પર વાત કર્યા કરવાનું શોધી કાઢતો, અને પછી પ્રેરણાદાયક વલણવાળામાં તબદીલ થતો જોયો છે.'

વર્ષો પછી, એક વખત એપલના એક કામદાર જીન-લુઈસ ગેસે સ્ટીવની વ્યવસ્થાપન પદ્ધતિનું એક યાદગાર વાક્યાંશ વડે સમર્થન કર્યું હતું : 'લોકશાહીઓ મહાન ઉત્પાદનો નથી બનાવતી - તે માટે એક સ્પર્ધક જુલમીની જરૂર છે.' જે લોકોએ સ્ટીવ માટે કામ કર્યું છે, તેમણે ભલે થોડાંક અંશે પણ તેને માફ કરી દીધો છે, અથવા છેવટે તેની રીત સહન કરી છે, કારણ કે બીજું કાંઈ નહીં તો પણ તે એક *ઉત્પાદન* જુલમી હતો, તેણે જે કલ્પના કરી હોય તેવું જ ઉત્પાદન આપવા માટે સંપૂર્ણ સમર્પિત.

પાઈરેટ્સને પણ એક સરદારની જરૂર હોય છે અને કંપનીના અધ્યક્ષ-મહાન પૂ-બાહ, સૌથી મોટો વડો મિ. જોબ્સ ન હતો, પરંતુ સીધો સાદો સ્ટીવ હતો તે વસ્તુએ ઘણી મદદ કરી. તે આદેશો આપતો પરંતુ બધાને એવું પણ લગાડતો કે, 'તે આપણામાંનો જ એક છે' તે ખૂબ જ અવારનવાર પેલા પીડાદાયક અને ક્યારેક મુંઝવી નાખે તેવા વિગતવાર પ્રશ્નો પૂછવા માટે અધવચ્ચેથી ટપકી પડતો. આથી, ઘણી વખત ખાસ કરીને ઈજનેરોને થોડુંક એવું લાગતું જાણે તેઓ બાલમંદિરમાં હોય.

છતાં, વાંધો એ હતો કે તે માત્ર આદેશો આપતો તેના કાર્યાલયમાં જ બેસી ન રહેતો, તે તો બરાબર ત્યાં જ - જાણે એમ કહેવાય કે કોલસાની ખાણમાં જ - હતો, બીજા બધાની જોડાજોડ જ કામ કરતો. દરેક મુલાકાત, દરેક પ્રશ્ન, તેની કાળજી તથા સંડોવણીના તીવ્ર સ્તરને સુસ્પષ્ટ કરતા. તે નાનામાં નાની વિગત સુધી દરેક રીતે મેકને એક મહાન ઉત્પાદન બનાવવાનાં દરેક પાસાં વિશે ઊંડાણપૂર્વક જતન કરતો. રોજે રોજ તેની ક્રિયાઓ આ સાબિત કરતી. જ્યારે તે સંતુષ્ટ ન હોય ત્યારે પણ, દરેક *વસ્તુ મહત્ત્વની છે* - કે વિગતોમાં જ સફળતા છે - એવા દૃઢ નિર્ધાર સાથે તે કામ કરતા તે હંમેશાં સ્પષ્ટ થતું.

અલબત્ત, ખાસ કરીને મેક જૂથમાંના હેકર ઈજનેરો માટે, સમર્પિતતા માપવાની તેની રીતોમાંથી એક હતી, 'તમે આની પાછળ દરરોજ કેટલા કલાકો આપવા ઈચ્છો છો? સોળ કલાક ? આખા શની રવિ? શા માટે નહીં ?' (એક કઠોરતાપર્વક ઉઘરાણી કરનાર પરંતુ સર્જનાત્મક રીતે સફળ એવો ડીઝનીનો કાર્યપાલક સ્ટીવ પછીથી લોકો સાથે એવું કહીને કામ કરશે કે જો તમે શનિવારે કામ પર ન આવો તો રવિવારે આવવાની તકલીફ લેવાની જરૂર નથી. બીજા શબ્દોમાં, ક્યારેય પાછા આવવાની જરૂર નથી.')

જો તમે સાચોસાચ એવું માનતા હો કે તમે ઉદ્યોગની ચાલ, અને કદાચ ઇતિહાસની ચાલ બદલી રહ્યા છો, તો તમે હાંસીને પાત્ર બનો તેટલા કલાકો સુધી કામ કરશો, એ સમયગાળા દરમ્યાન આંશિક રીતે બીજી કોઈ પણ જિંદગી છોડી દેશો અને તમારી જાતને ખાસ પસંદગી પામેલા વિશેષાધિકાર ભોગવતા લોકોમાંના ગણશો.

અમે તેની ઇજનેરોના જૂથના સભ્યો માટેની એક મુલાકાતમાંથી બહાર નીકળી રહ્યા હતા ત્યારે સ્ટીવે મારી તરફ જોયું અને કહ્યું, 'મને ખબર છે કે તેઓ મારા વિશે ફરિયાદ કરે છે, પરંતુ પાછળથી તેઓ આ સમયને તેમની જિંદગીના શ્રેષ્ઠ સમય તરીકે જોવાના છે. માત્ર તેઓ હજી આ જાણતા નથી. પરંતુ હું જાણું છું આ જ એક આંધી-વિસ્ફોટ છે.'

મેં કહ્યું, 'સ્ટીવ, તારી જાતને ફોસલાવ નહીં. તેઓ આ જાણે છે, અને પસંદ પણ કરે છે.'

## એક ખરાબ નિર્ણયને સ્વીકારતા શીખવું અને આગળ વધવું

પરંતુ સ્ટીવ પણ લોકોને આકારવામાં ભૂલ ન જ થાય તેટલો ચોક્કસ ન હતો. મેકિન્ટોશ માટે લગભગ હોનારત કહી શકાય તેવો નિર્ણય, તેના માર્ગના ફાંટા પાડવામાં આગળ વધારે તેવો નિર્ણય લેવાયો, કારણ કે આ ઘટનાની કેન્દ્રવર્તી વ્યક્તિને તે ખૂબ ચાહતો હતો તથા આદર આપતો હતો.

મેકિન્ટોશને માટે હાર્ડ ડ્રાઈવની જરૂર હતી. સ્ટીવ કમ્પ્યૂટરના કયા ભાગો પ્રાપ્ય હતા અને શું નવું અને વધુ લોકપ્રિય હતું તેના વિશે ખાસ્સી માહિતી ધરાવતો હતો. પરંતુ હાર્ડ ડ્રાઈવમાંથી કઈ લેવી તે નક્કી કરવું મુશ્કેલ હતું. તેને લાગતું વળગતું હતું ત્યાં સુધી અમુક વધારે પડતી પાતળી હતી તેને ગમતું હતું તેવું કશું તેને મળતું નહોતું. મેકિન્ટોશના એક અતિ મહત્ત્વના ભાગ તરીકે પસંદ કરવા જેટલું સારું તેને કશું નહોતું લાગતું.

ત્યારે એક દિવસ તેણે મને એક મુલાકાતી સાથે પરિચય કરાવ્યો. એક જર્મન માણસ, જે સ્વાભાવિક જ છે કે તેને ગમી ગયો હતો, તે એક ખૂબ જ પાણીદાર વ્યક્તિ હતો, જે પહેલાં કે અત્યારે હ્યુલેટ-પેકાર્ડ સાથે હતો અને જેની હાર્ડ ડ્રાઈવમાં મજબૂત પાશ્ચાદ્ભૂ હતી. (હું એ સજ્જનની માફી ચાહુ છું : મને તેમનું નામ યાદ નથી.)

સ્ટીવને હંમેશાં ઉત્પાદન લક્ષી વ્યક્તિઓ ગમી છે. તમે તેની દૃષ્ટિમાં આવી જાવ છો તે વિશેની તેને ખાતરી હોવી તે વધારે અગત્યનું છે. આ બહુ મોટી બાબત છે, કશુક એવું કે જે બાબતમાં તેણે દરેક મહત્ત્વના ખેલાડીઓ સાથે ચોક્કસ હોવું પડે. જો તેને તે વિશે

વિશ્વાસ હોય, તો જયાં સુધી તમે તેની દૃષ્ટિ તથા દિશા સાથે સુમેળમાં હો, ત્યારે તમે તેની સાથે અસંમત થાવ તો પણ તેને વાંધો નહોતા.

હાર્ડ ડીસ્કવાળા માણસમાં આ વિશ્વાસની લાગણીને લીધે, પછીથી કોઈકે કહ્યું હતું તેમ, ''સ્ટીવ 'અહીં નવસર્જન નથી થયું,' તેવાં લક્ષણના ગંભીર કિસ્સા'નો શિકાર થઈ પડ્યો. તેણે તે માણસને એક નવી, કળા કારીગરીની સ્થિતિમાં હોય તેવી હાર્ડ ડ્રાઇવની ડીઝાઈન કરવા માટે રાખી લીધો. મેક માટે આ હાર્ડ ડ્રાઈવનું ઉત્પાદન સીલીકોન વેલીની નજીકનાં કોઈક સ્થળે કરવાનું હતું.

આઈબીએમમાં મારા હોદ્દાઓમાંનો એક તેમના સાન-જોસ, કેલીફોર્નિયામાં આવેલા સૌથી મોટા હાર્ડ ડ્રાઈવ પ્લાન્ટના વરિષ્ટ વ્યવસ્થાપક તરીકેનો હતો. આ એવું કામ છે, જેમાં કોઈ બહારની વ્યક્તિને પ્રવેશ ન હોવો જોઈએ. તમારે મુળાધાર વિશે અને યાંત્રિક હાથો વિશે અને યથાર્થતા વિશે કાળજી રાખવી જોઈએ. તે ઉત્પાદનો ડીઝાઈન કરવાં તથા બનાવવાં એ શેતાનને વશમાં કરવા જેવાં મુશ્કેલ કાર્ય છે. એક ચક્કર ચક્કર ફરતી ડીસ્કની વાળ જેટલી પહોળાઈ પર સવારી કરવા જેટલું મુશ્કેલ કાર્ય છે, તેની બનાવટ માટે જોઈતી અપરંપાર સહનશીલતા એક દુઃસ્વપ્ન જેવી છે. યોગ્ય રીતે કામ કરે તેવી હાર્ડ ડ્રાઈવ બનાવવી એ અતિશય મુશ્કેલ કાર્ય છે.

મેં સ્ટીવને કહ્યું, 'હું ખરેખર એમ માનું છું કે આપણે હાર્ડ ડ્રાઈવના ધંધામાં ન પડવું જોઈએ. હું માનું છું કે આપણે એક તૈયાર હાર્ડ ડ્રાઈવ શોધી કાઢવી જોઈએ.' બોબ બેલવીલે જે મેકના હાર્ડવેર વિભાગનો વડો ઉપરી હતો, તે પણ તેને એ બાબતમાં જ દબાણ કરતો હતો. પરંતુ સ્ટીવનો નિર્ણય દૃઢ હતો. કોઈકે તેને 'ટ્વીગી' કોડ વર્ડ આપ્યો, અને પ્રયત્નો શરૂ થઈ ગયા અને લગભગ *ત્રણસો* માણસોનું કાર્યબળ થાય તેટલા કર્મચારીઓ લેવામાં આવ્યા.

બેલવીલે સાથે મારે વાત થઈ હતી. અમારા બંનેની વિચારસરણી એક જ સમાન હતી અને તેને લાગતું હતું કે કદાચ તેની પાસે આનો ઉત્તર હોય. સોની પાસે એક નવી ૩.૫ ઈંચની હાર્ડ ડ્રાઈવ હતી, જે તેમણે હ્યુલેટ-પેકાર્ડ માટે વિકસાવી હતી અને જે ઘણા સમયથી દરિયા માર્ગે મોકલાતી હતી. બેલવીલેના ઇજનેરોમાંથી એક જે હ્યુલેટ-પેકાર્ડમાંથી આવ્યો હતો, તે કદાચ તેના ત્યાંના સંપર્કોને એ ડ્રાઈવમાંથી એક અમને ચકાસણી માટે લોન તરીકે આપવાનું કહી શકે.

લગભગ તરત જ બોબના હાથમાં તે ડ્રાઈવ આવી ગઈ. તે ખુશ હતો કારણ કે તે મેકમાં કામે લગાડી શકાય તેમ હતી. જ્યારે તેના ઇજનેરો એક ઇન્ટરફેસ પર કામ કરવા

લાગ્યા, ત્યારે સોની સાથે વાટાઘાટ શરૂ થઈ. એ કંપની એપલ માટે એક પ્રકલ્પ તૈયાર કરવાના વિચાર માત્રથી ઘણી જ આનંદમાં આવી ગઈ.

ટ્વીગી અને સોની ડ્રાઈવ બંને પરનું કામ સમાંતર ચાલતું હતું, અલબત્ત, સોનીના પ્રકલ્પ વિશે કોઈએ સ્ટીવને કશું કહ્યું ન હતું. બોબ જરૂર પડે તે મુજબ જાપાનની અવારનવાર ઝડપી મુલાકાત લેતો હતો, અને સોનીના ઈજનેરોમાંથી એક, ટેકનિકલ બાબતોના વિસ્તૃત વિવરણ વિશે ચર્ચા કરવાના પ્રસંગે ક્યુપર્ટીનો આવ્યો હતો. એક દિવસ જ્યારે આ સોનીનો ઈજનેર બોબના કાર્યાલયમાં હતો, ત્યારે બધું સરળતાથી ચાલતું હતું. તેમની વાતચીત ચાલતી હતી, ત્યાં બોબે બહારનાં ખંડમાં એક પરિચિત અવાજ સાંભળ્યો, જે તેના કાર્યાલય તરફ આગળ આવી રહ્યો હતો.

તે કૂદકો મારીને ઊભો થઈ ગયો, દરવાન માટેના ખંડનું બારણું ખેંચીને ખોલી નાખ્યું અને ઉન્મતપણે તે ઈજનેરને તેમાં ચાલ્યા જવાનો ઈશારો કર્યો. બીચારો એ ઈજનેર સંપૂર્ણપણે હાંફળો ફાંફળો થઈ ગયો હતો. એક ચાલુ મુલાકાત દરમ્યાન, શા માટે તેણે પોતાની જાતને એક એકાંતખંડમાં બંધ થઈ જવા દેવી જોઈએ તે તેને સમજાતું ન હતું.

પરંતુ તેને બોબ પર વિશ્વાસ હતો. તે અંદર ચાલ્યો ગયો. બોબે તેની પાછળ બારણું બંધ કરી દીધું અને સ્ટીવ અંદર આવ્યો તે પહેલાં ખૂબ જ કામ કરતો હોય તેવો દેખાવ કરતો પાછો બેસી ગયો. પેલો ઈજનેર સ્ટીવ પાછો ચાલ્યો ગયો ત્યાં સુધી એ અંધારા ખંડમાં છાનો માનો ઊભો રહ્યો.

હું જ્યારે એ દૃશ્ય વિશે વિચાર કરું છું ત્યારે મને હસવું આવે છે.

મહિનાઓ પછી હું મેકના મકાનના સભાખંડમાં એક ટ્વીગી ઉત્પાદન માટેનો અભિપ્રાય આપવા માટે હાજર થયો.સ્ટીવના હાર્ડ ડ્રાઈવવાળા માણસે ચકાસણીનાં પરિણામો વિશે વિગતવાર વાત કરી. તે એ વિશે પ્રમાણિક હતો, પરંતુ પરિણામો ભયાનક હતાં. સ્પષ્ટરૂપે ટ્વીગી એ એક હોનારત સાબિત થયું હતું.

સ્ટીવે મેકની બધી જ ઈજનેરી બાજુઓ તથા વ્યાપાર બાજુઓની ટીમના વડાઓની બેઠક બોલાવી. જ્યારે દરેક વ્યક્તિ ટોળે મળીને તેને ટ્વીગીને માંડી વાળવાનું કહેતી હતી, ત્યારે તે મારા તરફ ફર્યો, અને કહ્યું, 'જે, હું ઈચ્છું છું કે તું આ બેઠક પર નજર રાખી, અને શું કરવું તે વિશે મને કહે.'

મેં કહ્યું, 'સારું, ચાલ આપણે બહાર લટાર મારીએ' અમે અમારી અનેક લટારોમાંની એક માટે નીકળ્યા, આ ચર્ચા મોટાભાગની ચર્ચાઓ કરતાં વધારે લાગણીશીલ હતી. હું

નિષ્પક્ષપાતી છું તેવો તેનો વિશ્વાસ હતો, અને હું તેવો જ હતો. મેં કહ્યું, 'સ્ટીવ, તારે આ પ્રકલ્પને ખતમ કરી જ નાખવો પડશે. આ પૈસાનો વ્યર્થ બગાડ છે. અને હું ટ્વીગીની દરેકે દરેક વ્યક્તિને બીજી નોકરી આપવાની બાહેંધરી આપું છું.'

અમે મીટીંગમાં પાછા ફર્યા. સ્ટીવ બેઠો અને કહ્યું, 'ભલે, 'જે' એ પ્રકલ્પ બંધ કરવાનું નક્કી કર્યું છે.' તેણે આ મારા ઉપર ઢોળી દીધું. આ સાંભળીને હું ભોંયભેગો થઈ ગયો, પરંતુ મેં મારા પ્રતિભાવો છુપાવવા શક્ય તેટલા શ્રેષ્ઠ પ્રયત્નો કર્યા. તે આગળ બોલ્યો, "અને તેણે બધા લોકોને ગોઠવી આપવાનું કબુલ કર્યું છે, કોઈ વ્યક્તિ પોતાની નોકરી નહીં ગુમાવે."

મેકિન્ટોશ માટે આ ટ્વીગીનો અંત હતો. તેને બંધ કરી દેવામાં આવ્યું. મેં વચન આપ્યું હતું તે મુજબ, મેં મારા એચઆરના લોકોનો ટેકો લીધો અને અમે આખા ટ્વીગી જૂથ માટે એપલના બીજા ભાગોમાં નવી નોકરીઓ શોધી કાઢી.

મેકિન્ટોશ સોનીના ડ્રાઈવ સાથે બજારમાં ગયું, જે ટ્વીગીની જે કિંમત થાત તેના કરતાં લગભગ અડધી કિંમત ધરાવતું હતું અને તેને બનાવવાનું અમારા માથે નહતું.

ટ્વીગીનો ફિયાસ્કો થયો ત્યારથી, જ્યારે સંજોગો સમર્થન આપે ત્યારે, સ્ટીવ બહારના સપ્લાયર પાસેથી ખરીદી કરવા માટે વધારે તૈયાર થવા લાગ્યો. આ દિવસોમાં ઉત્પાદનને વધુ ઝડપથી બજાર સુધી લઈ જવા માટે, તે ઘણી વખત બહારના ઘટકો અથવા સોફ્ટવેર સ્વીકારી લે છે, અને પછી તેને પાછળની આવૃત્તિઓ માટે એપલની અંદર વિકસાવે છે.

ટ્વીગીએ તેને એવો બોધપાઠ ભણાવ્યો જે તે ક્યારેય ભૂલ્યો નથી.

ટ્વીગીની આ વાર્તાના એક વધારાનું પ્રકરણ પણ છે. લીસા કોમ્પ્યૂટર વિકસાવતા એપલ જૂથે ટ્વીગીને પુનઃજીવિત કર્યું અને આ ટ્વીગી ફ્લોપીમાંથી બે ફ્લોપીનો તેમણે તેમના કોમ્પ્યૂટરની મૂળ આવૃત્તિમાં ઉપયોગ કર્યો. પરંતુ ડીઝાઈનની જે સમસ્યા હતી, જેણે જ્યારે આ ડ્રાઈવને મેકમાં દાખલ કરવાની હતી ત્યારે ઉપદ્રવ કર્યો હતો, તે ક્યારેય ઉકેલી ન શકાઈ. ઉપભોક્તાઓને તે ડ્રાઈવ ધીમી તો લાગી જ પરંતુ સૌથી ખરાબ એ હતું કે તે વિશ્વાસપાત્ર ન લાગી. લોકો એટલા બધા વ્યાકુળ થઈ ગયા કે છેવટે એપલે તેના ૬૦૦૦ કે એટલા શરૂઆતના ખરીદદારોને નવાં બનાવાયેલ લીસા કે જેમાં બે ટ્વીગીની જગ્યાએ ઓછી ક્ષમતાવાળી પરંતુ ઘણી વધારે ભરોસાપાત્ર સોની ડ્રૂઈવ મૂકવામાં આવી હતી, તેનાથી મફતમાં અપગ્રેડ કરી આપવાની દરખાસ્ત મૂકી.

ટ્વીગીને રદબાતલ કરવાનો નિર્ણય લેવાનું સ્ટીવને ઘણું જ આકરું લાગ્યું. પરંતુ તેને દોષમુક્ત કરવામાં આવ્યો : સ્પષ્ટપણે આ યોગ્ય પસંદગી હતી.

## સર્વવ્યાપી વ્યવસ્થાપક

સ્ટીવની વિગતો માટેની કાળજી માત્ર ટેકનીકલ અને ડીઝાઈનના મુદ્દાઓને જ લાગુ નહોતી પડતી, પરંતુ ડોલર્સ અને સેન્ટના મુદ્દાને પણ એટલી જ લાગુ પડતી હતી. અને આ બાબત તેની હતાશા માટેનો સ્ત્રોત્ર હતી. ડેબી કોલમેન, મેક જૂથની સીએફઓ સતત વેચાણનાં આલેખને ફરી ફરીને સુધાર્યા કરતી, પરંતુ તે સાથે જ એપલ ફાઈનાન્સ પણ તેમના પોતાના આલેખનો કરતાં રહેતા હતા અને તે બંનેના આંકડા ક્યારેય સરખા મળતા નહતા. તેઓ આગળ પાછળ થઈને માહિતીની આપ-લે કર્યા કરતા હતા, હંમેશાં એક જ ધારણામાંથી શરૂ કરીને તેઓ આ કાર્ય કરતાં પરંતુ દરેક વખતે, અલગ અલગ જવાબો પર આવતાં હતાં. ડેબી, એકદમ ઉદ્યોગ સાહસિકની રીતે, આલેખનો એકદમ મજબૂત બને તેની ખાતરી કરવા માટે કૃતનિશ્ચયી હતી. પરંતુ જેટલી વખત તે અને સ્ટીવ કોર્પોરેટ સીએફઓ, જો ગ્રેઝીઆનો સાથે બેસતાં, તે દરેક વખતે ફરી ફરીને વાર્તા ત્યાં જ આવીને ઊભી રહેતી - દેખીતી રીતે એમ થતું કારણ કે અલગ અલગ વસ્તુ માટેના હિસાબ માટે વિવિધ રીતો હોય છે. (એવું નથી કે આ વાતથી ફેર પડે છે, પરંતુ જો એ એક એવો સીએફઓ હતો, જે લાલરંગની ફેરારી વાપરતો હતો. મને હંમેશાં લાગ્યું છે કે તેનાથી (લોકો સુધી) ખોટો સંદેશ પહોંચતો હતો અથવા ખોટી છાપ પડતી હતી.)

સ્ટીવ ક્યારેય મને આ બેઠકોમાં ચકીત કરવાનું ચૂકતો નહીં. હંમેશાં બન્ને સીએફઓ કરતાં આલેખન પર તેનો વધુ કાબુ હોવાનું દેખાતું અને તેની ડેટા માટેની ચોક્કસાઈની માગણી, તેની ઉત્પાદન માટેની ચોક્કસાઈની માગણી જેટલી જ મજબૂત હતી. તે એવો દૃઢ આગ્રહ રાખતો કે દરેકે દરેક પાસું ઉત્પાદનના પોતાના જેટલું જ સારું હોવું જોઈએ.

## મોકળાશ લોકો માટે મંચ તૈયાર કરે છે

સ્ટીવ જોબ્સ જેવા માણસ માટે, એક જૂથ એ તેમાં રહેલા લોકોના સરવાળા કરતાં કંઈક વિશેષ છે. જૂથ કેટલું વધારે સારું કાર્ય કરે છે, તેના પર કાર્ય સ્થળનો પોતાનો જ વધારે પ્રભાવ હોય છે. કાર્યસ્થળ એ કાંઈ માત્ર કેબીનો અથવા કામ કરવા માટેનો ટેબલ ખુરશીઓનો ગણ નથી, ભૌતિક ગોઠવણ એ એક આભા ઊભી કરવાનો, વિશિષ્ટ હોવાનું વાતાવરણ ઊભું કરવાનો ભાગ છે.

૧૯૮૧માં મેક જૂથ બેન્ડલી ડ્રાઈવ પરનાં એક મકાનમાં ગયું, જેનો પહેલાં એપલ-II જૂથના એક ભાગ વડે ઉપયોગ કરતો હતો. નવા મકાનનો વચ્ચેનો ભાગ એક વિશાળ ખુલ્લો ભાગ હતો. સ્ટીવે પોતાનું કાર્યલય આગળના પ્રવેશ નજીક રાખ્યું. બીજા બધાની કેબીનો તથા પ્રયોગશાળાઓ તેને ફરતે ગોળાકારના ચાપની જેમ ફેલાયેલા વિસ્તારમાં ગોઠવવામાં આવી. સ્ટીવ એક વાદ્યવૃંદના કન્ડક્ટરની જેમ ફોકલ પોઈન્ટ પર હોય અને તેના સાજિંદાઓ તેની સામે વ્યવસ્થિત ગોઠવાયેલા હોય તેવી ગોઠવણ હતી. ખુલ્લા ભાગમાં એક પીયાનો હતો, વીડીયો ગેમ્સ હતી અને ફળોના રસની બાટલીઓ ભરેલું એક વિશાળ ફ્રીજ હતું. બહુ ઝડપથી આ સ્થળ કર્મચારીઓને માટે એકઠા મળવાનું અને આંટા મારવાનું સ્થાન બની ગયું. આ ખુલ્લાભાગમાં સ્ટીવની જૂની મૂળની બીએમડબલ્યૂ મોટર સાયકલ પ્રદર્શિત કરવામાં આવી હતી, કે જે હજી સુધી તદ્દન નવા જેવી સ્થિતિમાં હતી. તે એક મહાન ડીઝાઈન અને ક્રિયાશીલતાનું ચિહ્ન હતી. પરંતુ જ્યાં સુધી મને લાગતું વળગતું હતું ત્યાં સુધી તે, આ ચોક્કસ જૂથ પાસે એક ખૂબ જ અલગ પડતો નેતા હતો તેનું ચિન્હ અથવા પ્રતીક હતી. પાછળથી પીક્સર અને ગુગલ પણ તેમના કર્મચારીઓ માટે આજ પ્રકારનાં પર્યાવરણ ઊભું કરવા માટે છાપાઓમાં પુષ્કળ સ્થાન આવરશે. બીજી ઘણી બધી વસ્તુઓની સાથે, સ્ટીવ આમાં પણ આગળ હતો.

બીજી બાજુ, ભલે તમને આ એક બૌદ્ધધર્મી પાસેથી તમે અપેક્ષા રાખી હોય તેવુ નહીં લાગે, પરંતુ તેનું જૂથ નવા સ્થાને ગયું તે પહેલાં, સ્ટીવે વાસ્તવમાં મને કહ્યું કે તે એ ઈમારતમાં રહેલા દુષ્ટાત્માઓથી છૂટકારો મેળવવા એક ભૂવાને બોલાવવા માગતો હતો. આ વિચાર વિશે તે સંપૂર્ણપણે ગંભીર હતો. એવું લાગતું હતું જાણે તે એવું વિચારતો હતો કે એપલ-II જૂથ કોઈક રીતે દૂષિત હતું, અને તેની પાછળ ખરાબ અસરો છોડી ગયું હતું.

મેં વિચાર્યું કે જો કોઈને આ વાતની ખબર પડી જશે, તો તે અમને ઠઠ્ઠા મશ્કરીની હાલતમાં મૂકી દેશે - જે એપલની બાકી રહેલી બાજુમાં વધુ એક કાંટો ભોંકાવા જેવું હશે. ભાગ્યવશાત્ તે તેમ ન કરવાના કારણો સાંભળવા તૈયાર હતો અને તેણે તે વિચાર છોડી દીધો. (હું એમ કહેવા માગું છું કે કદાચ તેણે મને ચિડવવાની રીત તરીકે જ કદાચ માત્ર આ સૂચન કર્યું હોય, બાકી એ સિવાય તો જ્યારે ધંધાની વાત આવે અને તેમાં પણ ખાસ કરીને મેકિન્ટોશ વિશેની વાત હોય, ત્યારે સ્ટીવે ભાગ્યે જ આવી રમૂજવૃત્તિ દર્શાવી છે.)

## કોર્પોરેટ સંસ્કૃતિ - પુરાણી રીત

પાછા વળીને જોતાં, મને નથી લાગતું કે જૂથના યુવાનોને ખ્યાલ આવ્યો હોય કે સ્ટીવે મેક જૂથ માટે ઊભી કરેલી સંસ્કૃતિ કેટલી મુક્તશૈલીની હતી. મારે માટે તે એક આહ્‌લાદ અને એક પ્રકારના નાનકડા ચમત્કાર જેવું હતું. કારણ કે હું હંમેશા માટે નોંધ લેતો હતો કે, આ પાઈરટ્સ વલણ મેં પહેલાં જ્યાં કામ કરેલું તે કંપનીઓ કરતાં કેટલું અલગ હતું.

જ્યારે હું આઈબીએમમાં હતો ત્યારે તે કંપનીમાં બધા ઘણા જ ચાલાક લોકો હોવા છતાં - મેં કહ્યું છે તેમ, હું વર્ષો સુધી ઘણાં તેજસ્વી ભેજાંઓથી ઘેરાયેલો હતો - અમારામાંના મોટા ભાગના અમે બરાબર જે વસ્તુ માટે કામ કરતા હતા, તે વાસ્તવિક વલણ તરફની દૃષ્ટિ જ ગુમાવી બેસવાનું અને તેનાથી ક્યાંય દૂર ખસી જવાનું વલણ ધરાવતા હતા. આઈબીએમ દુનિયાનું સૌથી મોટાં નિગમોમાં ચોથું કે પાંચમું નિગમ હતું. અને તેમાં ૪,૦૦,૦૦૦ કર્મચારીઓ હતા. મારી ધારણા છે કે તેમાંના મોટા ભાગના આઈબીએમ સંસ્કૃતિ સાથે ખુશ હતા : તેમના એક્ઝીક્યુટીવ તાલીમ કાર્યક્રમમાં ગયા પછી પણ મને ક્યારેય એવું નથી લાગ્યું કે હું તેમાં બરાબર ગોઠવાયો હોઉં. હું ક્યારેય એ પારંપરિક વ્યાપાર-કાર્યપાલકો પ્રકારની કાળજીમાં ગોઠવાઈ ન શક્યો.

એક લાંબી રજાઓ દરમ્યાન, મેં દાઢી વધારી અને હું કામ પર પાછો ફર્યો ત્યારે મેં દાઢી કાઢી નહીં. મારા ઉપરીઓને મારા વિશે શું માનવું એ સમજાતું ન હતું - આ આઈબીએમના ધારાધોરણ મુજબના સુટ, સફેદ શર્ટ અને ટાઈના ગણવેશવાળા માણસની નવી દાઢી તેમના મોઢા પર તમાચા જેવી લાગતી હતી. મારા આઈબીએમના સહકાર્યકરો કહેતા, અમારી પાસે જંગલી બતકો છે ... પરંતુ તેઓ પણ નિશ્ચિત ગોઠવણી મુજબ ઉડે છે.'' ટૂંકમાં, વ્યવસ્થા કે ગોઠવણમાં કોઈ ફેરફાર થવો જોઈએ નહીં.

છેવટે હું તેમના નવાં ઉત્પાદનોમાં રસના અભાવને કારણે ખૂબ જ હતાશ થઈ ગયો. એક દિવસ એક ઉચ્ચસ્તરની બેઠકમાં બધા કોન્ફરન્સ ટેબલની આસપાસ બેઠા હતા ત્યારે, બોર્ડના અધ્યક્ષ ફ્રેન્ક કેટીએ મારાં એક સૂચનને સાંભળીને કહ્યું, 'આઈબીએમ એક સુપર માર્કેટ જેવું છે, ખૂબ જ વિશાળ અને સંભાળવું ખૂબ જ મુશ્કેલ - જ્યારે તમે એક ચાલ ગોઠવી દો, પછી તેમે તેને સહેલાઈથી બદલી શકતા નથી. ત્યાંથી પાછા વળવા માટે એકવીસ માઈલ જેટલી લાંબી સફર કરવી પડે છે અને અટકવા માટે સોળ માઈલ.'

જ્યારે મેં આ સાંભળ્યું ત્યારે મને ખબર પડી ગઈ કે હું ત્યાંનો સદસ્ય નથી.

એપલમાં મને ક્યારેય એક માત્ર વ્યવહારદક્ષતાનો માણસ હોઉં તેવું નથી અનુભવાયું. મને સમીકરણની વ્યાપારી બાજુમાં સંપૂર્ણપણે રસ હતો, અને હું મજબૂત આયોજનો બનાવી શકતો અને આ સરળતાથી કામ કરતી કંપનીમાં તે આયોજનોને કાર્યમાં તબદીલ કરી શકતો. પરંતુ મેં બહુ ઝડપથી જૂથ જે કોમ્પ્યુટીંગની નવી દિશા તરફ જઈ રહ્યું હતું, તેની અગત્યતાને પણ પારખી લીધી હતી. સ્ટીવની ઉત્પાદનનાં દરેક તત્ત્વ માટેની કેન્દ્રિતતા તથા ઝનૂન જેવી અસાધારણ ઘટના મેં આ પહેલાં ક્યારેય જોઈ નહોતી. અને હું હૃદયપૂર્વક તેની સાથે સંમત થાઉં છું.

## તમે અતિ શ્રીમંત બની જાવ તે છતાં તમે એ રીતે જ વ્યવસ્થાપન કરશો ?

મને એ બાબત પર શરત મારવાની ઈચ્છા થાય છે કે મોટા ભાગના લોકો લોટરીમાં મોટી રકમ જીતે તો તે તરત જ તેમના ઉપરીને કહેશે કે તેઓ નોકરી છોડી જાય છે. અને પછી ક્યારેય કામ પર પાછા નહીં ફરે. જો તમે ઓચિંતા ખૂબ જ ધનવાન થઈ જાવ તો તમે શું કરશો ?

૧૯૮૦માં નાતાલનાં બે અઠવાડિયા પહેલાં સ્ટીવ જોબ્સે એક વિશાળ ભેટ મેળવી અને તેની જેમ જ કંપનીના બીજા ગણ્યા ગાંઠ્યા લોકોએ પણ મેળવી. જ્યારે એપલ કોમ્પ્યુટર્સના શેર્સ સ્ટોક એક્સચેન્જ પર ઓફર થતા હતા ત્યારે જનતાએ એજ અત્યુત્સાહ સાથે કે આઈપોડ તથા આઈફોન પાછળથી ધુમ મચાવશે, તેને ખરીદવા માટે બુમરાણ મચાવી દીધી. પહેલા જ કલાકમાં ૪.૬ મિલિયન શેરનું વેચાણ જોઈ લીધું, પહેલા દિવસના અંતે તે ઈતિહાસનું સૌથી સફળ જાહેર ભરણું તથા લગભગ ૩૦ વર્ષ પહેલાં ફોર્ડ મોટર્સનો ઈસ્યુ જાહેરમાં આવ્યો હતો ત્યારથી સૌથી વધુ છલકાયેલ ભરણાવાળો આઈપીઓ ઘોષિત કરાયો હતો.

માત્ર એક જ દિવસમાં સ્ટીવ દુનિયાનો સૌથી ધનાઢ્ય આપકર્મી માણસ બની ગયો હતો. તેને લોકોને કહેવાનું ગમતું, ‘હું ત્રેવીસ વર્ષનો હતો, ત્યારે મારી કિંમત એક મીલીયન ડોલર્સ હતી, ચોવીસ વર્ષે તે દસ મિલિયન ડોલર્સ થઈ ગઈ અને જ્યારે હું પચીસ વર્ષનો થયો ત્યારે તે કિંમત બસો મિલિયન ડોલર્સ કરતાં પણ વધારે હતી.’

તેના આગલા વર્ષે ઝેરોક્ષે એપલમાં રોકાણ કર્યું હતું. (આ સોદાની એ શરત હતી કે સ્ટીવ અને ઇજનેરોને પેલી ઝેરોક્ષ-PARCમાંની ઉદ્યોગબદલી નાખનાર મુલાકાતો લેવાની છૂટ અપાઈ હતી.) મને આશા છે કે ઝેરોક્ષની બે વ્યક્તિઓ કે જેઓ તે રોકાણનો નિર્ણય લેવા માટે જવાબદાર હતા, તેમને યોગ્ય રીતે બદલો આપવામાં આવ્યો હતો, ઝેરોક્ષના ૧ મિલિયન ડોલરનો હિસ્સાની કિંમત એકાએક ૩૦ મિલિયન ડોલર્સની નજીક પહોંચી ગઈ હતી.

ઉલ્લેખનીય બાબત એ છે કે સ્ટીવની ઓચિંતી શ્રીમંતાઈએ તેનામં કોઈ નોંધપાત્ર રીતે ફેરફાર કર્યો હોય તેવું દેખાતું ન હતું. હવે એક ફોર્ચ્યુન - ૫૦૦ કંપનીમાંની એકનો અબજોપતિ સહસ્થાપક અને બોર્ડનો અધ્યક્ષ હજી પણ તેનાં પરંપરાગત ટી-શર્ટ, લેવીસનાં પેન્ટ અને બીર્કેન્સ્ટોક (સ્પોર્ટશૂઝ)માં જ કામ પર આવતો હતો.

ઠીક છે, તે ક્યારેક એક બેન્કર અથવા એવી કોઈ વ્યક્તિ કે જેને તે પ્રભાવિત કરવા માગતો હોય તેની સાથેની મીટીંગ વખતે સૂટ પહેરતો. પરંતુ તે ભાગ્યે જ પૈસા અથવા માલ મિલકત વિશે વાત કરતો. તેની પાસે પહેલાંથી જ એક ઘર, મર્સીડિઝ કૂપે અને હાથા પર નારંગી પોમ-પોમ વાળી બીએમડબલ્યૂની મોટર સાયકલ હતી, જે તેણે એક વર્ષ પહેલાં જ્યારે કંપનીએ વેન્ચર કેપિટલ ઇન્વેસ્ટમેન્ટ મેળવ્યું ત્યારે ખરીદી હતી. તેના પોતાના માપદંડ પ્રમાણે તેનો પોતાનો એવો ઘણો ઓછો સંગ્રહ હતો, જેમાં તેને કોઈ રસ હોય.

તે જ્યારે મુસાફરી કરતો ત્યારે પ્રથમ વર્ગમાં જ જતો. પરંતુ તે એપલની સર્વસામાન્ય નીતિ હતી. દરેક કર્મચારી માત્ર એક્ઝીક્યુટીવ્સ અથવા વ્યવસ્થાપકો જ નહીં, પરંતુ ઇજનેરો તથા ક્ષેત્ર સહયોગીઓ (જેને એપલમાં સેક્રેટરી કહેવાતા) પણ પ્રથમવર્ગમાં જ વિમાન મુસાફરી કરતા. કંપની પૈસાથી એટલી ઊભરાતી હતી કે કોઈ આરોગ્ય માટે ખર્ચ માટેનું આયોજન હતું જ નહીં, તમારે જ્યારે કોઈ મેડીકલને લગતો ખર્ચ આવે, પછી તે ડોક્ટરની મુલાકાત હોય કે ગંભીર શસ્ત્રક્રિયા, બસ માત્ર બિલ જમા કરાવી દો અને એપલ બધી કિંમત આવરી લેશે.

સ્ટીવ માટે કામ કરવું એટલે નિવૃત્તિ માટે પૂરતા પૈસા બનાવવા તેટલું જ ન હતું. એ માત્ર પૈસા બનાવવા વિશે જ ન હતું, એ તેની પાઈરેટ્સ ટીમને એક મહાન ઉત્પાદન સર્જવા માટે દોરવણી આપવા વિશે હતું, ભલે વર્ષો દરમ્યાન તે વધુને વધુ ધનિક બનતો જશે, છતાં સ્પષ્ટ પણે તેણે ક્યારેય ભવ્ય ઉત્પાદનો સર્જવા તરફની તેની પ્રતિબદ્ધતા છોડી નહીં.

## એક પાઈરેટ બનો ત્યારે

પાછું વાળીને જોતાં હું કબૂલ કરું છું કે મને ઘણો આનંદ છે કે સ્ટીવ મને એપલમાં અને તેનાથી પણ વધારે કહું તો મેકિન્ટોશ જૂથમાં લાવવા માટે આટલો બધો નિશ્ચયાત્મક હતો. મનથી તો હું હંમેશાં પાઈરેટ્ જ હતો. પણ સ્ટીવે એ બાબત ન કહી ત્યાં સુધી હું તે જાણતો નહતો. આઈબીએમમાં મારા જે (ક્યારેક ચીલા ચાતરનારા અભિપ્રાયો) ધંધા વિશે ઉત્પાદનો વિશે તથા નેતાગીરી વિશેના જે અભિપ્રાયો જેને કારણે હું ક્યારેક ચીલો ચાતરનાર જેવો દેખાતો હોઈશ. તેને કારણે મને ‘જંગલી બતક’ની ઉપમા આપવામાં આવી હતી. હું રાજકારણ અને અમલદારશાહીને ધિક્કારતો. અને તેથી જ હું હંમેશાં એપલમાં મારા કર્મચારીઓને તેઓ જે કાંઈ પણ કરે તેમાંથી અમલદારશાહીની વિચારસરણીને બહાર જ રાખવા તરફ લઈ ગયો છું. સાથોસાથ જ અસાધારણ ઝનૂન બાકીના મેકિન્ટોશ જૂથની જે પ્રકારની છાપ પાડતું હતું તેનાથી ચલીત હતો.

મને સમજતાં વધારે સમય ન લાગ્યો કે સ્ટીવ ‘સર્વશ્રેષ્ઠ કુનેહ ને ખોળી કાઢવી તથા જો તે કરી શકે તો તેમને કામ પર લઈ લેવા’, તે સિદ્ધાંતને અનુસરતો હતો. તેણે મને આ ધોરણમાં બંધબેસતો જોયો, જ્યારે હું ઉપલબ્ધ હતો, બરાબર તે જ સમયે તેણે મને તેની સાથે લઈ લીધો, એ મારી સાથે ઘટેલી ઉત્તમ ઘટના હતી.

એપલના મારા અનુભવે મને વિશ્વાસ બેસાડ્યો કે ભવિષ્યમાં હું કોઈ પણ ધંધામાં હોઉં હું હંમેશાં મારા માટે કામ કરતી વ્યક્તિઓને કામ શરૂ કરતી વખતે એક ‘પાઈરટ’ જેવા હોવાનો અનુભવ આપવાનો પ્રયત્ન કરીશ. પાઈરેટ્સ તેમના નેતા પાસેથી ઊંચા ધોરણો માટેની માગણી સ્વીકારે છે. તેઓ ક્ષતિહિનતા માટેની માગ સ્વીકારે છે. અને તેઓ તે સિદ્ધ કરવા માટે તનતોડ મહેનત કરે છે.

૪

# પ્રતિભાને શાબાશી આપવી

જો તમે એક નવી શાળા શરૂ કરતા હશો તો તમે શક્ય તેટલા શ્રેષ્ઠ શિક્ષકોને લેવાનો પ્રયત્ન કરશો. જો તમે ઘોડાની રેસમાં સ્પર્ધામાં ઉતરનાર લોકોને લક્ષ બનાવીને વેબસાઈટ શરૂ કરવા માગતા હો તો તમે જે મેડલ જીતી લાવે તે શ્રેણીના અને જેણે શ્રેષ્ઠ ઈનામો જીત્યાં હોય તેવા સારા ઘોડેસવારો તમારા કર્મચારીગણમાં હોય તેવી આશા રાખશો અને આવું જ બીજાં ક્ષેત્રો માટે પણ હશે.

આ બધું કહેવું સહેલુ છે પરંતુ સ્પષ્ટ રીતે તે કરવું એટલું સહેલું નથી. છતાં આ સ્ટીવ જોબ્સની સફળતાની ચાવીઓમાંથી એક છે. જ્યારે પણ તેને કઈ પડકારનો સામનો કરવાનો આવ્યો છે, તેણે અસામાન્ય લોકો વડે બહાર આવવાની વ્યવસ્થા કરી છે. જે સિદ્ધાંતો એ તેને આમાં સફળતા અપાવી તે થોડાંક ઉદાહરણો વડે સ્પષ્ટ થશે.

સિદ્ધાંતોની સૂચિની શરૂઆત દેખીતી રીતે વ્યક્તિનું તેની ભૂતકાળની સિદ્ધિઓ પરથી મૂલ્યાંકન કરવા સાથે થાય છે આ સિદ્ધિઓ એટલે કોઈ ક્ષેત્રમાં એક સાબિત થયેલ સૂઝબૂઝ અથવા એવી કુનેહ, જેની કંપની અથવા ચોક્કસ પ્રકલ્પ માટે જરૂર હોય, તેની શોધ કરવી. આ બરાબર છે - દરેક વ્યક્તિ જેણે ક્યારેય પણ એક રીઝ્યુમ લખ્યો છે, એક રીઝ્યુમે વાંચ્યો છે, અથવા ઓછામાં ઓછા એક કર્મચારીને પણ કામે રાખ્યો હોત, તે પહેલાંથી જ આ વસ્તુ સમજે છે. તે દિવસોમાં એપલમાં રીઝ્યુમે તમે ધારતા હો તેટલું મહત્ત્વ નહતું.

## એવી વ્યક્તિઓ ખોળવી જે પ્રકલ્પ વિશે ઉત્સાહિત હોય

મારે માટે - સ્ટીવની કારકીર્દિમાંની લોકોને કામે રાખવા વિશેની સૌથી મોટી

ઘટનાઓમાંથી એક - અને તે ખરેખર તેના વલણનો ઉપસંહાર છે - તેણે મેક જૂથમાં શરૂઆતમાં જે વ્યક્તિને કામે લગાડી તે છે. એક દિવસ સોફ્ટવેર ઈજનેર એન્ડી હેટઝફેલ્ડ ને સ્કોટી - માઈક સ્કોટ, એપલના અધ્યક્ષ તરફથી આવીને તેને મળી જવાનુ કહેણ આવ્યું. આ વાતે એન્ડીને ડરાવ્યો કારણ કે માત્ર થોડાક જ દિવસો પહેલાં સ્કોટીએ નક્કી કર્યું હતું કે કંપની તેના ધ્યેયો પૂરા કરી શકતી નથી અને ખર્ચમાં કાપ મૂકવો જરૂરી હતો. આથી તેણે એપલના અડધા જેટલા ઈજનેરોને કાઢી મૂક્યા હતા. આ પ્રસંગ એપલની પૌરાણિક કથામાં *કાળા બુધવાર* તરીકે જાણીતો બન્યો હતો.

એન્ડી સહિતના બાકીના ઈજનેરો તેમની પોતાની નોકરીઓ વિશે નાખૂશ અને ડરેલા હતા. પરંતુ જ્યારે એન્ડી એ મુલાકાત માટે ગયો, ત્યારે સ્કોટીએ એ સ્પષ્ટ કર્યું કે એન્ડી કંપની છોડી જાય તેવું તે ઈચ્છતો નથી, અને તેને ચાલુ રહેવા માટે સમજાવવા માટે શું કરવું જોઈએ ? એન્ડીએ કહ્યું કે તે મેક જૂથનો એક ભાગ બનવાનું પસંદ કરશે. તેના બે ખાસ સાથીદારો, બ્યુરેલ સ્મીથ અને બ્રાયન હોવાર્ડ તાજેતરમાં જ મેક એકમ સાથે જોડાયા હતા. એન્ડીને કહેવામાં આવ્યું કે તે માટે તેણે પહેલાં સ્ટીવને મળવું પડશે.

સ્ટીવે જરા પણ સમય બગાડ્યો નહીં. પાછળથી એન્ડીએ મારી પાસે વર્ણન કર્યું તે મુજબ સ્ટીવે આમ શરૂઆત કરી, 'શું તું કંઈ સારું કામ કરી શકે છે ? મેક માટે કામ કરવા માટે અમને ખરેખર હોંશિયાર માણસોની જરૂર છે. અને મને ખબર નથી. તું પૂરતો હોશિયાર છે કે નહીં... મેં સાંભળ્યું છે કે તું સર્જનાત્મક છે. શું તું ખરેખર સર્જનાત્મક છે ?'

બચાવ કરવાને બદલે, એન્ડી તેની ઉલટ તપાસ કરનારની સામે ઊભો થઈ ગયો અને એ પણ સ્પષ્ટતા કરી કે મેક પ્રકલ્પની પાછળ તેનો પણ હાથ હતો. સ્ટીવે એન્ડીને કહ્યું કે તે તેને પછીથી મળશે.

માત્ર બેએક કલાક પછી, સ્ટીવ એન્ડીના કાર્યસ્થળે આવી પહોંચ્યો અને તેને અભિનંદન આપ્યા. હવે એન્ડી સત્તાવાર રીતે તાત્કાલીક અસરથી મેક જૂથનો ભાગ હતો. એન્ડીએ કહ્યું, કે તેને અત્યારે જે કામ કરે છે તે પૂરું કરતાં બે દિવસ લાગશે.

સ્ટીવ રાહ જોવાનો ન હતો. તેણે શબ્દસઃ એન્ડીના કોમ્પ્યૂટરનું પ્લગ ખેંચી કાઢ્યું, મશીન ઉંચકી લીધું, તે લઈને મકાનની બહાર નીકળી ગયો અને તે તેની રુપેરી મર્સીડિઝની પાછલી સીટ પર ફેંક્યું. હાંફળો ફાંફળો થયેલો એન્ડી પગલે પગલે તેને અનુસરતો હતો. સ્ટીવ એન્ડીને તેના સ્ટેવન્સ કીક અને સારાટોગા સન્નીવાલે રોડના ખૂણા પર આવેલ મેકના મુખ્ય મથક ટેક્ષાકો ટાવર પર હંકારી ગયો ત્યારે તેણે ચોખ્ખું કહ્યું કે મેકિન્ટોશ કોમ્પ્યૂટર ઉદ્યોગને હચમચાવી નાખનાર અત્યાર સુધીની શ્રેષ્ઠ વસ્તુ બનવાની છે.

એન્ડીએ સ્ટીવને તેના સ્પષ્ટવક્તાપણા તથા ઉત્પાદન માટેનાં તેનાં આકર્ષણથી પ્રભાવિત કર્યો હતો. બ્યુરેલ અને બ્રાયનની ભલામણો કે જેમને સ્ટીવે એન્ડીને લેતા પહેલાં તેના વિશે પૂછપરછ કરી હતી - પણ અગત્યની હતી.

સ્ટીવ એક વખત કોઈક વિશે અભિપ્રાય નક્કી કરી લે પછી તે અચકાતો કે સમય બગાડતો નથી, અને તે સાચો હતો. એન્ડી મેક ડેવલપમેન્ટ જૂથનો બીજા કોઈ પણ જેટલો જ અગત્યનો સભ્ય નીકળ્યો.

ભલે તે કોઈને કામ પર રાખતી વખતે પોતાના મનના કે અંતરાત્માના સ્તરે કામ કરતો હોય, છતાં તે નખશીખ તપાસ કરે છે. એટર્ની નાન્સી હૈનન - કે જે પછીથી કંપનીની જનરલ કાઉન્સેલ બની હતી - સાથેના ઇન્ટરવ્યૂ પહેલાં સ્ટીવે તેણે લખેલા થોડાક કરારો જોવા માગ્યા હતા, જેથી તે તેના કામની 'રસલક્ષિતા'નું મૂલ્યાંકન કરી શકે.

કેટલીક વખત સ્ટીવ સાથેના ઇન્ટરવ્યૂ પછી હું પોતે પણ ઉમેદવાર સાથે વાત કરતો. જે લોકોની સાથે મેં વાત કરી છે તેમાંના મોટા ભાગના લોકોને એવું પણ નથી લાગ્યું કે સ્ટીવ સાથે ગાળેલો સમય એક ઇન્ટરવ્યૂ હતો. તેમની દૃષ્ટિએ એ વધારે તો એક કૉલેજના ભાષણ અથવા એપલના ઉત્પાદનો પરના ઉપાધ્યક્ષીય ભાષણ, જેવુ લાગતું. જેના પછી તમે મેક અને તેના જૂથ માટે કઈ રીતે ફાળો આપી શકો તેમ છો તે વિશે સમજાવતી તમારી અંતિમ પરીક્ષા તમારે આપવાની રહેતી.

## માત્ર ઉચ્ચ બૌદ્ધિક આંક ધરાવનારાઓ (ને જ સ્થાન છે)

ક્ષમતાઓ મુજબ કામ પર લેવા ઉપરાંત સ્ટીવ એ વાતની પણ ખાતરી રાખતો કે તે જેને કામ પર લે તે એક શરૂઆતમાં તીવ્ર એવા પર્યાવરણમાં આબાદ થવા સક્ષમ, એપલ માટે સાચી અતિઉત્સાહી વ્યક્તિ હોવી જોઈએ. આજે યોગ્ય કુનેહ ધરાવતી વ્યક્તિ શોધવાનું સરળ થઈ ગયું છે, કારણ કે ઘણા બધા સામર્થ્ય ધરાવતા ઉમેદવારોએ વેબ પર પોતાના વિશેની માહિતી મૂકી હોય છે. અલબત્ત, મેકના શરૂઆતના દિવસોમાં અમારી પાસે એટલી સગવડ ન હતી.

બીજી તરફ મેં તેને પ્રથમ વખત જાણ્યો ત્યારથી સ્ટીવ એવો હતો કે જે પોતાની આજુબાજુ માત્ર એવા માણસો ઇચ્છતો હતો કે જે તેના ચૂકાદા મુજબ 'ત્રણ આંકડાનો આઈક્યુ (બુદ્ધિઆંક) ધરાવતા હોય, અને ફરી એક વખત તેની પરિભાષા મુજબ - 'બોઝોસ' ન હોય. જે માણસો તેને પોતાના માપદંડ મુજબ ના ન લાગે, તેની સાથે ને ખૂબ જ અસ્વસ્થતા અનુભવતો, દુર્ભાગ્યે, તે આ બાબતમાં સર્વથા બોથડ અથવા અણઘડ હતો.

જો તે તમને તેજસ્વી, ક્ષમતાવાન અને કામમાં કંઈક ફાળો આપી શકે તેવા તરીકે ગણે તો તમે શું વિચાર્યું છે તે તમે તેને કહી શકો અથવા તે તમને જે કરવાનુ કહેતો હોય, તેને માટે બીજો વધુ સારો રસ્તો છે તે પણ કહી શકો અને તે સાંભળશે પણ ખરો. પરંતુ જો તેણે નક્કી કરી લીધું કે તમે નક્કામા છો, તો તમે તમારા કાન બંધ કરી દો, અને ઝડપથી ત્યાંથી નીકળી જાવ તે જ બહેતર છે.'

છતાં, તેની પાસે બે જ શ્રેણી હતી. જો તમે તેજસ્વી નથી તો તમે પેલી બીજી વસ્તુ - નક્કામા - બોઝો - છો. પરંતુ સ્ટીવ સાથે - ભલે તમે કેટલા તેજસ્વી છો તે તે જાણતો હોય, છતાં જો તમે એક જ વખત તેના ધોરણ મુજબ ખરા ન ઉતર્યા તો તે તમને તરત જ નકામા હોવાની અથવા બોઝોની ચીટકી ચોંટાડી દેશે. બીજા લોકોની હાજરીમાં પણ તે આમ કરશે. અલબત્ત, બીજા દિવસ સુધીમાં અથવા તે જ બપોરે પણ તે બધું ભૂલી પણ જશે અને બધુ ફરી પાછું પાટા પર આવી જશે. આ હંમેશાં પીડા આપતું, પરંતુ લોકો તેને અવગણતા - શીખી જતા.

સ્ટીવ અંદાજ માંડે છે કે અત્યાર સુધીમાં તેની કારકિર્દી દરમ્યાન તેણે લગભગ કેટલા હજાર લોકોને કામે રાખ્યા હશે. પરંતુ નિમણૂક કરવી તે હજી વધારે અઘરું છે. ઈન્ટરવ્યૂ એટલા ટૂંકા હોય છે કે તેનાથી તમને ખરેખર તમારે ઉમેદવાર વિશે જોઈતી હોય તે બધી માહિતી મળતી નથી. સ્ટીવ માટે ઈન્ટરવ્યૂમાં પૂછાયેલ પ્રશ્નનો પ્રતિભાવ વ્યક્તિના પોતાના પ્રતિભાવ કરતાં ઓછા મહત્ત્વના હતા. આ બધાથી પણ ઉપર તેને એ ખાતરી થવી જરૂરી છે કે ઉમેદવાર એપલ માટે ખરેખર એડી-ચોટીનો દમ લગાવશે.

પરંતુ સ્ટીવ એ લોકોને કામ પર રાખનાર એકમાત્ર વ્યક્તિ ન હતો. અમારે અમારી જાતને પૂછવું પડતું કે એક સફળ કાર્યજૂથથી લઈને, સમગ્ર તંત્ર સુધી લોકોને કામ પર રાખવા અથવા સાથે મળીને કામ કરાવવા માટેની નક્કર યુક્તિઓ અમે કેવી રીતે પ્રદાન કરી શકીએ. એપલનાં મૂલ્યો - વિશે નિબંધ કે જેને અમે એપલની કોર્પોરેટ સંસ્કૃતિ દર્શાવતું ખતપત્ર કહેતા હતા, બનાવવા તથા તાદશ કરવા ખરેખર ખૂબ મહેનત કરી હતી. જ્યારે તે કામ પૂરું થઈ ગયું ત્યારે મેં તેને એપલ ફેસીલીટીને, તથા કારણકે કંપની આખી દુનિયામાં પ્રસરી ચૂકી હતી, તેથી બીજી બધી નવી ફેસીલીટીને મોકલી આપ્યું. મેં પુષ્કળ સમય પરદેશમાં ખાસ કરીને યુરોપમા વિતાવ્યો કારણકે મારે એ ખાતરી કરવાની હતી કે, ત્યાં પણ કંપનીના લોકોને કામ પર રાખવાના આંતરરાષ્ટ્રીય ધોરણો અમારે ત્યાં યુનાઈટેડ સ્ટેટ્સમાં હતાં તેટલાં જ કડક હતાં. હું એ ખાતરી કરવા માટે સમગ્ર દુનિયામાં એક જ રીત તથા મૂલ્યનો ઉપયોગ થતો હતો. હું દરેક જગ્યાએ આવેલ ફેસીલીટીની અંગત મુલાકાતો

લેતો હતો. મેં એ વસ્તુની પણ ખાતરી કરી કે અમારા બધા નિયોક્તાઓ ક્યુપર્ટિનોમાં નક્કી કરાયેલ ધોરણો સાથે ધરાવતા હતાં.

## એક અલગ પ્રકારની નિયુક્તિ

સ્ટીવ અંગત કોમ્પ્યુટરિંગ માટે નવાં વપરાશ મોડેલની શોધ કરવાનો પ્રયત્ન કરતો હોવાથી તે સતતપણે વિશિષ્ટ કુનેહ ધરાવત વ્યક્તિઓની શોધમાં રહેતો. તે જાણતો હતો કે તેને ઉચ્ચ કાર્ય કરે તેવા એક ટેકનોલોજીસ્ટની જરૂર હતી. અને એવી કોઈ વ્યક્તિને શોધી કાઢવાનું કામ મને સોંપ્યું. મેં આજુબાજુ પૂછ્યું અને એક નોકરી શોધી આપનાર એજન્સીએ મને બોબ બેલવીલે, કે જે PARCમાં ઑફીસ પ્રીન્ટર માટેની ટેકનોલોજીનો વડો હતો, તેનો રીઝ્યુમે મોકલી આપ્યો. આ માણસ કોમ્પ્યુટર સીસ્ટમની બાબતમાં માનવામાં ન આવે તેટલો બુદ્ધિશાળી હતો. તે ત્રીસ વર્ષ ઉપરનો હતો છતાં, તેર વર્ષનો હોય તેવો દેખાતો હતો, જ્યારે મેં તેને ઉપરીને મળવા માટે મોકલ્યો, ત્યારે સ્ટીવે તેને કહ્યું, “મેં સાંભળ્યું છે કે તું મહાન છે, પરંતુ અત્યાર સુધી તેં જે કંઈ પણ કર્યું તે બધું ભંગાર હતું. આવ અને મારે માટે કામ કર.” આમ ઉતારી પડાવા છતાં, તેણે તેને માટે કામ કર્યું.

મેક જૂથના મૂળભૂત હેકર્સ પણ અદ્‌ભૂત કલ્પનાશક્તિવાળા હતા. પરંતુ તેમને આખી વસ્તુ સ્થિતિનો ખ્યાલ ન હતો, જ્યારે બેલવીલેને હતો. તે વારંવાર પોતાને એક બાજુ હેકર્સ સાથેની અને બીજી તરફ સ્ટીવ સાથેની ઘણી મુશ્કેલ પરિસ્થિતિમાં ફસાઈ ગયેલો અનુભવતો. તેનામાં લોકોને તેની રીતે કામ કરવા માટે શાંતિથી સમજાવી લેવાની અસરકારક શૈલી હતી. સ્ટીવને કોઈક વસ્તુ માટે ખાતરી કરાવવા માટે તે માત્ર તેને શબ્દો દ્વારા જ સમજાવવાનો પ્રયત્ન ન કરતો, તેને બદલે તે પોતાની ટેક્નોવિઝાર્ડરીને બનાવટ સાથે ભેળવીને અથવા તેના વિચારોનો દેખાડો કરવા માટે ઇલેક્ટ્રોનિક્સ નિર્દેશનનો ઉપયોગ કરતો.

બોબ તેના ખાતરી કરાવવા કે સમજાવવાના શાંતિપૂર્વકના માર્ગને કારણે લોકોને કામ કરતા કરવામાં ખૂબ જ અસરકારક હતો. તે અતિ તેજસ્વી હતો. પરંતુ તેણે પોતાની બુદ્ધિશક્તિનો ક્યારેય હાથા તરીકે ઉપયોગ કર્યો નથી. હંમેશાં નિપજ થાય તે માટેનો રસ્તો શોધવા તે જ તેનું લક્ષ્ય હતું. અને સામાન્ય રીતે તે સફળ થતો.

મેં બોબ સાથે ઘણો સમય વીતાવ્યો છે તે સ્ટીવને કોઈ વાત કેવી રીતે ગળે ઉતારવી તેની સલાહ લેવા મારી પાસે આવતો. પરંતુ તે જ્યારથી બોર્ડના સભ્ય પદે આવ્યો, ત્યારથી તે સ્ટીવ અને હેકર્સ વચ્ચે સુગમતા કરી આપનારની મહત્ત્વની ભૂમિકા ભજવતો.

આ ભૂમિકા મારી મેક જૂથ અને બાકીના બધા વચ્ચે સરળતા કરી દેનારની ભૂમિકાની સાથે સમાંતર હતી.

મારે માટે, બોબને કામ પર રાખ્યો તે પારંપરિક કામ પર રાખવાની માહિતીની ઉપરવટ જવાનું અને તંત્ર માટે તે શું લાવી શકશે તે સમજાવવાનો પ્રયત્ન કરીને તે વ્યક્તિની છુપી પ્રતિભા શું છે તે શોધી કાઢવાનું કેટલું અગત્યનું છે તેનું ઉદાહરાણ હતું.

## પ્રતિભા માટે નિર્ણાયક આમંત્રણ તરીકે તમારા ઉત્પાદનનો ઉપયોગ કરો

સ્ટીવનો એપલના ઉત્પાદન માટેના પ્રખર સંરક્ષણાત્મક પ્રેમે તે ઉત્પાદનોને પોતાને જ દુનિયાના સૌથી વધુ કુનેહ ધરાવતા તથા સર્જનાત્મક લોકોમાનાં કેટલાકને માટે નિર્ણાયક આમંત્રણમાં ફેરવી નાખ્યાં છે. સ્ટીવની મૂર્તિમંત અંગત ટેકનોલોજી સર્જવાની ક્ષમતા તેની દૃષ્ટિને સમજી શકે તેવી આવડતને આકર્ષી શકવાની ક્ષમતાની પૂરક છે.

આ ક્ષમતા માત્ર ઇજનેરને કામ પર રાખવાની વાતને જ લાગુ નથી પડતી. હવે જે સ્પષ્ટ છે પરંતુ તે વખતે ન હતું તે એ છે કે સ્ટીવ માટે ડીઝાઈનીંગની કુનેહ, ઇજનેરીની કુનેહ જેટલી જ મહત્ત્વની હતી. જૂથનો સભ્ય એન્ડી હર્ટઝફેલ્ડ પેન્સીલ્વેનિયામાં સુસાન કરે નામની એક છોકરી સાથે હાઈસ્કૂલમાં જતો હતો ત્યારથી, આ સુસાન કેપીટલ ‘એ’ સાથે ગ્રાફીક ડિઝાઈનર તથા કલાકાર બની હતી. જ્યારે મેક જૂથને મેકના પ્રદર્શન માટે એક પ્રતિકની કલ્પના કરી શકે તેવા એક સર્જનાત્મક મગજની જરૂર વિશે ખ્યાલ આવ્યો ત્યારે એન્ડીએ એક આશાસ્પદ ઉમેદવારમાં તેનું નામ મૂક્યું. તેનો ઇન્ટરવ્યૂ લેતી વખતે સ્ટીવે નક્કી કર્યું કે સુસાનની ટેકનોલોજી વિશેની પાશ્ચાદભૂ નબળી હોવાની હકીકત કરતાં તેની કુનેહ, જુસ્સો અને અભિરુચિ વધારે મહત્ત્વનાં હતાં. તેણે તેને મેક જૂથના મહત્ત્વના ભાગ તરીકે સ્વીકારી.

લગભગ વીસ વર્ષ પછી સુસાન સ્ટીવને આ રીતે યાદ કરે છે. “તમે દરેક વિકલ્પો ચકાસી જોયા છે કે નહીં તે જોવા માટે પાછળથી ધકેલી દેનાર તરીકે અને દોષશોધક તરીકે અને જ્યારે તે કોઈક વિચારને કારણે ખુશ અને આનંદમાં હોય, ત્યારે તમને પણ ખૂબ સારું લગાડે.”

એક શનિવારે સ્ટીવે સાનફ્રાન્સીસ્કોમાં સીઆઓ નામની રેસ્તોરાંમાં રાત્રિભોજન કર્યું. તે તેના મેન્યૂ પરના પીકાસો જેવા ગ્રાફીક્સથી મોહિત થઈ ગયો. સોમવારે સવારે, તે

તેનો ઉત્સાહ કોઈક સાથે વહેંચવા માટે ફાટફાટ થતો કામ પર આવ્યો. તેણે સુસાન કરેને શોધી કાઢી. તેનાં સૂચનો અને તેનાથી પણ વધારે તો તેના ઉત્સાહથી પ્રેરિત થઈને, તેણે તેની તત્ત્વ તથા સાદગી પકડી લીધા અને સહેલાઈથી સમજાય તેવા આઈકોન(ટ્રેસ કેન આઈકોનનો વિચાર કરો)થી લઈને ટાઈપફેસ, દેખાવ અને રંગ બનાવ્યા. સ્ટીવ ઓચિંતો એ સીઆઓ રેસ્તોરાંમાં જમવા જઈ ચડ્યો તે રાત્રે મેકિન્ટોશના પડદા પરના દેખાવના ભવિષ્યનો જન્મ થયો. અને પછી તો જાણે સુસાને તેનું અક્ષયપાત્ર ખોલી નાખ્યું અને તેને તૃપ્ત કરી દીધો. સુસાનની મદદથી સ્ટીવે આંખને તૃપ્ત કરી દે અને તેની ડીઝાઈન માટે આખા જગતમાંથી પ્રશંસા જીતે તેવા ઉત્પાદનના સર્જનના આનંદનો અનુભવ કર્યો. આ તેની ઉચ્ચતા હતી, તેની એલએસડી. હતી.

જો એપલનું ડીઝાઈન તરફનું નિરાળું વલણ સ્ટીવ સીઆઓમાં જમવા પહોંચી ગયો તે રાત્રીમાંથી જન્મ્યું હતું, તો એ સુસાન હતી, જેણે આ વલણના સુચિતાર્થને ખુલ્લા કર્યા અને તેમને ખરેખર કામમાં લીધા. એક નયનરમ્ય ઉત્પાદન કે જે તેની ડીઝાઈન માટે સમગ્ર જગતની પ્રશંસા જીતે, તેના સર્જનનો આનંદ એ એક એવી વસ્તુ છે જેને માટે તે હવે જીવે છે. હવે ફરી ક્યારેય તે એપલIIસી અથવા એપલ IIઇ જેવી ખોખાં જેવી ડીઝાઈનથી સંતુષ્ટ નહીં થાય, પછી ભલે તે ડિઝાઈન આઈબીએમના પીસી કરતાં અર્થપૂર્ણ રીતે વધુ સારી દેખાવની હોય. અને હજી સુધી, અને કદાચ હંમેશ માટે તે બીજી સુસાનોની, એટલે કે એવા લોકોની શોધમાં છે, જેની કુનેહ અને કલાકારીગરી તેઓ જે કાંઈપણ કરે છે તેને સજાવે છે.

દરેક જૂથને એવા સાચા અર્થમાં સર્જનાત્મક લોકો કે જે અલગ રીતે વિચારતા હોય - બીજા બધા માટે એક ઉદાહરણ પૂરું પાડે તેટલા અલગ - તેવા લોકોના ચમત્કારની જરૂર હોય છે.

## પ્રતિભા બીજી પ્રતિભાને શોધી કાઢે છે

સારા લોકોને શોધી કાઢવા વિશે સૌથી મહાન વાત એ છે કે તેઓ તમારા શ્રેષ્ઠ નિયોક્તાઓ બની જાય છે. તે એવા લોકો હોય છે જે મોટેભાગે બીજા એવાં જ મૂલ્ય અને શૈલીની ભાવના, કે જે તમારામાં તથા તેમના પોતાનામાં છે, ધરાવતા હોય તેમને ઓળખતા હોય છે. એક સારા પાઈરેટને સામાન્ય રીતે એક મિત્ર અથવા સગો હોય છે, જે તેના જેટલો જ સારો હોય છે. સ્ટીવ મને કહ્યા કરતો કે, 'મહાન ઇજનેરો વિશાળ ગુણક હોય છે.'

અમને મેક પર કામ કરવા માટે યોગ્ય પ્રતિભા મળે તેની ખાતરી કરવા માટે મેં તથા સ્ટીવે બે પ્રોગ્રામ શરૂ કર્યા. જો કોઈ કર્મચારી કામ પર લેવાય તેવી કોઈ વ્યક્તિની ભલામણ કરે તો અમે તેને પાંચસો ડોલરનું બોનસ આપતા. અમે એક 'બડી સીસ્ટમ'નો પણ ઉપયોગ કર્યો. જે દરેક નવા ભરતી થયેલાને તંત્રમાં બીજા કોઈની પાંખ નીચે મૂકતી. અમે બે વર્ષ પહેલાં જેમની અમે ભૂતકાળમાં નિમણૂક કરી હતી, તેવા ઉત્તમ કર્મચારીઓને તેઓ જે શાળામાંથી સ્નાતક થયા હતા ત્યાં નવી ભરતી કરવા માટે પાછા મોકલતા.

## 'અ' શ્રેણીના ખેલાડીઓને કામ પર રાખવા

નોકરીના એક ઉમેદવાર સાથે વાત કરતી વખતે સ્ટીવ વિચિત્ર બાજુએથી વાત પર આવતો અને પોતાની જાતને પૂછતો, 'શું આ વ્યક્તિ બંધ બેસે છે ?' તે તેના ઉત્પાદનોમાં એટલો વિંટળાયેલો છે કે તે એક જ દૃષ્ટિ ઉપાડીને ચાલે છે કે કોણ પોતાની જાતને વિકાસ જૂથમાં સંપૂર્ણપણે ઓતપ્રોત કરી શકશે ? તે માત્ર એવા લોકોને રોકવા માગે છે જેમનું કામ તેની ઝીણવટભરી તપાસ સામે ઊભું રહી શકે અને જે ખરેખર તો અંતિમ ઉત્પાદનને માત્ર વધુ સારું નહીં પરંતુ શ્રેષ્ઠ બનાવવાના લક્ષ્યથી થઈ હોય તેવી તીક્ષ્ણ નિંદા વડે ડરી ન જાય.

તે પૂર્વનિર્ધારિત અભિપ્રાયો, પૂર્વગ્રહો તથા પ્રક્રિયાઓ વડે બીનઅવરોધાયેલો છે. તે કોઈ પ્રકારના અગાઉથી ગોઠવાયેલા કાર્યક્રમ વગર ઉમેદવારોને મળે છે. ક્યારેક મને લાગે છે કે આ કંઈક અંશે - બીજાઓ જેને તેની બૌદ્ધ ધર્મવાળી પાશ્ચાદ્ ભૂમિકાને કારણે 'શિખાઉ મગજ' કહે છે - પરિચિત વસ્તુને નવેસરથી જોવાની રીતમાંથી આવે છે. તે ઉપરાંત મેકના યુગ દરમ્યાન તે યુવાન હતો અને તેથી અગાઉથી ગોઠવાયેલ અને નક્કી થઈ ગયેલ પરિપ્રેક્ષ્યો હોવાની સંભાવના ઓછી હતી.

હંમેશાં એ શ્રેષ્ઠ વર્ગના લોકોને જ કામ પર રાખવા તે સ્ટીવના મૂળભૂત સિદ્ધાંતોમાંનો એક છે, જેને તે 'અ' વર્ગના લોકો' કહે છે. તેના મુદ્રાલેખોમાંનો એક છે, 'જેવા તમે 'બ' કક્ષાના લોકોને કામ પર લેવાનું શરૂ કરો એટલે તેઓ બ કક્ષા તથા ક કક્ષાના લોકોને અંદર લાવવાનું શરૂ કરશે.' સાચી પ્રતિભા ધરાવતી લગભગ કોઈ પણ વ્યક્તિ 'અ' વર્ગની વ્યક્તિ હોઈ શકે. સ્ટીવે રેન્ડી વીગીન્ગટનને કામ પર રાખ્યો, જેણે તે હજી હાઈસ્કૂલમાં જ હતો ત્યારે - મેકનો ખરેખર પ્રથમ સાચો પ્રયત્ન કહેવાય - તેવો મેકની દુનિયા માટે કોડ લખ્યો. તે સમયે તે માત્ર હાઈસ્કૂલમાં ભણતો હતો પરંતુ તેનાથી કોઈ ફરક પડતો ન હતો. કારણ કે રેન્ડી તેનું કામ કરવા પૂરેપૂરો સક્ષમ હતો.

●●●

એપલની સફળતામાં જોનાથન ઇવ નામના એક બ્રીટીશર કરતાં બહુ ઓછા માણસો વધારે મહત્ત્વનાં રહ્યાં છે. જોકે સ્ટીવે તેને કેવી રીતે 'શોધી કાઢ્યો', તે વાત આ પાનાઓમાં વર્ણવેલી પ્રતિભાની બાતમી મેળવવાની બીજી વાતોની શૈલીમાં બરાબર બંધ બેસતી નથી.

ઇન્ગલેન્ડમાં જોનાથને રોયલ સોસાયટી ઑફ આર્ટ્સ તરફથી ડીઝાઈન માટેના વિદ્યાર્થી એવોર્ડ *બે વખત* જીતવા સાથે તેની વિદ્યાર્થી અવસ્થા પૂરી કરી. પહેલી વખતના એવોર્ડ સાથે યુ.એસ.માં ટૂંકા સમય માટેની ઇન્ટર્નશીપ કરવાની આવી. તેણે કેલિફોર્નિયા આવવાનો અને સિલિકોન વેલીમાં લોકપ્રિય નવી ડિઝાઈન ફર્મમાં ચક્કર લગાવવાનો સમય શોધી લીધો. સ્નાતક થઈ ગયા પછી ઇવ એક ફર્મમાં જોડાયો, જ્યાં તેણે બાથરૂમની સીંક (અહીં સુધી પહોંચતાં માર્ગમાં વિગતો બદલાઈ ગઈ છે : હકીકત વારંવાર તેને ટોઈલેટ તરીકે વર્ણવે છે)ની ડીઝાઈન પર કામ કરતાં મહિનાઓ વિતાવ્યા.એ તેની લાક્ષણિકતા છે કે છેવટે તે જે ડીઝાઈનથી સંતુષ્ટ થયો તેના પર આવતાં પહેલાં તેણે ઘણી બધી અલગ અલગ આવૃત્તિઓ બનાવી જોઈ.

તે સમયની આસપાસ જ તેની સીલીકોન વેલીની અગાઉની મુસાફરી દરમ્યાન તે જે ડીઝાઈનરને મળ્યો હતો તે રોબર્ટ બ્રુનર એપલમાં ડીઝાઈન વિભાગનો ઉપરી બની ગયો હતો. તેણે આ અગાઉ બે વખત જોનીને કામ પર રાખવા પ્રયત્ન કર્યો હતો. આ વખતે જોનીનું મનોબળ તેની અવનવી ડીઝાઈનોથી જેમને જરાપણ આનંદ નહોતો થતો તેવા લોકો સાથે કામ કરીને નબળું પડી ગયું હતું. તેણે બ્રુનરની ઓફર સ્વીકારી લીધી.

આ વચ્ચેના સમયગાળાનાં વર્ષોમાં બન્યું. જ્યારે સ્ટીવ જોબ્સ પાછો ફર્યો, અને ઉત્પાદનો, પ્રકલ્પો તથા લોકોને ફટકા મારવાનું શરૂ કર્યું ત્યારે જોનીનો વડો પણ તે લાઈનમાં હતો. ન્યૂટનની ડીઝાઈન તૈયાર થઈ ગઈ હોવા છતાં, તે એક વર્ષ પહેલાં એપલનો ડીઝાઈનનો વડો બની ગયો હતો. અને સ્ટીવ એપલનાં મોટાભાગના ઉત્પાદનોના દેખાવને ધિક્કારતો હતો. તેણે ડીઝાઈનનો નવો વડો શોધવાનું અભિયાન શરૂ કર્યું.

તે શું શોધે છે તેનો તેને ખ્યાલ આવ્યો તે પહેલાં, ખૂબ જ આનંદપૂર્વક તેને ખ્યાલ આવવા લાગ્યો કે પહેલેથી જ એક ઉત્કૃષ્ટ કક્ષાનો ડીઝાઈનર તેમને ત્યાં પગારદાર હતો. જોનાથન ને ખસેડવાને બદલે સ્ટીવે તેને અપનાવ્યો. એપલના નવા જમાનાના મુખ્ય ડીઝાઈનર તરીકે તેની નિમણૂક કરી અને તેને એ પ્રોત્સાહન, સ્ત્રોતો અને ટેકો આપ્યા કે જે હંમેશ માટે એપલ તથા તેના ઉત્પાદનોની સફળતામાં કટોકટીભરી પાસાં રહ્યાં છે.

આજે જોની એપલ કેમ્પસ - કે જે એલ્યુમિનિયમ તકથા ડીઝાઈન માટેનાં સાધનો વડે ઝળહળતું ક્ષેત્ર છે, અડધો ડઝન દેશોમાંથી આવેલા એકાદ ડઝન નસીબદાર (અથવા કદાચ અદ્વિતિય પ્રતિભા ધરાવતા) ડીઝાઈનરોથી સજ્જ એવી એની બંધ બારણાવાળી કેબીનમાં કામ કરે છે. આજે તે એવા એક પછી એક આવતાં ઉત્પાદનો કે જે તેની ક્રિયાશીલતાના ટેકારૂપે પ્રતિભાવાન દેખાવની તેજસ્વી પરંપરા પ્રાપ્ત કરવાનું ચાલુ રાખે છે - તેમના સર્જન ઉપર રાજ કરે છે. જોનાથન અને તેનાં જૂથે એવા ધોરણો સ્થાપિત કરવાનું શરૂ કર્યું છે કે બીજી કોઈપણ કંપની તેની સાથેની સ્પર્ધામાં નજીક પણ ન આવી શકે.

આ વાર્તાની નોંધપાત્ર બાબત એ છે કે સ્ટીવ તેને ખસેડવાના નિર્ણયની ખૂબ જ નજીક આવી ગયો હતો પરંતુ તેણે સમયસર તેની સાચી પ્રતિભાને પારખી લીધી.

ત્યારથી તેમણે જે કર્યું છે તે જોઈએ તો એ સ્પષ્ટ થાય છે કે સ્ટીવે જે વ્યક્તિઓ શોધી કાઢી હતી, તે માત્ર એકાદ વખત ચમકારો દેખાડે અથવા એકાદ વખત આશ્ચર્ય સર્જે તેવી ન હતી. તેણે કામ પર રાખેલા લોકોએ બીજી મોટી ટેકનોલોજી ફર્મ સ્થાપવાનું શરૂ કર્યું. જીન લુઈસ ગેસ્સીએ 'બી' શરૂ કરી. માઈક બોઈસે 'રેડીયસ' શરૂ કરી. ગાય કાવાસાકી એ 'ગેરેજ.કોમ' શરૂ કરી. આ તો થોડાક જ જમૂના છે, બીજા આવા કેટલાય છે.

ડોના ડબીન્સ્કીએ જ્યારે એક દિવસ તેના ક્લાસમાં વીસી કેલ્ક્યુલેટર પર કામ કરતા એપલ-IIનું નિર્દેશન જોયું, ત્યારે તે હાર્વર્ડ બીઝનેસ સ્કૂલમાં ભણતી હતી. તેણે બેંકમાં કામ કર્યું હતું અને તે જાણતી હતી કે કાગળ પર હાથેથી કામ કરવું કેટલું કષ્ટપ્રદ થઈ શકે. જો વ્યાજ ૯.૫ ટકાને બદલે ૧૦ ટકા હોય તો શું કરવું ? આવા સાદા પ્રશ્નનો જવાબ મેળવવા માટે તમારે પાનાં પર દરેક નંબરને ફરી ફરીને ગણ્યા કરવાની જરૂર પડે. આથી તેણે એપલ - II કોમ્પ્યુટરનું સામર્થ્ય પારખી લીધું. તેણે વિચાર્યું દરેક બેન્કર આ લેવા ઇચ્છશે.

તેણે એક કેબલ ટીવીના ધંધાની નાણાકીય બાજુ પર પણ કામ કર્યું હતું, કે જેણે મને 'વૃદ્ધિ પામતા ક્ષેત્રમાં હોવાનું મૂલ્ય દર્શાવ્યું.' આ બંને તત્ત્વોને સાથે મૂકો, અને તેણી કહે છે, 'મને ખબર પડી ગઈ કે આ તે જ વસ્તુ છે.' એપલ એ એ કંપની હતી, જેને માટે તે કામ કરવા માગતી હતી. એક નાની સમસ્યાએ હતી કે એપલે ક્યારેય હાર્વર્ડની 'બી સ્કૂલ'માથી કોઈને કામ પર રાખ્યા ન હતા. તેણે એક ઇન્ટરવ્યૂ માટે અરજી કરી, પરંતુ, "મને સ્વીકારવામાં ન આવી, તેમને માત્ર ટેકનીકલ વ્યક્તિઓ જ જોઈતી હતી."

ઇન્ટરવ્યૂ થવાના હતા તે દિવસે કૃતનિશ્ચયી ડોના આખો દિવસ ઇન્ટરવ્યૂ રૂમની બહાર બેસી રહી. તે કહે છે, તે ઇન્ટરવ્યૂ માટે બોલાવનાર મહિલા જેટલી વખત બહાર

આવી, 'મેં તેની સાથે વાત કરવાનો પ્રયત્ન કર્યો.' સ્ટીવ પોતે પણ સારી રીતે જાણે છે તે મુજબ, જો તમે દૃઢનિશ્ચયી હો તો અશક્ય પણ શક્ય બની જાય છે. 'છેવટે લગભગ દિવસ પૂરો થવા આવ્યો ત્યારે તેને મારા પર દયા આવી અને મને તેની સાથે વાત કરવા માટે અંદર આવવા દીધી.' "માત્ર ટેકનીકલ વ્યક્તિઓ જ' 'એવાં' ઉપરીઓનાં ફરમાન છતાં, ડોનાનું ધૈર્ય તે દિવસે જીતી ગયું હતું.

એપલ અને તેનાં ઉત્પાદનો માટેનો ડોનાનો ઉત્સાહ તે દિવસે સ્પષ્ટપણે દેખાયો હશે. તેને આગળના ઇન્ટરવ્યૂ માટે પસંદ કરવામાં આવી અને વિતરણ સહાયક તરીકેની વ્યાપાર બાજુની નોકરી આપવામાં આવી.

ક્યુપર્ટિનોમાં કામ કરવા માટે રીપોર્ટિંગ અનેક આશ્ચર્યો સાથે લેતું આવ્યું. તે બેંકીંગ જગતની નિયમબદ્ધ રીતથી તે ટેવાયેલી હતી. તમારી ઉપરની શ્રેણીના લોકોને 'મિસ્ટર' અથવા 'મીસ' તરીકે સંબોધવામાં આવતા હતાં, તમારા ટેબલ પર ફાઈલોનો કોઈ ગંજ પડેલો દેખાવો જોઈએ નહીં. અને "મહિલાઓ માટેના પ્રસાધન રૂમમાં જતી વખતે પણ સૂટ પહેરી લેવાનો, ધારો કે રસ્તામાં કોઈ ગ્રાહક ભટકાઈ જાય તો ! અલબત્ત, તેણે જોયું કે એપલમાં મોટેભાગે ચડ્ડી, ટીશર્ટ એ સ્લીપર્સનો ડ્રેસકોડ હતો.

એ દિવસોમાં કંપની એટલી ઝડપથી વિસ્તરતી હતી કે વસ્તુઓ વેરવિખેર થઈ રહી હતી. તેણી કહે છે, "હું ત્યાં ગઈ ત્યાં સુધીમાં લગભગ ૨૦થી ૩૦ ટકા વ્યક્તિઓ નવી હતી અને જેણે મને કામ પર લીધી હતી તે માણસ પહેલેથી જ એક જુદા કામ પર હતો."

પરંતુ ડોનાની પાશ્ચાદ્ભૂમિકા સંપૂર્ણપણે દૃઢવાદી નહતી : હાઈસ્કૂલમાં તે માર્ચીંગ બેન્ડમાં હતી. તેને ખ્યાલ આવ્યો કે વ્યવહાર ચલાવવાના માર્ગો એક કરતાં વધારે છે. આ સર્જનાત્મકતાની દુનિયા હતી. તેને આ 'આંખ ખોલી દેનાર' લાગ્યું.

તે સમજાવે છે, 'હું થોડા જ સમયમાં માહિતી પદ્ધતિને વિકસાવતી, ઉત્પાદનને વહેતાં રાખતી, સૂર્યોદયથી સૂર્યાસ્ત સુધી કામ કરતી હતી.'

ડોનાને સ્ટિવનો ભેટો મોટેભાગે અનુમાન માટેની બેઠકમાં થતો. તે સ્પષ્ટપણે યાદ કરે છે કે તેનાં બે ત્રણ નિર્ણયો તેણીની વ્યાપાર પશ્ચાત્ભૂમિકા મુજબ સમજાય તેવા ન હતાં. તેણી યાદ કરે છે કે, એક તબક્કે, "અમે ૩૦૦ ડીપીઆઈ પ્રીન્ટર્સમાંથી ૧૨૦૦ કે એટલા તરફ જતા હતા – કોઈક આવિર્ભાવ જેવો બદલાવ. જૂની સવિસ્તર યાદીનું શું કરવું ?તમે કિંમત ઘટાડીનાખો અને તેને ઉડાડી દો. જેઓ સોદો કરવા કે રકઝક કરવા માગતા હોય તેવા લોકો પાસેથી પૈસા બનાવો." એવું વલણ હોય છે.

તેને બદલે સ્ટિવે કહ્યું, 'એવા લોકોને સૂચિમાંથી બહાર કાઢી નાખો. લોકોએ નવાં જ પ્રીન્ટર લેવાં જરૂરી છે.'

ડોનાએ સ્ટિવ વિશે એક મહત્ત્વનો મુદ્દો શોધી કાઢ્યો હતો. તેની પસંદગી હાર્વર્ડે શીખવેલા વ્યાપાર માટેના પાયાના સિદ્ધાંતોનું ખંડન કરતી હતી, પરંતુ તેણે હંમેશાં કર્યું છે તેમ તે એવું દેખાડતો હતો કે તે ઉપભોક્તા માટે શું વધુ સારું છે તે જ વિચારે છે. જેમકે "આ પ્રિન્ટર્સ જૂના જમાનાના થઈ ગયાં છે. તે એવાં નથી , જેવાં લોકોએ ખરીદવાં જોઈએ. ચાલો આપણે તેનાથી છૂટકારો મેળવીએ."

વર્ષો દરમ્યાન, એપલ એક શક્તિશાળી તાલીમ સ્થળ તરીકે સાબિત થયું છે. ડોના પામની સીઈઓ અને હેન્ડસ્પ્રીંગની સહસ્થાપક બની. ફોર્ચ્યુને તેનું તેમનાં 'ઇનોવેટર્સ હોલ ઑફ ફેમ'માં નામાંકન કર્યું.

તે આંશિક રીતે તેની સફળતાનું કારણ સ્ટીવ જોબ્સ હેઠળ કામ કરતી વખતે તે જે 'પુષ્કળ સંખ્યામાં વસ્તુઓ' શીખી તેને ગણે છે. 'તમારી પાસે મહાન માણસો હોવા જ જોઈએ. તમારે મહાન ઉત્પાદનો બનાવવાં જ જોઈએ. તમારે સ્વયંસ્ફૂરણા અને સફળતાની ઉજવણી કરવાની વ્યવસ્થાપન સંસ્કૃતિ ઘડવી જરૂરી છે.'

પરંતુ કદાચ જે સૌથી વધુ અગત્યનો બોધપાઠ તે શીખી તે, "એક એકલ વ્યક્તિ વડે કેટલો બધો ફેર પડી શકે."

## પ્રતિભાને પટાવવી

સ્ટીવની શ્રેષ્ઠતાને પારખવાની અને કામ પર રાખવાની પૂર્ણ વિકસિત ક્ષમતા ને કારણે લેવાયેલા મોટા ભાગના પ્રતિભાવાન લોકોએ કેટલીક બીજી યાદગાર વાતો આગળ લાવ્યા છે.

NeXTના શરૂઆતના દિવસોમાં સ્ટીવે વીડીયો ઇજનેર સ્ટીવ માયેરેની નિમણૂક કરવાનો પ્રયત્ન કર્યો હતો, જેણે સ્ટીવ તથા વોઝે એપલ શરૂ કર્યું તે પહેલાં સ્ટીવ જ્યારે અટારીમાં હતો ત્યારે તેની સાથે કામ કર્યું હતું. મયેર મળવા અને સ્ટિવની સાથે વાત કરવા સંમત થયો. અને તેને લાગ્યું કે તે 'વિનાશક' દેખાતો હતો. જાણે કે તે એપલમાં હતો જ નહીં, પરંતુ સાથોસાથ એવું પણ દેખાતું હતું કે 'ચોક્કસપણે તે કશુક નવું અને મહત્ત્વનું કામ કરવાનો હતો.'

સ્ટીવ, માયેરેનો ઇન્ટરવ્યૂ લેવાને બદલે જાણે તેની ઉલટતપાસ કરતો હતો. એક

એવી પ્રતિભા જેની સાથે તે પણ એટલો જ અનુકૂળ હતો. તે વાતચિતને, મેયર જેને 'કલ્પના પ્રક્રિયા' કહે છે, તેના દ્વારા દોરી ગયો, જેમાં સ્ટીવ એક નાટકીય રીતે ઊડીને આંખે વળગે તેવી વાર્તા ગૂંથતો હતો.

*કલ્પના કર કે તું એક મેગેઝીન વાંચે છે અને તેમાં એક નવા કોમ્પ્યૂટર માટે કુતૂહલ જગાવતી જાહેરખબર છે.*

*કલ્પના કર કે તું એ કંપનીને આ નવાં સાધન વિશે વધારે જણાવા માટે ફોન કરે છે. તું મુગ્ધ થઈ ગયો છે, અને તે કંપની માત્ર તને જવાબ જ નથી આપતી પરંતુ મુલાકાત લેવાનું આંત્રણ પણ આપે છે.*

*કલ્પના કર તે તું કંપનીના વાહન ચાલક પથમાં પ્રવેશે છે, અને મકાન તરફ આગળ વધે છે, જ્યાં એક રાહ જોતી રીસેપ્શનીસ્ટ વડે અભિવાદન કરાય છે. તને એ મકાનમાં, પ્રયોગશાળાઓની પાછળ અને નિર્દેશન રૂમ કે જ્યાં તે ઉત્પાદન સજાવવામાં આવ્યું છે ત્યાં દોરી જવામાં આવે છે.*

*ઉત્પાદનને ખૂલ્લું કરાય છે અને તે દેખાવમાં ચકિત કરી નાંખે તેવું છે.*

આ ઉચ્ચ ટેકનોલોજીવાળી *અરેબિયન નાઈટ્સ*ની વાર્તા, પછીથી મશીનના સૌથી અગત્યના ગુણવિશેષ તથા ઉપયોગો વિશેના સંવાદોમાં બદલાઈ જાય છે.

પરંતુ હકીકતમાં ઉત્પાદન માયેર સામે ખૂલ્લું નહોતું મુકાયું, કારણ કે હજી તેનું અસ્તિત્વ જ નહતું. અને આમ પણ સ્ટીવ જે વ્યક્તિ હજી તેના પગારપત્રક પર અને ગુપ્તતા કે વિશ્વસનીયતાના કરાર હેઠળ નહોય તેવી કોઈપણ વ્યક્તિને તેનું આયોજન અથવા મોડેલ દેખાડવાનો ન જ હતો.

માયેર માટે આ 'નિર્દેશન નાટક'ના અદ્ભૂત અનુભવ કે જે, "તમને તે ઉત્પાદનની દુનિયામાં લઈ જાય છે. તે આ ઉત્પાદન કેવી રીતે કાર્ય કરશે તે વિશેની તેની દૃષ્ટિ તમારી સાથે વહેંચે છે." બધું એકદમ લાક્ષણિક હતું : સ્ટીવ હંશાં ઇજનેરી વિભાગો કે જે એવી વિગત છે, જેના વડે બીજા આટલા બધા હાઈટેક ઉત્પાદનો તેમની જીંદગી શરૂ કરે છે અથવા અસ્તિત્વમાં આવે છે તેના પર કામ કરવાને બદલે ઉત્પાદનનાં આખરી રૂપને નજરમાં રાખીને વાત શરૂ કરે છે.

એપલના વરિષ્ઠ વ્યવસ્થાપક બર્ટ ક્યુમીંગ્સ સાથે સ્ટીવે એક અલગ યુક્તિનો ઉપયોગ કર્યો. તેનો જ્યારે પ્રથમ વખત સંપર્ક કરવામાં આવ્યો ત્યારે તેણે તેમની સાથે જોડાવાની 'ના' કહી કારણ કે તેને ડાયરેક્ટનો હોદ્દો - કે જે એપલમાં ઉપાધ્યક્ષતા હોદ્દાથી

એક જ પગથિયું નીચે ગણાય છે - પર બઢતી આવવાની પ્રક્રિયા ચાલતી હતી. બર્ટે એપલમાં ઉચ્ચ શિક્ષણ કાર્યક્રમ વિકસાવ્યો તથા ચલાવ્યો હતો, અને તેને કહેવામાં આવ્યું હતું કે NeXTમાટે તે આ જ વસ્તુ કરે તેમ સ્ટીવ ઇચ્છતો હતો.

બર્ટ કહે છે, 'જ્યારે મેં ના કહી, ત્યારે મને નિયુક્ત કરનારે મને પૂછ્યું કે શું હું મારો અંતિમ નિર્ણય લેતા પહેલાં આવીને સ્ટીવની સાથે વાત કરીશ ?' મેં કહ્યું 'ચોક્કસ.'

જ્યારે અમારી વચ્ચે બેઠક થઈ ત્યારે થોડીકવાર મેં તથા સ્ટીવે બીજી વાતો કરી અને પછી તેણે કહ્યું, અલબત્ત, જ્યાં સુધી કોઈ વ્યક્તિની નિમણૂંક કરવામાં ન આવે ત્યાં સુધી તેને ઉત્પાદન જોવાની છૂટ અપાતી નથી, પરંતુ તે મને તેનો એક થોડાક ભાગ દેખાડી શકે છે.

હું છેતરાઈ ગયો. પછી તેણે કહ્યું કે મુખ્ય એકમને કી-બોર્ડ તથા મોનીટરથી અલગ કરવાનો હતો અને એક કેબલ હશે જે આ બધાને જોડશે. તેણે સમજાવવાની જહેમત લીધી કે આ કેબલ. કીબોર્ડ, માઉસ, દશ્ય, શ્રાવ્ય અને મોનિટર માટે ઉર્જા બધા સાથે જોડાણ ધરાવતો હતો. આમ એકમાં સમાયેલ પાંચ કેબલ હતા.

પછી તેણે વાસ્તવિક કેબલ બહાર કાઢ્યો, તે ઘણો સરસ હતો. પછી તેણે તેને ઉંધા 'યુ' આકારમાં પકડ્યો અને તેના હાથ જાણે તે ગાય દોહતો હોય તેમ ઉપર-નીચે હલાવ્યા જાણે કે તે એમ દર્શાવતો હોય કે તેને જરાય વળ ચડતો નથી.

પછી તેણે મને કહ્યું કે તે જ્યારે એ "દોહવાનું કામ કરે" ત્યારે હું તે કેબલને હાથમાં લઈ શકું છું.

મેં તેમ કર્યું.

બર્ટ કહે છે કે "જેવો મેં તેને સ્પર્શ કર્યો, મેં કહ્યું કે હું તેની સાથે જોડાઉં છું."

અને પછી બર્ટ ઉમેરે છે કે, "હું કેટલો મૂર્ખ હતો તેના વિશે આ ઘટના જ ઘણું કહી જાય છે." એટલે કે પછીથી તેણે વિચાર્યું કે સ્ટીવે તેને દડાની જેમ રમાડ્યો હતો - કે તે સ્ટીવની થોડીક ભૂરકી અથવા વશીકરણ વડે નોકરી લઈ લેવાની વાતોમાં આવી ગયો હતો. (પરંતુ હું બર્ટ જેવા માણસોને હંમેશાં કહીશ કે ખરેખર તેમને રમાડવામાં નહોતા આવ્યા. તેને બદલે, "ઉત્પાદનમાં નિપૂણ એવી વ્યક્તિ પાસેથી તમે માત્ર એક બોધપાઠ શીખ્યા હતા. એ તો પેલું ઉત્પાદન હતું, જેણે તમને પકડ્યા હતા, સ્ટીવે નહીં.")

## એવા લોકોને પસંદ કરવા જેઓ પાઈરેટ્સ અને જૂથના ખેલાડીઓ બંને હોય

૧૯૯૦માં તેની કારકીર્દિના સહેજ પાછલા તબક્કામાં જ્યારે સ્ટીવ સારો દેખાવ કરી શકે તેવા કાર્યશાળા ઈજનેરો શોધતો હતો, ત્યારે તેનો ભેટો એક ગૌરવવંતા પાશ્ચાદ્ ભૂમિકાવાળા યુવાન સાથે થયો. જોન રુબીન્સ્ટેઇન - કે જે રુબી તરીકે ઓળખાતો હતો. કોર્નલ યુનિવર્સિટીમાંથી ઈલેક્ટ્રીકલ ઈજનેરમાં સ્નાતક થયા પછી હ્યુલેટ-પેકાર્ડમાં વર્કસ્ટેશન - કાર્યસ્થળ - વિકસાવનાર તરીકેની નોકરી સાથે કાર્યસ્થળમાં પ્રવેશ કર્યો. જ્યારે સ્ટીવે તેના વિશે સાંભળ્યું અને તેના સગડ મેળવ્યા, પછી રુબી ગ્રાફિક્સ સુપરકોમ્પ્યુટરનો પ્રોસેસર ડેવલપમેન્ટનો વડો બન્યો. એક ગુંચવણભર્યા પ્રકલ્પ પર જૂથ પાસે કામ કરાવવું તે જ દર્શાવે છે કે તે એક એવો નેતા હતો, જે હોદ્દો સંભાળી શકે અને કામ કરાવી શકે. જ્યારે સ્ટીવ કોઈકને ઓળખી બતાવે, ત્યારે તે વિચારે છે કે તે મુખ્ય ખેલાડીમાં બદલાઈ શકે છે. તે ક્યારેય નિમણૂકનું કામ એચઆરમાંથી કોઈકના હાથમાં અથવા કોઈ બહારની નિમણૂક કરતી પેઢીના હાથમાં છોડતો નથી. તે પોતે જ ફોન ઉપાડે છે. રુબીએ હા પાડી.

કોર્નેલ પરના રુબીના એક પ્રોફેસર - ફ્રેડ સ્નેઇડરે માત્ર રૂબીને ભણાવ્યો જ નહોતો, પરંતુ કહે છે કે તેઓ પણ તેના એક સમયના વિદ્યાર્થી પાસેથી એક મહત્ત્વનો બોધપાઠ ભણ્યા હતા. એક એવો બોધપાઠ કે જે એપલ બીજા કોઈપણ કરતાં તેની ઉત્પાદનોની ડીઝાઈન કેવી રીતે આટલી સરસ બનાવી શકે છે તે વિશેનાં મહત્ત્વના સગડ આપે છે. એ પ્રોફેસર કહે છે કે રુબીએ તેમને શીખવ્યું કે ગુંચવણભરી ઈલેક્ટ્રોનીક સીસ્ટમની ડીઝાઈન બનાવીને તે એક વેક્યુમ ક્લીનર ને ડીઝાઈન કરવાથી જરા પણ જુદું નથી. "માત્ર તે વાપરવામાં ખૂબ સરળ હોવું જોઈએ. તમે તુનં ખોખું ઉઘાડો ત્યારથી જ તે એટલું સહેલુ હોવું જોઈએ." શ્નેઇડર ટીપ્પણી કરે છે કે, "તેનું તથા એપલ પર કામ કરનાર માણસોનું વ્યાપાર કરવાનું પરિમાણ બીજી કોઈપણ કોમ્પ્યુટીંગ કંપની કરતાં ખૂબ અલગ છે."

આપણે આગળ જોઈશું તેમ આઇપોડ અને પાછળથી આવનાર ઉત્પાદનોના વિકાસમાં તે ખૂબ મહત્ત્વનો ભાગ ભજવવાનો હતો.

## પ્રતિભા ખેંચી લાવે તેવું વાતાવરણ ઊભું કરવું

તો એપલમાં એવું શું છે જે આટલા બધા પ્રતિભા ધરાવતા માણસોને આકર્ષે છે ? ત્યાં

તીવ્ર દબાણ છે અને સ્ટીવની માગણીઓ સતત તાવ લાવી દે તેવી હોય છે. પરંતુ તે એક સાચો દૃષ્ટા - આ બહુ વપરાયેલ શબ્દનું વાસ્તવિક ઉદાહરણ – છે. જો ટેકનોલોજીમાં નવીનતા દાખલ કરનાર વ્યક્તિ તરીકે કોઈએ પોતાની શાખ સ્થાપિત કરી હોય, તો તે સ્ટીવ છે.

શ્રેષ્ઠ બનવા માટે જે નિષ્ઠુરતાપૂર્વક ભાર મૂકાય છે તે એપલને ઉચ્ચકક્ષાની વ્યક્તિઓમાં આટલું આકર્ષક બનાવે છે. તેઓ જાણે છે કે તેઓ બીજે બધે કરતાં એપલમાં સાચા અર્થમાં નવો ચીલો પાડે તેવા પ્રકલ્પો તથા બીજી વધુ રસપ્રદ વસ્તુઓ કરવાના છે. સ્ટીવ અને એપલ જે વ્યક્તિઓને કામ પર રાખે તેઓ પછી સ્ટીવના વલણ સાથે એટલા ઓતપ્રોત થઈ જાય કે બીજી જગ્યાએ શું ચાલી રહ્યું છે તેમને સુંઘવાલાયક પણ નહીં લાગે. આ શ્રેષ્ઠતાની લાગણી તદ્દન અસહ્ય હોત, જો એપલ જૂથ હકીકતમાં કોઈએ ક્યારેય જોઈ હોય તેવી શ્રેષ્ઠ ઉપભોક્તા ઉત્પાદનોમાંના ઘણાં ન બનાવી શક્યું હોત.

એક વખત સ્ટીવ સારા માણસોને શોધી કાઢે પછી તેમને પકડી રાખવા માટે તે કરી શકાય તે બધું જ કરે. ટેકનોલોજીન ધંધો તેઓ આવે ત્યારે હોય છે તેટલો જ સ્પર્ધાત્મક છે અને પ્રેમ અને યુદ્ધમાં બધું યોગ્ય છે તેમ દેખીતી રીતે માનવા માટે સ્ટીવની ઘણી ટીકા પણ થઈ છે. તેના પર આઈપોડના મુખ્ય વડા જેફ રોબીન જેવી મહત્ત્વની પ્રતિભાઓને બીજી કંપનીમાંથી ઝડપી લેવાનું દોષારોપણ પણ થયું છે. પરંતુ તે ચોક્કસપણે આવી જ બાબત તેની સાથે બને તેવું નથી ઇચ્છતો. ખરેખર આઈપોડના શરૂઆતના દિવસોમાં થોડા સમય દરમ્યાન તે પત્રકારોને રોબીનનું આખું નામ છાપવા દેવાની ના પાડતો. આ માહિતી ચૂસ્તપણે રેકોર્ડની બહાર છે.

## સ્ટીવની રીતે મેળવવું

સ્ટીવ જેવી કાર્યશક્તિ અને તીવ્રતાથી કામ કરતી વ્યક્તિ સાથે કામ કરવાથી તમને ખ્યાલ પણ ન આવે તેવી રીતે તમે તેના વિચારો તથા કાર્યપદ્ધતિ શોષી લો છો, અપનાવી લો છો. થોડાંક વર્ષો પહેલાં, મેં એપલ છોડ્યુ તે પછી, હું મારી નવી શરૂઆતોમાંથી એક માટે એક ઉત્પાદન માર્કેટીંગ વ્યવસ્થાપકને કામ પર રાખવા માટે શોધતો હતો. આ વ્યક્તિ વેંચાણ અને ઇજનેરી વચ્ચે સંપર્ક જાળવશે. ઉપરાંત તે અમારો 'વરિષ્ઠ ઉપભોક્તા પ્રતિનિધિ' પણ બનશે. આથી તેની અથવા તેણીની ટેકનિકલ પાશ્ચાદ્ભૂ હોવી જરૂરી હતી, પરંતુ સાથેસાથે તે વેચાણ તંત્ર સાથે વેચાણના સ્તરે વાત પણ કરી શકે તેવી હોવી જોઈએ. મારા પ્રતિનિધિઓમાંના એકે કહ્યું કે તે એક મહાન માણસને ઓળખતો હતો. જેને તેની કંપનીએ થોડા સમય પહેલાં જ છોડી દીધો હતો. આથી મેં એક ઇન્ટરવ્યૂ ગોઠવ્યો અને એ

માણસને મળવાની રાહ જોતો હતો, જે બહુ સ્માર્ટ હોવાનું અને જેની પાસે સ્ટેનફોર્ડની અનુસ્નાતકની ઉપાધિ હોવાનું મને જણાવવામાં આવ્યું હતું.

જ્યારે તે ઈન્ટરવ્યૂ માટે અંદર આવ્યો ત્યારે જે વાતે મને ખરેખર પ્રભાવિત કર્યો તે, જ્યારે વાતચીત મારી કંપની તથા તેનાં ઉત્પાદનો વિશેના પ્રશ્ન પર આવી ત્યારે બની. મેં ખોળી કાઢ્યું કે મારાં ઉત્પાદનો વિશે તે લગભગ એટલું બધું જ જાણતો હતો, જેટલું હું જાણતો હતો. તેણે સંપૂર્ણ સંશોધન કર્યું હતું, તેણે તે ઉત્પાદનોનો ઉપયોગ કર્યો હતો અને વાસ્તવમાં તેની પાસે ઉપભોક્તાના ઈન્ટરફેસને કેવી રીતે સુધારવા તેના વિશે કેટલાક નક્કર વિચારો પણ હતા. મેં તેને કામ પર રાખી લીધો અને હકીકતે અમે તેના કેટલાક વિચારોનો અમલ પણ કર્યો.

આજના બજારમાં જ્યારે ઉત્પાદનો તથા કંપનીઓ વિશે બધી જ ઈન્ટરનેટ માહિતી ઉપલબ્ધ હોય છે, ત્યારે જેણે ઉત્પાદન તથા કંપની વિશે ઘરકામ કરવાની તકલીફ ઉઠાવી હોય તેવા ઉમેદવારને પકડી રાખવો તે એક ડહાપણભરી ચાલ સાબિત થઈ શકે. હકીકતમાં જો તમે એપલ માટે કામ કરતા હોય, તો સ્ટીવ જોબ્સ તમારે માટે આવી અપેક્ષા રાખત.

●●●

મને હમણાં હમણાં જ યાદ આવ્યું કે લોકોને કામ પર રાખવા વિશેના પાઠ મેં સ્ટીવ પાસેથી પહેલાં હું જ્યારે તેની સાથે કામ કરતો હતો ત્યારે શીખવાનું શરૂ કર્યું હતું. સંજોગવશાત્ મને એક ડેવીડ અરેલા નમનો માણસ મળી ગયો. જેણે મેં તેને કેવી રીતે એપલમાં કામ પર લીધો હતો તેની વાત કહી. તેણે પર્યાવરણ સંરક્ષણ સંસ્થા માટે કામ કર્યું હતું અને પછી સ્ટેનફોર્ડમાંથી એમ.બી.એ. કર્યા પછી સાનફ્રાન્સિસ્કો સીટી ગવર્મેન્ટમાં ગયો હતો. એક નવી નોકરીની શોધમાં, તેણે ઘણા બધા રીઝ્યુમે મોકલ્યા હતા અને તેને એપલ તરફથી પ્રતિસાદ મળ્યો, જેનાથી તેને આશ્ચર્ય થયું. કારણ કે તે નહોતો માનતો કે તેની પાસે એવી કોઈ યોગ્યતા હોય જે એપલમાં લાગુ પડે.

તે કહે છે કે તે જ્યારે મારી સાથેની નિયોજિત મુલાકાત માટે આવ્યો, ત્યારે મેં તેના રીઝ્યુમેનો અભ્યાસ કર્યો, થોડાક પ્રશ્નો પૂછ્યા જે ખરેખર ઈન્ટરવ્યૂ જેવા નહોતા લાગતા. અને પછી મેં તેને કહ્યું, 'મને લાગે છે કે તમે અહીં કામમાં ફાળો આપી શકશો. મને નથી ખબર કે તમે અહીં શું કરશો - તમારી પાશ્ચાદ્ભૂમાં અમારે માટે કંઈ ખાસ નથી.' ડેવીડ કહે છે, મેં તેને પગારનો એક આંકડો કહ્યો અને પૂછ્યું, 'શું તમે અમારી જોડે જોડાવા ઈચ્છો છો? અમે પછીથી નક્કી કરી લેશું કે તમે ક્યાં ગોઠવાઈ શકશો.'

તેણે વળતર વિભાગમાં પોલીસી પર કામ કરવાનું શરૂ કર્યું અને છેવટે એપલ-IIમાટે મલ્ટીમિલિયન ડોલરના બજેટ સાથે માનવ સંસાધન વિભાગનો વડો બન્યો. અમારી તાજેતરની એક મુલાકાત વખતે તેણે કહ્યું, 'તમે મને મારી શૈક્ષણિક લાયકાતને કારણે કામ પર નહોતો રાખ્યો, તમે મને લાયકાત ન હોવા છતાં લીધો હતો. તેણે મને મારી કારકીર્દિના એ રસ્તા પર મૂકી દીધો, જેને હું હજી પણ અનુસરું છું.' પછી તેણે કહ્યું, 'મેં કદાચ આ વાર્તા સોએક વખત કહી છે.'

મારે માટે, આ વાર્તા એ વાતનું નિર્દેશન છે કે તમારે બહુ લાંબો સમય સ્ટીવની આસપાસ ન રહેવું જોઈએ. તેનું વલણ અને કાર્યપદ્ધતિ તમારી કામ કરવાની રીત બદલી નાખે તે પહેલાં ત્યાંથી ખસી જવું જોઈએ.

કેટલીક વખત એવા લોકો હોય જે પૂરેપૂરા નૌકાદળના હોય તેવા દેખાતા હોય, પરંતુ જ્યારે તમે અંદર પહોંચો ત્યારે તમને છુટવા માટે તરફડીયાં મારતો 'પાઈરેટ' મળી આવે. આવી એક વ્યક્તિ હતી ગ્રેસ હોવર. હું જ્યારે ગ્રેસ હોવરને મળ્યો ત્યારે તે તેની સાઠીમાં હતી અને ગર્વભેર ગણવેશ પહેરતી નૌકાદળની એડમીરલ હતી. તે માત્ર નૌકાદળ વિરુદ્ધ પાઈરેટ્સના અર્થમાં નૌકાદળવાળી ન હતી. તે અસલી પાઈરેટ્સ હતી. આનાથી વધારે તમે શું ધારી શકો ?

તેને મળવું તે મારે માટે વિશિષ્ટ લહાવો હતો. તે મારા આદર્શોમાંની એક હતી. નૌકાદળના સંશોધન કેન્દ્રના એક ભાગ તરીકે તેણે સૌપ્રથમ કોમ્પ્યુટર પ્રોગ્રામિંગની ભાષાઓમાંથી એકની શોધ કરી, જે વિશાળ રીતે વપરાતી 'કોબલ' સોફ્ટવેર ભાષા, જેણે ખરેખર પ્રોગ્રામીંગમાં ક્રાંતિ આણી - નો આધારરૂપ બની. હું તેને જ્યારે મળ્યો ત્યારે તે પ્રથમ પાઈલટ હતી, તેનાથી વધારે કંઈ જ નહીં. જ્યારે મેં સોફ્ટવેરનો વિષય ઉપાડ્યો, ત્યારે તેની આંખમાં ચમકારો થયો. મને ખ્યાલ આવ્યો કે હું એક અતિ તેજસ્વી અને સર્જનાત્મક વ્યક્તિ સાથે વાત કરી રહ્યો હતો. અને મને લાગ્યું કે જે બહુ સહેલાઈથી 'પાઈરેટ' બની શકે.

આ એક મહાન યાદ હતી કે એક પ્રતિભાની શોધ કરતી વખતે, તમારા મન પર અંકાયેલ પ્રથમ છાપથી પાછા પડવું ન જોઈએ, પરંતુ તેની અંદરની સાચી વ્યક્તિ શોધવાનો પ્રયત્ન કરવો જોઈએ. કોઈક વખત તમે ઓછામાં ઓછી આશા રાખી હોય, ત્યાંથી પણ 'પાઈરેટ' મળી આવે.

૫

# પાઇરેટ્સ માટે પુરસ્કાર

મોટા ભાગનાં નિગમો જન્મદિવસની ઉજવણી, રોજગારી વર્ષગાંઠ વગેરેની ઉજવણી દ્વારા તેમના કર્મચારીઓની સેવાની કદર કરે છે. પરંતુ એપલ જેવી ઉત્પાદન કેન્દ્રિત કંપની માટે ઉજવણીઓ, પુરસ્કારો તથા માન્યતા આપવી તે બધું જ કંપનીના ઝળહળી ઉઠેલા કર્મચારીઓની આસપાસ કેન્દ્રિત હોય છે : તેની પ્રતિભાઓ અને તેનાં ઉત્પાદનો.

સ્ટીવ તેના લોકોની સાચા અર્થમાં મમતાપૂર્વક સંભાળ રાખે છે. એવું નથી કે કારણ કે તે જાણે છે કે તેમના વગર તે આ બધી મહાન વસ્તુઓ કરી શકે તેમ નથી માટે તે સંભાળ રાખે છે. તે આ બાબત જાણે છે તેવું તે તેના લોકોને પણ *જણાવે* છે. સ્ટીવ તેના લોકો પર માન્યતા, કદર અને પુરસ્કારોનો વરસાદ કરવા જે હદ સુધી જાય છે તે મને ઘણી વખત ભય પમાડે છે.

આ બાબતનું સૌથી યાદગાર ઉદાહરણ જ્યારે તેણે મને કહ્યું કે, ‘કલાકારો તેમની કૃતિ પર સહી કરે છે’ ત્યારે મળ્યું. તેણે નક્કી કર્યું કે મેકના મૂળભૂત ઇજનેરી જૂથના સભ્યોની સહીઓ પ્રથમ મેકનાં ખોખાંની અંદરના ભાગમાં છાપવામાં આવશે. ૧૦મી ફેબ્રુઆરી ૧૯૮૨ના દિવસે એક અઠવાડિક કર્મચારી બેઠક પછી આ સહીકરવાની પાર્ટી રાખવામાં આવી. જેમાં ઇજનેરી જૂથના સ્ટીવ વોઝનિક જે તેના કૌટુંબીક ઉપનામ ‘વોઝ’નો ઉપયોગ કરતો હતો - સહિત દરેક વ્યક્તિએ ડ્રાફ્ટીંગ પેપરના મોટા બધા ટુકડા પર તેની/તેણીની સહી કરવાની હતી.

મેક ખરીદનારાઓ તેનાં ખોખાંની અંદર ક્યારેય આ સહીઓ જોવાના નહતા અને તેમને ક્યારેય ખબર પણ નહોતી પડવાની કે ત્યાં તેમની સહીઓ છે. પરંતુ ઇજનેરો આ જાણતા હતા, અને તેમને માટે તેનું ખૂબ જ મહત્ત્વ હતું. આજના દિવસે પણ તેઓ કોઈકનાં

ગેરેજમાં અથવા એક કોમ્પ્યુટર મ્યુઝીયમમાં, જ્યારે પણ તે એક 'ક્લાસીક મેક' જોશે તે દરેક વખતે તેમને એ જાણવાનો સંતોષ થશે કે તેમનાં નામ તેની અંદર છે. આપણામાંના મોટા ભાગના માટે, એ જાણતા હોવું કે આપણે એક મહાન ઉત્પાદનનો ભાગ છીએ, તેનાથી મોટો સંતોષ ભાગ્યે જ હોય છે.

## અંગત રીતે સામેલ થઈને પ્રેરણા આપવી

હું જ્યારે એપલ સાથે જોડાયો ત્યારે સ્ટીવમાં એ પ્રબળ સમજણ આવી ચૂકી હતી કે લોકો ત્યારે જ પ્રેરિત થાય છે જ્યારે તેમના વ્યવસ્થાપક અથવા નેતા ઉત્પાદન સાથે સીધું

ક્રિયાશીલ તથા અંગત જોડાણ બનાવે છે. તેને લાગ્યું કે બીજાઓને પ્રેરિત કરવાનો આ શ્રેષ્ઠ માર્ગ છે.

તેનું ધ્યેય લોકોમાં એટલી ઊર્જા ભરી દેવાનું હતું જેથી તંત્રમાં રહેલી દરેકે દરેક વ્યક્તિ તેના પોતાના જેટલી જ પ્રેરિત થઈ જાય. આમ બનવા માટે તેમને એવી લાગણી થવી જોઈએ કે તેઓ ઉત્પાદનનો એક ભાગ છે. સ્ટીવનાં તંત્રમાં લોકોને માન્યતા આપવા તથા પ્રેરવા સહિતની બધી જ વસ્તુના કેન્દ્રમાં તેના ઉત્પાદનો છે. બધાનું ધ્યાન ઉત્પાદન પર જ કેન્દ્રિત છે.

તે જાણે છે કે સારી રીતે દોરવણી આપવા માટે *તમારે પોતે જ ઉત્પાદન બની જવું પડે* દરેક કર્મચારીને વિશ્વાસ બેસે કે તે (સ્ટીવ) જાણે છે કે ઉત્પાદનની સફળતામાં તેમનો ફાળો કેટલો અનિવાર્ય છે. તે નક્કી કરવાનાં ઘણાં શક્તિશાળી માર્ગો તે શોધી કાઢે છે. આ *ઉદાહરણ વડે નેતાગીરી* છે. લોકો તેઓ જે કરે છે, એક ઉત્પાદનનું સર્જન કરે છે - તેની સાથે ખૂબ જ સંકળાઈ જાય છે, કારણ કે તેઓ જોવે છે કે તેમનો નેતા પોતે પણ કેટલો સંકળાયેલો છે.

પછીથી જ્યારે મેક બહાર પડ્યું, ભલે શરૂમાં તેણે બહુ સારું કામ ન આપ્યું, પરંતુ જૂથની દરેક વ્યક્તિ તેનાં શક્તિસામર્થ્યને સમજી ગઈ. સ્ટીવે આ બાબતની ચોક્કસાઈ રાખી હતી. અને તેનો ઉત્સાહ ક્યારેય ઘટ્યો નથી. તે લોકોને તેમનાં કામ ઉપરનો જુસ્સો જાળવી રાખવા માટે હંમેશાં યોગ્ય શબ્દોનો ઉપયોગ કરી શકતો. અને જેનાં વિગતો માટેનાં ઝનૂન અને વિગતો માટેનું વળગણનો ક્યારેય અંત જ નથી તેવા નેતા સાથે કામ કરવાના તણાવ તથા પડકાર છતાં પણ લોકોને એપલમાં કામ કરવાનું અને સ્ટીવ માટે કામ કરવાનું પ્રિય છે.

પરિણામ ? એપલનો કર્મચારીઓનો ટર્નઓવરનો દર ૩ ટકા હતો, ટેકનોલોજી ઉદ્યોગમાં સહુથી નીચો. જેમણે સ્ટીવને ભાગ્યે જ આમનેસામને જોયો હશે, તેવા લોકો પણ તેને વફાદાર હતા.

લોકોને તેમના પ્રયત્નો માટે કેવી રીતે પુરસ્કાર આપતા, તેમાં આ વફાદારી પ્રતિબિંબિત થતી. કંપનીઓની બહુ બહોળી વિપુલતા પગાર, બોનસ, તથા શેરના વિકલ્પોના રૂપમાં પુરસ્કારો આપે છે. એપલમાં પણ આવા જ કિસ્સા છે. પરંતુ સ્ટીવ તેના માણસોને જુદા પ્રકારના માર્ગે માન્યતા આપવામાં તથા પુરસ્કારો આપવામાં પણ મહાન છે. પૈસા અને શેર એ બે વસ્તુ જ લોકોને ઉચ્ચ રીતે પ્રેરિત રાખવાની મુખ્ય ચાવીરૂપ નથી.

ખાસ કરીને શરૂઆતના દિવસોમાં જ્યારે પણ જૂથ કોઈ મહત્ત્વના સીમાચીહ્ન પર પહોંચતું ત્યારે દરેક વ્યક્તિ જાણતી કે કોઈક પ્રકારે તેમની કદર થવાની શક્યતા છે. મેક જૂથમાં શેમ્પેઈનની બોટલોનો એક જથ્થો રહેતો. જ્યારે કણ કોઈકને એમ લાગે કે કશુંક નાનું પણ મહત્ત્વનું ધ્યેય -એવું કશું કે જેના પર કોઈક ઘણા સમયથી મથામણ કરતું હોય અને છેવટે જે સફળ થયું હોય - સિદ્ધ થયું છે ત્યારે તેઓ આમાંથી શેમ્પેઈનની બોટલ ખોલતા.

જ્યારે મેક જૂથનો કોઈ સભ્ય બોનસને પાત્ર બનતો ત્યારે સ્ટીવ તેનો ચેક એક સફેદ પરબીડિયામાં મૂકતો, તે કર્મચારીના કાર્યસ્થળે જતો અને અંગત રીતે તે તેને સોંપતો. એક દિવસ તેણે માત્ર એ દેખાડવા માટે કે તે તેમના પ્રયત્નોની / કામની કેટલી કદર કરે છે, તેણે મેક જૂથના ઇજનેરોને મેડલ્સ આપ્યા.

સ્ટીવ જાણતો હતો કે માર્ગસ્તંભ લોકોને ત્યાં સુધી પહોંચવા માટે કામ કરતા રાખે છે. પડદા પરનાં નિર્દેશન માટેનું સોફ્ટવેર પંદરમી સુધીમાં કામ કરતું થઈ જવું જોઈએ... એકવીસમી સુધીમાં ૭૫૦૦૦ એકમો બારણાની બહાર નીકળી જવા જોઈએ. એક સીમાચિહ્નને સિદ્ધ થઈ જાય ત્યારે એ થોભવાનો અને ઉજવણી કરવાનો સમય હતો.

એક વખત પ્રથમ મેક વેચાણ પર મૂકાઈ ગયા. એટલે સ્ટીવ ઇચ્છતો હતો કે તેના કારખાનાના શ્રમિકોને જાણ થાય કે તેમના પ્રયત્નોની કદર કરવામાં આવી છે. એક સીઈઓ કેવી રીતે માન્યતા આપે ? શું માનવ સંસાધન વિભાગ સર્ટિફિકેટ છપાવીને દિવાલો પર ટાંગે ?શું કારખાનાનઆ મેનેજરને એક 'એટાબોય' સભા યોજવાનું કહેવું ?

એવું કરે તે સ્ટીવ નહીં. મને સાથે લઈને, તે પોતે જ કારખાના પર ગયો. તેણે અંગતરીતે દરેકે દરેક શ્રમીકને સો ડોલર્સની નોટ હાથોહાથ આપી. અને તેમ કરતી વખતે દરેકની આંખમાં આંખ મેળવી. પરંતુ પૈસા એ મૂળ મુદ્દો ન હતો. પ્રચ્છન્ન છાપ એ પડી કે સીઈઓ એ પોતે 'સરસ કામ'ના બોનસ રૂપે જાતે જઈને તે આપવા માટે પૂરતી સંભાળ લીધી.

એક દિવસ તેને 'હરતાં ફરતાં વ્યવસ્થાપન' પ્રકારમાં હું સ્ટીવ સાથે હતો અને અમે મેક કારખાનાંનાં શીપીંગ ક્ષેત્રમાં ગયા. સ્ટીવને એવું નહોતું લાગતું કે ઉત્પાદનો શીપીગ માટે પૂરતી ઝડપે અથવા પૂરતી સારી રીતે તૈયાર કરાતાં હતાં.ફરી એકવખત તે પોતાને એક ઉત્પાદન તરીકે કલ્પનાની ભૂમિકામાં સરી ગયો અને એક મેક શીપમેન્ટ માટેનાં ક્ષેત્રમાં આવે ત્યારે શું અનુભવે તે વર્ણવવા માંડ્યો. બધા શીપીગ માટે કામ કરતા

માણસોની સામે તેને કેવી રીતે વધુ સારું અને ઝડપી બનાવી શકાય તે વિચારવાના માર્ગ તરીકે તે કેવી રીતે પેક થવાય તથા વિંટાળાય તે ક્રિયામાંથી પસાર થયો.

શીપીંગ વિસ્તારના મોટા ભાગના લોકો આ પ્રદર્શનથી અવાચક અને દેખીતી રીતે જ અસ્વસ્થ થઈ ગયા. પરંતુ વાસ્તવમાં તેણે શીપીંગના વહેણને વધારવા માટેના માર્ગો - રીતો ખુલ્લી કરી અને જ્યારે તેણે પૂરું કર્યું ત્યારે તેમણે બધાએ આનંદ વ્યક્ત કર્યો અને તાળીઓ પાડી. પછી અમે પીઝા અને હળવાં પીણાઓ માટે આદેશ આપ્યો અને વધુ સારી શીપીંગ પદ્ધતિ માટે બધાએ ભેગા મળીને ઉજવણી કરી.

અંતમાં - આ ફેરફારો વડે તેનું દરેક સત્યાવીસમી ક્ષણે એક મેકના શીપીંગનું ગોઠવેલ લક્ષ્ય સાધવાનું શક્ય બન્યું.

આ નવપ્રસ્થાન પછી જ્યારે અમે બેન્ડલી ડ્રાઈવ પાછા ફર્યા, ત્યારે અમે પાછલા બારણા પર એક વિશાળ ખટારો ઊભેલો જોયો. તેની અંદર એકસો મેકિન્ટોશ હતાં અને એક નાનો મેળવડો યોજીને સ્ટીવે પોતે એક એક વ્યક્તિનું નામ બોલીને તેમની સાથે હસ્તધૂનન કરીને તથા અંગત રીતે  તેમનો આભાર માનીને તે મેકિન્ટોશ દરેક વ્યક્તિને આપ્યાં.

દરેકે દરેક મેક ઉપર પ્રાપ્ત કરનારનાં નામની તકતી લગાડીને તેને અંગતતા બક્ષવામાં આવી હતી. આજે પણ સ્ટીવે મને તે દિવસે આપેલું મેક મારી પાસે છે.અને હું શરત મારવા તૈયાર છું કે બાકીના નવ્વાણુ લોકો પાસે પણ હશે જ.

જ્યારે આઈફોન રજૂ કરવામાં આવ્યો ત્યારે દરેક કર્મચારીને તે પણ મફત આપવામાં આવ્યો. તેવી જ રીતે કંપની સાથે દશેક વર્ષ કરતાં વધુ સમયથી જોડાયેલા દરેક પાર્ટટાઈમ કામ કરનારા તથા સલાહકારોને પણ આઈફોન આપવામાં આવ્યા.

સ્ટીવ કોઈપણ ટીમ મેળવવા ઈચ્છે તેવો મહાન, ઉત્સાહ વધારે તેવો નેતા હતો. તે 'આપણે અહીં જે કરીએ છીએ, તે બ્રહ્માંડ દ્વારા વિરાટ લહેરો મોકલશે'. તેવી પંક્તિઓ વડે સતત બધાની ધ્યેયનિષ્ઠા તથા ઉત્સાહ વધારતો રહેતો.

## દરેકની અંદર રહેલા 'કલાકાર'ને ઉત્તેજિત કરવો

સ્ટીવ એક કલાકાર છે - એપલનો મુખ્ય કલાકાર - જેણે હમણાં હમણાં પૈસા પ્રાપ્ત કર્યા છે, પરંતુ શરૂઆતથી જ આ તેનું યોગ્ય વર્ણન છે. તે પોતાના ડિઝાઈન જૂથને તેમના

પોતાના માટે એક કલાકાર તરીકે પણ વિચારવા માટે ઉત્તેજિત કરે છે. તે ૧૯૮૨માં આખા મેક જૂથને લુઈસ કમ્ફર્ટ ટીફની સંગ્રહાલયના પ્રવાસે લઈ ગયો હતો. શા માટે ? ટીફની એક કલાકાર હતો, જેણે સફળતાપૂર્વક જથ્થાબંધ ઉત્પાદનમાં પલટો માર્યો હતો.

સ્ટીવે તેના ઈજનેરોની કલાકાર તરીકેની સંવેદનશીલતાનો લાભ ઊઠાવ્યો. જ્યારે નવાં ઉત્પાદનો પ્રદર્શન માટે તૈયાર હોય, ત્યારે તેના વિશે હંમેશા અતિ ઉત્સાહી એવો તે 'સાચા કલાકારો સમયસર હંકારી જાય છે.' જેવી પંક્તિઓ વડે સિંહના રખેવાળની જેમ તેનાં જૂથને ચાબખા મારતો.

એન્ડી હેર્ટઝફેલ્ડ, મૂળભૂત મેક ડીઝાઈન જૂથનો એક મહત્ત્વનો સભ્ય, આ વાત આ રીતે મૂકે છે, 'મેક જૂથ પાસે અનેક પ્રકારનાં ચાલકબળનો જથ્થો હતો. પરંતુ સુરુચિપૂર્ણ મૂલ્યોની ભારે માત્રા એ તેની સૌથી અજોડ સામગ્રી હતી. ધ્યેય ક્યારેય હરીફાઈને ટપી જવાનું અથવા પુષ્કળ પૈસા બનાવવાનું ન હતું, એ તો શક્ય તેટલી મહાન વસ્તુ હોય, તેનાથી પણ થોડી વધુ મહાન - વસ્તુ બનાવવાનું હતું.'

## લોકોને જાણવા દેવું :

કોઈક કારણસર પત્રકારોએ સ્ટીવની આ સૌથી વધુ પ્રભાવશાળી લાક્ષણીક ખાસીયત વિશે ભાગ્યે જ લખ્યું હોય તેવુ દેખાય છે. તેની આ ખાસીયત એટલે તે લોકોને તેઓ કેટલા મહત્ત્વનાં છે અને તેઓ જે કરે છે તે કેટલું કટોકટીભર્યું કે મહત્ત્વશીલ છે તે જણાવવા માટે કેટલો વિચાર કરે છે તે.

લોકોમાં ઉત્સાહનું ચણતર કેવી રીતે કરવું તે વિશે સ્ટીવ નિયમિત પણે વિચારે છે. તેનામાં આને માટેની કુદરતી પ્રતિભા છે. પરંતુ તે જેમનામાં આ ક્ષમતા હોય તેવા બીજાઓનું અવલોકન પણ કર્યા કરે છે. તેઓ બરાબર શું કહે છે ? તેમની વર્તણૂક કેવી હોય છે ? જો તેઓ જે કહે છે તે બીજા લોકો સાંભળતા હોય તો તેવે વખતે તેઓ કેવી રીતે રજૂઆત કરે છે ? વગેરે...

માનવ તત્ત્વ કેટલું આવશ્યક છે તેનું પગેરું ગુમાવી બેસવું તે ઘણું સહેલું છે. એપલનાં વરિષ્ઠ કાર્યપાલકથી લઈને એપલ સ્ટોરમાં 'જીનિયસ બાર્સ' બનાવનાર જૂથ સુધીના દરેક માટે સ્ટીવ એ આદર્શ છે. જેને અનેક વખત ટાંકવામાં આવ્યું છે, તેવા તેના ૨૦૦૯ના સ્ટોનફોર્ડ યુનિવર્સિટીનાં વક્તવ્યમાં તે કહે છે, "તમારે તમારા આત્મવિશ્વાસ, ભાગ્ય,

જીવનકર્મ અથવા બીજા કશાકમાં પણ વિશ્વાસ હોવો જરૂરી છે. મારાં આ વલણે મને ક્યારેય હતાશ થવા નથી દીધો. અને તેને કારણે મારા જીવનમાં આ બધો ફેરફાર થયો છે. (તેણે મારું જીવન બદલી નાખ્યું છે)'' તે તેને માટે કામ કરતા લોકોમાં આ જ વિશ્વાસ, હેતુ અને દૃષ્ટિની ભાવના ઠસાવે છે.

એપલ માટે આરામદિન વિકસાવવાની વાતનો તે બહુ મોટો ટેકેદાર હતો. કર્મચારી કંપની સાથે કામ કરવાનાં પાંચ વર્ષ પૂરાં કરે એટલે તેને પૂરા પગારે એક હિનાની રજા મળે. પરંતુ આ રજા માત્ર *પીના કોડાલા* પીતાં પીતાં તડકાવાળા દરિયાકિનારે પડ્યા રહેવા માટે ન હતી. અમે દરેક વ્યક્તિને જણાવતા કે તે અથવા તેણી એક ઉત્પાદન, એક પ્રક્રિયા અથવા કંપની તેની વ્યૂહરચનાનો સમાવેશ થતો હોય તેવા એક મોટા મુદ્દા વિશે કાંઈક નવી યોજના, વિચારો - સાથે પાછા ફરે તેવી અપેક્ષા રખાતી હતી. આ આરામનો સમય તમારા સર્જનાત્મક વિચારોના પુનઃસંચાર માટેનો સમય બનવો જોઈએ.

## ચાલકબળનું પોતે જ આચરણ કરવું

સ્ટીવ 'હરતાં ફરતાં વ્યવસ્થાપન'માં પણ નિપૂણ હતો. તમે અઠવાડિયાના કોઈપણ દિવસે તેને હૉલમાં આંટાં મારતો, 'તમે શેના પર કા કરો છો ?' અથવા 'તમારે શું સમસ્યા છે ?' એવું પૂછતો આવી ચડતો જોઈ શકો. પ્રસંગોપાત હું તેને 'હું તમને જે પૈસા ચૂકવું છું તે કમાવા માટે તમે શું કરો છો ?' પ્રકારના વધુ પડકારરૂપ સ્વરૂપમાં માગણી કરતો જોતો.

કેટલીક ટુકડીઓને આ આસુવિધાજનક લાગી શકે. તેઓ આને સૂક્ષ્મ-વ્યવસ્થાપન ગણે છે. આ વલણ વધુ હકારાત્મક લાગણીઓ ઊભી કરી શકે. તે લોકોને એમ વિચારતા કરી શકે કે 'તે માત્ર ઉત્પાદન વિશે જ સંભાળ નથી લેતો, તે મારી ભૂમિકા વિશે પણ ધ્યાન રાખે છે. હું કોઈક બહુ મોટા તંત્રનો ભાગ છું. આમાં અમે બધા સાથે છીએ.' આ વર્ષો દરમ્યાન સ્ટીવે તેના કર્મચારીઓને તેમનાં જીવનમાં હરહંમેશ હાજર રહીને સંભાળ્યા છે. તે માને છે કે જો તમે, તેઓ તમારા સુધી પહોચી શકે તેવા હો તથા તેમને સાંભળવા તૈયાર હો, તો તેઓ તારી અપેક્ષાઓ સાથે મેળ પાડવા ઉપર આવશે.

એન્ડી ગ્રોવ, જે તે સમયે ઈન્ટેલનો અધ્યક્ષ હતો તેણે પણ કદાચ થોડા જુદા પ્રકારે આ પ્રકારનું કશુક કર્યું હતું. અલબત્ત, તે સમયે ઈન્ટેલ એપલ કરતાં ઘણી મોટી કંપની હતી. એન્ડી જાહેર કર્યા વગર લોકો પાસે પહોંચી જતો. પરંતુ તે તો એટલા માટે કે તે જે ચાલનું

હતું તેનો ભાગ બનવા ઈચ્છતો હતો અને સમસ્યાઓનો હલ શોધવાની લાગણી જન્માવવા અને સતત વધુ સારા ઉપાયો શોધવા માગતો હતો.

આ પ્રકારની નેતાગીરી એક જ સમયે સર્વત્ર રહેવા પર આધારિત છે. જો આ યોગ્ય રીતે કરી શકાય તો તેનાથી બધાને પોતે પણ આખા ચિત્રનો એક ભાગ હોય તેવું લાગે છે.

આજે પોતે જ વ્યવસ્થાપન કરવાની આ રીત વધારે મહત્ત્વની છે. આપણા સેલફોન, ટેક્ષ્ટ મેસેજીંગ અને બાજુની કેબીનમાં બેઠેલ વ્યક્તિ સાથેના ઇ-મેઈલિંગને કારણે, ટેકનોલોજી વડે આપણે ઘણા નજીક આવી ગયા છીએ, જ્યારે આપણી જીંદગીમાં રહેલા લોકોથી ઘણા દૂર થઈ રહ્યા છીએ. હા, સ્ટીવ ઇ-મેઈલનો પણ છૂટથી ઉપયોગ કરે છે પરંતુ તે હંમેશની માફક એક હાથવગા મેનેજર તરીકે પણ એટલો જ સચોટ રહે છે. હું તેની પાસેની જે હાથવગા વ્યવસ્થાપનના પાઠ શીખ્યો હતો, તેને આજે પણ અનુસરું છું. મારા તંત્રના લોકો જાણે છે કે હું હંમેશા ઉપલબ્ધ છું અને કોઈપણ મહત્ત્વશીલ મુદ્દા વિશે હું તેમની પાસેથી એક બીનવ્યક્તિગત કહેવાય તેવો ઇ-મેઈલ મેળવવા કરતાં તેમને મોઢા-મોઢ મળીશ.

તેમને જ્યારે મુક્ત રીતે શ્વાસ લેવાની જરૂર પડતી ત્યારે મેક જૂથને મેં અગાઉ વર્ણવ્યું છે તે ખૂલ્લી જગ્યામાં લઈ જવાતા. એ જગ્યા વિડિયો ગેમ્સથી ભરેલી અને તેના પ્રિય પીણા ‘એડવાલા જ્યુસ’ - જે ત્યારે નવી વસ્તુ હતી - ના અમર્યાદિત પૂરવઠાથી ભરેલી હતી. અને તેથી જ એકઠા થવાનું આરામપ્રદ સ્થળ હતી. (સ્ટીવની એડવાલ માટેની પ્રસિદ્ધ પસંદગીએ તે પીણાને આંતરરાષ્ટ્રીય સફળતા અપાવી છે)

તમે શેના પર કામ કરો છો, તમારે શાની જરૂર છે, તમે ક્યા પડકારોનો સામનો કરો છો, વગેરે વાતો એક બીજા સાથે વહેંચવા માટે આ બહુ સારી જગ્યા હતી. મેકની આ ખુલ્લી જગ્યા જેવા એકઠા મળવાનાં સ્થળ દરેકમાં એવી લાગણી જન્માવવામાં મદદરૂપ બને છે કે તેઓ એકલા નથી. જૂથનો એક ભાગ જે સમસ્યાનો સામનો કરતો હોય તે બધાની સમસ્યા બની જાય છે.

## સ્ટીવના નેતાગીરીના દાવપેચ

### વારંવાર સમીક્ષા બેઠકો

તે સમયે દર ત્રણ મહિને યોજાતા મોટા જૂથ મેળાવડા અને ઓચિંતી માર્ગસ્તંભ

ઉજવણીઓ ઉપરાંત, પહેલાં દર અઠવાડિયે 'મીટ એન્ડ પોટેટોઝ' નામની ઉત્પાદન સમીક્ષા બેઠકો યોજાતી હતી. સ્ટીવ ખૂબ જ વારંવાર ઉત્પાદન સમીક્ષા કરવામાં માનતો હતો.

આ બધી જ માહિતીની આપલે થતી હોવા છતાં જ્યારે તેના મગજમાં ઓચિંતો કોઈ વિચાર અથવા પ્રશ્ન ફૂટી નીકળે ત્યારે તે પછીની સમીક્ષા બેઠકને માટે પણ રાહ ન જોતો. એક ઉત્પાદન જૂથનો નેતા જમતો હોય, અથવા ઘરમાં તેનાં કુટુંબ સાથે હોય, અથવા સૂવાની તૈયારી કરતો હોય, ગમે ત્યારે સ્ટીવ તેને જુદા જુદા પ્રશ્નોની સૂચિ સાથે ફોન કરે, 'તમે આ કર્યું, તમે પેલા પ્રશ્નનો જવાબ મેળવ્યો, તમારે નોકરીની જે જગ્યા પૂરવાની હતી તે માટે કોઈ ઉમેદવાર લઈ આવ્યું, તમે આવી પેલી સમસ્યાઓનો ઉકેલ શોધ્યો છે ?' વગેરે વગેરે... અને પછી પાછો તેણે જે વિચારો કર્યા હોય તેવી વધુ વસ્તુઓ - તેમાંથી મોટાભાગની ખૂબ જ વિગતવાર - સાથે બે કલાક પછી પાછો પણ ફોન કરી શકે છે.

પરંતુ દરેક વખતે તે પૂછે ખરો, 'શું તમે અત્યારે વાત કરી શકો તેમ છો ?' તમે દિવસના ચોવીસ કલાક તેને માટે કામ કરો છો તેવી તેની ગર્ભિત ચીમકી, તમારી અંગત જિંદગી માટે આદર દર્શાવતી લાગણી દર્શાવાય તે સાથે શાંત થઈ જતી.

તેણે લોકોને કેવી રીતે સંભાળવા તેના વિશેના કેટલાક લોખંડી લાગતા ધારી લીધેલા નિયમો પણ તોડી નાખ્યા છે. તે લોકોને તેમની શક્તિની હદ સુધી ધકેલી દેવા માટે અને તેઓ દરરોજ અતિશય કામ કરે તેવી તેમની પાસેથી અપેક્ષા કરવા માટે કુખ્યાત છે. તે છતાં કામ પછીના કલાકોની દખલ તેઓ શા માટે ચલાવી છે ?

હંમેશાં, એક સંપૂર્ણતાના આગ્રહી સાથે કામ કરવું કઠીન છે. જો તમે તમારા નેતા જેટલા જ ઊર્જાથી ભરપૂર ઉત્સાહી અને પ્રેરણાત્મક હોવા માટે મથતા હો, તો જ તમે તેની સાથે રહી શકો.

## શું તમારા કર્મચારીઓ તમારાં ઉત્પાદનોનો ઉપયોગ કરે છે ?

જો તમે અર્ધવાહક ચીપ્સ અથવા ખાટલાની સ્પ્રીંગ અથવા ટ્રેક્ટરના ભાગોનું ઉત્પાદન કરતા હો અથવા તમે વેબસાઈટ ડીઝાઈનીંગ અથવા ગામમાં પેકેજીંગ પહોંચાડવા જેવી સેવા આપવાના વ્યવસાયમાં હો તો તમને આ લાગુ નહીં પડે. હું અહીં જે સૂચવવા માગું છું તેની સાથે કદાચ તારે કંઈ લેવા દેવા નથી.

પરંતુ જો તમે કોઈ એવા ઉત્પાદનો અથવા સેવાઓ પૂરી પાડતા હો, જેનો તમારા કર્મચારીઓ પણ ઉપયોગ કરી શકે, તો તમે એ ખાતરી કરવાનો અસરકારક માર્ગ પણ

શોધવા ઇચ્છશો કે તમારા કર્મચારીઓ તમે જે બહાર પાડો છો તેના માત્ર ઉપયોગકર્તા જ નથી, પરંતુ તે વિશે તેઓ ઉત્સાહી પણ છે : એ વસ્તુઓ માત્ર એટલા માટે નથી વાપરતા કે કોઈક તેમના પર નજર રાખી રહ્યું છે, પરંતુ એટલા માટે  વાપરે છે કારણ કે તેઓ તે ઉત્પાદનમાં વિશ્વાસ ધરાવે છે.

આ વાત એક ડગલું આગળ જાય છે. ઉદાહરણ તરીકે જો હું ઇન્ટેલનો વડો હોઉં તો હું વફાદાર કર્મચારીઓ પોતાને ઘેર 'ઇન્ટેલ ઇનસાઇડ'ની તકતી લગાડેલ કોમ્પ્યુટરનો ઉપયોગ કરે તેવી અપેક્ષા રાખું.

મેક પૂર્વેનાં દિવસોમા એપલના કર્મચારીઓને પ્રાયોગિક ધોરણે કામ પર રાખવામાં આવતા અને તેઓ એપલ-IIનો ઉપયોગ કેવી રીતે કરાય તે શીખે તેવી અપેક્ષા રખાતી. ત્રણ અઠવાડિયાં પછી તેમની ચકાસણી કરાતી. જો તેમણે કોમ્પ્યુટર્સનો ઉપયોગ કેવી રીતે કરાય તે શીખવાની જહેમત ન લીધી હોય તો તે તેઓને ઉત્પાદન અથવા કંપની વિશે ખરેખર કાંઈ પડી નથી તેવી નિશાની તરીકે લેવાતું અને તેમને દરવાજો દેખાડી દેવાતો.

આ ચકાસણીમાં ઉત્તીર્ણ થાવ, અને એપલ તેમને એપલ-II કોમ્પ્યુટર તેમનાં પોતાનાં તરીકે ઘરે લઈ જવા આપતું.

૧૯૮૫માં મેકને રજૂ કરવામાં આવ્યું તે પછી મેં બેન્ડલી ડ્રાઈવની નજીકમાં જ મારા ફેસીલીટીઝ જૂથ સાથે એપલનાં ઉત્પાદનો કોમ્પ્યુટર્સ, પ્રીન્ટર્સ, પેરીફેરલ્સ અને એસેસરીઝ ધરાવતો એક એપલ સ્ટોર બનાવરાવ્યો હતો. આ કોઈ નફો કરવા માટેનું કેન્દ્ર ન હતું, પરંતુ કર્મચારીઓને બધા હાર્ડવેર્સની છેલ્લામાં છેલ્લી આવૃત્તિઓથી અવગત થવા માટે પ્રોત્સાહિત કરવાની એક રીત-માર્ગ હતો. ઉત્પાદન કિંમત કરતાં લગભગ અડધા ભાવે અને છૂટક કિંમતના લગભગ ૭૫ ટકા ઓછા ભાવે ત્યાંથી તેઓ મેક અથવા એપલ-II ખરીદી શકે.

તેનાથી પણ વધારે સારું - દરેક કર્મચારીને વર્ષમાં એક વખત એ ઓછા ભાવે પરિવારના સભ્ય અથવા મિત્ર માટે એક કોમ્પ્યુટર ખરીદવાનો વિશેષાધિકાર અપાતો - મેકિન્ટોશના પાઈરેટ્સ તેમજ બાકીના એપલના નોનપાઈરેટ્સ માટે એક વધુ પુરસ્કાર.

કંપની પુરવઠો પૂરો પાડનારાઓ, વિકસાવનારાઓ તથા સલાહકારો સાથે પણ ખૂબ જ ઉદાર હતી. 'શું તમારે એક-બે નવા મેકિન્ટોશ જોઈએ છે ? એક લેસર રાઈટર જોઈએ છે ? એક સર્વર જોઈએ છે ?' આ કરવાથી કંપનીને થતી ખોટ આવકના નાના ટપકાં જેવડી હતી, એપલનાં ઉત્પાદનો માટેના ઉત્સાહ તથા આબરુમાં મળતું વળતર પ્રચંડ, અગણિત હતું.

## સૌથી મહાન પુરસ્કાર

વ્યાપાર જગતમાં કંપની તથા તેનાં ઉત્પાદનો વિશે ખરેખર પડી હોય તેવા લોકો કર્મચારીઓ તરીકે હોય તેના કરતાં વધુ મૂલ્યવાન બહુ ઓછી વસ્તુઓ હશે. ચુક વોન રોસ્પેક, એપલનો એક સત્તર વર્ષનો જૂનો અનુભવી, આ વાત આ રીતે મૂકે છે, 'હું બહ સાદાં કારણોસર એપલમાં કામ કરવા ગયો. મને લાગ્યું કે તે એક એવી કંપની હતી, જે સમાજમાં કંઈક અલગ કરી શકે છે અને સમાજમાં સુધારો લાવી શકે. એપલ એક દુર્લભ ઓલાદની કંપની છે, જે તેની આસપાસની દુનિયાને સુધારવાનો પ્રયત્ન કરતાં ડરતી નથી.' આ પ્રકારનું વલણ ઉત્પાદનલક્ષી સફળતાની માત્રાને પોષે છે. શરૂઆતના દિવસોનો એક એપલ પ્રોગ્રામર (તે પાછા ફરવાની આશા રાખે છે, માટે હું તેનું નામ નથી આપતો) આ વલણ કંપનીમાં કેવી રીતે પ્રસરે છે તે પકડે છે. 'એપલ છોડ્યાને બે વર્ષ પછી પણ મને હજી પણ એવું લાગે છે કે હું બે ક્રિસમસ ઉજવું છું. એક મારા કુટુંબ સાથે અને એક મેકવર્લ્ડ સાથે જાન્યુઆરીમાં, જ્યારે સ્ટીવ જોબ્સ મંચ પર આવીને કહે છે, 'આજે તમને દેખાડવા માટે મારી પાસે કેટલીક એવી ચીજો છે જે મને લાગે છે કે તમને ખરેખર ગમશે.'

'મુખ્ય કલાકાર' તરીકે સ્ટીવ હંમેશાં મુખ્ય મથાળું આંચકી લે તેવા મોટા ઝાટકા આપવા ઇચ્છે છે. આવા ઝાટકા તે પ્રથમ વાર્ષિક કોર્પોરેટ સભામાં શેરધારકોને અને પછી મેક વર્લ્ડમાં લગભગ પાગલ એવા એપલના અતિઉત્સાહીઓ અને ડેવલપર્સને આપે છે. તે કંપનીની અંદર અને સમગ્ર દુનિયામાં 'ગૂસપૂસ ઊભી કરવામાં' પારંગત હતો. તે જ્યારે મેકવર્લ્ડમાં વક્તવ્ય આપે ત્યારે સમગ્ર કર્મચારીગણ કામ અટકાવી દે અને કેમ્પસ પરનાં રેસ્ટોરાંમાં ગોઠવેલા વિશિષ્ટ ટેલિવિઝન પડદાઓ આસપાસ તેને નિહાળવા માટે એકઠા થઈ જાય. સ્ટીવ જાણે છે કે તે વૈશ્વિક શ્રોતાગણને ઉદ્‌બોધી રહ્યો છે, પરંતુ તેને માટે તે પણ એટલું જ મહત્ત્વનું છે કે તે એપલના દરેક કર્મચારી અને કોન્ટ્રાક્ટર - ખાસ કરીને એવા કે જેમને આજે જે રજૂ કરવાનો છે તે ઉત્પાદનો સાથે પણ જોડાણ છે, તેમની સાથે વાત કરી રહ્યો છે. પછી ભલે તે જોડાણ ગમે તેટલું દૂરનું, ઓછા મહત્ત્વનું હોય. (સ્ટીવના ઘણાં લોન્ચ પ્રેઝન્ટેશનસ યુ-ટ્યુબ પર જોઈ શકાય છે; 'સ્ટીવ જોબ્સ મેકવર્લ્ડ' પર સર્ચ કરો.) ઘણી વખત સ્ટીવના પાઇરેટ્સ માટે એક ઉછાળ સાથે તેમનાં ઉત્પાદનને રજૂ કરાય તે જોવું - એક એવા પ્રકારનો ઉછાળ જે સર્જવામાં સ્ટીવ માહેર હતો - તે સૌથી મોટો પુરસ્કાર બની રહેતું.

જૂના જમાનાના દરિયાઈ પાઇરેટ્સ માટે લુંટ કરાવી એ જ પુરસ્કાર હતો. આજની શ્રેષ્ઠ કંપનીઓમાં પાઇરેટ્સ માટે પોતાનો જેના ઉત્પાદનમાં હાથ છે, તેવાં નવાં ઉત્પાદન અથવા સેવાને એક સામાન્ય ખબરપત્રીઓની સભા સામે રજૂ કરવાને બદલે વધુ સારી

રીતે રજૂ થતા જોવા એ સૌથી મોટો પુરસ્કાર છે.

એક એવી રજૂઆત વખતે માત્ર સ્ટીવને મંચ પર નિહાળો, અને તમને લાગશે કે જો તેનાં ઉત્પાદનમાં માર્કેટીંગમાં અથવા તરતા મૂકવામાં જો તમારી કોઈક ભૂમિકા હોત તો તમે કેવો ગર્વ તથા સંતોષ અનુભવતા હોત. અને પછી તમે તમારી જાતને પૂછો કે તમારા પોતાનાં લોકોમાં ગર્વની આવી જ ભાવના ઊભી કરવા માટે તમે શું કરી શકો.

# ભાગ 3

# જૂથ રમતો

## ૬

# ઉત્પાદન વડે ચાલતું તંત્ર

કોઈ પણ તંત્ર માટે વ્યાપારની જરૂરિયાતો સંતોષાય તેવું યોગ્ય બંધારણ થવું એ સૌથી વધારે આવશ્યક પાસું છે. એપલનાં શરૂઆતનાં વર્ષોમાં કંપની એપલ-IIની સફળતાથી છલકાતી હતી. વેચાણ ઘણું ઊંચું હતું અને દર મહિને ઉદાહરણીય રીતે વૃદ્ધિ પામી રહ્યું હતું. સ્ટીવ જોબ્સ ઉચ્ચ ટેકનોલોજી અને એપલ ઉત્પાદનોનાં પ્રતિક તરીકે રાષ્ટ્રવ્યાપી 'પોસ્ટર બોય' બની ગયો હતો. જ્યારે સ્ટીવ વોઝનિક ને આ બધાની પાછળના ટેકનિકલ ભેજાં તરીકે મળવું જોઈએ તેના કરતાં ઓછું શ્રેય મળતું હતું.

ત્યારે ૧૯૮૦ની શરૂઆતમાં ચિત્ર પલટાવાનું શરૂ થયું, પરંતુ એપલનું વ્યવસ્થાપન તંત્ર આ સમજ્યું નહીં અને તેમણે વિકસી રહેલી સમસ્યાઓ જોઈ નહીં. કંપનીની નાણાકીય સફળતા જ બધી સમસ્યાને છુપાવવાનું કારણ બની, તે વધુ ખરાબ બાબત હતી.

### ઉત્તમ સમય, અતિ ખરાબ સમય

આ એવો સમયગાળો હતો, જ્યારે આખો દેશ મંદીનો માર સહન કરતો હતો. ૧૯૮૩ની શરૂઆતમાં કોઈપણ વસ્તુ વેંચવા માટેનો અનુકૂળ સમય ન હતો. રોનાલ્ડ રીગને વ્હાઈટ હાઉસમાં જીમી કાર્ટરનું સ્થાન ગ્રહણ કર્યું હતું અને આખું અમેરિકા ત્રાસદાયક મંદી, એક વિલક્ષણ મંદી, જેમાં અનિયંત્રિત ફૂગાવો જે સામાન્ય રીતે વધુ પડતી માંગ સાથે સંકળાયેલ હોય છે તે દબાયેલી આર્થિક પ્રવૃત્તિઓ સાથે સંકળાઈ ગયો હતો. આને 'સ્ટેગફ્લેશન' કહેવામાં આવ્યું અને ફૂગાવાના રાક્ષસને નબળો પાડવા માટે ફેડરલ રીઝર્વના અધ્યક્ષ પાઉલ વોકરે વ્યાજના દર આકાશને આંબે તેવા કરી નાખ્યા, જેણે ઉપભોક્તાઓની માગણીને, ખરીદશક્તિને ગુંગળાવી નાખી.

આ તરફ આઈબીએમે એક સમયે એપલ પાસે બધું મળીને જે એક જ નાનકડું પીસી સેન્ડબોક્ષ હતું તેના પર સો કીલો ઇંટ જેટલું ભારે ધિરાણ કર્યું હતું. અંગત કોમ્પ્યુટરના વ્યાપારમાં પીગ્મીઓમાં આઈબીએમ બહુ મોટા ધિરધાર હતા. જનરલ ઇલેક્ટ્રોનિકસ અને હનીવેલ અને હ્યુલેટ પેકાર્ડ જેવી કંપનીઓ આ 'પિગ્મિસ' જૂથમાં આવતી હતી. એપલને તો પીગ્મી કહી પણ ન શકાય. જો તેને આઈબીએમનાં પી એન્ડ એમ સેટલમેન્ટમાં સ્થાન આપવામાં આવે તો તે બહુ મોટો દોષ સાબિત થાય. શું એટલા માટે એપલને ફૂંક મારીને ઉડાવી દેવાનું, વ્યાપારનાં પાઠ્યપુસ્તકોના પદચિહ્નો સુધી ઉતારી પાડવાનું નિર્મિત હતું.

એપલ-II એ કંપની માટે કામધેનુ ગાય જેવું હતું તેમ છતાં સ્ટીવે યોગ્ય રીતે જોયું હતું કે તેનો પ્રભાવ પણ ઝાંખો પડી જશે. સૌથી ખરાબ તો એ હતું કે કંપનીએ તાજેતરમાં જ તેમની પહેલી બહુ મોટી હારનો સામનો કર્યો હતો : ૭૮૦૦ ડોલર્સનાં નવાં એપલ-III મશીનોમાના દરેકે દરેકને એક ત્રીસ સેન્ટથી પણ ઓછી કિંમતના દોષયુક્ત વાયરમાં સમસ્યા હોવાનો કારણે - પાછાં મંગાવી લેવા પડ્યાં હતાં.

પછી આઈબીએમ વડે તેની અણધારી વિચક્ષણ 'ચાર્લી ચેપ્લિન' જાહેરખબરો વડે પ્રચંડ હુમલો થયો. તેના પ્રવેશથી બીગ બ્લ્યૂનો અંગત કોમ્પ્યુટર્સને માત્ર શોખીનો માટેનાં રમતનાં સાધન કરતાં કશુંક વધુ સંગીન તરીકે કાયદેસરતા આપવાની ગહન અસર પડી. કંપનીએ પ્રત્યક્ષ રીતે ચપટી વગાડતામાં એક વિશાળ નવી માર્કેટ સર્જી દીધી પરંતુ એપલ માટે તાત્કાલિક પ્રશ્ન એ હતો કે તે આઈબીએમની અદ્ભુત માર્કેટ શક્તિનો કેવી રીતે પ્રતિકાર કરી શકે ?

અસ્તિત્વ ટકાવી રાખવા માટે અથવા માત્ર સ્વસ્થ રહેવા માટે, એપલને નાટકના એક બીજા મહાન અંકની જરૂર હતી. નાનાં વિકાસ જૂથનું વ્યવસ્થાપન સ્ટીવ કરતો હતો અને તે માનતો હતો કે તેની પાસે ઉત્પાદન વડે ચાલતા તંત્રરૂપે વિષમારણ હતું. પરંતુ તે તેની કારકીર્દીના એક પડકાર કે જે ઊભો કરવા માટે લગભગ તે પોતે જ જવાબદાર હતો, તેવા એકમાત્ર પહોંચી ન વળાય તેવા અવરોધનો સામનો કરશે.

## નેતાગીરીની શોધ

એપલમાં નેતાગીરીની પરિસ્થિતિ અનિશ્ચિત હતી. સ્ટીવ બોર્ડ ઑફ ડાયરેક્ટર્સનો અધ્યક્ષ હતો, જે કામને તે ખૂબ ગંભીરતાથી લેતો હતો. હજી પણ તેનું મુખ્ય ધ્યાન મેક પર કેન્દ્રિત હતું. માઇક સ્કોટ હજી પ્રેસીડન્ટ તરીકેની અસરકારક પસંદગી તરીકે પૂરવાર

નહોતો થયો અને માઈક માર્કુલ્લા, દેવદૂત જેવો રોકાણકાર, જેણે આ બંન્ને સ્ટીવના ધંધામાં શરૂઆત કરવા માટેના પ્રારંભિક નાણાં રોક્યાં હતાં, તે હજુ સીઈઓ તરીકે કામ કરતો હતો. પરંતુ હજી પણ એ તે કામ બીજા કોઈકને સોંપી દેવાના માર્ગો શોધતો હતો.

આ બધાં દબાણ હેઠળ હોવા છતાં, સ્ટીવ સામાન્ય રીતે મને એક સાથીદાર તરીકે સાથે લઈને લગભગ મહિનામાં એક વખત નજીકનાં સ્ટેનફોર્ડ કેમ્પસ પર હંકારી જતો. સ્ટીવ સાથે, સ્ટેનફોર્ડ પર અથવા બીજે ક્યાંય પણ મેં કરેલી અનેક મોટર મુસાફરી વખતે, આવી દરેક સવારી હંમેશાં એક અનુભવ બની રહી છે. તે એક ખૂબ જ સારો ચાલક હતો, અને બીજા બધા ચાલકો કરે છે તેમ, રસ્તા પર ખૂબ જ ધ્યાન આપતો, પરંતુ હંમશાં ઉતાવળમાં અને બધું શક્ય તેટલું ઝડપથી બને તેવું ઈચ્છનાર હતો. અને પાછળથી તેણે આજ રીતે મેક પ્રોજેક્ટને ચલાવ્યો અને સંભાળ્યો.

તમને એ ખ્યાલ આવે કે કોઈપણ નવાગંતુક સ્ટીવની સાથે મર્સીડીઝની સવારી કરવાથી તેનાં વ્યક્તિત્વ તથા ધ્યાન કેન્દ્રિતતા વિશે ઘણું બધું જાણી શકે.એ નવાગંતુક બહુ ઝડપથી સ્ટીવના સંગત માટેનાં પ્રેમને પણ જાણી લેશે, જે સ્પષ્ટરૂપે તેની જિંદગીનો એક બહુ મોટો ભાગ છે. તે કહેશે, 'શું તમે આ પહેલાં ક્યારેય આ સાંભળ્યું છે ?' અને તે બીટલ્સનું ગીત અથવા તેનાં પ્રિય ગીતોમાંનું બીજું કોઈ પણ શરૂ કરશે અને મારા તેની સાથે PARC પરના પ્રથમ પ્રવાસ વખતે જેટલું મોટેથી વગાડ્યું હતું, કે જેને કારણે અમારે સંગીતના અવાજની ઉપરથી એક બીજાને સાંભળવા માટે રીતસર મોટેથી બુમો પાડવી પડતી હતી, તેટલું જ મોટેથી સંગીત વગાડશે.

સ્ટેનફોર્ડની એ માસિક મુલાકાતોમાં, સ્ટીવ ત્યાંની બીઝનેસ સ્કૂલના વિદ્યાર્થીઓને - ત્રીસથી ચાલીસ વિદ્યાર્થીઓને - એક નાના ભાષણ ખંડમાં - અથવા એક કોન્ફરન્સ ટેબલની આસપાસ ગોઠવવામાં આવેલી બેઠકમાં - મળતો. શરૂઆતના બે વિદ્યાર્થીઓ : ડેબી કોલમેન અને માઈક મૂરે જ્યારે સ્નાતક થઈ ગયા, ત્યારે સ્ટીવે તેમને મેક જૂથમાં કામ પર રાખ્યાં.

સ્ટીવની મેક જૂથના નેતાઓ સાથેની એક અઠવાડિક કર્મચારી બેઠકમાં સ્ટીવે નવા સીઈઓની જરૂર વિશે કેટલીક ટિપ્પણી કરી. ડેબી અને માઈકમાં જીવનનો સંચાર થયો અને તેમણે પેપ્સીકોના અધ્યક્ષ જહોન સ્કૂલી, જેમણે એક વખત તેમના બીઝનેસ સ્કૂલના વર્ગમાં ભાષણ આપ્યું હતું, તેમની પ્રશંસાનાં ગીતો ગાવાં શરૂ કર્યાં. સ્કૂલી, જેણે છેવટે કોકો-કોલા પાસેથી નોંધપાત્ર માર્કેટ હિસ્સો છીનવી લીધો હતો, તે ૧૯૭૦ના માર્કેટીંગ પ્રચારની પાછળનું મુખ્ય ભેજું હતો. પેપ્સી ચેલેન્જ તરીકે જાણીતી, અને અલબત્ત ચેલેન્જ

મેળવનાર તરીકે જેમાં હતી, તેવી કોક આ જાહેરખબર એવી હતી જેમાં આંખે પાટાં બાંધેલા ગ્રાહકો બંને હળવાં પીણાં ચાખતાં અને તેમને બેમાંથી કયું વધુ સારું લાગ્યું તેવું પૂછવામાં આવતું.અલબત્ત, તે જાહેરખબરોમાં તેઓ પેપ્સીને જ વધુ સારી છે તેમ કહીને ઊપાડતા.

ડેબી અને માઈકે એક અનુભવી સીઈઓ અને માર્કેટીંગમાં માહેર વ્યક્તિ તરીકે સ્કૂલી વિશે ફાટી પડતાં ઉત્સાહથી કહ્યું, અને મને લાગે છે કે હાજર રહેલા દરેકને ‘આપણે જે ઈચ્છતા હતા તે આ જ’ તેવી લાગણી થઈ.

હું ધારું છું કે તરત જ સ્ટીવે જહોન સાથે ફોન પર વાતચીત શરૂ કરી દીધી. થોડાંક અઠવાડિયાઓ પછી, તેણે જહોન સાથે બેઠક કરવામાં અઠવાડિયાના પાછલા દિવસો ગાળ્યા. આ શીયાળામાં બન્યું હવું જોઈએ કારણ કે સ્ટીવે મને સેન્ટ્રલ પાર્કમાં ત્યારે તાજો બરફ પડેલો હોવાનું કહ્યું હતું.

અલબત્ત ભલે જહોન કોમ્પ્યુટર વિશે કશું જ જાણતો ન હતો. છતાં સ્ટીવ તેની માર્કેટીંગ માટેની સૂઝથી ઘણો પ્રભાવિત થયો હતો. આ એવી કુનેહ હતી જે તેને પેપ્સીકો જેવી વિશાળકાય માર્કેટીંગ કંપનીની નેતાગીરી સુધી લઈ ગઈ હતી - અને જે પ્રતિભાની સ્ટીવે કદર કરી. તે એપલ માટે એક મૂલ્યવાન સંપત્તિ બની શકે. પરંતુ જહોન માટે, સ્ટીવ જે આપવા માગતો હતો, તેના સ્પષ્ટ ગેરફાયદા, ત્રુટિ હતી. એક કંપની તરીકે, પેપ્સીકોની સરખામણીમાં એપલ ખૂબ નાની હતી. તે ઉપરાંત જહોનના બધા મિત્રો અને સંપર્કો પૂર્વ કિનારે હતા. અને આ બધાંથી પણ ચડે તેવું એ હતું કે તેને કહેવામાં આવ્યું હતું કે પેપ્સીકોના બોર્ડના ચેરમેન બનનાર ત્રણ ઉમેદવારોમાંનો તે એક હતો. આથી તેનો પ્રથમ જવાબ હતો - સ્પષ્ટ ‘ના’.

સ્ટીવમાં હંમેશાં એક એવી ભરપૂર લાક્ષણિકતા હતી જે એક સફળ નેતાની નિશાની છે, ‘સંકલ્પ શક્તિ’. તે જ સ્કૂલી સાથેની ગોષ્ઠીનાં ટોચનો ભાગ આ પંક્તિ સાથે આવ્યો. જે પછીથી વ્યાપાર માટે ઐતિહાસિક બની ગઈ : ‘શું તું તારી બાકીની જિંદગી ખાંડનું પાણી વેચીને વિતાવવા માગે છે, કે પછી તું દુનિયાને બદલવાની એક તક ઇચ્છે છે ?’ આ પ્રશ્ન સ્કૂલી માટે ઓછું, પરંતુ તેમાં જે કહેવાયુ છે તે સ્ટીવના પોતાના વિશે જ વધુ ઉઘાડું પાડે છે : સ્પષ્ટ પણે તે *પોતાની જાત*ને દુનિયાને બદલવા માટે નિર્માયેલો જોતો હતો.

ઘણા સમય પછી જહોન યાદ કરે છે, ‘હું આનો જવાબ ગળી ગયો કારણ કે હું જાણી ગયો કે આ ઑફર નકારીને હું મારી બાકીની આખી જિંદગી માટે એ જ વિચારતો રહીશ કે મેં શું ગુમાવ્યું હોત.’

સ્કૂલી સાથેની પ્રણયગોષ્ઠિ થોડાક મહિનાઓ ચાલતી રહી. પરંતુ ૧૯૮૩ના વસંત સુધીમાં એપલ કોમ્પ્યુટર્સને છેવટે એક નવો સીઈઓ મળી ગયો. ત્યાં સુધી સ્કૂલીએ લાંબા સમયથી સ્થાપિત વૈશ્વિક સાહસ, જે દુનિયાના નમૂનેદાર બ્રાન્ડસમાંનું એક હતું. ના વ્યવસ્થાપન સાથે ધંધો કર્યો હતો, જેમાંથી તે પ્રમાણમાં નાની કંપની ના એવા ક્ષેત્રમાં આવ્યો, જેના વિશે તે કશું જ જાણતો ન હતો. એક એવી કંપની જે ગયા બે દિવસ પહેલાં સાવ નગણ્ય જેવી હતી, તે આજે ઉદ્યોગના મહાકાયો સામે ઊભી થઈ હતી.

પછીના થોડાક મહિનાઓ માટે, જહોન સ્ટીવ સાથે રહીને નામાંકિત થઈ ગયો. વ્યાપાર ખબરપત્રીઓ તેમને 'ધ ડાયનેમિક ડ્યુઓ' કહેતા. તેઓ સાથે મળીને સભાઓ ભરતા અને કામકાજના દિવસો દરમ્યાન, વાસ્તવમાં તેઓ એકબીજાને ચોંટેલા રહેતાં. તેનાથી પણ વધારે, તેઓ પરસ્પર માર્ગદર્શન કરતા સમાજ જેવા હતા - જહોન એક મોટા સાહસને કેવી રીતે સંભાળાય તે સ્ટીવને દેખાડતો હોય, સ્ટીવ જહોનને નાની નાની બાબતોનાં રહસ્યો સમજાવતો હોય. છતાં એકદમ શરૂઆતથી જ સ્ટીવનો મહત્ત્વનો પ્રકલ્પ મેક એ જહોન સ્કૂલી માટે સૌથી મોટું આકર્ષણ હતું. જ્યારે 'સ્કાઉટમાસ્ટર' અને પ્રવાસના માર્ગદર્શક તરીકે સ્ટીવ હોય ત્યારે તમે જહોનનો રસ બીજી કોઈપણ દિશાાં વળી જાય તેવું ધારી જ ન શકો.

જહોનને ઠંડા પીણામાંથી, જે કદાચ તેને ટેકનોલોજીનું રહસ્યમય જગત લાગતું હોય તેમાં પડવાની પડકારરૂપ સંક્રાંતિમાં મદદરૂપ થવા માટે મેં મારા એક આઈટી કર્મચારી માઇક હોમરને તેની નજીકની એક ઑફિસમાં તેને ટેકનોલોજીની સૂઝબૂઝ આપવા માટે તેના જમણા હાથની વ્યક્તિ તરીકે કામ કરવાનું સોંપીને મૂક્યો. જ્યારે માઈક એ નોકરી છોડી ગયો ત્યારે એક 'જો હટ્રસ્કો' નામના યુવાને તેની જગ્યા લીધી, આ વધુ ઉલ્લેખનીય છે, કારણ કે જો પાસે કોઈ કૉલેજની ડીગ્રી અને કોઈ ઔપચારિક ટેકનિકલ તાલીમ ન હતી, છતાં તે આ નોકરી માટે ૧૦૦ ટકા યોગ્ય હતો. મેં વિચાર્યું હતું કે જહોન અને એપલ બંનેની સફળતા માટે એક ટેકનિકલ વ્યક્તિ હાથવગી હોય તે આવશ્યક હતું.

સ્ટીવ આ મધ્યસ્થીઓ વડે ચલાવી લેતો હતો, પણ તે વિશે બહુ ખુશ ન હતો. તેણે પોતે જહોનના ટેકનોલોજીના જ્ઞાનનો એકમાત્ર સ્રોત બની રહેવાનું વધુ પસંદ કર્યું હોત. પરંતુ સ્પષ્ટપણે સ્ટીવનાં મગજમાં જહોનના શિક્ષક બનવાને બદલે બીજી વસ્તુઓ રહેલી હતી.

જહોન અને સ્ટીવની વિચારસરણી એટલી બધી સમાન હતી કે કેટલીક વખત તેઓ એકબીજાનાં વાક્યો પૂરાં કરી નાંખતા. (ખેર, વાસ્તવમાં મેં ક્યારેય તેમને આમ કરતા

સાંભળ્યા નથી. પરંતુ આ વાત જહોન/સ્ટીવ પૂરાણનો એક ભાગ બની ગઈ છે) સમાન રીતે વિચારવાના એક ભાગ તરીકે એવું બન્યુ કે જહોન પણ ધીમે ધીમે મેકિન્ટોશ જ એપલનું ભવિષ્ય છે તેવી સ્ટીવની દૃષ્ટિ અપનાવવા લાગ્યો, તે તેની પ્રક્રિયાનો એક ભાગ બની ગઈ.

સ્ટીવ કે જહોન બંનેમાંથી કોઈ આગળ આવી રહેલ યુદ્ધને ઓળખી ન શક્યા. જો આધુનિક નોસ્ત્રાદામસે પણ એક લડાઈનું ભવિષ્ય ભાખ્યું હોત, તો અમે ચોક્કસપણે ધારી લીધું હોત કે તે બે ઉત્પાદનો વચ્ચેની લડાઈ હશે. મેકિન્ટોશ વિરુદ્ધ લીસા, અથવા એપલ વિરુદ્ધ આઈબીએમ. (સ્ટીવ વિરુદ્ધ જહોન નહીં !)

અમને એવું ક્યારેય લાગ્યું ન હતું કે આ લડાઈ બીજું કંઈ નહીં પરંતુ એક કંપનીને કેવી રીતે તંત્રબદ્ધ કરવી છે તે વિશે હશે.

## માર્કેટ સુધી પહોંચવા માટેનું જટિલ જાળું

ખરેખર, એપલનું પોતાનું જ લીસા કોમ્પ્યૂટર – જેને એપલે સ્કૂલીને કામ પર રાખ્યો તે જ મહિને બહાર પડ્યું હતું - સ્ટીવ માટે મોટો મુદ્દો બની ગયું. એપલ લીસા વડે વ્યાપારી ગ્રાહકો પરની આઈબીએમની મજબૂત પકડ તોડવાની મોટી આશા રાખતું હતું. તે જ સમયે એપલ-IIની વધુ સારી આવૃત્તિ એપલ-II પણ તરતી મુકવામાં આવી.

સ્ટીવ ભારપૂર્વક બધે કહેતો હતો કે લીસા જૂની ટેકનોલોજીના સમયમાં બન્યું છે, પરંતુ તેણે તો બજારમાં વધુ મોટા અવરોધોનો સામનો કર્યો : શરૂઆતની કીંમત વિરાટકાય - દસહજાર હતી. ઓછું શક્તિશાળી, વધારે પડતાં વજનવાળું અને વધારે પડતી કિંમતવાળું લીસા ખૂબ ઝડપથી નિષ્ફળ નીવડ્યું. પરંતુ તે આવનારી કટોકટી માટેનું બહુ મોટું પાસું ન હતું. દરમ્યાનમાં એપલ-II તેના નવા સોફ્ટવેર, વધુ સારા ગ્રાફીક્સ અને ઉપયોગ માટે સુધારેલી સરળતાને કારણે સફળ રહ્યું. આ ઓછા-વધતા નિત્યક્રમ જેવા સુધારાઓ એક મહાન સફળતામાં ફેરવાઈ જશે તેવી કોઈએ અપેક્ષા રાખી ન હતી.

તેથી ઊલટું, મેકનું લક્ષ્ય એક અનભિજ્ઞ વ્યક્તિગત ઉપભોક્તા હતો. તેની કિમત લગભગ ૨ હજાર રાખવાની હતી, જે લીસાની કિંમત કરતાં ઘણી વધારે આકર્ષક હતી. પરંતુ તેના સૌથી મોટા પ્રતિસ્પર્ધી આઈબીએમના પીસી કરતાં હજુ વધારે મોંઘી હતી, અને બાજી પલટાઈ ગઈ હતી, તેથી એપલ-II પણ સ્પર્ધામાં હતું, જે થોડાંક વધુ વર્ષો સુધી આસપાસ ચાલતું રહેવાનું હતું. આથી હવે, એપલનાં જ બે ઉત્પાદનોની વાત હતી, એપલ-IIઇ અને મેક. આ એ પ્રકારનો મુદ્દો હતો, જેને ઉકેલવા માટે જહોન સ્કૂલીને

લેવામાં આવ્યો હતો. પરંતુ જ્યારે તેના કાન સ્ટીવની મેક વિશેની વાતો તથા મેક કેવી રીતે કોમ્પ્યૂટર વાપરનારાઓ માટે તથા એપલ માટે જે ગૌરવ લાવશે તેની વાતોથી ભરવામાં આવતા હોય, ત્યારે તે આ સમસ્યાનો ઉકેલ કેવી રીતે લાવી શકે ?

આ તંત્રની અંદરના વિખવાદને કારણે, કંપની બે ભાગમાં વહેંચાઈ ગઈ, એપલ-II વિરુદ્ધ મેક. એપલ વેચતા સ્ટોર્સમાં પણ બરાબર એવું જ હતું, મેકનો સૌથી મોટો પ્રતિસ્પર્ધી હતું એપલ-II. આ વિખવાદ જ્યારે તેનાં સર્વોચ્ચ શિખરે હતો ત્યારે કંપની પાસે લગભગ ૪૦૦૦ કર્મચારીઓ હતા. જેમાંથી ૩૦૦૦ એપલ-II ઉત્પાદન રેખાના ટેકામાં હતા અને ૧૦૦૦ લીસા અને મેક તંત્રના ટેકેદારો હતા.

આ ત્રણ સામે એકનાં અસમતુલન છતાં, મોટા ભાગના કર્મચારીઓ જહોનને એપલ-IIના ધંધાની ઉપેક્ષા કરનારના રૂપમાં જોતા હતા. કારણ કે તેનું ધ્યાન મેક પર એકદમ કેન્દ્રિત હતું. પરંતુ કંપનીની અંદર ‘અમે વિરુદ્ધ તમે ને ખરેખરી સમસ્યા તરીકે જોવાનું મુશ્કેલ હતું. કારણ કે ફરી એક વખત, વિશાળ વેચાણ આવક જવાબદાર હતી. અને ત્યાં સુધીમાં એપલ પાસે બેકમાં ૧ બીલીયન ડોલર્સની રોકડ હતી. તે મહોરાં પાછળ આ વિખવાદ ઢંકાઈ ગયો હતો.

ઉત્પાદનના વધતા જતા પોર્ટફોલિયોએ દર્શનિય રોશની અને ઉચ્ચ નાટકીયતા માટેનો મંચ ઊભો કર્યો.

એપલ-IIને બજારમાં મૂકવાનો માર્ગ ઉપભોક્તા ઈલેક્ટ્રોનિક્સ વ્યાપારમાં જે પારંપારિક હતો,તે જ- વિતરક દ્વારા વેચાણ-નો પસંદ કરવામાં આવ્યો હતો. આ વિતરકો શાળાઓ કોલેજો અને છૂટક વેચાણકર્તાઓને તેનું પુનઃવેચાણ કરે. બીજા બધા વ્યાપારો - વોશીંગ મશીન, હળવાં પીણાં, મોટરકારો વગેરેની જેમ જ છૂટક વેચાણકર્તાઓ જ વાસ્તવમાં આ ઉત્પાદનને વ્યક્તિગત ગ્રાહકને વેચતા. ટૂંકમાં એપલના ગ્રાહકો વ્યક્તિગત અંતિમ ઉપભોક્તાઓ નહતા, પરંતુ મોટા વિતરક - તંત્રો-સંગઠનો તેના ગ્રાહકો હતાં.

પછીથી જોતાં લાગ્યું કે મેક જેવા ટેકનોલોજી ઉપભોક્તા ઉત્પાદન માટે આ વેચાણ વ્યવસ્થા સ્પષ્ટપણે ખોટી હતી.

જ્યારે મેક જૂથ આ ખૂબ મોડા થઈ ગયેલા તરતા મૂકાવાના કાર્યક્રમ માટે છેલ્લી મિનિટની છેવટની સાફસૂફીનાં કામમાં મચી પડ્યું હતું. ત્યારે સ્ટીવ એક નિર્દેશન માટેનો નમૂનો લઈને યુ.એસ.નાં આઠ શહેરોની મુલાકાતે નીકળી પડ્યો તે તેને બજારમાં મૂકવા

પહેલાંનો પ્રેસ પ્રવાસ હતો, જેમાં તે સમાચાર માધ્યમના લોકોને છાનામાના કોમ્પ્યુટરનો પ્રીવ્યૂ દેખાડવા માગતો હતો. એક સ્થળે આ નિર્દેશન બરાબર ન ચાલ્યું. સોફ્ટવેરમાં કોઈક પ્રકારની ગુંચવણ હતી.

સ્ટીવે તેને ઢાંકવા માટે બનતા બધા પ્રયત્નો કર્યા. જેવા ખબરપત્રીઓ ગયા કે તેણે બ્રુસ હોર્નને બોલાવ્યો, જે સોફ્ટવેરના તે ભાગ માટે જવાબદાર હતો અને તેને સમસ્યા વર્ણવી બતાવી.

સ્ટીવે પૂછ્યું, ‘કેટલો સમય લાગશે ?’ એક ક્ષણ પછી બ્રુસે તેને કહ્યું, ‘બે અઠવાડિયાં’. સ્ટીવ તેનો અર્થ સમજતો હતો. બીજી કોઈપણ વ્યક્તિ આ કામ કરવામા એક મહીનો લગાડશે પરંતુ બ્રુસ એ પ્રકારનો માણસ છે, કે તે પોતાની જાતને પોતાના કાર્યાલયમાં બંધ કરી દેશે અને જ્યાં સુધી સમસ્યાનો ઉકેલ નહીં મળે ત્યાં સુધી તે ત્યાંજ રહેશે.

છતાં સ્ટીવ જાણતો હતો કે જો એટલો લાંબો સમય લાગે તો તે મેકને બહાર પાડવાના નક્કી થયેલ સમયપત્રકને ગંભીર હાની પહોંચાડશે. તેણે કહ્યું, ‘બે અઠવાડિયા વધારે પડતાં છે.’

બ્રુસે શું શું કરવું પડે તેમ છે તે સમજાવ્યું. સ્ટીવ બ્રુસ માટે આદર ધરાવતો હતો અને જાણતો હતો કે તે વ્યાજબી અડસટ્ટો આપતો હતો. પરંતુ તેણે કહ્યું, ‘તું શું કહે છે તે હું સમજું છું, પરંતુ તારે વધારે જલદી કરવું જ પડશે.’

હું ખરેખર ક્યારેય આ વાત સમજ્યો નથી કે સ્ટીવે ટેકનિકલ જ્ઞાનના અભાવ છતાં શું શક્ય છે અને શું નથી તેનો ચોક્કસાઈપૂર્વક અંદાજ લગાડવાની જે ક્ષમતા તેણે સંપાદિત કરી છે, તે ક્યાંથી આવી અને તેણે કેવી રીતે વિકસાવી.

બ્રુસે લાંબા અંતરાલ સુધી આ આખી વસ્તુ ફરી સંપૂર્ણપણે વિચારી. પછી તેણે કહ્યું, ‘ભલે હું આ કામ એક અઠવાડિયામાં થઈ જાય તે માટે પૂરતો પ્રયત્ન કરીશ.’

સ્ટીવે બ્રુસને તે કેટલો ખુશ થયો છે તે જણાવ્યું. જ્યારે તે ખુશ થયો હોય અને કૃતજ્ઞ થયો હોય ત્યારે તેના અવાજમાં તમે ઉત્સાહનો ચમકારો સાંભળી શકો. આવી ક્ષણો *કેટલી બધી* પ્રેરણાત્મક હોય છે !

મેકને બહાર પાડવાની તારીખ પાસે આવતી ગઈ ત્યારે ફરી એક વખત લગભગ આવી જ પરિસ્થિતિ ઊભી થઈ, જ્યારે સોફ્ટવેર ઇજનેરો જે ઓપરેટિંગ સિસ્ટમને વિકસાવતા હતા તે અણધારી મુસિબતમાં આવી પડી.

ડીસ્કની પ્રતિકૃતિ તૈયાર કરવા માટેના કોડની સોંપણી કરવામાં માત્ર એક જ અઠવાડિયું બાકી રહ્યું હતું ત્યારે સોફ્ટવેર જૂથના વડા બડ ટ્રાઈબલે સ્ટીવને કહ્યું કે તેઓ તે ડીસ્ક બનાવવાના ન હતા. મેક ને 'ડેમો'ની તકતી ચોંટાડેલા કામચલાઉ સોફ્ટવેર સાથે વહાણમાં ચડાવવાં પડશે.

અપેક્ષિત વિસ્ફોટને બદલે સ્ટીવે અહંકારી - સંદેશો આપ્યો. તેણે ડીઝાઈન જૂથ સૌથી મહાન છે તેવા વખાણ કર્યાં. આખું એપલ તેમના પર આધાર રાખતું હતું. તેણે પોતાના પ્રોત્સાહનભર્યા તથા નિશ્ચયાત્મક, અવગણી ન શકાય તેવા સૂરમાં કહ્યું 'તમે આ બનતું કરી શકો'.

પછી એ પ્રોગ્રામર્સને દલીલ કરવાની તક મળે તે પહેલાં જ તેણે વાતચીતનો અંત લાવી દીધો. તેઓ મહિનાઓ સુધી અઠવાડિયાના નેવું કલાક આ કામ પાછળ લગાડતા અને ઘણી વખત ઘેર જવાને બદલે તેમના ટેબલ નીચે જ સૂઈ જતા. પરંતુ તેણે તેમને પ્રેરણા આપી હતી. છેલ્લે દિવસે શબ્દશઃ જ્યારે માત્ર થોડા જ મિનીટો બાકી હતી ત્યારે તેમણે તે કરી નાખ્યું.

## વિખવાદની નિશાનીઓ ધ્યાન પર લેવી

જહોન અને સ્ટીવ વચ્ચેની મીઠાશ અને ચમક વિખેરાઈ જઈ શકે તેવી શરૂઆતની નિશાનીઓ છતાં પણ તે એ જાહેરખબરના આક્રમણ સુધી જે મેકિન્ટોશની ઓળખાણ છાપી દે ત્યાં સુધી લાંબા સમય સુધી ઢંકાયેલી રહી. આ ૧૯૮૪ સુપર બોલ બ્રોડકાસ્ટ માટેની પ્રખ્યાત મેકિન્ટોશ સાઈઠ સેકન્ડની ટીવીની જાહેરખબરની વાત છે જેનું નિર્દેશન રીડલી સ્કોટે કર્યું હતું. જે તાજેતરમાં જ તેની 'બ્લેડ રનર' ફિલ્મ માટે બોલીવૂડનો સૌથી લોકપ્રિય નિર્દેશક બન્યો હતો.

જેઓ આનાથી પરિચિત નથી તેમને માટે : આ મેકિન્ટોશની જાહેરખબર સૂટ અને ટાઈમાં સજ્જ પ્રમાદી જેવા શ્રમિકોથી ખીચોખીચ ભરેલા સભાગારમાં દર્શાવવામાં આવી. તેઓની આંખો મોટા પડદાં પર ચોંટી ગઈ હતી, જ્યાં એક ભયાવહ આકૃતિ તેમને ભાષણ આપતી હતી, જે જ્યોર્જ ઓર્વેલની શ્રેષ્ઠ દરજ્જાની નવલકથા '૧૯૮૪' જેમાં એક સરકાર તેની પ્રજાનાં મગજ પર જે રીતે શાસનકરે છે તેના વિશે હતી, તેની સૂચક હતી. તેમાં ઓચિંતાની એક ટીશર્ટ અને લાલ ચડ્ડી પહેરેલી યુવાન સ્ત્રી વચ્ચેના માર્ગમાંથી દોડતી અંદર આવે છે અને પડદાનો ભુક્કો બોલાવી દેતો મોટો હથોડો પડદા પર વીંઝી દે છે. સૂર્યનો તડકો રૂમમાં પ્રવેશે છે, તાજી હવા લહેરાય છે. અને શ્રમિકો તેમની તંદ્રા જેવી

અવસ્થામાંથી અચાનક બહાર આવે છે. એક અવાજ પાછળની જાહેર કરે છે. "૨૪મી જાન્યુઆરીએ એપલ કોમ્પ્યુટર્સ મેકિન્ટોશ બહાર પાડશે અને તમે જોશો કે શા માટે ૧૯૮૪, ૧૯૮૪ જેવું નથી."

સ્ટીવ, જાહેરખબર સંસ્થાએ જ્યારે તે જાહેરખબર તેના તથા જ્હોન માટે દેખાડી તે ક્ષણે જ તેના પ્રેમમાં પડી ગયો. છતાં જ્હોન સંશયાત્મક હતો. તેને લાગ્યુ ંકે આ જાહેરખબર ગાંડા જેવી હતી છતાં તેણે તેને 'તે કદાચ કામ કરી જાય' તેમ માનીને છૂટ આપી.

જ્યારે બોર્ડ ઑફ ડાયરેક્ટર્સે આ જાહેરખબર જોઈ, ત્યારે તેમણે તેને ધિક્કારી અને તે જાહેરખબર સંસ્થાને માટે એવી સૂચના આપી કે તેમણે નેટવર્કનો સંપર્ક કરીને 'સુપર બોલ'નો જે સમયગાળો એપલે ખરીદ્યો હતો તે રદબાતલ કરાવવો અને એપલના પૈસા પાછા લઈ લેવા.

નેટવર્કે સાચા અર્થમાં પ્રમાણિક પ્રયત્ન કર્યો પરંતુ પછી અહેવાલ મળ્યો કે તેઓ કોઈ ખરીદનાર શોધી શક્યા નથી.

સ્ટીવ વોઝનીકને તેના પોતાના પ્રતિભાવો સ્પષ્ટરૂપે યાદ છે, 'સ્ટીવે (જોબ્સ) મને તે જાહેરખબર દેખાડવા બોલાવ્યો. તે જોયા પછી મેં કહ્યું,'આ જાહેરખબર એટલે આપણું જ પ્રતિબિંબ છે. મેં પૂછ્યું કે શું આપણે તે સુપરબોલ પર દેખાડવાના છીએ, અને સ્ટીવે કહ્યું, બોર્ડે તેના વિરુદ્ધ મત આપ્યો છે."

જ્યારે તેણે પૂછ્યું કે શા માટે ? વોઝને તેના પ્રતિભાવનો માત્ર એટલો જ ભાગ યાદ છે જેના પર તેનું ધ્યાન કેન્દ્રિત હતું કે તે તે જાહેરખબર ચલાવવાનો ખર્ચ ૮,૦૦,૦૦૦ (આઠ લાખ) ડોલર્સ થશે. વોઝ કહે છે, "મેં એક ક્ષણ વિચાર કર્યો અને પછી કહ્યું કે જો સ્ટીવ તેનો અર્ધો ખર્ચ ભોગવવા તૈયાર હોય, તો બાકીનો અર્ધો હું ભોગવીશ."

પાછળથી વોઝ કહે છે, "હવે મને ખ્યાલ આવે છે કે હું કેટલો ભોળો હતો. પરંતુ તે સમયે હું એ બાબતે ઘણો ગંભીર હતો."

જોકે પછીથી તેની જરૂર જ ઊભી ન થઈ, કારણ કે મેકિન્ટોશ માટે તે જાહેરખબરને બદલે બનાવેલી નિસ્તેજ જાહેરખબર જોવાને બદલે એપલના વેચાણ અને માર્કેટીંગના કાર્યપાલક ઉપાધ્યક્ષ ફ્રેડ ક્વામે એ છેલ્લી ઘડીએ કટોકટીભર્યો ફોન કર્યો, જેણે જાહેરખબરના ઈતિહાસમાં એક નવુ પાનું લખ્યું, 'એર ઈટ' (તેને પ્રસારિત કરો)

જ્યારે જાહેરખબર દર્શાવાઈ, ત્યારે દર્શકો આકર્ષિત અને દિગ્મૂઢ થઈ ગયા હતા.

તેમણે આના જેવું ક્યારેય જોયું ન હતું. તે સાંજે આખા દેશના ટેલિવિઝન સ્ટેશનના સમાચાર નિર્દેશકોએ નક્કી કર્યું કે આ જાહેરખબર એટલી બધી અજોડ હતી કે તે 'સમાચાર'ને લાયક હતી, અને તેથી તેમને તેમના રાત્રી સમાચાર કાર્યક્રમમાં ભાગરૂપે ફરી દર્શાવવી. આ નિર્ણય એપલને લાખો ડોલર્સની કિમતની વધારાની જાહેરાત કરાવી આપી, તે પણ *બીલકુલ મફત.*

ફરી એક વખત સ્ટીવ તેની અંતઃસ્ફૂરણાને અનુસરવામાં સાચો હતો. તે જાહેરખબર દર્શાવાઈ પછીની વહેલી સવારે હું તેની સાથે પાલોઆલ્ટોમાં આવેલા એક કોમ્પ્યુટર્સ સ્ટોર પાસેથી ગાડીમાં પસાર થયો, જ્યાં અમે દરવાજો ખૂલવાની રાહ જોતા લોકોની લાંબી કતારો જોઈ. આખા દેશના બધા કોમ્પ્યુટર સ્ટોર્સની વાર્તા એક સરખી જ હતી. આજે ઘણા તે જાહેરખબરનાં અત્યાર સુધીમાં દર્શાવાયેલી 'શ્રેષ્ઠ ટીવી કોમર્શીયલ' તરીકે વખાણ કરે છે.

છતાં એપલની અંદર આ જાહેરખબર નુકસાનકર્તા હતી. તેણે મેકિન્ટોશની આવી શરૂઆતથી એપલ-II અને લીસા જૂથના લોકોમાં ઈર્ષાની આગ ભડકાવી. કંપનીમાં આ પ્રકારની ઉત્પાદનની ઈર્ષા અને દુશ્મનીને વિખેરી નાખવાના માર્ગો પણ હોય છે, પરંતુ તેનો ઉપયોગ છેલ્લી ઘડીએ ન કરી શકાય. જો એપલના વ્યવસ્થાપકો આ સમસ્યાને સમયસર ઓળખી શક્યો હોત તો તેઓ એ કંપનીની દરેક વ્યક્તિ મેક વિશએ ગર્વ અનુભવે તેવું તથા તેની સફળતા વિશે ગૌરવાન્વિત થાય તે માટે કામ કર્યું હોત. આ ઘર્ષણ કાર્યબળ માટે શું અસર પાડે છે તે કોઈ સમજ્યું નહીં.

## નેતાગીરીનાં ઘર્ષણો

જાહેર જનતા વાસ્તવિક જીવનમાં મેકિન્ટોશ જોવે તે પહેલાં, સ્ટીવે બધા જ કર્મચારીઓની એક સભા ભરી. ત્યાં પુષ્કળ ગણગણાટ હતો, પરંતુ મેક જૂથમાં હોય તેના સિવાય કંપનીની કોઈ પણ વ્યક્તિએ આ વાસ્તવિક કોમ્પ્યૂટર ક્યારેય જોયું ન હતુ. ડેવીડ અરેલા, માનવ સંસાધન કાર્યકર, જેને તેના યોગ્ય અનુભવના અભાવ છતાં મેં કામ પર રાખ્યો હતો, તેનો ચહેરો આ મેકના પરિચય વિશે વાત કરતાં ચમકી ઊઠે છે, 'સ્ટીવે મેં ક્યારેય ન સાભળ્યું હોય તેવું ઉત્તેજિત કરી દે તેવું વક્તવ્ય આપ્યુ. તેણે અમને એવું અનુભવતા કર્યાં કે, હું યોગ્ય સમયે યોગ્ય સ્થળે છું.' આ મેં સાંભળેલું સૌથી વાચાળ વક્તવ્ય હતું. પરંતુ આ બધું છેલ્લી ઘડીએ બોલાવાયેલી એક માત્ર સભા જેવું હતું, જે કંપનીની અંદર રહેલ દુશ્મન બળોનાં વલણોમાં કોઈ ફરક લાવવા માટે ઘણી મોડી હતી.

સુપર બોલ પર જાહેરખબર આવ્યાના બે દિવસ પછી એપલની એ જાહેરખબર હજી આખા દેશમાં વાતોનો વિષય હતી જ્યારે સ્ટીવે તેના ડબલ બ્રેસ્ટ નેવીબ્લ્યૂ જેકેટ અને પોલકા ડોટ ટાઈના પહેરવેશમાં મંચ પર પગ મૂક્યો અને તેનાં નવા ઉત્પાદનની ઓળખાણ કરાવવાની ઉજવણી રૂપ ભાષણ આપ્યું, જે તેની ગુણવત્તાદર્શક છાપ બની જવાનું હતુ. તેના મસ્તીખોર હાસ્ય સાથે તેણે એક મેકને ખુલ્લું કર્યું, અને તેને બોલવા માટે આમંત્રણ આપ્યું. અને તે બોલ્યું પણ ખરું, 'હેલો, હું મેકિન્ટોશ છું, તમે જેને ઉંચકી ન શકો તેવા કોમ્પ્યુટર પર ક્યારેય વિશ્વાસ ન કરો... હું પેલી બેગમાંથી બહાર આવી શકવા માટે ખુશ છું.' અને પછી તેણે કહ્યું, 'ગણનાપાત્ર ગર્વ સાથે હું એક માણસનો પરિચય કરાવું છું, જે મારે માટે મારા પિતા સમાન છે - *સ્ટીવ જોબ્સ.*'

શ્રોતાગણે ગર્જના સાથે સ્ટીવને અને તેના તેમણે પહેલાં ક્યારેય ન જોયું હોય તેવા એક કોમ્પ્યુટર તરફના મોહને વધાવી લીધો.

જ્યારે સ્ટીવ સ્ટેજ પરથી નીચે ઊતર્યો અને આવું કશુંક કહ્યું, 'આ મારી જિંદગીની સૌથી ગર્વભરી ક્ષણ છે.' ત્યારે હું અને જહોન સ્કૂલી વીંગમાં ઊભા હતા. અમે જાણતા હતા, કે તે શું કહેવા માંગતો હતો. તેણે માત્ર એક કોમ્પ્યૂટર જ રજૂ નહોતું કર્યું તેણે કોમ્પ્યુટીંગ માટેનો એક આખો નવો રસ્તો રજૂ કર્યો હતો. તે ગર્વીલો થઈ ગયો હતો.

## તમારા ઉત્પાદનનો જાહેર ચહેરો બનવું

એક ઉત્પાદનથી ચાલતા તંત્ર માટે તે જે કાંઈ પણ કરે તેમાં ઉત્પાદન એ જ સૌથી મહત્ત્વનું તત્વ હોય છે. સ્ટીવ તમે જ્યાં પણ જાવ ત્યાં તમારી પાસે જે ઉત્પાદન છે તેનો ચહેરો હોવાનું અડીખમ ઉદાહરણ છે. આના સાક્ષી બનવા માટેનું સૌથી દેખીતું સ્થળ છે, જ્યારે તે એક પ્રેસ સંમેલનમાં અથવા મેક એક્ષ્પોમાં પ્રેઝન્ટેશન કરવા જઈ રહ્યો હોય. સ્ટીવ ઘણી વખત અગાઉથી તૈયાર કરેલ અભિપ્રાયો પર ઓછું ધ્યાન આપે છે. તેજ સમયે તે હંમેશાં નાનામાં નાની વિગત માટે પણ ભયંકર આગ્રહી છે, જેની રજૂઆત કરવાની હોય તે મુખ્ય ઉત્પાદનની મંચ પર બરાબર ગોઠવણ, તેના પર બરાબર કેવી રીતે પ્રકાશ પાડવામાં આવશે અને બરાબર કયા સંકેત પર તેને ખુલ્લું મુકાશે. વગેરે...

આવાં એક પ્રેઝન્ટેશનમાં તેને મંચ પર જોવો તે એક સર્વોત્તમ અભિનેતાને જોવા બરાબર છે. ના, હકીકતમાં તે એક સારા અભિનેતા કરતાં પણ સારો છે. કારણ કે અભિનેતાઓ બીજાના લખેલા શબ્દોને વાચા આપે છે. જ્યારે સ્ટીવ પહેલેથી સચોટ રૂપે પોતે શું સંદેશ આપવા માંગે છે તે જાણતો જ હોય છે, પરંતુ તે કોઈ લખાણને અનુસર્યા

વગર, કોઈ પૂર્વ તૈયારી કર્યા વગર બોલશે. તે એક વિશાળ શ્રોતાગણને આ રીતે એક કલાક કે બે કલાક સુધી પણ મંત્રમુગ્ધ કરીને પકડી રાખી શકતો.

નવા ઉત્પાદનો દર્શાવવા માટે તૈયાર હોય ત્યારે તે હંમેશાં વધુ પડતો ઉત્સાહી રહેતો. ઉત્પાદન ગમે તે હોય તેમાં તેનો વિશ્વાસ અસમાંતર છે. અને તે નોંધપાત્ર રીતે સ્થિતપ્રજ્ઞ છે. જ્યારે તે એપલનાં પ્રથમ લેસર પ્રિન્ટર 'ધ લેસર રાઈટર'ને રજૂ કરતો હતો, ત્યારે તેણે તેની બનાવટની લંબાણપૂર્વક વાત કરી છેવટે તેણે કોમ્પ્યૂટરનાં કીબોર્ડ પર પ્રીન્ટનો આદેશ આપવા માટે બટન દબાવ્યું, અને કશું જ ન થયું. સ્ટીવે, જાણે તેણે આ રીતનું જ આયોજન કર્યું હોય તેમ વાતો કરવાનું ચાલું રાખ્યું, જ્યારે સફેદ કોટ પહેરેલાં ટેકનિશીયનોનું એક ટોળું મંચ પર આવી ગયું, એક ઢીલો વાયર શોધી કાઢ્યો તેને બરાબર ભરાવ્યાં અને અદશ્ય થઈ ગયું.

સ્ટીવ કોમ્પ્યુટર પાસે પાછો ફર્યો, બટન દબાવ્યું અને પાનાં બહાર પડવાનાં શરૂ થયાં. તે સહેજ પણ ગભરાયો નહતો.

જ્યારે તેણે આઈફોન -૪ રજૂ કર્યો અને સીગ્નલ ન મળ્યાં, ત્યારે તેણે માત્ર શ્રોતાગણને તેમના આઈફોન્સ બંધ કરવાની વિનંતી કરી. અને જેવી વચ્ચે આવતી સમસ્યા દૂર થઈ કે તેને સિગ્નલ મળી ગયાં.

મેકની રજૂઆત પછી સારી શરૂઆત રૂપે વેચાણમાં ઉછાળો આવ્યો. સ્ટીવે પ્રથમ સો દિવસોમાં ૫૦,૦૦૦ એકમોનાં વેચાણને સફળતાની વ્યાખ્યા તરીકે નક્કી કરી હતી. હકીકતમાં તે આંકડો ૭૦,૦૦૦ કરતાં પણ વધારે થયો અને વેચાણ આગળ વધવાનુ ચાલું હતું. એકલા જૂન મહિનામાં જ ૬૦,૦૦૦થી વધારે મેકનું વેચાણ થયું.

પરંતુ તે ખતરાની નિશાની હતી. પછી વેચાણમાં એકધારી પડતી આવી. જે એકધારી રીતે વધારે ચિંતાજનક બની ગઈ. વિસ્તરણ ક્ષમતાનો અભાવ, મેમરીની નાની ક્ષમતા (લીસાના એક મેગાવોટની વિરુદ્ધમાં ૧૨૮ કિલોબાઈટ્સ) એક વખતમાં પ્રાપ્ત એપ્લીકેશનની નાની સંખ્યા, જ્યારે સ્વતંત્ર સોફ્ટવેર ડેવલપર્સ આઈબીએમપીસી માટે અનેક ડઝન નીફટી એપ્લીકેશન્સ બનાવી રહ્યાં હતાં - આ બધાંએ એકઠા મળીને મેકનો મૃત્યુઘંટ વગાડવાનો શરૂ કર્યો. પીસીનાં વેચાણમાં આખા ઉદ્યોગમાં ફેલાયેલી મંદી (હવે આઈબીએમની મૂળ નકલો પણ આમાં ભળી ગઈ છે) એ મુશ્કેલીમાં વધારો કર્યો.ઉપભોક્તા જનતાએ. પીસીની ક્રાંતિએ આ થોડાં વર્ષઓમાં જે પ્રયાસ કર્યો તેને પચાવવા માટે અટકવાનો અને આરામ લેવાનો નિર્ણય કર્યો.

સ્ટીવને ફાળ પડી ગયેલી કે વેચાણ અને વિતરણ વિશે કશુંક ખૂબ જ ખોટું થઈ રહ્યું છે. અને જવાબ શોધવો અઘરો ન હતો. મેક પાસે પાછળથી ઉમેરી શકાય તેવા સાધનો માટે વિસ્તરણ સ્લોટ નહતા. આથી છૂટક વેચાણકર્તાઓ પાસે વેચવા માટે કોઈ પેરીફેરલ ન હતું. કોમ્પ્યુટર્સનો મોટો ભાગ સાહજિક હતો, સરળ હતો. આથી છૂટક વેચાણકર્તા ગ્રાહક તાલીમમાંથી પૈસા નહોતા બનાવી શકતા. કોમ્પ્યુટર સ્ટોર્સ તેમનો મોટાભાગનો નફો પેરીફેરલ વસ્તુઓ વેચીને તથા તાલીમ આપીને મેળવતા હોય છે.

છુટક વેચાણ કર્તાઓને મેક, ગ્રાહકોને તેમના સ્ટોર્સમાં ખેંચી લાવવા માટે ઉપયોગી લાગ્યું, કારણ કે બધા આ સંપૂર્ણપણે નવા પ્રકારના કોમ્પ્યૂટર્સ જોવા ઇચ્છતા હતા. પરંતુ એક વખત ગ્રાહક મેકને જોઈલે પછી, વેચાણ પ્રતિનિધિ તેમને આઈબીએમ અથવા તેની પ્રતિકૃતિ શા માટે ખરીદવી જોઈએ તે માટેનાં બધાં કારણો કહેતો - ગ્રાહક માટે મેકને પડતું મૂકવા, તેના તરફ પીઠ ફેરવી લેવા માટે કિંમત એ પણ મોટું પ્રેરક બળ બનતું.

વેચાણ પદ્ધતિ ખોટી હતી તેની આ બીજી નિશાની. અમે સ્ટોર્સમાં વેચાણ માટે કામ કરનારા લોકોને માટે એક પ્રોત્સાહક કાર્યક્રમ ચલાવતા હતા. તમારા સ્ટોરમાં ખૂબ બધાં મેક વેચો અને તમારે પોતાને માટે મફતમાં એક મેક મેળવો. મને એ કબુલતાં ઘણો ક્ષોભ થાય છે કે આ મારો વિચાર હતો. પરિણામ એ આવ્યું કે વેચાણમાં કોઈ ખાસ વધારો ન થયો પરંતુ સ્ટોરમા વેચાણ કર્મચારીઓનાં ટર્ન ઓવરમાં ૩૦ ટકા વધી ગયા કારણકે લોકો મફત મેક મેળવવા માટે નોકરી લેતા હતા અને જેવું તે મળી જાય એટલે નોકરી છોડી દેતા હતા.

દરમ્યાન સ્ટીવ અને જહોન વચ્ચે પડેલી તીરાડ ઉંડી ખાઈ બની રહી હતી.

## જ્યારે મતભેદ બબાલ સુધી પહોંચે છે

મેકિન્ટોશને બહાર પાડ્યા પછી એપલે એક વિશાળ સાર્વત્રિક વેચાણ સભા હવાઈમાં વાઈકીકી કિનારે એક હોટેલમાં ગોઠવી. પ્રસંગ અદ્‌ભુત રીતે સફળ રહ્યો. પરંતુ એ ધ્યાન પર આવ્યા વગર ન રહ્યું કે જહોન અને સ્ટીવ આ આખા સમય દરમ્યાન એકબીજા સાથે બોલ્યા વગર પરિસંવાદમાં સમય ગાળતા દેખાયા.

સ્ટીવમાં એક સમજણની શરૂઆત થવા લાગી હતી, જે આવનારાં વર્ષો દરમ્યાન તેનામાં વિકસવાની હતી : આઈબીએમ પીસીને પર્સનલ કોમ્પ્યૂટર તરીકે વેચવામાં આવતું હતું. પરંતુ સત્ય કંઈક જુદું જ હતું. તે ખરેખર તો કોર્પોરેટ ગ્રાહકો માટે તેમના કર્મચારીઓનાં ટેબલ પર મૂકવા માટે ડીઝાઈન કરાયાં હતાં.

અને લીસા માટે પણ તેવું જ હતું. તેની ૧૦,૦૦૦ ડોલર્સની કિંમતની ચીઠ્ઠી જ જાહેર કરતી હતી કે તે ઘર વપરાશ માટે ન હતું.

મેકિન્ટોશ અલગ હતું. ભીડવાળા મેદાનમાં એકલું, તે ખરા અર્થમાં ઉપભોક્તા માટે બનાવાયું હતું.

છતાં એપલે હમણાં જ નવા ૨૫૦૦ લોકોનાં વેચાણ બળને વ્યાપારગૃહોને મેકિન્ટોશ વેચવા માટે રોક્યું હતું. સ્ટીવ હતાશ હતો કે આ વસ્તુ મેકિન્ટશને ખોટી દિશામાં લઈ જઈ રહી છે. તે તેવું સમજાવી ન શક્યો. હવાઈમાં પહેલી રાત્રે રાત્રીભોજન વખતે બંને વચ્ચે મોટો ભડકો થયો. આ એક જાહેર નિવેદન જેવું હતું કે તેઓ હવે જહોનના આગમન પછીના શરૂઆતના મહિનાઓમાં હતા તેવા 'એક બીજાને ચોંટેલા મિત્રો' રહ્યા ન હતા.

## નવા વિચારો ઘર્ષણોનું શમન કરી શકે અથવા આગ લગાડી શકે

સ્ટીવની ગ્રાહકને મેકિન્ટોશ વેચવાની સળગતી દૃષ્ટિ જ હવાઈ વાળી સભા પછી એક મુલાકાતી એપલમાં આવ્યો ત્યારે તે ખૂબ જ ઉત્સાહી થઈ ગયો તેનું કારણ હતી.

સ્ટીવ હંમેશાં તેની વ્યવસ્થાપન કુનેહ ને વધુ સારી બનાવવા આતુર રહેતો હોવાથી તેણે મને પૂછ્યું કે તે કેવી રીતે વધુ અનુભવી કોર્પોરેટ નેતાઓના દિમાગ જેવું પોતાનું દિમાગ બનાવી શકે. આ વાત મને મેનેજમેન્ટ લીડરશીપ પ્રોગ્રામ બનાવવા તરફ લઈ ગઈ. મેં ઘણાબધા સીઈઓને અમારી સાથે માત્ર બેસવા અને વાતો કરવા માટે તથા એક રાત્રે મારી અને સ્ટીવ સાથે ભોજન લેવા માટે અને બીજે દિવસે સમગ્ર કાર્યપાલક કર્મચારીગણ માટે મુલાકાતી સીઈઓ સાથે એક પ્રકારના પરિસંવાદ માટે ક્યુપર્ટીનો આવવા આમંત્રિત કર્યા. જેમણે અમારું આમત્રણ સ્વિકાર્યું તેમાં ક્રીસલરના લી ઈઆકોકા અને ફ્રેડરલ એક્ષપ્રેસના ફ્રેડ સ્મીથ જેવા કેટલાક આગળ પડતા કાર્યપાલકો હતા. જે બધા તેમના વિશિષ્ટ વિચારો અને સૂઝબૂઝ સાથે આવ્યા હતા, જેમને સ્ટીવ ગળે ઉતારી ગયો હતો.

મેં આમત્રિત કરેલા લોકોમાંથી એક હતા, ક્રીસલરના સીઈઓ લી ઈઆકોકા. જ્યારે મેં તેમને ફોન કર્યો ત્યારે તેમણે કહ્યું, 'મને હાજર રહેવાનું ખૂબ જ ગમશે, પરંતુ એપલ કેટલી 'ડોજ વાન' ભાડે રાખે છે ?'

મેં કહ્યું કે મને ખબર નથી પરંતુ હું તે જાણી લઈશ. બે દિવસ પછી મેં તેમને પાછો ફોન કર્યો અને મેં જે જાણ્યું હતું તે કહ્યું: અમારી પાસે એક પણ ન હતી.

લીએ કહ્યું, 'સારું, ચાર ડોજ વાન ભાડે રાખીલો એટલે હું આવીશ.'

એક આગળ પડતો સીઈઓ પોતાની કંપનીનાં કોઈક ઉત્પાદન માટે સેલ્સમેન તરીકે કામ કરે તેવું મેં મારી જિંદગીમાં પહેલી વખત જોયું. પરંતુ મે તે વાન ભાડે રાખી, અને તે આવ્યા.

લીની સ્ટીવ સાથેની મુલાકાત એ બે ઐતિહાસિક ઉદ્યોગ સાહસિકો વચ્ચેની શ્રેષ્ઠ મુલાકાત હતી. તેઓ લગભગ જોડીયા જેવા જ હતા - તેમનો ઉત્સાહ, ઉત્પાદન તરફથી કેન્દ્રિતતા તથા ઉત્તેજના ચેપી હતા.

સ્ટીવની લી સાથેની એક વાતચીતમાં તંત્રનો પ્રશ્ન આવ્યો. સ્ટીવ મેક જૂથને તેની પોતાની જાગીરની જેમ ચલાવતો હોવાથી એપલ બે જુદી જુદી કંપનીઓની જેમ કામ કરતી હતી. લીની સલાહ હતી કે એક કંપની સંપૂર્ણપણે ઉત્પાદન પર કેન્દ્રિત થયેલી હોવી જોઈએ.

તેણે કહ્યુ, 'ક્રીસલરમાં બધું ઉત્પાદન વિશે જ વિચારાય છે. મને મળીને તમે જાણે ડોજ વાનને મળો છો.' લીને લાગતું હતું કે કાર બનાવનારા જાપાનીઝ ઉત્પાદન કેન્દ્રિતતામાં સૌથી ઉપર છે. તેની દૃષ્ટિએ યુ.એસ. કંપનીઓ માળખાગત વ્યવસ્થાપનનાં ઉચ્ચ-વજનદાર પડળોનાં કળણમાં ખૂંપી ગઈ છે.

'સફળ કંપનીઓએ જેઓ નવસર્જન કરે છે તેવી શરૂ થતી માનસિકતામાંથી શીખવું જરૂરી છે.' આ સલાહ પણ અમારા સોની સાથેના અનુભવથી સાચી પડી. સ્ટીવ જેના વિશે ખૂબ ઉંચો મત ધરાવતો હતો તે સોની તમે ભાગ્યે જ બીજી શોધી શકો તેવી સૌથી વધુ ઉત્પાદન-કેન્દ્રિત કંપનીઓમાંની એક છે. લીએ સ્વીકર્યું કે સોનીનાં ઉત્પાદનો સ્ટીવનાં ઉત્પાદનો જેવા જ પ્રકારની ઝીણવટભરી વિગતો તથા ગુણવત્તા દર્શાવતાં હતાં.

તેણે મને પહેલાં ક્યારેય નહોતો કર્યો તેટલો વધુ સ્પષ્ટપણે સ્ટીવના વધુ એક સિદ્ધાંતમાં માનતો કર્યો : કે કોઈ પણ કંપનીના તંત્રના માળખાંને એ ખાતરી કરવા માટે કે ઉત્પાદન વિકસાવવાથી લઈને વેચાણ સુધીની જરૂરિયાતો પૂરી કરે છે, તેનું સતત પુનઃઅવલોકન કરાતું રહે તે જરૂરી છે. એપલ તે મુજબ કરતી ન હતી.

બેઠકના અંતે મને એ વાતનું આશ્ચર્ય થયું કે સ્ટીવ અને લી વચ્ચે સાથે કામ કરવાના મહાન સંબંધો બંધાત કે નહીં ? મેં વિચાર્યું કે *કદાચ આ એવા સંબંધો હોત જેણે સ્ટીવ અને જહોન સ્કૂલીના સંબંધો કરતાં વધુ સારું કામ કર્યું હોત.* કારણ કે તેમના વ્યાપાર મૂલ્યો એકદમ સમાન હતા. એટલા સમાન કે કોઈ સ્ટીવ અને જહોન માટે ક્યારેય એવો દાવો ન

કરી શકે - હું તેમને બંનેને એકબીજાની તરફ વિચારો ફેંકાતા કલ્પી શકું છું. લીની પાશ્ચાદ્ભૂ સંપૂર્ણપણે જુદા પ્રકારના વ્યાપારમાં હતી પરંતુ તે વાતનું કોઈ મહત્ત્વ નથી. મહત્ત્વની એક માત્ર બાબત એ છે કે તે બંનેમાં વ્યાપાર કેવી રીતે ચલાવવો તથા તેમના ગ્રાહકોને કેવી રીતે ખુશ કરવા તેને માટેની એક અંતઃ સ્ફુરણા હતી. અને તે બંનેને એક બીજા માટે આદર તથા પ્રેમભાવ હતો.

માટે હું જાણું છું કે મારા પ્રશ્નનો જવાબ છે, 'હા, સ્ટીવ અને લીની માન્યતા પદ્ધતિ એક જ હતી અને તેમણે સાથે મળીને એક મહાન જૂથ બનાવ્યું હોત.' હું માનું છું કે તેઓ કો-સીઈઓ તરીકે પણ સફળ રહ્યા હોત.

છતાં, સ્ટીવ પર જો કોઈની સૌથી વધારે અસર પડી હોય તો તે હતો ફ્રેડ સ્મિથ. જેણે મેકને બંધક બનાવી રાખ્યું હતું તે પારંપારિક વેચાણ અને વિતરણ પદ્ધતિની જટિલ ગાંઠ તે ઉકેલી શકે તેવી શક્યતા ધરાવતો હતો. ૧૯૮૪ના પાછલા ભાગમાં અમારી નેતાગીરીની બેઠકમાં તે ઉપસ્થિત થવાનો હતો તેની આગલી રાત્રે મારી તથા સ્ટીવની સાથે જમતી વખતે સ્મીથે સ્ટીવને જણાવ્યું કે આઈબીએમ તેનાં પીસી વેચવા માટે એક જોરદાર વલણ ઉપર વિચારી રહ્યું હતું, જે એપલ પણ કદાચ વિચારી શકે. તે હતું ફેડરલ એક્સપ્રેસનો ઉપયોગ કરીને ફેક્ટરીમાંથી ઘરનાં પગથીયાં સુધી જહાજ મારફતે માલ મોકલીને સીધા ગ્રાહકો સુધી પહોંચવાની પદ્ધતિ.

સ્ટીવની આંખો ચમકી ઊઠી. તેણે તરત જ એવું ચિત્ર પોતાની આંખ સામે ઊભું કર્યુ કે ફ્રેમોન્ટમાં મેકના એસેમ્બ્લી પ્લાન્ટની નજીકમાં જ ફેડરલ એક્સપ્રેસનાં પ્લેન માટે એક હવાઈ જહાજ પટ્ટી બાંધવામાં આવી હોય. એસેમ્બ્લીલાઈનમાંથી નીકળીને મેક સીધાં પ્લેનમાં ફેડરલ એક્સપ્રેસના મુખ્ય થાણા પર પહોંચે અને ત્યાંથી સીધાં જ બીજે જ દિવસે દરેક વ્યક્તિગત ખરીદદારને તેની સોંપણી કરવામાં આવે. પછી વિતરણ ચેનલમાં ઉત્પાદનને બાંધી રાખવાનો લાખો ડોલર્સનો કોઈ વધારાનો ખર્ચ નહીં અને છૂટક વેચાણ કર્તા મેકને જોવા આવેલા લોકોને બીજાં પ્રતિસ્પર્ધી ઉત્પાદન તરફ ધકેલે તેવો કોઈ ભય નહીં.

સ્ટીવે ખૂબ ઉત્તેજિત થઈને આ વાત જહોનને કરી. પરંતુ જહોન જેને માટે વિતરક દ્વારા છૂટક વેચાણ પદ્ધતિ કુદરતના નિયમ જેવી અફર હતી, તેને આ વિચાર વિચિત્ર લાગ્યો. તેને તે પસંદ ન આવ્યો. આ વસ્તુ કેવી રીતે કામ કરી શકે તે જ તે ન સમજ્યો. તેણે તે નકારી કાઢી.

હું ત્યારે તે સમજી ન શક્યો કે કશુંક એવું હતું, જે હવે હું માનું છું, કે લી ઇઆકોકા,

ફ્રેડ સ્મિથ અને રોસ પેરટ (તેના વિશે વધારે પછીથી કહેવામાં આવશે) બધા સ્પષ્ટપણે જોઈ શકતા હતા : ખરેખરો મુદ્દો એ હતો કે એક સીઈઓ તરીકે એપલ કોણે ચલાવવી જોઈએ ? તમે બધા મારો પોતાનો જવાબ તો ધારી જ શકશો : સ્ટીવે.

ઘણા લોકો કે જેઓ પુષ્કળ સફળ બને છે તેમને પાસે, ખાસ કરીને તેમની કારકીર્દિની શરૂઆતમાં, એક સલાહકાર હોય છે. મેનેજમેન્ટ લીડરશીપ પ્રોગ્રામ શરૂ કરવા પાછળના મારા ધ્યેયનો એક ભાગ એ આશા પણ હતી કે સ્ટીવને એક ખૂબ જ અનુભવી કોર્પોરેટ નેતા મળી જશે, જેને તે સલાહકાર તરીકે ઇચ્છે. પરતું એવું ક્યારેય બન્યું નહીં.

ગ્યુટેનબર્ગ અને હેન્રી ફોર્ડ ઉપરાંત એક બીજી એવી વ્યક્તિ હતી જેના વિશે સ્ટીવ પ્રસંગોપાત પ્રશંસાત્મક રીતે વાત કરતો હતો. તે હતો એડવીન લેન્ડ, પોલોરોઈડ કેમેરાનો શોધક. આ કેમેરો તમે હમણાં જ જે ફોટો લીધો હોય તેની રંગીન પ્રીન્ટની હાર્ડ કોપી માત્ર સાઈઠ જ સેકન્ડમાં કાઢીને આપી દેતો. સ્ટીવની જેમજ લેન્ડને પણ કોલેજમાંથી કાઢી મૂકાયો હતો. તેણે એક વર્ષ પછી હાર્વર્ડ કૉલેજ છોડી દીધી હતી. સ્ટીવની જેમ જ તે એક મહાન શોધક હતો. છતાં સ્ટીવના બીજા હીરોથી અલગ, લેન્ડ હજી જીવંત અને કાર્યરત હતો. એક વખત જ્યારે સ્ટીવે લેન્ડનો ઉલ્લેખ કર્યો, ત્યારે મેં તેને જઈને લેન્ડને મળવાનું સૂચન કર્યું.

અને તે ગયો.

જ્યારે તે પાછો ફર્યો, ત્યારે તે ઉત્તેજનાથી ફુલાઈ ગયો હતો. તેને લાગતું હતું કે લેન્ડ સાચો અમેરિકન હીરો હતો. પરંતુ તેને એમ પણ લાગતું હતું કે લેન્ડને તે જેને લાયક હતો તે માન્યતા ક્યારેય મળી નહતી. કારણ કે લોકો તેના કેમેરા ખરીદતા હતા પરંતુ હકીકતમાં તેઓ ક્યારેય તેનાં ઉત્પાદનો – એ શોધો, જે લેન્ડે તેનાં પોતાનાં સંશોધનો દ્વારા કરી હતી - તેની પાછળ રહેલી વિજ્ઞાનની તેજસ્વીતાને ઓળખી શક્યા ન હતા. શરૂઆતના સમયગાળા દરમ્યાન તે કોલંબિયા યુનિવર્સિટીની પ્રયોગશાળામાં રાત્રે છુપાઈને જતો કારણ કે તેને પોતાની પ્રયોગશાળા પોસાય તેમ ન હતી.

મને સ્પષ્ટ રીતે લાગી રહ્યું હતું કે આ તેજસ્વી માણસનાં ભાગ્ય માટે સ્ટીવને દુઃખ થતું હતું. તેના કરતાં પણ વધારે વાત તો એ હતી કે લેન્ડની વાત સાંભળવાનો અનુભવએ સ્ટીવ માટે કશુંક શીખવાનો અનુભવ હતો. તેણે મેકને અથવા તેને પોતાને આવા ભાગ્યનો ભોગ ન બનવા દેવાનો મજબૂત નિર્ણય કરી લીધો હતો.

લગભગ એક મહિના પછી, સ્ટીવના ઉત્સાહમાંથી પ્રેરણા લઈને હું પોતે જ લેન્ડને બોસ્ટનમાં કોમન્સ નજીકની એક રેસ્ટોરાંમાં મળવાં ગયો. મને તે એકદમ સ્ટીવ જોબ્સ પ્રકારનો જ લાગ્યો. બહુ જ ઓછું ઔપચારિક શિક્ષણ પણ તેજસ્વી અને કોઈપણ વિષય પર વાત કરવા માટે આશ્ચર્ય પમાડે તેવી રસ પડે તેવી વ્યક્તિ. અને મને લાગ્યું કે તે ગુણવત્તાનો માણસ હતો. દેખીતી રીતે તેણે પણ સ્ટીવ વિશે એવું જ વિચાર્યું હતું. સ્ટીવે એપલને બનાવવામાં અને તરતું મૂકવામાં જે સિદ્ધ કર્યું હતું, તથા તેણે મેક માટે જે નવા પ્રકારના વિચારો વિશે વાત કરી હતી તેનાથી તે પ્રભાવિત હતો.

## પ્રતિકૂળ હવામાનના સમયે ચોક્કસ વલણ લેવું

પરંતુ એપલના ઉચ્ચ સ્તરે જે મુશ્કેલીઓનો ચરુ ઉકળવાનો શરૂ થયો હતો તેમાં એડવીન લેન્ડની પ્રેરણાથી કોઈ મદદ ન થઈ. જ્યાં સુધી જહોન મેકિન્ટોશમાં હતો, ત્યાં સુધી સ્ટીવ કોર્પોરેટ માળખાનાં પ્રશ્નો પર બહુ ધ્યાન આપવાનો ન હતો. પરંતુ હું જાણતો હતો કે આખા એપલને એક કામ કરતાં તંત્રમાંથી એક ઉત્પાદન આધારિત તંત્રમાં ફેરવી નાખવા વિશેની શરૂઆતની વાતમાં તે સાચો હતો. કંપનીને ઉત્પાદન ચલિત કરવી જરૂરી હતી.

સ્ટીવના મુદ્દાને લઈને, મેં જહોન સાથે ઘણી વખત વાત કરી અને તેને સમજાવવાનો પ્રયત્ન કર્યો કે કંપનીનાં કાર્યો અને કેન્દ્રિતતામાં તડા પડે તે ખોટું હતું.

તે સાંભળતો ખરો. પરંતુ હું ક્યારેય તે વાત તેને ગળે ઉતારી ન શક્યો.

જ્યારે જ્યોર્જ ઓર્વેલનુ વર્ષ પૂરું થવામાં હતું અને ૧૯૮૫ શરૂ થવામાં હતું ત્યારે સ્ટીવ નોંધપાત્ર રીતે ખુશમિજાજમાં હતો. મોટેભાગે તેની ખુશીનું કારણ એ હતું કે તેણે થર્ડ-પાર્ટી ડેવલપર્સ પાસે મેક માટે સંખ્યાબંધ નવી એપ્લીકેશન્સ લખાવી હતી. હકીકતમાં એ એપ્લીકેશન્સ ઘણી સરસ અને ઉત્તેજક હતી પરંતુ ખૂબ જ ઓછી અને ખૂબ જ મોડી હતી. તે ભયજનક વેચાણને ઉપરલાવવા માટે પૂરતી ન હતી. એન્ડી હેર્ટઝફેલ્ડને સ્ટીવ'ધીમા પડતા જતા વેચાણ તરફ બેદરકાર અને જાણે મેકિન્ટોશ ધમાકેદાર રીતે સફળ હોય તેવી રીતે વર્તતો દેખાતો હતો. મેકિન્ટોશમાંના તેના અમલદારોએ વાસ્તવિકતામાં વધતી જતી ખાઈ સાથે વ્યવહાર કરવો પડતો હતો. તેમણે વેચાણ ચેનલ્સ તરફથી સતત મળતા ખરાબ સમાચારો સાથે તેમના નેતા તરફથી ઉદ્‌ભવતા દુનિયા પર નિયંત્રણ કરવા માટેના હંમેશાં બદલાતાં રહેતાં સાહસિક આયોજનો સાથે સુમેળ સ્થાપતા રહેવું પડતું હતું.' તેઓ હજી પણ મેકિન્ટોશ ભાવી કોમ્પ્યુટર્સની વ્યાખ્યારૂપ હતું તેવી સ્ટીવની નિશ્ચિતતા સાથે સહમત

હતા, પરંતુ સ્ટીવ જે નહોતો ઓળખી શકતો તે તેઓ જાણી શકતા હતા કે તેમણે બજારમાં મૂકેલ શરૂઆતનાં મેકિન્ટોશમાં, વેચાણ ગ્રાફ ઉપરની તરફ તીવ્ર વળાંક લે તે પહેલાં, સુધારા કરવા જરૂરી હતા.

સ્ટીવ કંપનીને પાછી કેવી રીતે સરખી કરવી તથા તેના જૂથોને ફરી જુસ્સાભેર કામ કરતા કરવા માટે શું કરવું તે સમજવાનો પ્રયત્ન કરતો હતો. જો તેને સફળતા ન મળતી હોય તો તે વાત માનવ સંસાધન ઉપાધ્યક્ષ – એટલે કે મારા - હાથમાં છોડી દેવું.

માર્ચમાં મેં પરાજો ડ્યુન્સ હોટેલમાં મેક જૂથ અને એપલ-II જૂથ વચ્ચે વધતા જતાં ઘર્ષણ વિશે તેમજ સ્ટીવ અને જહોન વચ્ચે વધતાં જતાં ઘર્ષણ વિશે સંબોધન કરવા માટે મોટી બેઠક ગોઠવી. છેક ત્યારથી મેં તેનો 'ધ શેલ્ફ-સ્પેસ મીટીંગ' તરીકે સંદર્ભ આપ્યો છે.

જ્યારે બેઠક શરૂ થઈ ત્યારે મેં તે જોયું કે નક્કી કરેલ કાર્યક્રમની યાદી જહોને બદલી નાખી છે. તે આ મીટીંગનો ઉપયોગ મેકના વેચાણના પ્રશ્નને કેવી રીતે ઉકેલવો તે વિશેના તેના પોતાના વિચારોને રજૂ કરવાની સભા તરીકે કરવાનો હતો. જહોને દરેક જણને એ વાત ગળે ઉતારવાનો પ્રયત્ન કરવામાં તેણે ચાર કલાક લીધા કે મેકનાં વેચાણને સુધારવાનાં એકમાત્ર માર્ગ એ જ વલણ હતું જે તેણે પેપ્સીને આટલીબધી સફળ બનાવવા માટે લીધું હતું; 'શેલ્ફ સ્પેસ' પર નિયંત્રણ રાખવું.

આ આખી વાતનો નિષ્કર્ષ એ હતો કે એપલને તેના વેચાણને ફરી ધમધમતું કરવા માટે શેલ્ફ કન્ટ્રોલ પર વધુ સારું કામ કરવું જરૂરી હતું. અલબત્ત, એવું ક્યારેય થયું નહીં. અને મારા તંત્રને લગતા મોટા પ્રશ્નોને પ્રકાશમાં લાવવાના અને નવું એપલ શરૂ કરવાના પ્રયત્નો ક્યાંયના ન રહ્યાં.

અને છેવટે તોળાઈ રહેલું વાવાઝોડું મે મહિનાના અંતમાં ધસમસતા પ્રવાહની જેમ ત્રાટક્યું. જ્યારે જહોન સ્કૂલીએ સ્ટીવને કહ્યું કે મેકિન્ટોશ જૂથને હવે પછી તેણે ચલાવવાનું નથી. તેને બદલે તેને વધુ મોટી જવાબદારી સાથેના હોદ્દા પર 'બઢતી' આપવામાં આવે છે. મને યાદ છે ત્યાં સુધી એ હોદ્દાનું નામ હતું 'મુખ્ય ટેક્નોલોજી અમલદાર.' 'ચીફ ટેક્નોલોજી ઑફિસર'.

હકીકતમાં બોર્ડ સ્ટીવની નોંધપાત્ર વિલક્ષણ સ્ફૂરણાને કંપનીની અંદર જ રાખવા માટે તેને માટે યોગ્ય ભૂમિકા શોધવા આતુર હતું. પરંતુ તેમને લાગ્યું કે એક ઉત્પાદન જૂથ ચલાવવા માટે તે વધારે પડતો ભાવુક, વધારે પડતો બીનઅનુભવી હતો. જહોન પણ સ્ટીવ રહે તેમ ઈચ્છતો હતો, તે માત્ર તે મેક વિભાગ ચલાવવાનું ચાલુ રાખે તેવું નહોતો ઈચ્છતો.

આ નોંધને સુધારવાનો સમય છે. આની સ્વીકારી લીધેલી આવૃત્તિ કહે છે કે જહોને (અથવા બોર્ડે) સ્ટીવને ધમકાવ્યો અને તેણે જવું જ પડશે તેમ કહ્યું, પરંતુ ખરેખર તેમ બન્યું ન હતું.

તે દિવસે ઊંડાણપૂર્વક ઘવાયેલો સ્ટીવ એપલના દરવાજાની બહાર નીકળ્યો, તેની મર્સિડીઝમાં બેઠો અને હંકારી ગયો. હા, તે મુશ્કેલ હોઈ શકે, પરંતુ પરિણામ તરફ જોવો, મેકિન્ટોશ તેનું સર્જન હતું. વેચાણ સારું ન હતું પરંતુ તે વધુ સારું થઈ શકતું હતું અને બાકીના કોમ્પ્યુટર ઉદ્યોગો ઊંધા પડીને માઉસ, આઈકોન્સ, પુલ ડાઉન મેનું અને બાકીનું બધું આપતા હતા.

પરંતુ મેક જૂથ તેની પાસેથી છીનવાઈ ગયું હતું. સ્ટીવ ચાલ્યો ગયો છે તે સાંભળીને જહોન એટલો બધો અસ્વસ્થ થઈ ગયો કે તે પોતે પણ તે જ દિવસે વહેલો નીકળી ગયો. તફાવત એટલો જ હતો કે જહોન બીજે દિવસે સવારે હંમેશની જેમ ઘણો વહેલો તેનાં ટેબલ પર પાછો ફરવાનો હતો.

જહોનનાં સ્ટીવને પાછો લાવવાના શરૂઆતના થોડાક પ્રયાસો છતાં, પછીનાં દસ વર્ષ માટે સ્ટીવ એપલ બહારની વ્યક્તિ રહ્યો. સ્ટીવ માર્ગમાંથી હટી જતાં જહોને કંપનીને વધુ કાર્યરત માળખાવાળી બનાવીને પુનઃ ગઠિત કરી. મેકિન્ટોશ જૂથ હવે એકલું ઊભેલું, સ્વનિર્ભર એકમ રહેવાને બદલે તેને ડેલ યોકામ હેઠળનાં નવાં ઉત્પાદન વિકાસ જૂથનો એક ભાગ બનાવી દેવામાં આવ્યું. ડેલ યોકામ એક ઉપાધ્યક્ષ હતો, અને હું જાણું છું ત્યાં સુધી ઉત્પાદન વિકાસનો તેને ઓછો અનુભવ હતો.

આ ઘટનાને બે કાર્યપાલકો વચ્ચે નિયમન કરવાની આવશ્યક લડાઈ તરીકે જોવાનું સરળ રહેશે. પરંતુ તે ઘણું વધારે હતી. જ્યારે એક કંપની પાસે સંયોગી ઉત્પાદન વ્યૂહરચના ન હોય અને તે વિશિષ્ટ ઉત્પાદન જૂથ હોવાને બદલે કામકાજની રીતે સંયોજિત હોય ત્યારે શું થાય તેનો પદાર્થપાઠ હતી.

આ પુસ્તકમાં અપાયેલ આઈલીડરશીપ સિદ્ધાંતો વર્ષો દરમ્યાન સમયોપરાંત ક્રમે ક્રમે નહોતા આવ્યા. આઈબીએમ અને ઈન્ટેલની પાશ્ચાદ્ભૂ સાથે હું, સ્ટીવ જેના નગારાં પીટતો હતો તે મૂળભૂત વ્યાપાર સિદ્ધાંતો પહેલેથી જ મારી અંદર ઉતારી રહ્યો હતો. સ્ટીવના આ સિદ્ધાંત હતા, ઉત્પાદન આધારિત યંત્ર તેમજ ઉપભોક્તાને વેચવા માટે ઉત્પાદન બનાવવું નહીં, કે વ્યાપાર ગૃહોને વેચવા માટે.

સ્ટીવના એપલને એક ઉત્પાદન થકી ચાલતી કંપની બનાવવાનાં સ્વપ્ન મૃત્યુ પામ્યાં

હતાં. આવનારા દશકામાં કંપની વિવિધ કારણસર ખરાબ રીતે સહન કરવાની હતી. ઉત્પાદનો ફરતે સુયોજિત ન હોવું એ મુખ્ય કારણોમાંનું એક હતું. સ્ટીવની વિચારસરણી તે સમયના મોટાભાગના વ્યાપારી લોકો કરતાં ઘણી આગળ હતી તે છતાં, મુસીબત એ હતી કે તે શું ઇચ્છે છે તે જાણતો હતો પરંતુ તેને કેવી રીતે વ્યક્ત કરવું તે જાણતો નહોતો. અને સ્ટીવના પોતાના જ હાથે પસંદકરાયેલ જહોન સ્કૂલી ઉપર તે વિચારો ઠોકી બેસાડવાની રીત તે જાણતો નહતો.

એપલ, સ્ટીવ પાછો ન ફરે ત્યાં સુધી ઉત્પાદન ફરતે સંયોજિત ન હોય તેવી કંપની બની રહેવાની હતી.

આ બધા નિરીક્ષણ કરતાં મને ખ્યાલ આવ્યો કે તમારી જાતને સમજી શકાય તેવી કેવી રીતે બનાવવી તે શીખવું અને સમજાવવાની શક્તિ કેવી રીતે કેળવવી તે એક વ્યાપાર નેતા માટે કેટલું આવશ્યક છે. ઉત્પાદન પ્રેરિત ધ્યાન કેન્દ્રિતતાની ખાતરી રાખવાનો એક માત્ર માર્ગ છે, એ ફીલોસોફીને તે તંત્રમાં - પોતાનામાં જ વાસ્તવિક બનાવી દેવી.

અને સ્ટીવને પોતાને માટે હવે પછી શું હતું ?

૭

# સંવેગ જાળવી રાખવો

એ પ્રત્યક્ષ છે કે દરેક ઉદ્યોગ સાહસિક, દરેક વ્યાપાર વ્યવસ્થાપક અને દરેક કંપનીએ વહેલા કે મોડા એક સંક્રમણકાળમાંથી પસાર થવું પડે છે. કદ ગમે તેવડું હોય - ધંધો ઊભો કરવા માગતી એકલ વ્યક્તિથી માંડીને સૌથી મોટા વૈશ્વિક નિગમો અને તેમના નેતાઓ સુધી દરેક માટે જ્યારે સમસ્યાઓ સામનો ન કરી શકાય તેવી અને લગભગ ઓળંગી ન શકાય તેવી દેખાય ત્યારે અચૂક પણે એક વળાંક આવે છે.

સ્ટીવની હસ્તપોથીમાં, દરેક તક એક મેળ ન પડે તેવી જરૂરિયાતથી શરૂ થાય છે. જો તમે આ જરૂરિયાત સાથે મેળ પડે તેવી વસ્તુ-ઉત્પાદન-બનાવી શકો, તો તે 'એકદમ જરૂરી હોય એવી વસ્તુ બની જાય છે. વોઝ જે કામ કરતો હતો તેને સ્ટીવે એ તક તરીકે જોઈ હતી. જો યોગ્ય રીતે ઘાટ આપવામાં આવે અને કદ તથા કિંમત ઘટાડવામાં આવે તો કોમ્પ્યુટર્સ ઘણાબધા લોકો માટે 'એકદમ જરૂરી' બની જશે. અને તે પણ એવા લોકો માટે નહીં કે જે હોમબ્રુ કોમ્પ્યુટર ક્લબ પ્રકારના બોચિયા વેડામાં બંધ બેસે, પરંતુ તેના પોતાના જેવા લોકો માટે.

સ્ટીવને હંમેશાં ખ્યાલ આવ્યો છે કે જ્યારે તમે ઝનૂનપૂર્વક કશુંક ઇચ્છો છો, ત્યારે તમારામાં બીજા લોકોને પણ તે વસ્તુ ગળે ઉતારવાની ખૂબ જ સુધરેલી શક્તિ આવી જાય છે.

ઉત્પાદન પ્રેરિત ઉદ્યોગ સાહસિક દરેક પ્રકારના ઉત્પાદનો જોવા જાય છે. કોઈક કહેશે, 'એવું તો ધંધામાં બધા કરે છે.' પરંતુ જ્યારે ઉત્પાદન પ્રેરિત વ્યક્તિ હંમેશાં બજાર માટે હવે પછીનાં ઉત્પાદન વિશે વિચારે છે, ત્યારે ધંધામાંના બીજા મોટાભાગના હવે પછીની અંગત તકની રીતે વિચારે છે. અને જો તેનો અર્થ એક કંપનીથી બીજી કંપનીમાં કુદકા મારવો તેવો થતો હોય, તો પણ કશો વાંધો નથી.

જહોન સ્કૂલી એક એવી કંપનીમાંથી આવ્યો હતો જ્યાં 'હવે પછીનું ઉત્પાદન'નો અર્થ લગભગ પહેલાં જેવું જ તેવો થતો. તે એપલમાં હવે પછીની તકની રીતે વિચારતો હતો, હવે પછીના ઉત્પાદનની રીતે નહીં. એચપીના પૂર્વ સીઈઓ માર્ક હર્ડે - આઠ વર્ષમાં ત્રણ કંપનીઓ બદલી પરંતુ ક્યારેય કોઈ ઉત્પાદન ન વિકસાવ્યું. એ કોઈ અપવાદ નથી. થોભો અને તેના વિશે વિચારો. પારંપારિક કંપનીઓના નેતાઓમાં આ ખૂબ જ સામાન્ય છે.

## એક કંપનીનું પુનઃનિર્માણ... ખોટી રીતે

૧૯૮૫ની પાનખરમાં, જે ઉત્પાદનનો જ માણસ હતો તેવો સ્ટીવ જોબ્સ જે એક કંપનીમાંથી બીજી કંપનીમાં એમ કૂદકા મારવા નહોતો માંગતો તે કટોકટીભરી સ્થિતિમાં મૂકાઈ ગયો હતો. પોતાનું ૨૦૦ મિલિયન ડોલર્સનું મૂલ્ય, એ તેણે જે કંપનીની સહસ્થાપના કરી હતી તેની સાથે હવે ન હોવાના ડંખને દૂર કરી શકતું ન હતું. તે બહું દઢતાપૂર્વક માનતો હતો કે મેકિન્ટોશ પ્રકલ્પ કોમ્પ્યુટીંગનો પ્રકાર જ બદલી નાખશે. અને તે જ તેની પાસેથી આંચકી લેવાયું હતું.

સ્ટીવને એપલ છોડીને જતો જોતાં હું માત્ર અંગત રીતે જ નારાજ નહોતો થઈ ગયો. મને બીક હતી કે બીજા ઉચ્ચ કક્ષાના ઈજનેરો પણ તેની સાથે જોડાવા માટે એપલ છોડી જશે, જે એપલના ઉત્પાદન વિકાસને પાંગળો બનાવી દેતી અસર કરશે. જહોને પણ તેને છોડી જતો જોઈ ખેદ વ્યક્ત કર્યો હતો, એપલના બધા જ કાર્યપાલક અમલદારો તથા બોર્ડના સભ્યોએ તે સમયે આ વાત જહોનની પોતાની પાસેથી જ સાંભળેલી અને પાછળથી તેણે જાહેરમાં પણ તે કબુલ કરેલું.

તે જ સમયે મને ખાતરી હતી કે હું જેમાં માનું છું તે કહેવા માટે મારે બહાર પડવાની જરૂર હતી અને મેં એપલના બોર્ડના કેટલાક સભ્યોને કહેવાનું નક્કી કર્યું કે તેઓ મહાન ભૂલ કરી રહ્યા હતા. મેં માઈક માર્કુલાથી શરૂઆત કરી અને ફોન પર મારો મુદ્દો વ્યક્ત કરવામાં એક કલાક ગાળ્યો. મારું કહેવાનું હતું કે મેક જૂથને સ્ટીવના વડપણ હેઠળ એક અલગ કંપની તરીકે ચલાવવી જરૂરી હતી. સામે તેનો પ્રત્યાઘાત હતો કે સ્ટીવ વધારે પડતો 'અપરિપક્વ' હતો.

આર્થર રોકને હું સાનફ્રાન્સીસ્કોમાં તેની એકદમ અંધારી ઑફિસમાં મળ્યો. તેણે મળવા આવવા માટે મારો આભાર માન્યો, મારા મુદ્દાને સાંભળ્યો, ખૂબ ઓછી ટીપ્પણી કરી પરંતુ કહ્યું કે તે મારા સૂચનો વિશે શું કરવું તે બાબત બોર્ડની ચર્ચાવિચારણા વખતે

ધ્યાન પર રાખશે. હું ત્યાંથી બોર્ડના અન્ય એક સભ્ય હેન્રી સંગલટનને તેની લોસ એન્જલસની ઑફિસ પર મળવા ગયો. તેના પ્રત્યાઘાતો પણ લગભગ પેલા બંને જેવા જ હતા.

બે દિવસ પછી સ્ટીવે મને તેના વુડસાઈડનાં ઘરે બપોરે જમવા માટે બોલાવ્યો. તે એક ૧૫૦૦૦ સ્ક્વેર ફૂટનાં ઘરમાં રહેતો હતો, જે મેં હજી સુધી ક્યારેય નહોતું જોયું. તે લગભગ રાચરચીલા વગરનું હતું, પરંતુ ખરેખર તે તેનો બહુ ઓછા ભાગ વાપરતો હોય તેવું દેખાતું હતું. જમવાનું ચણા અને સલાડવાળું (શાકાહારી) હતું, જે તેની બૌદ્ધ ટેવો સાથે મેળ સાધતુ હતું. ભોજન તેના રસોયા વડે તૈયાર કરાયું અને પીરસવામાં આવ્યું હતું. આ આમંત્રણ દેખીતી રીતે મારો આભાર માનવાની એક રીત જેવું હતું.

તેણે કહ્યું કે તેને ખરેખર લાગતું હતું કે મારું બોર્ડના સભ્યો પાસે જવું, તેમને સાચો નિર્ણય લેવામાં મદદરૂપ બનશે.

જહોન સ્કૂલીએ એક બેઠક બોલાવી જેનો હેતુ એપલના બધા ઉપાધ્યક્ષો પાસેથી એક સીઈઓ તરીકે તેના તરફ વફાદારીની બાંયેધરી મેળવવાનો હતો. મેં તેમાં હાજરી આપવાની ના પાડી અને તેને બદલે એપલ તરફ તેના કર્મચારીઓ તરફ તથા શેરધારકો તરફ મારી વફાદારીની બાંહેધરી આપી.

થોડા દિવસ પછી જહોને મને તેની ઑફિસમાં બોલાવ્યો અને કહ્યું, 'મને એ કહે કે મારે તને શા માટે કાઢી ન મૂકવો જોઈએ. તેં કેટલાક બોર્ડના સભ્યોને કહ્યું છે કે સ્ટીવની બાબતમાં હું ઘણી મોટી ભૂલ કરી રહ્યો છું.' મેં જવાબ આપ્યો કે મને લાગ્યું હતું કે તેની અને સ્ટીવની વચ્ચેનો અણબનાવ મૂર્ખાઈભર્યો હતો. તે ઉપરાંત એપલ એ બે કંપની છે. એપલ-II અને મેક. અને મેક જ કંપનીનું ભવિષ્ય છે, અને મેકનાં સર્જન પાછળ સ્ટીવની દૃષ્ટિ હતી. જહોને એપલ-IIની બાકીની ટેકનોલોજીકલ જિંદગીને સંભાળવા માટેનો માર્ગ શોધવાની અને સ્ટીવને બજારને કબજે કરવા માટે મેકને તૈયાર કરવા દેવાની જરૂર હતી.

જહોને મને કાઢી ન મૂક્યો, અને તેને બદલે એપલને એક કંપની તરીકે સંગઠિત રાખવા માટે મારી મદદ માગી. મેં તેને કહ્યું, 'એક ઉદ્ધારક ચાલ્યો ગયો હોય તો તમે બીજાને પાછો લાવી શકો છો. સ્ટીવ વોઝનીયાકને બોલાવો. તેને પાછો સંમ્મિલિત કરો.' તેણે ખરેખર એમ કર્યું અને તેથી થોડા સમય પૂરતી એપલના કર્મચારીઓને કંપનીના ભવિષ્ય માટે આશા બંધાણી.

●●●

બોર્ડને વાત ગળે ઉતારવા માટે હું કપરાં ચઢાણ ચઢતો હતો. સ્ટીવ ક્યારેય ઑફિસમાં રાજકારણ રમ્યો નહતો. એ તેના સ્વભાવમાં જ નહતું અથવા તેની તાકાત જ નહતી. જહોન, જેનો વ્યાપારમાં સફળ સીઈઓ તરીકે સાબિત થયેલ રેકોર્ડ હતો, વોલ સ્ટ્રીટ વડે જેના પર વિશ્વાસ મૂકાયો હતો, તેના વિશે નિર્ણય કરવાનું બોર્ડ માટે સરળ હતું. એ વાત સાચી કે સ્ટીવ સહસ્થાપક હતો, પરંતુ તે ક્યારેય નમ્ર અને આદર આપે તેવો નહોતો. અને સ્ટીવ મેકિન્ટોશ માટે જે બધા દાવાઓ કરતો હતો તેવું તે નિવડશે તેની કોઈ ખાતરી ન હતી. વેચાણ તેણે દેખાડ્યું હતું તેના કરતાં ક્યાંય નીચું હતું છતાં સ્કૂલી અને બોર્ડ કોઈ મેકને રદબાતલ નહોતાં કરતાં. જો મેકમાં દમ હશે, તો કોઈ બીજો વ્યવસ્થાપક તેનું શાસન સંભાળીને તેને જીવતું રાખી શકશે.

આમ, હું બોર્ડના સભ્યોમાંથી કોઈનું પણ મન બદલી ન શક્યો, અથવા છેવટે તેનાથી કોઈ ફરક પડી શકે તેટલું તો ન જ બદલી શક્યો.

સ્ટીવે સાવ કશું જ ન હતું તેમાંથી – શૂન્યમાંથી – એપલને બે અબજ ડોલર્સની કંપની બનાવી હતી, જે ફોર્ચ્યુનની શ્રેષ્ઠ ૫૦૦ કંપનીની સૂચિમાં ૩૫૦મું સ્થાન ધરાવતી હતી. અને જ્યારે તે ચાલ્યો ગયો ત્યારે મેકના જોર પર કંપની પાંચ ગણી મોટી થઈ હતી. પરંતુ હજી લાગે છે કે તે સમય દરમ્યાન જે બન્યું તેણે એપલને, ખાસ કરીને એપલ ઉત્પાદનના વફાદારોને પુષ્કળ નુકસાન પહોંચાડવાનું કામ કર્યું છે.

સ્ટીવે *સ્મીથ સોનીયન* સંસ્થા માટેના એક મૌખિક ઇન્ટરવ્યૂમાં આ વાત આ રીતે મૂકી - ઝડપી વૃદ્ધિ એ સમસ્યા ન હતી પરંતુ મુલ્યોમાં ફેરફાર એ સમસ્યા હતી. એપલ માટે ઉત્પાદન કરતાં પૈસા બનાવવા એ વધારે મહત્ત્વનું બની ગયું હતું. જે ઉત્પાદન પ્રેરિત કંપની તેની અજોડતા તથા નવસર્જન ઉપર આબાદ થતી હતી, તેમાં નવું વ્યવસ્થાપન ધારાધોરણ મુજબની વ્યવસાયિક નીતિઓ લાગુ કરતું હતું.

એ સાચું છે કે એપલ લગભગ ચાર વર્ષથી અકલ્પ્ય નફો કરી રહી હતી, પરંતુ છેવટે નવી વ્યવસ્થા કંપનીને નફો કરાવવાને બદલે મોંઘી પડી. સ્ટીવને લાગતું હતું કે એપલે પ્રમાણસર નફો કરીને બજારમાં હિસ્સો વધારવા માટે મહાન ઉત્પાદન પર ધ્યાન કેન્દ્રિત કરવાની જરૂર હતી. અને આ વ્યૂહરચનાએ મેકને પર્સનલ કોમ્પ્યૂટર માર્કેટમાં એક તૃતિયાંશ અથવા તેનાથી પણ વધારે ભાગ આપ્યો હોત. તેને બદલે માઇક્રોસોફ્ટ વીન્ડોઝ ચલાવતાં કોમ્પ્યુટર બાજી મારી ગયાં.

## હોનારતમાંથી બેઠાં થવું

સ્ટીવે તેના એપલના શેર્સમાંથી એક શેર રાખીને બાકીના બધા વેચી નાખ્યા અને તેની ખાતાવહીને ૨૦૦ મિલિયન ડોલર્સની નેટ કિંમતમાંથી, ૨૦૦ મિલિયન ડોલર્સ - જેમાંથી ટેક્ષ બાદ કરવાનો હતો - પોતાના ખીસ્સામાં મૂક્યા. તેણે કહ્યું કે તેની પાસે કોઈ ચોક્કસ આયોજન ન હતું. તે વિચારતો હતો કે તે કદાચ દુનિયાનું પરિભ્રમણ કરવાનું પસંદ કરશે. એક સ્થળેથી બીજા સ્થળે એમ જ રખડવું. અને પછી તે ઇટાલી જવા માટે એક પ્લેનમાં સવાર થયો.

પછીનાં કેટલાક અઠવાડિયાઓમાં એપલની કર્મચારી અને સ્ટીવની અંગત મિત્ર સુસાન બાર્નેસ મેકે તેને પાછા ફરવાની વિનંતી કરતાં અને તેના વગર તેના લોકો નાખુશ છે તેમ કહેતા ફોન કર્યા કરવાનું ચાલુ રાખ્યું.

સ્ટીવમાં કશું કામ કર્યા વગરની જીંદગી જીવવાની ક્ષમતા ન હતી. તેણે છેક આઠ અઠવાડિયા પછી એક દિવસ એમ કહેવા માટે ફોન કર્યો કે તે પાછો ફરી રહ્યો હતો.

તેણે ફરી એકવખત હું જે રીતે બોર્ડ સભ્યો પાસે તેના કિસ્સા વિશે દલીલો કરતો તેને પડખે ઊભો રહ્યો તેને માટે મારો આભાર માન્યો. મેં આ બધું માત્ર તેને માટે નહોતું કર્યું પરંતુ હું જાણતો હતો કે તેનું ટકી રહેવું એપલના ભવિષ્ય માટે અતિ આવશ્યક હતું.

તેનાં મગજમાં એક આયોજન હતું અને તે એ બાબત ગંભીર હતો, 'ચાલો આપણે બોર્ડના સભ્યોને તેમનાં મન બદલવા માટે મનાવવાનો વધુ એક પ્રયત્ન કરી જોઈએ. હું એવા ટી-શર્ટ્સ બનાવરાવાનો છું જેના પર લખ્યું હોય, 'અમે અમારો જોબ્સ પાછો ઇચ્છીએ છીએ'.

મેં વિચાર્યું આ તો ખરેખર ચાલાકી છે.

તેણે કહ્યું, 'તું બધા કર્મચારીઓને બપોરના જમવાના સમયે રેલી માટે બહાર લઈ આવ અને આ ટીશર્ટ્સ તેમના હાથમાં આપી દે.'

ઉપ્સ..

મેં તેને કહ્યું, 'ના, સ્ટીવ, હું એપલનો એક કાર્યપાલક છું. હું આમ કરી ન શકું.'

તેણે કશુંક આવું કહ્યું, 'ઠીક છે. પણ છતાં આ સારી યુક્તિ છે.'

હું સંમત થયો.

## રમતમાં ચાલું રહેવું

થોડા સમય માટે એવું લાગ્યું કે જાણે સ્ટીવે ખરેખર રમત છોડી દીધી હતી. તેનાથી મને આશ્ચર્ય થયું. આ હું જે સ્ટીવને ઓળખતો હતો અને તેની પાસેથી હું જે અપેક્ષા રાખતો હતો તેના જેવું નહોતું લાગતું.

પરંતુ તે નીકળી ન ગયો. તે તો કટોકટીના સમયમાં કેવી રીતે કામ કરવું તેનો એક નમૂનો બની ગયો કારણ કે તે માનતો હતો કે તમે નવો માર્ગ શોધી ન કાઢો ત્યાં સુધી આગળ વધવાનું ચાલુ રાખો. તેણે એ હિંમત અને મુત્સદ્દીપણું દેખાડવાનાં હતાં, જે ઉત્પાદન પ્રેરિત વ્યક્તિની નિશાની છે.

આ મુસાફરી દરમ્યાન સ્ટીવ, સ્ટેનફોર્ડના પ્રોફેસર નોબેલ લોરેટ પાઉલ બર્ગ સાથે તેઓ જ્યારે સ્ટેનફોર્ડમાં ફ્રેન્ચ રાષ્ટ્રપતિ ફ્રાન્કોઇસ મીત્તેરાન્ડ માટેનાં જમણમાં એકબીજાની પડખે બેઠા હતા ત્યારે થયેલા એક સંવાદ વિશે વિચારતો રહ્યો હતો. પ્રોફેસરે પોતાની એક એવા પર્સનલ કોમ્પ્યુટરની કલ્પના વિશે વાત કરી હતી કે જે એટલું શક્તિશાળી હોય કે જેના વડે વિદ્યાર્થીઓ એવા પ્રત્યક્ષ પ્રયોગોનું સંચાલન કરી શકે, જે કેમ્પસ પરની વિદ્યાર્થી પ્રયોગશાળામાં કરવા ખૂબ ગૂંચવણભર્યા હોય.

એપલમાં સ્ટીવ મેકિન્ટોશના વધુ શક્તિશાળી મોડેલ્સ માટેની ભૂમિકા તૈયાર કરી રહ્યો હતો. વધુ ઝડપી ચીપ્સ અને વધુ મોટા હાર્ડડ્રાઈવ્સમાં સતત પ્રગતિને કારણે પ્રોફેસરના સ્વપ્નનું કોમ્પ્યૂટર કદાચ બનાવી શકાય તેવું બને.

પાછા ફર્યા પછી, સ્ટીવે પાઉલ બર્ગની મુલાકાત લીધી અને આવું કશુંક કહ્યું, ‘આપણે જે કોમ્પ્યુટર વિશે વાત કરેલી એ હું પાકી કરવા આવ્યો છું. તમે વર્ણવેલું તેવા પ્રકારનાં કોમ્પ્યુટર્સ માટે યુનિવર્સિટીમાં વાસ્તવમાં મૂળભૂત બજાર છે.’ પ્રોફેસર બર્ગે સ્ટીવને એ પ્રોત્સાહન આપ્યું, જેની તેને આશા હતી.

પછીની એપલની ત્રીમાસિક બોર્ડ મિટિંગ લગભગ તરત જ, ગુરુવાર, સપ્ટેમ્બરની ૧૪મીએ આવી. સંજોગોની વિચિત્રતા કેવી છે : જ્યારે સ્ટીવે કાર્યકારી સીઈઓ માઈક માર્કુલાને પોતાને ઉત્પાદન વિકાસનો ઉપાધ્યક્ષ બનાવવાનું કહ્યું હતું. અને માઈક, જે સ્ટીવને ઉત્પાદન વિશેના નિર્ણયો લેવાની સત્તા, જે આ હોદ્દાની સાથે જ આવતી હતી, તે મળે તેમ નહોતો ઈચ્છતો આથી તેણે તેને બદલે તેને બોર્ડનો અધ્યક્ષ બનાવી દીધો હતો તે વાત યાદ છે ?

કોઈએ તે હોદ્દા પરથી સ્ટીવને બદલવાની પરવા નહોતી કરી. જ્યારે બોર્ડના સભ્યો તેમની સપ્ટેમ્બરની મીટીંગ માટે ગોઠવાયા ત્યારે કલ્પના કરો ટેબલ પર મુખ્ય વ્યક્તિની જગ્યાએ કોણ બેઠું હતું ? સાચી વાત – એ હતો – સ્ટીવન પી. જોબ્સ.

હું મોટાભાગની બોર્ડ મીટીંગોમાં હાજર રહું છું. અને આ તો હું કોઈ પણ ભોગે ગુમાવવા નહોતો માગતો. વાતાવરણ ગંભીર હતું. હંમેશની જેમ કોઈ હસતો ચહેરો અને આનંદી વાતચીત ન હતાં. પાછલા ત્રણ મહિનાથી કંપની કામના અભાવે કર્મચારીને અણધાર્યા છૂટા કરવામાંથી પસાર થઈ રહી હતી અને વેચાણ તથા નાણાકીય બાબતની મોટી સમસ્યાઓ સાથે સંઘર્ષ કરી રહી હતી. શેની અપેક્ષા રાખવી તે કોઈ જાણતું નહોતું. મને લાગ્યું કે બોર્ડનો દરેક સભ્ય મુંઝાયેલો હતો, અથવા કદાચ તે કાંઈક બીજું પણ હોઈ શકે. જેમકે બોર્ડના બધા સભ્યોએ એવી અફવા સાંભળી હતી કે સ્ટીવે કંપની ખરીદી લેવાનું આયોજન કર્યું છે, જો તેણે એમ કર્યું તો શું તે એવા નિર્ણયો નહીં લે જે એપલને જમીનદોસ્ત કરી નાખે ? બોર્ડના સભ્યો પર કંપનીને જાળવવાની જવાબદારી હતી. જોકે અલબત્ત તેમની દરેકની પાસે જો કંપની ન ટકે તો તેમની અંગત હિસાબવહીમાં નોંધપાત્ર ફેરફાર કરી શકે તેટલા કંપનીનાં શેર્સ તો હતાં જ.

કંપનીના કાર્યપાલકોએ વેચાણના સામાન્ય અહેવાલો સવિસ્તર યાદીઓ વગેરે રજૂ કર્યાં. ચિત્ર ગંભીર હતું. વેચાણ હજી ગબડતું હતું. એપલ સ્પષ્ટપણે મુશ્કેલીમાં હતું અને કોઈ ટૂંકા ગાળાનો ઉપાય નજરમાં નહોતો. કંપનીનો ઉત્સાહ આટલા સમયનો સૌથી નીચામાં નીચો હતો : તમારા સારા સાથીઓ તેમની અંગત વપરાશની વસ્તુઓ એકઠી કરીને લઈને બારણામાંથી બહાર ચાલ્યા જતા જોવા એ સખત દુઃખદાયક છે.અને સતત એમ વિચારતા રહેવું કે શું હવે મારો વારો હશે ? તે પણ દુઃખદાયક છે.

અહેવાલો વંચાઈ ગયા પછી સ્ટીવનો વારો હતો. તેણે એક વિનંતી કરી, જેનાથી બધા આશ્ચર્ય પામી ગયા. હું એવો દેખાવ નહીં કરું કે મને તેનાં શબ્દો બરાબર યાદ છે, પરંતુ તેનો સાર હતો, 'હું મારી પોતાની કંપની શરૂ કરવા જઈ રહ્યો છું. હું એપલ સાથે હરીફાઈ કરવાનો નથી. મારી કંપની યુનિવર્સિટી બજાર માટે કોમ્પ્યુટર બનાવતી કંપની હશે. હું એપલમાંથી થોડાક નીચેના સ્તરના લોકોને મારી સાથે લેવા ઈચ્છું છું.'

આટલું તો હું પહેલેથી જ જાણતો હતો. પરંતુ તેની પછીના ભાગે બીજા બધાની માફક મને પણ આશ્ચર્યમાં મૂકી દીધો. 'અને એપલ મારી કંપનીમાં રોકાણ કરશે તે મને ગમશે.'

હું દરેક દિશામાંથી નિરાંતનો શ્વાસ લેવાતો સાંભળી રહ્યો હતો. કોઈ દોષારોપણ નહીં, કોઈ ગુસ્સો નહીં, કોઈ લાગણીવેડા નહીં.

થોડી મિનિટોની ચર્ચા વિચારણા પછી, જહોન અને સ્ટીવે મળવું જોઈએ, અને તેઓ શું કરી શકે છે તે જોવું જોઈએ તે વાત પર બોર્ડ સંમત થયું.

જ્યારે અમે બધા ઈમારતમાંથી બહાર નીકળ્યા ત્યારે બહાર અંધારું થઈ ગયું હતું. ત્રણ કલાકની મિટીંગ રાત્રે દસ વાગ્યા સુધી ચાલી હતી.

સ્ટીવ બીજે જ દિવસે જે લોકો તેની નવી શરૂઆતમાં તેની સાથે જોડાવા સંમત થયા હતા તે લોકોનાં નામ સાથે જહોનને મળ્યો. આ સૂચિમાં વ્યાપાર બાજુના પણ કેટલાક લોકો તેમજ રીચ પેજ અને ડેનિલ લેવીન સામેલ હતા.

જહોને મને પણ વાતચિતમાં ભાગ લેવા બોલાવ્યો અને કહ્યું, 'આ બધા માટે સારો સોદો હોય તેમ લાગે છે.'

મેં તેને સમજાવવાનો પ્રયત્ન કર્યો : આ કોઈ નીચેના સ્તરના માણસો ન હતા. રીચ ભવિષ્યનાં એવાં મેક પર કામ કરતો હતો જે લાખોને લાખો પીક્સેલનો પડદો, ઉપરાંત ખૂબ વધારે મેમરી અને મોટી હાર્ડ ડ્રાઈવ આપવાની આશા ધરાવતું હતું. અને ડેનીયલ અમારા શિક્ષણ બજારની મુખ્ય વ્યક્તિ હતો અને 'કિડ્સ કાન્ટ વેઈટ' કાર્યક્રમ જેણે શાળાઓમાં એપલ-II દાન કર્યાં હતા તે તેના તાબામાં હતો. તે 'એપલ યુનિવર્સિટી કોન્સોર્ટીયમ નામનો એક એવો કાર્યક્રમ જે કૉલેજના શિક્ષકો તથા વિદ્યાર્થીઓ ને કોમ્પ્યુટરની ખરીદીમાં મોટું વળતર આપતો હતો, તે પણ ચલાવતો હતો.

મેં જહોનને કહ્યું, "સ્ટીવે કહ્યું હતું કે તે હરીફાઈ નહીં કરે, પરંતુ તે જેને લઈ જઈ રહ્યો છે તે તો મુખ્ય વ્યક્તિઓ છે." આ બાબત એક વાસ્તવિક સમસ્યા ઊભી કરવા ઉપરાંત, બાકીના કર્મચારીઓ સુધી એક મજબૂત નકારાત્મક સંદેશો પણ પહોંચાડશે.

છેવટે એવું ગોઠવાયું, જેણે સ્ટીવને તેણે તેની નવી કંપની સ્થાપવાની છૂટ આપી પરંતુ તે હવે વધારાના કોઈ કર્મચારીઓને તેમાં ન લઈ શકે.

સ્ટીવે NeXT કોમ્પ્યુટર્સ કંપની શરૂ કરી. શરૂઆતમાં તેની જોડણી ટ્વીટં લખાતી હતી - અને આવતી પેઢીનું મેકિન્ટોશ એપલમાં જે કરે તેવું તે ઇચ્છતો હતો, તે બધા જ વ્યવહારુ હેતુઓ સર્જવાનું કામ કરવા માટે તે ઊભી કરવામાં આવી. તે દેખાડવા માગતો હતો કે તે બધાને પોતે જે કરી શકશે તેમ કહેતો હતો, તે વસ્તુઓ તે કરી જ શકશે, જેમકે એપલના

રક્ષણાત્મક છત્રની બહાર પણ એક મહાન ઉત્પાદન બનાવવું.

જ્યારે સ્ટીવે તેની કંપની શરૂ કરી ત્યારે મેં વિચાર્યું, (તેની વિદાયને કારણે વ્યથીત થવામાંથી હું બહાર આવવા લાગ્યો પછી) સ્ટીવની વ્યાપાર ફીલોસોફીને *NeXT* સિવાય બીજું કયું નામ આટલી સારી રીતે વ્યક્ત કરી શકે ? હા, તે અકળાયેલો છે પરંતુ તે એ પણ જાણે છે કે ધંધામાં -ખાસ કરીને ટેકનોલોજીના ધંધામાં કશુંય ક્યારેય સ્થિર અથવા એકસરખું રહેતું નથી.

તાજેતરનાં વર્ષોમાં સ્ટીવની કારકીર્દિ રોકેટની જેમ ઉપરના માર્ગે જવા સિવાય બીજું કશું નહતી, પરંતુ આપણે જોયું તેમ તે માર્ગ પણ કેટલીક ગંભીર ઠોકરો વગરનો નહોતો. ભલે કોઈપણ સમયે કાંઈપણ થતું હોય, સ્ટીવની વાર્તા શરૂઆતથી જ એકધારી રીતે એક પછી એક બીજી મોટી વસ્તુનું સાહિત્ય બની રહી.

પ્રમાણિક પણે કહું તો, હજી પણ, સ્ટીવ સફળ થઈ શકશે તેવી મને ખાતરી નહતી. કોઈને નહતી, સ્ટીવને પોતાને પણ નહીં. તેણે મને કહ્યું કે તેને મૃત્યુ જેટલો ડર લાગે છે.

## એવાં ઉત્પાદનો સર્જવાં જે સર્જકના સિદ્ધાંતો પ્રતિબિંબિત કરે :

નીચેનામાંથી કયું વધારે નોંધપાત્ર છે તે કોણ કહી શકે ?: કે સ્ટીવ બીજાં દસ વર્ષ સુધી એપલનાં કેમ્પસમાં પગ નહીં મૂકે ? અથવા કે 'NeXT' કોમ્પ્યુટર્સ મંચ મેકિન્ટોશની નવી પેઢીની કાર્યપ્રણાલી માટે નો પાયો મૂકશે ? અથવા - કે એક કાર્યસ્થળ જે છ આંકડાની કિંમતે વેચવા માટે ડીઝાઈન કરેલું અને જે મોટાભાગના વ્યક્તિગત ખરીદદારની પહોંચની બહાર હતું - તે છેવટે તો સ્ટીવને – જે તેની અંતિમ ઈચ્છા જ બનવાની હતી - ઉપભોક્તા માટે ડિઝાઈનીંગ તરફ લઈ જવાની હતી ?

આ બધાં કરતાં પણ તે NeXTમાં જે કોર્પોરેટ કલ્ચરને પોષતો હતો તે વધુ મહત્ત્વનું હતું. સ્ટીવે ઉચ્ચ સ્થાને બીરાજાયેલાને ચત્તાપાટ પાડી દીધા, ઉદાર લાભો પૂરા પાડ્યા, કર્મચારીઓને 'નોકરીયાતો'ને બદલે 'સભ્યો' તરીકે ગોઠવ્યા, અને ખુલ્લાં આયોજનોની સગવડનું નિરીક્ષણ કર્યું. જે તેને માટે કામ કરવાનો નવો માર્ગ હતો તેને ભૌતિક રીતે મૂર્તિમંત કરે. પાછળથી આ વસ્તુઓ એપલ માટે નકશારૂપ બનશે. તેના NeXTની ટેકનિકલ વિશેષજ્ઞો, ઉત્પાદન વ્યવસ્થાકો તથા માર્કેટીંગના માણસોનું મજબૂત જૂથ એ આ બીનપરપરાગત સંસ્કૃતિનો સીધો ફાંટો હતો. પાછળથી આમાંના ઘણા પાછા એપલમાં આવીને મોટી ભૂમિકા ભજવવાના હતા.

મેં હંમેશાં આ સમયગાળાને તેના માટેના NeXTના ટાપુ પર ગુજારેલા દેશવટા'' તરીકે ગણ્યો છે. છતાં તે સ્ટીવ માટે એપલની અવેજી જેવું જ હતું. તે તેના મેકિન્ટોશના ભવિષ્યનાં સ્વપ્નને, દષ્ટિને જીવતું રાખતો હતો. NeXT કોમ્પ્યુટર આવતી પેઢીનું મેક બનવાનુ હતું.

દરમ્યાન એપલમાં સ્ટીવ જાણે અદશ્ય રીતે હાજર હતો. જે કર્મચારીઓ તે છોડી ગયો હતો તે પછી આવ્યા હતા, તેઓ પણ તેની છાપ અનુભવી શકતા હતા. એક કર્મચારી ભલે તે સ્ટીવને ક્યારેય મળી નહોતી તે આ વાતને આ રીતે મૂકે છે : 'મને એવી લાગણી થતી હતી કે આ હજી પણ તેની કંપની છે. ગર્વ, ઉર્જા અને જુસ્સાની એવી જ લાગણી વ્યાપ્ત હતી અને તેની નેતાગીરી હેઠળ ત્યાં હતા તેવા ઘણા માણસો દ્વારા સ્ટીવ જોબ્સની વાતોને જીવતી રાખવામાં આવી હતી.'

આપણે બધાએ જેની મનોકામના સેવવી જોઈએ તે ધ્યેય : એક એવી મજબૂત આભા સર્જવી કે જે લોકો આપણને  ક્યારેય ન મળ્યા હોય, તે પણ આપણે ચાલ્યા જઈએ તે પછી પણ આપણી હાજરી અનુભવે.

## અસંભાવ્ય પડકારોને સ્વીકારવા

બધા માર્ગ બંધ થઈ ગયા હોય અને છતાં નવો પડકાર ઝીલવા માટે તૈયાર હોવું, તેમાં હિંમત જોઈએ. એક એવી હિંમત જેને બિઝનેસ સ્કૂલનો દરેક વિદ્યાર્થી 'અવિચારી'નું લેબલ લગાડશે.

જ્યારે સ્ટીવ NeXT કમ્પ્યુટર્સને તેનાં સ્વપ્નનું મશીન બનાવવાનો પ્રયત્ન કરતો હતો, ત્યારે તેને બીજું એક વિશિષ્ટ ઉપયોગ માટેનું શક્તિશાળી કોમ્પ્યુટર મળી આવ્યું. જે માણસ આને માટે ખર્ચ કરતો હતો, તે એના આખા પેકેજ, લોકોના આખા જૂથ ઉપરાંત તેમણે સર્જેલી કોમ્પ્યુટર ટેકનોલોજી અને સોફ્ટવેરનો ભાર ઉતારી નાખવા ઇચ્છતો હતો.

તે મરીન કાઉન્ટ્રી, કેલીફોર્નિયામાં આવેલ જ્યોર્જ લ્યુકાસના ફીલ્મી સ્ટુડીયો લ્યુકાસ ફિલ્મનું ડીજીટલ ગ્રાફીક્સ એનિમેશન યુનિટ હતું. લ્યુકાસને તેના છુટાછેડાના બદલામાં આપવાના થતા પૈસા ચૂકવવા માટે પૈસા ઊભા કરવાના હતા માટે તે આ એકમનો ભાર ઉતારી નાખવા માગતો હતો. સ્ટીવે આ વિશે તેની સાથે વાત કરી. બીજી રસ ધરાવતી પાર્ટીઓ પણ આસપાસની ગંધ લેતી હતી. જેમાં કૉર્પોરેટ માંધાતા અને એક સમયના રાષ્ટ્રપતિ પદનાં ઉમેદવાર રોસ પેરોટ જેણે પોતાની પેઢી, ઇડીએસ, જનરલ મોટર્સને એક

સોદામાં વેચી હતી, જે સોદાએ તેને જનરલ મોટર્સના બોર્ડમાં જગ્યા અપાવી હતી, તે પણ સામેલ હતા. પેરેટે ફીલીપ્સ ઇડીએસ અને લ્યુકાસ ફિલ્મ સાથે ત્રીમાર્ગીય સોદામાં લ્યુકાસ ઓપરેશન સંપાદન કરવા માટે એક લેવડ-દેવડનું માળખું રચ્યું. સોદો નક્કી થઈ ગયો હતો, બધે લીલી ઝંડી ફરકાવાઈ રહી હતી, જ્યારે પેરટને જનરલ મોટર્સની બોર્ડ મિટિંગમાં વ્યવસ્થાપક તરીકેની અણઆવડત માટે દોષી ઠેરવાયો, જેણે તેને અચાનક *નકામો* બનાવી દીધો. તેને જનરલ મોટર્સમાં અપાયેલી સોદો કરવાની સત્તા રદ કરવામાં આવી. લ્યુકાસનું ગ્રાફીક્સ એકમ એકાએક ઝડપી લેવાય તેવું બની ગયું, અને સ્ટીવે તેમાં પ્રવેશ્યો. હું આ વાત બરાબર સમજી શક્યો. મેં તથા સ્ટીવે તેના ફીલ્મો માટેના પ્રેમ વિશે વાતો કરી હતી. આને તેની ટેકનોલોજી માટેની પ્રતિભાને મૂવી-ફીલ્મ બનાવવા સાથે સાંકળવામાં બરાબર મેળ પડતો હતો તેવું લાગતું હતું. હું માનું છું કે જેમ વર્ષો વિતતાં જશે તેમ આપણે જોશું કે સ્ટીવ મોટા પાયે એપલને આમાં સંડોવશે.

અલબત્ત, આ ગ્રાફીક્સ એકમ જ પિક્સર તરીકે ઓળખાવવાનું હતું. આ નામ સ્પેનીશ છે જેનો સૂચિતાર્થ 'ચલચિત્રો બનાવવા': આ એકમના વડા તરીકે ન્યૂયોર્કના બે કોમ્પ્યુટર એનીમેશનના પાયોનિયર હતા, ડૉ. એડ કેટમુલ અને ડૉ. આલ્વી રે સ્મીથ. પીક્સરના જન્મને લાબાં સમય પહેલાંથી તેમનું લક્ષ્ય, તેમનું સ્વપ્ન, પ્રથમ ફીચર-લેન્થ એનીમેટેડ મોશન પીક્ચર, જે સંપૂર્ણપણે કોમ્પ્યુટર્સ વડે જ બનાવાયું હોય તે બનાવવાનું હતું.

આ જૂથની ત્રીજી મુખ્ય વ્યક્તિ ડીઝનીનો પૂર્વ એનીમેટર જહોન લસેટર હતો, તેને એવી ટૂંકી ફિલ્મો બનાવવા માટે કામ પર રખાયો હતો. કે જે આ યુનિટ જેને વિકસાવી રહ્યું હતું તે નવા એનીમેશન કોમ્પ્યુટરની વિસ્તરતી જતી ક્ષમતાને પ્રદર્શિત કરી શકે. કોઈક કારણોસર, આ વિષય પરનાં ઘણ પુસ્તકો અને લેખો લસેટરની નિમણૂક કરવા જેટલા ચાલાક હોવા માટે સ્ટીવની પીઠ થાબડે છે, જ્યારે તેનું શ્રેય તો તેના બે સ્થાપકોને જાય છે. સ્ટીવે સોદો કર્યો તે સમયે લસેટર પહેલેથી જ તે જૂથનો ભાગ હતો.

થોડાં વર્ષો પહેલાં, જ્યારે સ્ટીવ માટે એપલની અંદર મુશ્કેલીમાંથી પસાર થવાનું શરૂ થયું, ત્યારે લસેટરે સૌથી નામાંકિત કોમ્પ્યુટર ગ્રાફીક્સ તંત્રની વાર્ષિક સભા 'સીગ્રાફ'માં સનસનાટી સર્જી હતી. બધા ઈનામો જેણે જીત્યા, તે એક ફિલ્મ શોટ હતો, જેનું લેખન અને દિગ્દર્શન આલ્વી એ કર્યું હતું અને એનીમેશન લસેટરે કર્યું હતું. તેનું નામ હતું 'આન્દ્રે એન્ડ વોલી બી' : માનવામાં ન આવે તેવી વાત એ છે કે તે માત્ર નેવું સેકન્ડ લાંબી હતી.

તે સમયે કોમ્પ્યુટર એનીમેશનની મર્યાદાઓ પણ એકદમ દેખીતી હતી. હજી પાત્રોના ચહેરાઓ પર ભાવોનું નિરુપણ થઈ શકતું નહીં અને તે જટિલ વાર્તાકથનને લગભગ અશક્ય બનાવતું હતું. કોમ્પ્યુટર એનીમેશનનો ઉપયોગ વિશિષ્ટ અસરો દર્શાવવા માટે અથવા ગહન કેલીડોસ્કોપ જેવી છબી દર્શાવતી ટૂંકી ફિલ્મોમાં થતો હતો, પરંતુ સ્મીથ અને લેસેટરની 'આન્દ્રે એન્ડ વોલી બી'એ એક એવી વાર્તા કહી જેણે દર્શકોની લાગણી જીતી લીધી. આ ઉદ્યોગમાં રહેલા બીજા કોઈપણ જે કરતા હતા, તેના કરતાં આ વસ્તુ ખૂબ જ આગળ હતી.

સ્ટીવે લ્યુકાસ પાસેથી એનીમેશન એકમના લાભો મુડીમાં ફેરવી નાખ્યા, પછી તેને ખ્યાલ આવ્યો કે એડ કેટમુલ અથવા આલ્વી રે સ્મિથ બંનેમાંથી કોઈને પણ કોમ્પ્યુટર્સમાં કોઈ પ્રકારનો ખરેખર રસ નહતો. તેઓ તેને માત્ર ડીજીટલ એનીમેશન બનાવવાનાં સાધન તરીકે જોતા હતા. આ ખરેખર માર્મિક હતું. કારણ કે સ્ટીવ વિચારતો હતો કે તેણે એક કોમ્પ્યુટર ગ્રાફિક્સ કંપનીમાં હિસ્સો સંપાદિત કર્યો હતો, જ્યારે તેના સ્થાપકો કોમ્પ્યુટર્સ તરફ 'વાર્તાઓ કહેવાની વધુ શક્તિશાળી પદ્ધતિ પ્રાપ્ત કરવાના એક આવશ્યક સાધન' માત્ર તરીકે જોતા હતા. સ્ટીવે જેમને વિકસિત ગ્રાફિક્સ કોમ્પ્યુટર્સની જરૂર હોય તેવા ગ્રાહકો શોધવાનું લક્ષ્ય આગળ વધાર્યું અને છેવટે સાત શહેરમાં વેચાણ કાર્યાલયો ખોલ્યાં. ફરી એક વખત તેણે પોતાની જાતને એવી વ્યક્તિ તરીકે દર્શાવી, જે કોઈ પણ કામ અધકચરું કરતો નથી.

પિક્સર જૂથ માટે પડકારભર્યો ભાગ એ હતો કે કોમ્પ્યુટર ટેકનોલોજી હજી એક કોમ્પ્યુટર ઉત્પાદિત ફીચર ફિલ્મનો પ્રયોગ કરી શકે તે માટે પૂરતી વિકસી નહતી. પરંતુ દરેક વર્ષ આ શક્યતાને વધારે નજીક લાવતું ગયું. અને દરેક વર્ષે લસેટર અને તેનો કાફલો પિક્સર ગ્રાફિક્સ કોમ્પ્યુટર અને તેના સોફ્ટવેરમાં થયેલા છેલ્લા વિકાસને દર્શાવવા માટે 'સીગ્રાફ'માં દર્શાવવા માટે એક ટૂંકીવાર્તાની ફિલ્મનાં નિર્દેશન કરતો. ૧૯૮૬માં ડલાસના મેળાવડામાં તેમણે 'લ્યુકસો જુનિયર'નો પ્રિમિયર કર્યો, જે એનિમેશનના ઈતિહાસમા એક સીમાચિહ્નરૂપ બની ગઈ, જહોન લસેટરે એવી ટૂંકી ફિલ્મોનું નિર્દેશન તેમજ એનિમેશન કર્યું જેનાં પાત્રો બે ગૂઢ હાવભાવ દર્શાવતા ટેબલ લેમ્પ હતા. એક મોટો અને એક નાનો. એ ટૂંકી ફિલ્મની નોંધપાત્ર સિદ્ધિ તરફ આદરભાવ દર્શાવવા માટે તથા છેવટે તેણે પિક્સર માટે જે દ્વાર ખોલ્યાં તે માટે દરક પિક્સર ફિચર ફિલ્મની શરૂઆતની ક્રેડિટ્સમાં લ્યુક્સો પ્રકારનાં લેમ્પ હજી પણ દર્શાવવામાં આવે છે.

લ્યુક્સો જુનિયર હંમેશની માફક પિક્સર માટે એક ટેકનોલોજીકલ વિકાસ હતો જે પિક્સરના અગાઉના પ્રયત્નો કરતાં વધુ સારા હાવભાવ વહન કરતો હતો. છેવટે, કોમ્પ્યુટર એનિમેશન ટેકનોલોજીનો વાસ્તવિક વાર્તાકથનની સેવામાં ઉપયોગ થઈ રહ્યો હતો.

પ્રીમિયર જોનાર છ હજાર લોકોએ તેનું સુદિર્ઘ અને ઉત્સાહથી ભરપૂર અભિવાદન કર્યું. આ ફિલ્મે વોશિંગ્ટન ડી.સી. સીને ફિલ્મ ફેસ્ટીવલમાં 'ગોલ્ડન ઈગલ' ખિતાબ જીત્યો અને શ્રેષ્ઠ એનીમેટેડ ટૂંકી ફિલ્મની શ્રેણીમાં ઓસ્કારમાં પસંદગી પામી. આવી માન્યતા મેળવનાર તે પ્રથમ એનિમેટેડ ફિલ્મ હતી. ભલે તે જીતી નહીં, છતાં એડ કેટ્રમુલ હજી પણ માને છે કે લ્યુક્સો જુનિયર પિક્સરનું તથા કોમ્પ્યુટર એનીમેશનનું પરાવર્તન બિન્દુ હતું.

## નિષ્ફળતાઓની સામે ગતિ જાળવી રાખવી

ઉપભોક્તા ઉત્પાદનોને સુધારવાની ક્ષમતા એ સ્ટીવને મળેલી સાચી બક્ષિસ હતી. તે સર્વશ્રેષ્ઠ સંપાદક અને પોલીશર છે. જેની સહયોગી ફીલોસોફી છે, 'ઓછું જ ઘણું છે' તે વસ્તુઓને વધારે પડતાં એન્જિનિયરીંગ, ગુંચવણભર્યાં ઉત્પાદનમાંથી ખરેખર શું તેમને ઉપયોગી અને ઉત્તેજક બનાવે છે તે સ્પષ્ટ કરીને બહાર કાઢે છે. એક ઉત્પાદન માટે કયો સમય યોગ્ય છે તેનું પણ તેને ગજબનું ભાન છે. તેણે ફરી ફરી સાબિત કર્યું છે કે ઉપભોક્તા શું ઈચ્છે છે, તે તે જાણે છે - તે જયારે આમાંથી ચ્યુત થયો છે. ત્યારે તે મુસીબતમાં આવી ગયો છે. જયારે તે તેની તાકાતમાં ખરો ઊતર્યો છે, ત્યારે ભલે તે ગમે તેટલા મોટા પડકારનો સામનો કરતો હોય, હંમેશાં ઉચ્ચ રીતે બહાર આવ્યો છે.

૧૯૮૮ની શરૂઆતમાં સ્ટીવ ચોક્કસપણે મુશ્કેલીમાં હતો. પિક્સર અને NeXT બંને આવક ઉપાર્જિત કરતાં હતાં પરંતુ તે પૂરતી ન હતી. બંને કંપનીઓનાં વેચાણ નબળાં હોવાને કારણે તેમને ચાલુ રખવા માટે સ્ટીવે તેની બેંકમાંથી દર મહિને જે રોકડ રકમની ફેરબદલી કરવી પડતી હતી, તે તેની નેટ વર્થ સતત સંકોચાતી જતી હોવાને કારણે હતાશાભરી બની રહી હતી. માત્ર પિક્સરની જ વાત કરીએ તો પિક્સર ગ્રાફીક્સ સોફ્ટવેરનાં લાઈસંસીંગમાંથી, ટેલિવિઝન માટે જાહેરખબરો દેખાડવામાંથી અને પિક્સર કોમ્પ્યુટર્સનાં વેચાણ (મોટે ભાગે ડીઝનીને અને સરકારી સંસ્થઓને) માંથી થતી આવક અડધા જ ખર્ચને આવરતી હતી. સ્ટીવ કંપનીને ચાલતી રાખવા માટે નિયમિત પણે મહિને ૩,૦૦,૦૦૦ ડોલર્સથી ૪,૦૦,૦૦૦ ડોલર્સ વાયર ટ્રાન્સફર દ્વારા મોકલતો હતો.

એ વસંતઋતુમાં, સ્ટીવ એક નિયમિત સમયપત્રક મુજબની માસિક કાર્યકારી બેઠક માટે એડ કેટમુલ, આલ્વી રે સ્મીથ અને બીજા બે પિક્સરના ઉચ્ચ અધિકારીઓ સાથે બેઠો. પિક્સરના લોકોને જરા પણ ખ્યાલ ન હતો કે આ બેઠક કેટલી મુશ્કેલ બનવાની હતી.

સ્ટીવે સ્પષ્ટતા કરી કે તે તુટી જવાની અણી સુધી આવી ગયો હતો અને હવે આટલા બધા પૈસા ખર્ચવાનું તેને પોસાય તેમ નહોતું. પિક્સરનું કદ ઘટાડવું જ રહ્યું. પિક્સરના ઉચ્ચ અમલદારો હતાશ થઈ ગયા. આ નિર્ણય તેમણે વર્ષોપરાંત ઘડેલી, લગભગ ૧૯૭૦ના મધ્યભાગ જેટલી વહેલી શરૂ થયેલી, અને આ ધંધામાં જેની શ્રેષ્ઠ તરીકે ગણના થતી હતી તે કોમ્પ્યુટર એનિમેશન ટીમને તોડી નાખશે, ખતમ કરી નાખશે.

તેમ છતાં તેમ કરવું જ પડશે. પરંતુ કોને છુટા કરવા તે ચર્ચા ઊગ્ર હતી અને અનંતકાળ સુધી લંબાય તેવી લાગતી હતી. આખરે જ્યારે તે પૂરી થઈ ત્યારે સ્ટીવ મીટીંગ છોડીને જવા માટે તૈયાર થયો, પરંતુ બીલ એડમ્સ પિક્સરના વેચાણ અને માર્કેટીંગ વિભાગના ઉપાધ્યક્ષ પાસે વાત કરવી પડે તેવો બીજો મહત્ત્વનો મુદ્દો હતો.

જો પિક્સર હવે પછીના 'સીગ્રાફ'માં પોતાના પિક્સર સોફ્ટવેર ડીજીટલ એનીમેશનને આગલાં વર્ષ કરતાં વધારે અર્થપૂર્ણ રીતે બનાવી શકે અને બીજી કોઈપણ કંપની પાસેથી જે ઉપલબ્ધ હતું તેના કરતાં તે વધારે સારું છે તેવું બતાવતી નવી વાર્ષિક એનીમેટેડ શોર્ટ રજૂ ન કરી શકે તો ચોક્કસપણે અફવાઓ શરૂ થઈ જશે. લોકો વિચારશે કે શું ખોટું છે; તેઓ વિચારશે, 'જો આપણે હમણાં પિક્સર સોફ્ટવેર ખરીદીએ તો શું તેઓ આવતા થોડાં વર્ષો સુધી હજી પણ આપણને સપોર્ટ અને અપગ્રેડસ પૂરા પાડવા માટે બજારમાં હશે ખરા ? લગભગ ચોક્કસપણે વેચાણ ભયજનક બનશે.'

આવા નિસ્તેજ નાણાકીય ચિત્ર છતાં નવી ટૂંકી ફીલ્મ માટે પૈસા ફાળવવાએ પિક્સરનાં ભવિષ્ય માટે કટોકટીભર્યું હતું. તેના વગર બધા 'બદ સે બદતર' - ખરાબમાંથી ઘણું વધારે ખરાબ- થઈ જાત...

જ્યારે બીલ અને બીજા બધાનું બોલવાનું પૂરું થઈ ગયું ત્યારે સ્ટીવ ત્યા એમ જ બેસી રહ્યો. તેનાં મગજમાં શું શું ચાલી રહ્યું હતું તેનું અનુમાન કરવું મુશ્કેલ ન હતું.

છેવટે તેણે પૂછ્યું કે તે જેના પર નજર નાખી શકે તેવું કઈક ત્યાં હતું ? હા, હાજર હતું. જહોન લસેટરે એવાં અત્યંત આકર્ષક સ્ટોરીબોર્ડસ તૈયાર કર્યા હતાં જે ગ્રાફીકલ વલણ અને એવી ભાવના કે આ પિક્સરની નવી યોજના-ટીનટોય બનશે તેવી તેને આશા હતી. સ્ટીવ પ્રભાવિત થયો હતો અને ઘણી ચર્ચા વિચારણા પછી તેણે તેના નાણા પ્રવાહની

સમસ્યા હોવા છતાં આ નિર્દેશનને નાણાં ફાળવવાનો પોતાનો મરણિયો નિર્ણય કર્યો. આ નિર્ણય તેના શ્રેષ્ઠ નિર્ણયોમાંનો એક સાબિત થવાનો હતો.

પિક્સરની દરેક નવી ટૂંકી ફિલ્મ નવાં મેદાનો સર કરતી હતી. ‘ટીન ટોય’ની તે વખતે ગણનાપાત્ર નવીનતા એ હતી કે તેનાં મુખ્ય પાત્ર ‘યંગ ટોટ’ને લોકોને ગળે ઊતરે એવી એનીમેટ કરવો. ત્યાં સુધી, માણસના ચહેરા પર હાવભાવ નાખી શકવાનું ક્યારેય બની પણ શકશે, તે વિશે ઘણાને શંકા હતી. પૂરી થયેલી *ટીનટોયે* શંકા કરનારાઓ ખોટા પૂરવાર કર્યા. આ વખતે આ ફિલ્મ પિક્સર માટે એનીમેટેડ શોર્ટ્સનો ઓસ્કર જીતી લાવી.

બસો મિલિયન ડોલર્સ, તેના પોતાના અંગત, એપલે કમાવી આપેલા પૈસા - પુષ્કળ પૈસા હોય તેમ ખરેખર તે ઘણા વધારે પૈસા છે જ. પરંતુ સ્ટીવની નજર સામે આ બેંક એકાઉન્ટ ચોંકાવનારા દરે ક્ષીણ થઈ રહ્યો હતો, સંકોચાઈ રહ્યો હતો.

જો સ્ટીવે *ટીન ટોય* શોર્ટનાં પ્રોડક્શન બજેટ માટે પોતાના ખિસ્સામાં હાથ ન નાખ્યો હોત તો પછી જે બન્યું તે ક્યારેય ન બન્યું હોત. ડીઝનીના નેતાઓ બહુ ધીમે ધીમે એ સમજ્યા હતા કે ‘સ્નો વ્હાઇટ’ અને ‘સીન્ડ્રેલા’ માટે જવાબદાર સ્ટુડિયોમાં કોમ્પ્યુટર એનીમેશનનું પણ સ્થાન હોઈ શકે. ડીઝનીના અમલદારો તરફથી કેટલીક વખત સંપર્ક કરાયા પછી પિક્સરનું એક જૂથ બરબેંકના ડીઝની પર બેઠક માટે ગયું. તેમની દરખાસ્ત એવી હતી કે તેઓ ડીઝની વડે નાણાં ફાળવેલી એક કલાકની એનીમેટેડ ટેલિવિઝન મૂવી બનાવશે.

આ ટૂંકી ટીવી ફિલ્મનો વિચાર નકારીને અને તેને બદલે પિક્સરને એક પૂર્ણ લંબાઈની એનીમેટેડ ફીચર ફિલ્મ બનાવવાની સામી ઑફર કરીને ડીઝનીના લોકોએ બધાંને આશ્ચર્યમાં મૂકી દીધાં.

સ્ટુડિયોમાં શરૂ થયેલો મીટીંગોનો સીલસીલો – એડ કેટમૂલ અને અલ્વી રે સ્મિથે લાંબા સમયથી જે સ્વપ્ન સેવ્યું હતું કે પિક્સર દુનિયાની પ્રથમ કોમ્પ્યુટર એનીમેટેડ પૂર્ણલંબાઈની ફિલ્મ પ્રોડ્યુસ કરશે, જેને ડીઝની રીલીઝ કરશે - તેના તરફ દોરી ગયો.

એ એક સુવિદિત હકીકત છે કે તમારે હંમેશાં અનપેક્ષિત માટે તૈયાર રહેવું જોઈએ. પિક્સર જૂથે એવું ધાર્યું નહતું કે તેમને એક ફીચર ફિલ્મ બનાવવાનું કહેવામાં આવશે.

લસેટરે જે સૌપ્રથમ ટૂંકી ફિલ્મનો ખ્યાલ ડીઝનીના જેફ્રી કેટ્ઝેન્બર્ગ પાસે રજૂ કર્યો. તેનું કામચલાઉ મથાળું હતું *ટોય સ્ટોરી*. મૂળવાર્તા અને પાત્રોમાંથી ઘણાં છેવટે તૈયાર થયેલ

મૂવીમાં ન આવ્યાં પરંતુ અલબત્ત મથાળું, મોટા પડદા પર પહોંચ્યું. કેટઝેન્બર્ગ જે વોલ્ટ ડીઝની સ્ટુડિયોનો વડો હતો અને માઈકલ આઈઝનેર જ આખી કંપનીના સીઈઓ હતો તેની હેઠળ કામ કરતો હતો. તેની સાથે કામ કરવાનું મુશ્કેલ થઈ શકે તેમ હતું : તે જુલ્મી હતો અને તેના વિશે રીતસર બડાઈ હાંકીને તે પોતે જ તેમ કહેતો. પરંતુ તે લસેટર અને તેનાં જૂથ માટે સલાહકાર અને ક્રીએટીવ એડવાઈઝર પૂરવાર થયો. તે ક્યારેય 'આમ કરો' કે 'આમ ન કરો' એવું ન કહેતો, પરંતુ માત્ર એટલું જ કહેતો કે 'આ બરાબર નથી'. ફિલ્મનાં દશ્યોનાં સ્ક્રીનીંગ વખતે જો તેને એમ લાગે કે વાર્તા ઘસડવા લાગી છે, તો તે લસેટરને કહેતો, 'અહીં લોકો કંટાળીને પોપકોર્ન ખાવા લાગશે.'

પ્રોડક્શનના લાંબા મહિનાઓ દરમ્યાન, જેમાં થોડાક મહિનાઓની એક સમયાવધિ સામેલ છે, જ્યારે ડીઝનીએ જ્યાં સુધી લસેટર અને તેના જૂથના સભ્યો એક સર્જન સમસ્યાનું નક્કર પરિણામ ન મેળવી લે, જેમકે વૂડી પાત્રનું વધારે પડતું નકારાત્મક અને બીનસહાનુભૂતિપૂર્ણ હોવું, ત્યાં સુધી અટકી જવાનો આદેશ આપ્યો હતો - કિંમતો ઉપર ચડી રહી હતી. છેવટે બજેટ છ મિલિયન ડોલર્સની હદ ઓળંગી જાય છે. ડીઝનીએ આગ્રહ રાખ્યો કે સ્ટીવ તેની અંગત માલમિલકત જામીન તરીકે મૂકીને ૩ મિલિયન ડોલર્સની શાખ લઈને ફિલ્મ પૂરી કરવાનો વીમો લઈ લે.

સ્ટીવને ડીઝની સાથેના સોદા બદલે ખેદ થવા લાગ્યો. તે એમ પણ વિચારવા લાગ્યો કે તેણે શરૂઆત કરવા માટે ક્યારેય પીક્સર જ ન લીધું હોત તો વધારે સારું હતું. કિંમત હદ ઓળંગી જવાને કારણે, ટોય સ્ટોરીને નાણાં પૂરા પાડવાનું હોનારત જેવું લાગવા લાગ્યું હતું. આ પીક્ચર તાજેતરનાં ડીઝનીના રીલીઝ થયેલા પીક્ચરો કરતાં વધારે પૈસા બનાવે, તે સિવાય સ્ટીવ તેણે રોકેલા પૈસા ક્યારેય પાછા મેળવવાનો ન હતો. હકીકત એ હતી કે સ્ટીવ કોઈ રોકડ આવક જોઈ શકે તે માટે તેણે ઓછામાં ઓછા ૧૦૦ મીલીયન ડોલર્સ મેળવીને બોક્ષ ઑફિસનો ભાંગીને ભૂક્કો કરી નાખવાનો હતો.

તેનાથી પણ ખરાબ હતું જેનો તેને હવે ખ્યાલ આવ્યો કે ડીઝનીના લોકો રમકડાંઓ, રમતો, ઢીગલીઓ, ટી-શર્ટ્સ, ફાસ્ટ-ફૂડ સાથે જોડેલી વસ્તુઓ અને બીજું બધું જેવી આસપાસમાંથી બધી આવક અંકે કરી લેવા કેમ આટલા બધા આતુર હતા. જો ફિલ્મ પોતે કાંઈ કમાણી ન કરે તો પણ ડીઝનીએ આ બીજા સ્રોત્રોમાંથી નાણા વહેવાનો આકર્ષક પ્રવાહ સારી રીતે જોયો હતો. હોલીવૂડની રીતે જોઈએ તો સ્ટીવ ડાહ્યો થઈ રહ્યો હતો, પરંતુ આ 'શિક્ષણ' મોંઘું પડશે તેવું દેખાઈ રહ્યું હતું.

અને ત્યારે, ઓચિંતાનું બધુ ફેરવાઈ ગયું. સ્ટીવની ફિલ્મ નિર્માણની બીગ લીગમાંના પ્રથમ વખતવાળાઓનાંજૂથે સાબિત કર્યું કે તેઓ ખરેખર બીગ લીગ્સ્માં જ હતા. માઈકલ આઈઝનરે 'ટોય સ્ટોરી' રજૂ કરવાનું મુલત્વી રાખ્યું હતું. નક્કી થયેલી તારીખને બદલે ડીઝનીની મોટી રીલીઝ તરીકે પીક્ચરને ક્રીસમસની રજાઓમાં રજૂ કરવું તેવું નક્કી થયું.

આઈઝનરે ફીલ્મને 'દર્શનીય મૂવી અને પ્રેમ ઉપજે તેવી મૂવી' કહી.

ટોય સ્ટોરી માટે કરાર સહી કર્યાથી પ્રીમીયર સુધી પાંચ વર્ષનો સમય લાગ્યો. પરંતુ તેમાં સંકળાયેલા બધા માટે આ મથામણ અને રાહ જોવી યોગ્ય હતી. ઘણા લોકો એ બાબત સંશયી હતો કે સ્ટીવ જોબ્સ, એક ટેકનોલોજીસ્ટ, જેનો વડો હતો તે કંપની એક કળાનું વખાણવા લાયક કામ નિપજાવી શકે. પરંતુ એ શંકાઓ એક ગેરસમજને આધારિત હતી. પહેલેથી જ પીક્સર સાથેનો સોદો એ રીતે હતો કે સ્ટીવ ધંધાકીય વ્યવહારો સંભાળશે અને મૂળ જૂથને સર્જનાત્મક બાબતના નિર્ણયો લેવાની એકહથ્થુ તથા સંપૂર્ણ સત્તા રહેશે.

૧૯૯૫માં તેના પ્રીમિયરનો આભારવ્યક્ત કરતા અઠવાડીયાં પછી, ફિલ્મે આખી દુનિયાનો આલોચકો, વાલીઓ, બાળકો દરેક પ્રકારના દર્શકો તરફથી પુષ્કળ પ્રસંશા જીતી. છેવટે જે ફિલ્મ લગભગ ૩૦ મિલિયન ડોલર્સની કિંમતમાં પડી હતી તે યુ.એસ.માં ૧૯૦ મિલિયન ડોલર્સ અને વૈશ્વિક રીતે કુલ ૩૦૦ મીલિયન ડોલર્સ કમાણી કરી ગઈ. તેણે પ્રોડક્શન કંપની પીક્સરને હોલીવૂડના આકાશમાં સિતારા તરીકે સ્થાપી દીધી.

આ લખાણ મુજબ ૨૦૧૦માં પીક્સર હોલીવૂડ સ્ટુડીયોઝની વચ્ચે અજોડ છે. આ એક માત્ર એવો મોટો સ્ટુડિયો છે, જેણે ક્યારેય કોઈ પ્રોડક્શન પર પૈસા ગુમાવ્યા નથી.

અને આ બધું બન્યું કારણ કે સ્ટીવ જોબ્સ તેના વધુ સારા નિર્ણયની વિરુદ્ધ - પેલી શરૂઆતની પીક્સર શોર્ટ ડેમો ફિલ્મસને ભંડોળ પૂરું પાડવા ઈચ્છતો હતો.

ટોય સ્ટોરી પ્રોડક્શનમાં હતી તે દરમ્યાન પીક્સરનું બાકીનું જૂથ બે મોરચા પર કેન્દ્રિત હતું. તેમનાં ગ્રાફીક્સ કોમ્પ્યુટર્સમાં સુધારા કરવા અને તેમનાં એનીમેશન સોફ્ટવેર પેકેજીસને વિકસાવવાનું ચાલુ રાખવું. મોટી અથવા ઝીણવટભરી છબીઓ તેમજ દસ્તાવેજો કે લખાણોનું પગેરું રાખવું જેમને માટે જરૂરી હોય તેવા કોઈ પણ માટે પીક્સર ઈમેજ કોમ્પ્યુટર એક મહાન ઉત્પાદન હતું. સ્ટીવને ગળે ઉતરી ગયું હતું કે તે આ વિશિષ્ટતાવાળાં કોમ્પ્યુટર્સને માર્કેટમાં મૂકવા લાયક બનાવી શકશે.

પરંતુ તે માટેનું બજાર ક્યાં હતું ? ૧૯૮૬માં પ્રથમ વખત રજૂ કરાયું ત્યારે મશીને કામ કરવાનું શરૂ કરે તે પહેલાં તેના પર લગભગ ૨,૦૦,૦૦૦ ડોલર્સના વ્યય થાય તેમ હતા. અને જ્યારે તેણે જે કરવાનું હતું, જેમાં તે ખૂબ જ સારું હતું, ત્યારે તેને ચલાવવું ખૂબ જ મુશ્કેલ હતું, ખાસ કરીને એવી કોઈપણ વ્યક્તિ માટે, જે પહેલેથી જ ટેકનોવિઝાર્ડ ન હોય.

કંપનીએ આ ઈમેજ કોમ્પ્યુટર્સ મેડીકલ ઈન્ડસ્ટ્રીમાં વેંચવાના મજબૂત પ્રયાસો કર્યા. પરંતુ તબીબો અને બીજા અરોગ્ય વ્યવસાયિકો જેમણે તેનું નિર્દેશન જોયું તેમણે લગભગ સમાન રીતે નક્કી કર્યું કે તેનો ઉપયોગ કરવાનું શીખવા માટે ઘણો બધો સમય લાગશે. હોસ્પિટલ અને દવાખાનાંના કર્મચારીઓ પહેલેથી જ વધારે પડતા વ્યસ્ત હતા. ત્રણ પ્રહાર અને તમે બહાર : પીક્સર કોમ્પ્યુટર વધારે પડતું મોંઘું, ઉપયોગ માટે ઘણું અઘરું અને ખૂબ મર્યાદિત બજારવાળું હતું. કંપનીએ આ મશીનો ત્રણસોથી પણ ઓછાં વેંચ્યાં. ૧૯૯૦માં સ્ટીવે હાર્ડવેર વેપારને વેચવાનું કામ 'વીકોમ' નામની કંપની પર માત્ર ૨ મિલિયન ડોલર્સમાં છોડી દીધું.

એક વર્ષ પછી વીકોમ બંધ થઈ ગઈ.

સ્ટીવનું NeXT કોમ્પ્યુટર બહાર પડ્યું ત્યાં સુધીમાં તેણે એ પણ દેખાડી દીધું કે તે માત્ર હાર્ડવેર જ નહીં સોફ્ટવેર પણ બનાવવા માટે વચનબદ્ધ છે. આ તેણે મેકિન્ટોશ માટે કર્યું જ હતું. અને હવે તેણે ફરી વખત આ NeXTમાં કર્યું. તેના ઇજનેરો એક અજોડ NeXT સ્ટેપ ઓપરેટીંગ સીસ્ટમ બનાવતા હતા.

બે વર્ષ પછી સ્ટીવે વધુ આગળ વધારેલું મશીન NeXT Cube રજૂ કર્યું. મૂળ મશીન અને ક્યૂબ બંને મોંઘાં હતાં.વિશિષ્ટતા ધરાવતા કાર્યસ્થાનોનું લક્ષ્ય પ્રાથમિક રીતે શૈક્ષણિક બજાર અને ઉંચા સ્તરના વપરાશકારો હતાં.

બધા મહાન ઉધોગ સાહસિકોની માફક સ્ટીવ પણ એક નિપુણ જાદુગર છે, જે મોટે ભાગે હંમેશા દેખીતી રીતે કેટલીક એકબીજા સાથે સંકળાયેલી ન હોય તેવી યોજનાઓ પર એક જ સમયે કામ કરે છે. આ બીજી મોટી વસ્તુઓ પાસે છેવટે સંગઠિત મુખ્ય વ્યુહ રચનાનો એક હિસ્સો સાબિત કરવાનો માર્ગ હોય છે, ભલે જે ત્યારે સ્ટીવ એક સાથે NeXT અને પીક્સર ચલાવતો હતો ત્યારે એ જ રીતે લાગુ પડતું ન હતું.

NeXT સ્ટીવની કારકીર્દિનું વધુ રાજી થવા જેવું પ્રકરણનું ન હતું. NeXT કોમ્પ્યુટર એ લાક્ષણિક રીતે સ્ટીવીઅન- સ્ટીવ પ્રકારના- પરિમાણ છલાંગ હતી જેની ઘણી પ્રશસ્તિ

થઈ હતી તથા વખાણવામાં આવી હતી પરંતુ માંડ નજરે પડે તેટલું વેચાણ થયું હતું. મેક સહિત તે સમયના બીજાં પર્સનલ કોમ્પ્યુટર્સ કરતાં ઘણી વધારે સ્ટોરેજ કેપેસીટી હતી અને વધુ મોટો, ચોખ્ખો ડીસ્પ્લે હતો. જાણકારો ખૂબ ઉત્સાહિત હતા, અને હકીકતમાં પ્રથમ વેબ બ્રાઉઝર અને સર્વર, ઈન્ટરનેટનાં પાયોનીયર ટીમ બર્નર્સ-લી વડે ૧૯૯૧માં NeXT ક્યુબ પર બનાવાયાં હતાં. ખૂબ જ ગૌરવવંતો વંશવેલો.

ભલે મૂળભૂત રીતે શિક્ષણ માટે ઉપયોગમાં લેવાનો ઈરાદો હતો, છતાં NeXT તો કેટલીક નાની બજારોમાં થોડાક સફળ થવા માટે પૂરતા એકમો વેંચ્યાં. NeXTમાં શિક્ષણ બજાર તો જે વડો હતો, બર્ટ કયુમીંસ, તે NeXT કોમ્પ્યુટરને આ રીતે વર્ણવે છે, ‘‘ઈજનેરીમાં શ્રેષ્ઠ ગુણવત્તા, ડીઝાઈનમાં દરેક વસ્તુ ઉપર નજર ચોંટી જાય તેવું, કોઈ ખર્ચ બાકી છોડાયો ન હતો. સી પી યુ એકમ માટે સુંદર કાળા ફીનીશવાળુ મેગ્નેશીયમ કેસ હતું. મેગ્નેટીક ઓપ્ટીકલ ડ્રાઈવ એક કલાકૃતિ જેવું હતું. અદભૂત ઈન્ટરફેસ સુંદર ઓપરેટીંગ પધ્ધતી, પરંતુ...’’

આ ‘‘પરંતુ’’ એ છે કે મૂળ મેકિન્ટોશમાં હતી તેવી તે ક્ષતિઓ હતી : તેની કિંમત ઘણી જ વધારે - લગભગ ૧૦,૦૦૦ ડોલર્સ, જે પ્રથમ મેકિન્ટોરા કરતાં પણ વધારે હતી. એનો વધુ નહીં તો તેટલું જ ખરાબ એ હતું કે NeXT સ્ટેપનાં મંચ માટે કોઈ ડેવલપર્સ એપ્લીકેશન્સ બનાવવા આગળ આવતા ન હતા. જેનું થોડુંક કારણ ફરી એક વખત - નાણાકીય હતું. મૂળ NeXT સ્ટેપ પદ્ધતિ હેઠળ પ્રોગ્રામસ ડેવલપ કરવાની કિંમત વિશાળ હતી, કેટલાયે મીલીયન ડોલર્સ, એક સોફટવેર ડેવલપર કે જેણે એક નોંધપાત્ર બેંકરોલનું વચન આપ્યું હોય, તેની પાસે શકિતશાળી માર્કેટ સ્થળ ન હોય તેવાં મધ્યમ વેચાણ સામે આ ઘણું વધારે કહેવાય.

બર્ટ કયુમીંગનો ઉપસંહાર : ‘‘ખરી રીતે તો એક’’ડીઓએ’’ હતું. તે યુનિવર્સીટી માર્કેટ માટે તૈયાર કરાયું હતું. પરંતુ વધારે પડતું મોંઘુ હતું. સુંદરતા માટે બનાવવું એ મહાન કાર્ય છે, પરંતુ તમારે તમારું બજાર કયું છે તે પણ જાણવું જરૂરી છે.’’

છતાં, પીક્સરના ઉપાધ્યક્ષ બીલ એડમ્સ બીજી રીતે જોવાનું કહે છે. ’’જો NeXT એપલમાં બન્યું હોત,તો તે સફળ થયું હોત.’’ કારણકે ત્યાં તેને એક સાબિત થયેલ, સ્થાપિત કંપનીનું પીઠબળ મળ્યું હોત, જે પ્રમોશન, જાહેરખબર, ઔધોગિક સંપર્કો અને ઉપભોક્તા ના વિશ્વાસ સાથે ઉત્પાદનની પાછળ ઉભી રહી હોત. અને આ માત્ર બીલનો જ અભિપ્રાય ન હતો, તેણે જયારે સ્ટીવ સામે આ મુદ્દો મુકયો, બીલ કહે છે ‘‘તેણે પણ મારી સામે કબુલ કર્યું.’’

સ્ટીવે એ કઠોર સત્યનો સામનો કર્યો કે તેનાં NeXT કોમ્પ્યુટર્સનાં ઝડપી હોવાનાં તથા તેનું બંધારણ અને દેખાવ ખૂબજ સુંદર હોવાનાં સવળાં પાસાઓ છતાં - જે કંપનીઓ તેને ઝંખતી હતી, તેને માટે તે વધારે પડતાં મોંઘા હતાં.

આ એક કડવી દવાનો ઘુંટડો હતો. પરંતુ તેણે પીક્સર કોમ્પ્યુટર સાથે કર્યું હતું તેમજ, NeXT મશીનો બનાવવાનું બંધ કરી દીધું. અને તેનું ધ્યાન NeXT સ્ટેપ ઓપરેટીંગ સીસ્ટમ સોફ્ટવેરની નકલો વેંચવા પર કેન્દ્રિત કર્યું. આઈબીએમ એ ઉત્પાદનને તેમનાં પોતાના કોમ્પ્યુટર્સ પર ચલાવવાનો પરવાનો આપવામાં ગંભીર રસ દાખવ્યો. આ એવો સોદો દેખાતો હતો, જે કદાચ NeXTને બચાવી લે. આઈબીએમનું એક જૂથ સ્ટીવ પાસે આ દરખાસ્ત કરવા માટે આવ્યું, અને સો પાનાનો એક કરાર તેના મોંઢા સામે ધરી દીધો. મને કહેવામાં એવ્યું છે તે મુજબ, તેણે એ કરાર ઉપાડ્યો, કચરા ટોપલીમાં નાખી દીધો, અને કહ્યું કે તે ત્રણથી ચાર પાનાંથી વધુ લાંબા કોઈ કરાર કરતો નથી. આઈબીએમ "ત્રણથી ચાર પાનાં"નાં ફરમાનના કોઈ ઉકેલ પર આવે તે પહેલાં, આઈબીએમનો માણસ કે જે આ યોજનાનો સમર્થક હતો, તેણે પોતાનો હોદ્દો છોડી દીધો, આઈબીએમમાં બીજા કોઈને સ્ટીવનાં સોફ્ટવેરમાં રસ ન હતો.

NeXT અને પીક્સરની વાર્તાઓ નેંધપાત્ર રીતે સમાન છે. સ્ટીવ તેનાં કોમ્પ્યુટર હાર્ડવેર બનાવવાનાં કામ માટે જાણીતો હતો, પરંતુ તે બે વખત બહાર ફેંકાઈ ગયો. પીક્સરમાં વિકસાવેલા ગ્રાફીકસ કોમ્પ્યુટરનું લક્ષ્ય વ્યાપાર બજાર હતું. જયારે સ્ટીવે આ કંપની ખરીદી ત્યારે તેને હજી બરાબર ખ્યાલ નહોતો આવ્યો કે તેની ખરી તાકાત ઉપભોકતા ઉત્પાદનો છે, વ્યાપાર માટેનાં હાર્ડવેર નહીં.

વ્યંગાત્મક રીતે, છેવટે તો પીક્સર એક એવી કંપની બની જે ઉપભોકતા ઉત્પાદનો - એનીમેટેડ મોશન પીકચર્સ - બનાવતી હતી, ભલે આ દિશા કદાચ પહેલેથી સ્પષ્ટ ન હતી તે એક નાની ડીજીટલ ગ્રાફીકસ સેવાઓ આપતી કંપનીમાંથી એક મંનોરંજન ઉધોગ માં બદલાઈ ગઈ, જે તાજેતરતા દશકાની સૌથી મહાન સફળતા છે. એવું પણ બન્યું હોય કે આ કિસ્સામાં સ્ટીવને માત્ર નસીબ દ્વારા બીજી મોટી વસ્તુનો અચાનક જ ભેટો થઈ ગયો હોય. પરંતુ હંમેશની જેમ નસીબ તેની જ તરફદારી કરે છે, જે તૈયાર હોય. જેમજેમ વસ્તુઓ વિસ્તરતી ગઈ, પીક્સરે મનોરંજન ઉધોગને નવો આકાર આપ્યો, અને સ્ટીવ જે વસ્તુ પહેલાં નહોતો જોઈ શકતો, તે સમય જતાં એકદમ ચોક્કસપણે સમજી ગયો.

## ઉધોગસાહસિકતાની શૈલી મેળવવી

લસેટર અને કેટઝેન્બર્ગ સાથે મળીને સફળતાર્પૂવક કામ કરતાં હતા, તે એક વાતની યાદ અપાવે છે : કોઈપણ બે ઉધોગસાહસિકો એક સમાન હોતા નથી, દરેકને તેની પોતાની રીત હોય છે એને જ્યારે બે રીત ટકરાય - વિખવાદ ઉભો કરે - તો તે લોચો પાડી શકે.

સાચી ઉદ્યોગસાહસિકતા વાળા નેતાઓ હંમેશાં હવે પછીની તક માટે ક્ષિતિજને પેલેપાર જોતા હોય છે. આ તેમની પરિક્ષા છે, જે તેમને આગળ વધતા રાખે છે, અને કોઈક વખત તેમને માર્ગમાં તેમનું સાચું ધ્યેય મળી જાય છે, જેમ સ્ટીવને મળ્યું.

હું હંમેશા જે લોકોએ મહાન ઉદ્યોગગૃહો ઉભા કર્યાં તેમની જુદી પડતી રીતોથી આકર્ષાયો છું, મેં એક વખત જેટબ્લ્યુ એરલાઈનના સ્થાપકને મેં વિકસાવેલ એક ઉત્પાદન - કે જે પાયલટનાં લેપટોપને એરપોર્ટ પર માર્ગની માહિતી, હવામાન વગેરે માટેવપરાતા ડેટાબેઝ  સાથે સહકાલીન રાખે - નો ઉપયોગ કરવા વિશે સંપર્ક કર્યો હતો.

હું જેટબ્લ્યુ તરફ તેમની સર્જનાત્મકતાને કારણે ખેંચાયો હતો :મને એવું લાગ્યું હતું જાણે તેમણે હવાઈ મુસાફરીને પુનઃ વ્યાખ્યાયિત કરી છે, (હકીકત એ છે કે તેમણે મને બગાડી મૂકયો, હું હવે કયારેય મારી બેઠક પર ટીવી વગર મુસાફરી નહીં કરું.)

જયારે હું જેટબ્લ્યુના સ્થાપક ડેવીડ નીલમેનને મળ્યો, મને તેઓ એકદમ સ્ટીવ જોબ્સ પ્રકારના લાગ્યા. અગાઉ તેમણે મોરીસ એર શરૂ કરી હતી, જે સાઉથવેસ્ટ એરલાઈનને વેંચી દીધી, પછી સાઉથવેસ્ટના સીઈઓ હેર્બ કેલેહર સાથે ઝઘડો થયો; અને સ્ટીવ જોબ્સની જેમ નીલમેનને બીસ્તરા પોટલાં બાંધવાં પડયાં.

ત્યાર પછી તેણે જેટબ્લ્યુ સ્થાપી, પરંતુ ૨૦૦૭ માં બોર્ડ વડે તેને ધકેલી મૂકાયો.

તો જેમને આવા પ્રકારના આઘાતો સહન કરવા પડે છે, તેવા ઉદ્યોગસાહસિકોનું શું થાયછે?

તેઓ ઉભા થાય છે, અને ફરી શરૂ કરે છે. ડેવીડે બ્રાઝીલમાં "આઝુલ"(પોર્ચુગીસમાં જેનો અર્થ થાય છે બ્લ્યુ) નામની નવી એરલાઈન શરૂ કરી. જેમાં પ્રથમ બાર મહિનામાં ૨.૨ મીલીયન મુસાફરોએ મુસાફરી કરી તેમ નોંધાયું, અને તેણે શરૂ થતી એરલાઈનના અગાઉના રેકોર્ડ તોડી નાખ્યા.

દક્ષિણ અમેરિકામાં શામાટે ? કારણકે તેમનું અર્થતંત્ર દુનિયામાં સૌથી ઝડપથી

વિકસતાં અર્થતંત્રોમાંનુ એક છે. ડેવીડ કહે છે તેમ, ''તમારી જીંદગી સાથે શું બને છે, તે મહત્વનું નથી. તમે તેનો કેવો પ્રત્યાઘાત આપો છો તે મહત્વનું છે.''

ઉદ્યોગસાહસિકોનું એક મહત્વનું તત્વ છે - સંવેગ - એક એવી લાક્ષણિકતા, જે મેં આ બધા નેતાઓમાં જોઈ છોડી ન જાવ, ચાલુ રાખો , વિઘ્ન આવે તે છતાં હંમેશાં આગળ વધવું, હંમેશાં નવા વિચાર માટે મનથી ખુલ્લા રહેવું. એ હું સ્ટીવ પાસેથી શીખ્યો. અને તેને એક માર્ગદર્શક સિદ્ધાંત તરીકે પકડી રાખ્યો છે. મને છેલ્લાં આઠ વર્ષોમાં દસથી વધુ ઉત્પાદનો સર્જવા તરફ દોરી ગયો છે.

માર્ટીન લ્યુથર કીંગે એકવખત કહેલું, ''માણસને તે તેની નિષ્ફળતાના કેવા પ્રત્યાઘાત આપે છે તેના પરથી મુલવો, સફળતાના નહીં.''

# ૮

# પાછું મેળવવું

૧૯૯૫માં ટોય સ્ટોરીની સફળતાને કારણે પીક્સર ઝગારા મારતું હતું પરંતુ NeXT હજી લાઈફ સ્પોર્ટ પર જ હતું. તે માત્ર એટલાજ કારણ સર જ ટકી રહ્યું કે સ્ટીવે દર મહિને તેમાં પૂષ્કળ રકમ રેડવાનું ચાલું રાખ્યું હતું. છતાં તેની વ્યાપારી જીંદગી ખૂબ જ નોંધપાત્ર રીતે વળાંક લેવા જઈ રહી હતી, જે તેને કદાચ અત્યાર સુધીના શ્રેષ્ઠ સીઈઓ તરીકે માન્યતા પ્રાપ્ત કરવા તરફ દોરી જશે.

જયારે તમે તેનાં યુવાનીનાં વર્ષો કેવાં હતાં તે ધ્યાનમાં લો, તો તેની સફળતા લગભગ હાસ્યને પાત્ર લાગે. જે એ સ્પષ્ટ કરે છે કે જે ખરાબ શરૂઆતથી શરૂ કરે છે અથવા મોંડુ શરૂ કરેછે તેમણે તેમની સામે - આગળ - શું પડ્યું છે તે વિશે કયારેય આશા ગુમાવવી જોઈએ નહીં.

## તકોને ઓળખવી

૧૯૭૧ માં એક પડોશનો મિત્ર સ્ટાવ જોબ્સને - જે ત્યારે સોળ વર્ષનો હતો - એક પડોશી બાળક સ્ટીવ વોઝનીયાકના હાથ પરનું કામ જોવા લઈ ગયો. ત્રણ વર્ષ પહેલાં, અઢાર વર્ષની વયે, વોઝે પહેલાં જ એક મિત્ર સાથે મળીને તેનું પ્રથમ કોમ્પ્યુટર બનાવ્યું હતું. તે દિવસોમાં મોટા ભાગના માણસો માટે 'કોમ્પ્યુટર'નો અર્થ હજી પણ એક ગંજાવર , ગુંચવણભર્યુ મશીન, જે તે તેના પોતાના જ હોય તેવા વાતાનુકુલિત ખંડમાં રાખવું પડે અને સફેદ કોટ પહેરેલા માણસો વડે જેની સારસંભાળ લેવાય તેવો હતો. પ્રાચીન ઢબનાં હોમ કોમ્પ્યુટર બનાવવા માટેની પ્રથમ વ્યાપારિક કીટ હજી થોડાં વર્ષો સુધી દેખાવાની ન હતી. આથી ભલે વોઝની કોમ્પ્યુટરની આવૃતિ કેટલાક નાનકડા બલ્બ ચાલુ-બંધ કરવા સીવાય ખાસ કશું કરી ન શકતી હોય, છતાં તે એક પ્રભાવશાળી સિધ્ધિ હતી.

સ્ટીવ તરતજ વોઝ-જે તેના કરતાં પાંચ વર્ષ મોટો હતો - ને એક સમાન

ગુણધર્મવાળા આત્મા તરીકે ઓળખી ગયો, જે તેના ટેકનોલોજી માટેનાં જનૂનને તેની સાથે વહેંચતો હતો. તેઓ ઘણી રીતે ખૂબ જ અલગ હતા. તેઓ એકવીજાના એકદમ બરાબર પૂરક નિવડયા.

શાળનાં નીચલાં ધોરણોથી જ સ્ટીવ જોબ્સ એક મુશ્કેલી ઉભી કરનાર છોકરો હતો. પછી એક શિક્ષિકા મીસીસ હીલ, ને ખ્યાલ આવ્યો કે તે ખરેખર ખૂબ જ તેજસ્વી હતો. અને તેણે તેને પૈસા, ચોકલેટો અને એક કેમેરો બનાવવાની કીટનો ઉપયોગ કરીને તેને વાંકા વળીને ભણવા માટે લાંચ આપી, સ્ટીવ એટલો બધો પ્રેરિત થઈ ગયો કે તેણે કેમેરા માટે તેનો પોતાનો લેન્સ ખોળી કાઢયો. સ્મીથસોનીયન મૌખિક ઈતિહાસ ઈન્ટરવ્યુમાં સ્ટીવે કહ્યું "મને લાગે છે કે હું કદાચ તે એક વર્ષમાં શૈક્ષણિક રીતે મારી આખી જીંદગીમાં શીખ્યો તેનાથી વધારે શીખ્યો." એક શિક્ષક કેવી રીતે એક વિધાર્થીનો આખો ઈતિહાસ બદલી શકે તેનો ખાસ્સો પ્રશંસનીય દાખલો.

આ અનુભવે સ્ટીવને એવી રીતે ઘડયો કે જે ઘણા લોકો માટે આશ્ચર્ય બની રહ્યું. એપલના સાવ શરૂઆતના દિવસોથી તેણે એવા કાર્યક્રમો ગોઠવ્યા કે જેણે પ્રાથનિક શાળાઓથી છેક યુનિર્વસિટી સુધીના વિધાર્થીઓ તથા શિક્ષકો માટે પૂષ્કળ વળતરે કોમ્પ્યુટર ખરીદવાના રસ્તાઓ કરી આપ્યા. આ કોઈ જનસંપર્ક માટેની યુકિત ન હતી. આ તો તેના પોતાના શ્રીમતી હીલના વર્ગખંડમાં થયેલા બાળપણના અનુભવમાંથી વિકસેલી દ્દઢ માન્યતાનું પ્રતિબિંબ હતુંઃ

હું સમાન તકનો બહુ મોટો સમર્થક છું... મારે માટે સમાન તકનો સૌથી મોટો અર્થ છે શિક્ષણ... તે મને પીડા આપે છે કારણકે આપણે જાણીએ તો છીએ જ કે સારુ શિક્ષણ કેવી રીતે પુરુ પાડવું. આપણે ખરેખર તે જાણીએ છીએ. આ દેશનું દરેકે દરેક બાળક મહાન શિક્ષણ મેળવે તેની ખાતરી કરી શકીએ. આપણે એમાં ઘણાં જ ટૂંકા પડીએ છીએ..... મને ૧૦૦ ટકા ખાતરી છે કે મારાં ચોથા ધોરણમાં શ્રીમતી હીલ અને બીજાં કેટલાક ન હોત તો મારો અંત ચોક્કસ પણે જેલમાં આવ્યો હોત. તેમને કારણે હું મારામાં કશુંક કરવા માટેની નિશ્ચિત ઉર્જા છે તેવી વૃત્તિને ઓળખી શકયો. જયારે તમે નાના હો, ત્યારે તે થોડુંક અમસ્તું માર્ગદર્શન પણ તમને લાંબે સુધી લઈ જાય છે.

તેનાં માધ્યમિક શિક્ષણ પછી, તેણે ઓરેગોન, પોર્ટલેન્ડમાં રીડ કોલેજમાં જવાનો આગ્રહ રાખ્યો. જેનો અર્થ હતો ઘરના બજેટ પર મુશ્કેલ તાણ ઉભી કરવી. પરંતુ તેને દત્તક લેનાર માતા-પિતાએ તેની વિદ્યાર્થીની જન્મદાત્રી માતાને વચન આપ્યું હતું કે તેનું બાળક કોલેજનું શિક્ષણ મેળવે તેનો તેઓ ખ્યાલ રાખશે. તેમના ઈરાદાઓ તો સારા હતા, પરંતુ એકજ સેમીસ્ટર પછી સ્ટીવને કોલેજમાંથી પડતો મૂકવામાં આવ્યો. છતાં, થોડાવધારાના

મહિનાઓ માટે તે ઓડીટના વર્ગોને વળગી રહ્યો.

તે વેલી પાછો ફર્યો અને 'પૂર્વના દેશોની યાત્રા' માટે પૈસા એકઠા કરવાના આશયથી તેણે અટારીમાં રાત્રીની નોકરી લીધી. સ્ટીવ તેના ભારતના પ્રવાસમાંથી એક ઝેન બૌધ આચરણ કર્તા તથા ફળાહારી તરીકે પુનઃ પ્રગટ થયો. તે પાછો અટારીમાં ગયો-મને યાદ છે ત્યાં સુધી આ એક માત્ર નોકરી તેણે બીજા માટે કામ કરવાની કરી હતી. અને તે વોઝના સંપર્ક માં રહ્યો, જે પાલોઆલ્ટોમાં હ્યુલેટ-પેકાર્ડમાં દિવસની નોકરી કરતો હતો, અને તેના વધારાના સમયમાં પ્રીન્ટેડ સર્કીટ બોર્ડ તૈયાર કરતો હતો. વોઝ, હવે જેની ગણના અદ્દભૂત અથવા દંત કથારૂપ કલબમાં થાય છે, તે હોમબ્લ્યૂ કોમ્પ્યુટર કલબનો સભ્ય હતો, જે કોમ્પ્યુટર સાથે વળગણ ધરાવતા યુવાન ટેનોલોજીના રસીયાઓનું સંગઠન હતું. તેની સંસ્કૃતીથી ઉલટી પાશ્ચાદ્દ્ભૂને કારણે અથવા છતાં, સ્ટીવ હંમેશાં બીજા ન જોઈ શકે તેવી ધંધાની તકો જોવામાં ચોક્કસપણે વિલક્ષણ રહ્યો છે. તેણે વોઝ કરતો હતો તે કામને પણ આવા પ્રકારની તક આપનાર તરીકે જોયું.

સ્ટીવે કોઈક રીતે બહુ વહેલું પારખી લીધું હતું કે જયારે તમે ઝનૂનપૂર્વક કશુંક ઈચ્છો છો, ત્યારે તમારામાં બીજાને ગળે ઉતારવાની શકિત પણ આવી જ જાય છે.તેનું કુટુંબ એવા વિસ્તારમાં રહેતું હતું. જયાંની શાળામાં તે જવા માગતો ન હતો. તેણે જાહેર કર્યું કે તે ત્યાં નહીં જ જાય. તે હજી તેની કિશોરાવસ્થામાં જ હતો ત્યારે પણ તે પોતાના ઘરનાંને બધો સામાન લઈને જુદા સ્થળે જવાનું સમજાવી શકયો. જેથી તે ઈચ્છતો હતો તે શાળામાં તે જઈ શકે.

હોમબર્ર્યુમાં સ્ટીવે નોધ્યું કે વોઝના મિત્રો સર્કિટબોર્ડની રચનાઓની ડીઝાઈન તૈયાર કરતા હતા, પરંતુ તેમણે જે ડીઝાઈન કર્યું હોય તેને ઘડવાની પરવા કરતા ન હતા. સ્ટીવે સૂચન કર્યું કે વોઝે આવાં બોર્ડ બનાવવાં અમે તેમને હોમબર્ર્યુના એવા સભ્યોને વેંચવા, જેઓ પોતે કાંઈ પણ બનાવવાના ન હતા.

વોઝ સમજી ન શકયો કે આમ કરવાથી તેઓ કેવી રીતે પૈસા બનાવી શકે. તે પછીથી યાદ કરે છે કે, 'એવું નહોતું કે અમે બન્ને એવું વિચારતા હતા કે આ લાંબું ચાલશે. આ તો એવું હતું કે, અમે બન્ને મજા ખાતર એવું કરશું, અને તેમ છતાં અમે કદાચ થોડા પૈસા ગુમાવીએ પણ ખરા. અમે માત્ર એટલું જ કહી શકશું કે અમારી કંપની હતી.'' તાજી જ પ્રેરણા મેળવેલા વોઝે સ્ટીવ સાથે ઝંપલાવ્યું - એક એવી ભાગીદારી, જે એપલ કેમ્પ્યુટર્સ બનવાની હતી.

વોઝ તેની આત્મકથામાં તેને શા માટે 'જેને અટકાવી ન શકાય' તેવા સ્ટીવની જરૂર

હતી, એ રહસ્ય પ્રગટ કરે છે. વોઝ જે બનાવી રહ્યો હતો તે પ્રથમ એપલ કેમ્પ્યુટર બનવાનું હતું અને તે તેમાં ઈનટેલની (DRAM) ચીપ્સનો ઉપયોગ કરવા ઈચ્છતો હતો. પરંતુ તે ઘણી વધારે મોંઘી હતી. સ્ટીવે કહ્યું તે સંભાળી લેશે. તેણે ઈન્ટેલમાં ફોન કર્યો અને માર્કેટીંગની કોઈ વ્યકિતને તેમને ચીપ્સ આપવા માટે સમજાવી લીધી - તે પણ મફત. વોઝ અવાચક અને કૃતજ્ઞ બન્ને થઈ ગયો. તે કહે છે, "હું આ કયારેય ન કરી શક્યો હોત. એ રીતે હું ખૂબ જ શરમાળ હતો." પરંતુ સ્ટીવ માટે આ મોટી વાત ન હતી. થોડાક જ વર્ષો પહેલાં, જયારે તે હજી તેની કિશોરવસ્થામાં જ હતો ત્યારે તેણે હ્યુલેટ ને પેકાર્ડના સહસ્થાપક વિલીયમ હ્યુલેટને ફોન કરવાની વ્યવસ્થા કરી લીધી હતી અને તેઓ તેની સાથે લગભગ અડધો કલાક વાત કરવા માટે ગાળવા માટે પૂરતા મુગ્ધ થઈ ગયા હતા અને તેને ઉનાળુ વેકેશન પર નોકરી આપવાની વાત કરીને નવાજયો હતો.

૧૯૯૬માં હજી જયારે NeXT અને પીક્સર બન્ને પૈસા બાબતમાં ખોટ કરી રહ્યાં હતાં, ત્યારે એક ખૂશ થવાં જેવી તક, જે સ્ટીવની ગરદન બચાવી શકે અને તેણે જે કરવાની હતી તે બધી જ મહાન વસ્તુઓ કરવા માટે તેને ગોઠવી શકે. તે, જેની ઓછામાં ઓછી શકયતા હતી, તેણે અપેક્ષા રાખી હોય તેવા છેલ્લા સ્થળેથી આવી.

એપલ કોમ્પ્યુટર્સને એક નવી ઓપરેટીંગ સીસ્ટમની સખત જરૂર હતી, તેને માટે તેઓ મરણીયા થઈ ગયા હતા. માઈક્રોસોફ્ટ વીન્ડોઝ તેના આર્કષક, સુગમ, નવાં ફીચર્સ સાથે નવી આવૃતિમાં દેખાઈ રહ્યાં હતાં અને મેકના ગ્રાહકોને પોતાના તરફ ઘસડી જઈ રહ્યાં હતાં. સ્ટીવની ગેરહાજરીમાં એપલ તેની નવી ઓપરેટીંગ સીસ્ટમ સર્જવાની ક્ષમતા ખોઈ બેઠું હોય તેમ લાગતું હતું. ઈજનેરોનું એક વિશાળ જૂથ વર્ષોથી મહેનત કરતું હતું પરંતુ તે કામ કરતું થાય તેમાં હજી સ્પષ્ટ પણે ઘણો લાંબો સમય જાય તેમ હતો - થોડુંક એટલા માટે કારણકે જે માણસ તેનો ઉપરી કહેવાતો હતો તેને વાસ્તવમાં કાંઈ સત્તા આપવામાં આવી ન હતી.

તે સમયે કંપની એક ખૂબજ કુનેહ ધરાવતા પીએચડી ટેકનોલોજીસ્ટ, ગીલ અમેલીઓના હાથમાં હતી. તેણે ચીપ બનાવતી કંપની નેશનલ સેમીકન્ડ્કટરમાં નોંધપાત્ર ક્રાંતિ કરી હતી. અને તેને ટેકનોલોજી નેતાગીરી પૂરી પાડવા માટે તથા નાણાકીય સમસ્યાઓ ઉકેલવા માટે એપલમાં લાવવામાં આવ્યો હતો. જયારે એ સ્પષ્ટ થઈ ગયું કે એપલના ઈજનેરો નવી ઉછરી શકે તેવી ઓપરેટીંગ સીસ્ટમ સાથે બહાર આવી શકે તેમ નથી, ત્યારે ગીલે 'વન ઈન્ફીનેટ લૂપ'ની દિવાલની બહાર જોવાનું શરૂ કર્યું.

તરત જ કેટલાક પ્રચંડ ઉમેદવારોએ એપલ માટેની એક નવી ઓપરેટીંગ સીસ્ટમ

બનાવવા માટે આવી ગયા - જેવા કે માઈક્રોસોફટ. બીલ ગેટસ ખબરપત્રીઓની મોટી મોટી સભાઓ ભરીને ગીલ એમેલીઓને ગળે ઉતારવાનો પ્રયત્ન કરતો હતો કે વીન્ડો એનટી તેના લાંબા સમયનાં શત્રુની જરૂરીયાતને અનુકુળ થઈ જશે. માઈક્રોસોફટ એક ૫૦૦ ટન વજનના ગોરીલા જેવું હતું પરંતુ જેમણે વીન્ડોઝ બનાવી હતી તે સોફટવેર ઈજનેરોને એપલમાં એવી જ ભૂલો કરવા દેવી તે આઘાતજનક પરિસ્થિતિ હતી. તે ઉપરાંત મેકીન્ટોશના ચાહકોનાં ટોળાં પરથી ભારે ભરખમ ફૂગ્ગાની જેમ પસાર થાત.

એમેલીઓને લાગતું વળગતું હતું ત્યાં સુધી, સન માઈક્રોસીસ્ટમ તેના સન ઓપરેટીંગ સીસ્ટમ વિકસાવતી હતી તેથી તે મુખ્ય શકયતા હતી, કરંતુ બીલ બધા જ વાજબી વિકલ્પો અજમાવી જોવા કૃતનિશ્ચયી હતો. બીજા ઉમેદવાર તરીકે બી ઓપરેટીંગ સીસ્ટમ નામની સોફટવેર કંપની હતી, જેને એપલના ભૂતપૂર્વ કાર્યપાલક જીન લુઈસ ગાસીએ વિકસાવી હતી. આ એજ વ્યકિત હતી જેને થોડાં વર્ષો પહેલાં સ્ટીવની જગ્યાએ મેકિન્ટોશ જુથના ઉપરી તરીકે મૂકવામાં આવ્યો હતો. ગીલે તેના ત્રણ શ્રેષ્ઠ ઈજનેરોના વડપણ હેઠળ આ દરેકની પરિસ્થિતિનાં મુલ્યાંકન માટે ટેકનીકલ જુથો બનાવ્યાં. દરેક જુથને લેખિત મુલ્યાંકન રજુ કરવાનું સોંપવામાં આવ્યું હતું.

આ બધું ચાલતું હતું ત્યારે એક દિવસ, ગીલના મુખ્ય ટેકનોલોજી અમલદાર એલન હેન્કોકને NeXTના એક ઈજનેરનો ફોન મળ્યો. તેણે કહ્યું કે તેણે સાંભળ્યું હતું કે એપલ એક ઓપરેટીંગ સીસ્ટમની શોધમાં હતું. (હકીકતમાં, એ શકય છે કે આખા દશ્યમાં પાછળથી સ્ટીવનો દોરીસંચાર હોય. તે અંગતરીતે ફોન કરશે તો તેને સારી રીતે લેવામાં નહીં આવે તે જાણતો હોવાથી તેણે તે ઈજનેર પાસે ફોન કરાવવાની વ્યવસ્થા કરી હશે.) એલને વીન્સ્ટોનને બીજા થોડાંક ઈજનેરો ભેગા કરીને NeXTના ઈજનેરોને મળવાનું અને એક નજર નાખવાનું કહ્યું. આ જુથે નેકસ્ટ સ્ટેપની ચકાસણીમાં સમયગાળ્યો અને પછી વિન્સ્ટોને અહેવાલ આપ્યો કે આ એક ધ્યાનમાં લેવા જેવી શક્યતા હતી.

સ્ટીવને ખ્યાલ આવી ગયો કે NeXTને ગમે તેમ કરીને કોઈક પ્રકારે તારવવાની - બહાર લાવવાની - જરૂર હતી અને નવી એપલ કોમ્પ્યુટર સીસ્ટમને વિકસાવવાનો કરાર એ જ માત્ર તેનો જવાબ હોઈ શકે. અને આ પ્રયત્નને આગળ વધારનાર સ્ટીવના પોતાના કરતાં વધુ સારું બીજું કોણ હોઈ શકે?

દરમ્યાનમાં એમેલીઓને એક પછડાટ લાગી. સનની ઓપરેટીંગ સીસ્ટમનાં ટેકનીકલ મુલ્યાંકનો ઘણાં આશાસ્પદ હતાં અને ગીલની તેના સીઈઓ સ્કોટ મેકનેલી સાથેની વાટાઘાટો ઘણી સારી રહી હતી. છેલ્લી મીનીટે સનનાં બોર્ડ સોદો કરવાનું નકાર્યું હતું.

હવે NeXT અને ‘Be’ આખરી ઉમેદવાર તરીકે રહ્યાં. સ્ટીવ અને જીન - લુઈ વચ્ચે શાહી યુદ્ધનું દશ્ય ગોઠવાઈ ગયું હતું. - ખાસ કરીને જયારે સ્ટીવે વાંચ્યુ કે ગાસીએ એપલ સાથેની વાતચિતનો આરંભ કરી દીધો હતો. ગીલ માની ગયો હતો તે સમાચારનાં મૂળ ગાસી તરફથી ઈરાદાપૂર્વક લીક કરાયેલ વાતમાં હતો.

૧૦ની ડીસેમ્બર, ૧૯૯૬ની તારીખ ઓ. કે. કોરલમાં થનાર યુદ્ધ માટે જાહેર થઈ ગઈ હતી. સ્ટીવ અમે જીન - લુઈને આ વિવાદાસ્પદ બેઠકમાં તેમનો કેસ રજૂ કરવા માટે એક પછી એક એમ આમંત્રણમાં આવ્યા હતા. આ બેઠક માટે પાલો આલ્ટોની ગાર્ડન કોર્ટ હોટેલ, જે મીટીંગ માટે એક અસંભાવ્ય સ્થળ હતું, તે ખબરપત્રીઓને હતાશ કરવા માટે પસંદ કરાયું હતું. સ્ટીવ તેના ઓપરેટીંગ સીસ્ટમના મેધાવી વ્યકિત, અવી તેવાનીઅન સાથે આવ્યો અને એક ખૂલતી ‘યુ’ આકારની ગોઠવણના આગળનાં ટેબલ પર, સામેના છેડે બેઠેલા ગીલ અને એલન સામે બેઠો. એપલનો સોફ્ટવેર તજજ્ઞ વેની મેરેટ્સ્કી, જે બાજુનાં ટેબલ પર લગભગ અડધે રસ્તે બેઠો હતો, તે આ દશ્યને આ રીતે વર્ણવે છે. “સ્ટીવની રજુઆત સંપૂર્ણ પણે ગીલને ઉદ્દેશીને હતી, જાણે રૂમનાં બીજું કોઈ હોય જ નહીં.” બધાંને અપેક્ષિત હતું તે મુજબ સ્ટીવ તેની ઓપરેટીંગ સીસ્ટમની ગુણવત્તાનાં વખાણ કરતો હતો ત્યારે શાંત હતો અને પછી NeXTસ્ટેપ ઓપરેટીંગ સીસ્ટમ કેવી રીતે એક જ સમયે બે ખૂબી એક સાથે ચલાવી શકે છે... પછી બીજી વધુ ત્રણ રજુ કરે છે, પાંચ ખૂબી એકબીજાની બાજુ બાજુમાં એક જ કોમ્પ્યુટર પર કેવી રીતે દેખાય છે તેનું એક લેપટોપ પર પ્રત્યક્ષીકરણ કરતો હતો. રૂમમાં હાજર રહેલા બધા સમજી ગયા કે જે કોમ્પ્યુટર આટલા બધા પ્રોસેસિંગ પાવર પર કાબુ રાખી શકે, તે એપલ માટે કેટલું મુલ્યાવાન હોઈ શકે.

વેની આગળ કહે છે, ”સ્ટીવે કશું બાકી ન રાખ્યું અને તેની રજુઆત, જેમાં તેણે અવીનો સાથ લીધો, તેણે વધુ એક વખત સાબિત કર્યું કે, તે બીજું કાંઈ પણ ન હોય તો પણ ટેકનોલોજી વ્યાપારમાં શ્રેષ્ઠ સેલ્સમેન અને ઓપરેટર તો છે જ. ગાસી વાતચીતની કોઈ તૈયારી કર્યા વગરનો, માત્ર પ્રશ્નોના જવાબ આપવાની તૈયારી સાથે આવેલો તેથી તે પોતાની જાતે જ પાછો પડ્યો. તેની ગણતરી ખોટી હતી. તેણે વિચાર્યું હતું કે એપલ પાસે તેનાં ‘Be’ ઓ.એસ. સીવાય બીજી કોઈ યથાર્થ પસંદગી હતી જ નહીં. તેણે શા માટે બીઓએસ અને માત્ર ‘Be’ઓએસ જ એપલની જરૂરીયાતનો ઉકેલ છે, તે પ્રકારની કોઈ પીચ તૈયાર કરી જ ન હતી.

વેની મેરેટસ્કી વર્ણવે છે તેમ, “ ‘Be’ ને બદલે NeXTને પસંદ કરવાના નિર્ણય માટે બુદ્ધિ વાપરવાની જરૂર જ ન હતી.”

એપલનો નિર્ણય પ્રગટ કર્યા વગર, સીઈઓ એમેલીઓ એ તે ક્યા પ્રકારનો સોદો કરી શકે તે જોવા માટે સ્ટીવનો સંપર્ક કર્યો. ફરી એક વખત, પ્રેસમાં લીક થવાનું ટાળવા માટે, તેઓ સ્ટીવને ઘેર મળ્યા. ગીલ યાદ કરે છે કે, "સ્ટીવ એ એક ઉત્કૃષ્ટ વકતા છે, અને તે તેની વાટાઘાટમાં પણ દેખાય છે. પરંતુ તે તમને સંમત કરવાના પ્રયત્નમાં પોતે આપી શકે તેમ હોય તેના કરતાં વધારેનું વચન આપે છે." ગીલની પોતાની વાટાઘાટ કરવાની છટા કેવી હતી? ગીલ કહે છે કે સ્ટીવે જહોન સ્કૂલી સાથે જેનો ઉપયોગ કર્યો હતો તે પ્રખ્યાત યુકતિમાં થોડા ફેરફાર સાથે, તેનું વલણ, "શું તમે NeXTની આજુબાજુ ગુંચવાઈ જવા માગો છો, કે દુનિયા બદલવા માગો છો?- સ્પષ્ટ કર્યું.

આખરે એપલે નવી ઓપરેટીંગ પદ્ધતિને વિકસાવવા માટે NeXT સાથે કરાર ન કર્યો; તેને બદલે તેમણે સ્ટીવની આખી કંપની જ ખરીદી લીધી. NeXT સ્ટેપમા બધા હક્કો મેળવ્યા, નેકસ્ટની શ્રેષ્ઠ પ્રતિભાઓમાંથી ઘણાને એપલમાં રાખી લીધા... અને સ્ટીવ જોબ્સને પણ સીઈઓના સલાહકારની ભૂમિકામાં રાખી લીધો. લોકોએ ગીલને ચેતવ્યો હતો કે જો તે સ્ટીવને એપલમાં પાછા આવવાની છૂટ આપશે તો બહુ જલ્દી તે તેની પાસેથી કંપની પાછી લઈ લેશે. ગીલનો જવાબ હતો કે તેણે એવો નિર્ણય લીધો છે જે કંપની માટે ઉત્તમ હતો.

માત્ર થોડા જ મહીનાઓ પછી ગીલ એમેલીઓ એપલ સાથેની રોજગાર કરારનામાં એક વધારાની કલમ ઉમેરવાનો આગ્રહ ન રાખવા બદલ પોતાને માટે ખેદ અનુભવવાનો હતો : આ કલમ આવી હોવી જોઈતી હતી, પોતે ત્રણ આથવા પાંચ વર્ષના સમયગાળા માટે સીઈઓ તરીકે રહે કારણ કે આ સમયગાળો કંપનીને ધરમૂળથી ફેરવી નાખવા માટે, તેની નાણા સ્થિતિને નક્કર ઉત્પાદના તથા મજબૂત નાણા પ્રવાહ વડે પૂર્વવત તંદુરસ્ત કરવા માટે પૂરતો લાંબો હતો. તે જાણતો હતો કે કંપનીને પાછી જીવંત કરવામાં સમય લાગશે. તેણે ધારી લીધેલું કે બોર્ડ તેને આ બધું કરવા માટેની તક આપશે.

આલબત્ત, જયારે તેને સીઈઓનો હોદ્દો ઓફર કરવામાં આવ્યો ત્યારે તે અગાઉથી જાણી શકયો ન હોત કે સ્ટીવ જોબ્સ કદાચ આ બધું લઈ જવાની સ્થિતિમાં અહીં પાછો આવી જશે. સ્ટીવને જણતા હતા તેમાંથી કેટલીક તે આનાથી તે કાંઈ ઓછું કરે તેવી આપેક્ષા નહોતા રાખતા. *ફોચ્યુન*ના વિખ્યાત અને આદરણીય વ્યાપાર પત્રકાર બ્રેન્ટ શ્લેન્ડરે ઉશ્કેરણીજનક મથાળાં હેઠળ સમયસર લેખ લખીને ચીનગારી ચાંપી, "ક્યુપર્ટીનોમાં કશુંક સડી રહ્યું છે"

આ લેખ આગળ કહે છે , "સ્ટીવ જોબ્સ કંપનીને ફેરવી નાખવાની એવી વ્યૂહરચના

લઈને પાછો ફર્યો છે, જે એપલને ફરી એક વખત તેની(કંપની) બનાવી નાખે.''

આ લેખ વાંચતા તમને એવી લાગણી થયા વગર ન રહે કે શ્લેન્ડરને એપલનાં ભાગ્યની ખૂબ જ ચિંતા હતી અને તેને ગળે ઉતરી ગયું કે કંપનીને જે દવાની જરૂર હતી તે સ્ટીવ જોબ્સ જ હતો. તેણે આ વિશે લખ્યું, ''સત્તાની રમત...જેમ આગળ વધે છે તેમ આ પ્રશ્ન પૂછે છે. ખરેખર કોણ આ કંપની ચલાવે છે ?

સ્ટીવને ''ધ સ્વેન્ગલી ઓફ સીલીકોન વેલી'' કહેતો શ્લેન્ડર NeXTને ખરીદી લેવાની શરતોથી ડઘાઈ ગયેલો લાગતો હતો, જેમાં સ્ટીવ ૧૦૦ મીલીયન ડોલર્સ અને એપલના સ્ટોકના ૧૦૫ મીલીયન શેર્સ લઈ જતો હતો. અને તેના પ્રભાવનો અનુભવતો થવા જ લાગ્યો હતો : ''એમીલીયોની છેલ્લામાં છેલ્લી પુન : રચનાના આયોજન અને ઉત્પાદન વ્યુહરચના પર તેના આંગળાની છઆપ સર્વત્ર હતી - ભલે સ્ટીવ પાસે કોઈ પ્રક્રિયાત્મક ભૂમિકા અથવા બોર્ડમાં સ્થાન પણ નથી.''

શ્લેન્ડરે સ્ટીવના પરમ મિત્ર અને ઓરેકલના સીઈઓ લેરી એલીસનને એમ કહેતો ટાંકીને કે ''સ્ટીવ એક માત્ર એવી વ્યકિત છે, જે એપલને બચાવી શકે. આ બાબત અમે અનેકો વખત ગંભીરતાપૂર્વક વાત કરી છે.'' સ્ટીવ કદાચ એપલને હસ્તગત કરવાનું કાવતરું કરતો હશે તેવી ભવિષ્યવાણી કરી તે શીરમોર સમી હતી.

સ્ટીવે શ્લેન્ડરને તેના લેખ માટે ઘાસચારો (સામગ્રી) પૂરો પડ્યા હોત કે ન પાડ્યા હોત, તેને તેના પ્રચારમાં આનાથી વધારે સારો ટેકો મળે તેમ ન હતો. સ્ટીવે બોર્ડના સભ્યો - ખાસ કરીને એડ વુલાર્ડ, જે ડ્યુપોન્ટનો અધ્યક્ષ અને આઈબીએમનો પૂર્વ બોર્ડ સભ્ય હતો તેના પર ધ્યાન કેન્દ્રિત કરીને તેની સાથે ખાનગી વાતચીત શરૂ કરી દીધી. વુલાર્ડની એપલના બોર્ડ પર ગીલ વડે નિમણૂક કરાઈ હતી અને તે જ ગીલના કેટલાક નિર્ણયોથી વ્યગ્ર થઈ ગયો હતો. વુલાર્ડ પર એ વાતનું ઘણું વજન પડ્યું હશે કે સ્ટીવ માટે એપલમાં માત્ર એક જ કામ - મેકિન્ટોશ જુથ - ને ચલાવવા માટે અસક્ષમ ગણાવામાં આવ્યો હતો અને તે NeXTને એક પાંગરી શકે તેવી કંપની બનાવવામાં અસફળ રહ્યો હતો, છતાં સ્ટીવની સમજાવટની ધાર કાઢેલી શક્તિ ફરી એક વખત મેદાનમાં આવી. થોડા જ સમયમાં વુલાર્ડ ફોન પર હતો, બીજા બોર્ડનાં સભ્યો સાથે વાત કરતો હતો , તેના વિચારો સમજાવતો હતો અને તેમના મત લેતો હતો. થોડું ગળે ઉતારવું પડ્યું , પરંતુ ફોર્ચ્યુનના લેખનાં થોડા જ અઠવાડીયાની અંદર, માઈક માર્કુલા સહિત બોર્ડના બે સભ્યો ગીલને ચાલુ રાખવાની તરફેણમાં હતા... જેની સામે બીજા ત્રણ વુલાર્ડની તરફ આવી ગયા હતા. કુહાડી ઝીંકાવા માટે તૈયાર હતી.

જુલાઈની ૪થી - શનિ-રવીમાં ગીલે તેના તાહો સરોવરના કિનારે આવેલાં વેકેશન માટેનાં ઘરમાં કુટુંબમેળો યોજયો હતો, ત્યાં ફોનની ઘંટડી વાગી. સામે છેડે એક એડ વુલાર્ડ હતો જેણે કહ્યું, "તે કંઈક ખરાબ સમાચાર આપવા ફોન કરતો હતો. તેણે ગીલને કહ્યું, "તે કંપનીને મદદ કરવા ઘણું કર્યું છે, પરંતુ વેંચાણ પાછું ઉપર ગયું નથી. અમને લાગે છે કે તારે (પદ પરથી) નીચે ઉતરી જવાની જરૂર છે." ગીલે કહ્યું કે એપલે હમણાં જ ત્રીમાસિક પરિણામોના અહેવાલો આપ્યા હતા, જે વિશ્લેષકોનાં ભાવિકથનને ટપી જતાં હતાં. અને પૂછ્યું, "શું બધું સારુ દેખાવાનું શરૂ થયું છે ત્યારે જ તમે હું પદ પરથી ઉતરી જાઉં તેમ ઈચ્છો છો?"

વુલોર્ડ જવાબ આપ્યો કે "બોર્ડ કંપની માટે એક એવો સીઈઓ શોધવા ઈચ્છતું હતું જે એક માર્કેટીંગ અને વેંચાણાનો મહાન નેતા હોય." તેણે એ ઉલ્લેખ ન કર્યો કે તેઓ સ્ટીવને વચગાળાના સીઈઓ તરીકે કંપની ચલાવવા દેવા માટે સંમત થઈ ચૂક્યા હતા. ગીલને એ કહેવાની ભાગ્યે જ જરૂર હતી કે તેનાં સ્થાન પર સ્ટીવને બેસાડવામાં આવશે : તેને અગાઉ જ ચેતવણી અપાઈ હતી.

સ્ટીવ જોબ્સ પાછો આવી ગયો હતો, અને કંપનીના ઈતિહાસમાં સૌ પ્રથમ વખત, તે પૂર્ણ સત્તાધારી હતો. ફોર્ચ્યુનના તંત્રી પીટર એલ્કાઈન્ડે આ નવા સ્ટીવ, જપ્ત કરી લેતા / વ્યાપાર વ્યવસ્થાપક સ્ટીવને ખૂબ સુંદર રીતે વર્ણવ્યો છે : તરત જ, જોબ્સે ધંધાની વિગતોમાં ખૂંપી ગયો. ઉતાવળ હોવાની  લાગણી ઉભી કરી, એપલની ઉત્પાદન રેખાને ઘરમૂળથી ઓછી કરી અને જથ્થાબંધ કિંમત ઘટાડાને વેગ આપ્યો, જે કંપનીને ફરી પાછી નફાકારકતામાં સામેલ કરી. જોબ્સ ઘણો સારો નેતા બની ગયો હતો, અને હવે તે બધાને 'જહન્મમાં જાવ' એ કહેવા વાળો કલાઉપાસક કે જે માત્ર સુંદર વસ્તુઓ બનાવવા વિશે જ પરવા કરતો હતો, તેવો ઓછો રહ્યો હતો. હવે તે એવો તેવો કલાઉપાસક હતો, જે પૈસા બનાવે તેવી સુંદર વસ્તુઓ બનાવવા વિશે પરવા કરતો હતો, કોઈ પણ ઈજનેરી કે કોઈ પણ ઉમદા ડીઝાઈન તેની બારીક ચકાસણી માટે વધારે પડતી નાની ન હતી."

આ અવલોકન માત્ર અંશત : સાચું હતું. સ્ટીવ માટે, એ કયારેય વાસ્તવમાં પૈસા બનાવવા માટેની વાત હતી જ નહીં. પરંતુ ધંધા માટેનો પ્રથમ આદેશ માટે કેટલાક દુઃખદ માર્ગે થઈને પણ એપલને પુનઃ ગઠીત કરવા માટે તેને નિષ્ફળ ગયેલી ટેકનોલોજી કંપનીઓના ધૂળના ઢગલામાંથી બચાવવાનો હતો. તેણે કંપનીમાં દરેક ઉત્પાદન અને દરેક પ્રકલ્પ પર ચાંપતી નજર રાખવાનું શરૂ કર્યું. વરિષ્ઠ ઈજનેરી વૈજ્ઞાનિક એલેક્ષ ફેલ્ડીંગના કહેવા મુજબ "જોબ્સ સાથેની બેઠકો પ્રકલ્પ શા માટે ટકી રહેશે તેની દલીલોમાં જ પ્રસાર થતી." જો તે જે સાંભળે તે તેને ન ગમે, અથવા કેટલાક કેન્દ્રસ્થ ઉત્પાદનો સાથે

માત્ર વળગી રહેવાની વાત તેની દિષ્ટમાં બંધ ન બેસે, તો તમારું ઉત્પાદન લુપ્ત થઈ જાય, અને તેવી જ રીતે તમારી નોકરી પણ જાય.

એલેક્ષ કહે છે, ''ગીલ એમીલીઓને એક ફરીયાદ હતી, હું ત્યાં હતો, જયારે પાછા આવવાનું શરૂ થયું... કટાક્ષમય રીતે, NeXTનું એકીકરણ જ સ્ટીવને પાછો લાવ્યું તે ધ્યાનમાં લેતાં તે કેટલીક રીતે સાચો હતો. પરંતુ હવે ઘણા કર્મચારી ''હું ત્યાં હતો જયારે પાછા આવવાનું ચાલુ થયું નાં મબલખ સ્ટીકર લઈને તેમને સુધારીને ''હું ત્યાં હતો જયારે *છૂટા કરવાનું* ચાલુ થયું'' એવું વંચાય તેવા બનાવે છે.''

વીન્સ્ટન હેન્ડ્રીન, સોફટવેર ઈજનેર જે નેકસ્ટની ઓપરેટીંગ સીસ્ટમ પર હકારાત્મક અહેવાલ લઈને નેકસ્ટમાંથી પાછો આવ્યો હતો, તે હજી એપલમાં જ હતો. તે યાદ કરે છે કે ૧૯૯૭ના પ્રથમ છ મહિનામાં સ્ટીવ માટે ગીલના 'સલાહકાર' હોવાનો અર્થ શું થાય તે વિશે કુતુહુલ હતું એને એવું અનુમાન હતું કે જે રીતે આર એન્ડી ડી નેતાગીરી NeXTના પૂર્વ કાર્યપાલકોને સોંપી દેવામાં આવી તે એવો નિર્દેશ કરે છે કે સ્ટીવ માત્ર સલાહ આપવા સીવાય કંઈક વધારે પણ કરે છે. વિન્સ્ટન કહે છે, ''પરંતુ સ્ટીવ પ્રમાણમાં અદશ્ય રહેતો હતો.''

વિન્સ્ટન યાદ કરે છે કે એ શરૂઆતના તબક્કામાં સ્ટીવ જાણે ''હજી એપલની સંભવિત નિષ્ફળતા સામે વીમો હોય તેમ અંતર જાળવતો હતો. છાનું છાનું કંઈક થઈ રહ્યું છે તેવી લાગણીથી ઘણા લોકોના એન્ટેના ખેંચાતાં હતાં. પરંતુ સંપાદન પછીનાં પુનઃગઠન અને પ્રતિભાનાં ચાલુ રહેલા સંઘર્ષ, અમલદાર સ્તરે શું થતું હતું તેને ઢાંકી દેતા હતા.''

સ્ટીવની હાજરી જયારે વધારે દેખાતી થઈ ત્યારે તેણે ઉત્તેજના અને ગભરાટની મિશ્ર લાગણી ઉત્પન્ન કરી, જે કોઈ પણ સર્વાંગી પરિવર્તનમાં લાક્ષણિક હોય છે. પરંતુ વિન્સ્ટન યાદ કરે છે કે તે જ સમયે ''હવે પછી શું?'' ની અજો અસ્વસ્થતા ભરી લાગણી પણ ઉત્પન્ન થઈ. આખરે નિર્ણયો અને ફેરફારો થઈ રહ્યા હતા અને તે પણ તે સમયના એપલમાં ધારી ન હોય તેવી ગતિથી. તેનાથી ઉચ્ચ સ્તરની ઉત્તેજના ઉભી થઈ. થોડીક તો એ હકીકતને કારણે કે ''ક્રિયાઓ જે પ્રમાણમાં અને જે ગતિથી થતી, હતી. તે ઉત્તરોત્તર એ સ્પષ્ટ કરતી હતી કે ગામમાં નવો શેરીફ આવ્યો હતો.''

ગીલની વિદાય આવા જ મિશ્ર પ્રત્યાઘાતો લાવી. જાણે એપલે NeXTને ખરીદી હતી. તેને બદલે ખરેખર NeXTએ એપલને ખરીદી લીધી હતી, તે બાબત કાંઈ શંકા છોડી ન હતી. વિન્સ્ટન વિચારે છે કે એપલના કર્મચારીઓ અથવા તો છેવટે ઈજનેરો કુતુહુલપૂર્વક 'નેતાગીરીના પ્યાસા હતા' અને 'ભૂત જેવા સરમુખત્યારના પણ, જેને માટે

તેઓ ૯૦ના દાયકાની શરૂઆતમાં દેખાયેલી નિર્ણાયાત્મકતા માટે લાંબા વખતથી ઝંખતા હતા.'

વચગાળાનો સીઈઓ બન્યા પછી તરતમાં જ સ્ટીવ હાર્ડવેર જુથો પર કુદ્યો અને "નોંધ પાત્ર કાપ મૂક્યા જે સેંકડો યોજનાઓમાંથી સીધા બે આંકડા પર ઉતરી ગયા." પાજેરો ડ્યુન્સમાં ભરાયેલી સૌથી ઉપરના ૧૦૦ વ્યવસ્થાપકોની બેઠકમાં સ્ટીવે પોતે જ જે આઈમેક બનવાની હતી તે યોજનાને ખુલ્લી મૂકતાં હાર્ડવેરના આયોજનોમાં ખેડાણ કર્યું. વિન્સ્ટનને રાત્રિ જમણ દરમ્યાન સ્ટીવ સાથે એકલા વાત કરવાનો મોકો મળ્યો અને 'એવું લાગ્યું કે જાણે હું મોટો માણસ થઈ ગયો હતો.'

પરંતુ NeXTના લોકોના અવલોકન પરથી તે શીખ્યો હતો કે જો તમે વિચારશીલ અને કારણ દર્શક હો અને જો તે તેને સાચું લાગે તો સ્ટીવ સાથે અસંમત થઈ શકો. "હું તેના આઈમેક માટેના એક સમર્થન સાથે અસંમત થયો અને મને મોટા ભાગના લોકોએ ધાર્યું હતું તે રીતે માત્ર હું ખોટો હતો અને શા માટે, તેટલું જ અટકાવવાને બદલે કહેવામાં આવ્યું. વિન્સ્ટનને સમયસર ખબર પડી ગઈ કે તેની વાત ખોટી હતી અને સ્ટીવ, ઈજનેર ન હોવા છતાં, સાચો હતો.)"

એક વખત સ્ટીવે મને કહ્યું હતું કે તેનું લક્ષ્ય એપલને ૫૦૦૦ કરતાં પણ ઓછા કર્મચારીએ સાથે અબજપતિ કંપની બનાવવાનું હતું. તેણે કહ્યું કે તેણે આ લક્ષ્ય એટલા માટે ગોઠવ્યું હતું કે તેનાથી એપલ સૌથી વધુ નફાકારક (અથવા છેવટે તેવી કંપનીઓમાંની એક) અને ઉત્પાદક કંપનીઓની શ્રેણીમાં આવી જશે. એમાં કોઈ આશ્ચર્ય નથી કે તે કર્મચારીઓની સંખ્યાને કાબુમાં રાખી નથી શક્યો. એકલા છૂટક વેચાણના સ્ટોર્સમાં જ આંકડો ૧૫૦૦ જેટલો થાય છે. પરંતુ ચોક્કસ પણે તે તેનો માર્કેટ કેપીટલાઈઝેશનનું લક્ષ્ય વટાવી ગયો છે. આ લખાય છે ત્યાં સુધીમાં કંપનીનું માર્કેટ કેપીટલાઈઝેશન ૨૮૦ અબજ ડોલર્સથી પણ વધુ છે.

## સીઈઓ અને બોર્ડ ઑફ ડાયરેક્ટર્સ

કાઢી મૂકાયાના આંચકારૂપ અનુભવમાંથી સ્ટીવ એક વસ્તુ શીખ્યો અને તે એ કે એક એવા 'બોર્ડ ઓફ ડાયરેક્ટર્સ'નું મહત્ત્વની જરૂર છે, જે કંપનીનો ઉપરી વ્યુહાત્મક રીતે શું કરી છે તે સમજી શકે. ભૂતકાળનું અવલોકન કરતાં કદાચ તે દિવાલ પરનું લખાણ જોયું હશે, જ્યારે એપલના બોર્ડે ૧૯૮૪ની જાહેરખબરને ઠંડો આવકાર આપ્યો હતો.

દરેક વ્યક્તિ જાણે છે કે "સારા બોર્ડ ઓફ ડાયરેક્ટર્સ"એ એક સફળ કંપની માટે

અતિ આવશ્યક છે. પરંતુ “સારું બોર્ડ”નો ખરેખર અર્થ શું? તેનો અર્થ બીજા બધા કરતાં વધુ એ છે. બોર્ડના એવા સભ્યો, જે કંપનીને, તેની દૃષ્ટિને અને તેના સીઈઓને સમજી શકે. સીઈઓ સભ્યોને પસંદ કરવામાં સહાયક કે સાધનરૂપ ન હોય તો પણ, તેણે અથવા તેણીએ દરેક સભ્યની પશ્ચાદ્ભૂ તથા પાત્રતા, દરેક જણ કઈ ભૂમિકા ભજવે છે તથા કોણ કંપનીની દૃષ્ટિમાં માને છે કે નથી માનતું તે જાણવું જોઈએ.”

એક આદર્શ બોર્ડ એ અલગ પડતા વ્યાપાર અનુભવો વાળી વ્યક્તિઓનું જુથ હોવું જોઈએ, જે શ્રદ્ધાપૂર્વક કંપનીના ઉત્પાદનોનો ઉપયોગ કરતા હોય તથા ગ્રાહક કોણ છે અને પાંચ વર્ષમાં ધંધો ક્યાં પહોંચવો જોઈએ તેની એકદમ સ્પષ્ટ સમજ ધરાવતા હોવા જોઈએ.

શું તમે નોંધ્યું કે મેં નફાનો ઉલ્લેખ જ નથી કર્યો? નફો એ જેઓ ઉત્પાદન અને કંપનીને ચલાવે છે તે લોકોનું પરિણામ છે. મેં પહેલા પણ કહ્યું છે તેમ, ઉત્પાદન જ કંપનીનું હૃદય છે.

જ્યારે સ્ટીવે એપલમાં અધિકાર પ્રાપ્ત કર્યો, તેણે બોર્ડની પુનઃ રચના કરી અને બે સભ્યોને બાદ કરતાં બાકી બધાને લાત મારી દીધી. તેણે ચાલુ રાખ્યા તેમાંથી એક અલબત્ત, એડ વૂલાર્ડ હતો, જેણે સ્ટીવને પાછા ફરવામાં ખૂબ જ મુખ્ય ભૂમિકા ભજવી હતી. બીજો હતો ગારેથ ચાંગ, હ્યુજીસ ઈલેક્ટ્રોનિક્સનો વરિષ્ઠ ઉપાધ્યક્ષ. તેણે તેના ખાસ મિત્રો બેરી એલીસન અને ભૂતપૂર્વ એપલ એક્ઝીક્યુટીવ બીલ કેમ્પબેલ (જેને ક્યારેક ‘કોચ’ કહેવાતો, કારણ ભલે વિચિત્ર લાગે - એક સમયે તે કોલમ્બીયા યુનિવર્સિટીનો ફૂટબોલનો કોચ હતો) ને ઉમેર્યા. સ્ટીવનું પ્રયોજન સ્પષ્ટ હતું. આ કોઈ ‘જીહજુરીયા’નું બોર્ડ ન હતું. પરંતુ તે એવા લોકો હતા જેઓ સ્ટીવની જેમ વિચારતા, તેનો વિશ્વાસ કરતા અને જેઓ તેના કંપનીને બચાવવાના તથા પુનઃ ઘડતરના પ્રયાસોમાં ટેકો આપશે.

હું બોર્ડ વિશે અઘરી રીતે શીખ્યો. મારી શરૂ થતી કંપનીઓમાંથી એકમાં ભંડોળ ઉભું કરવાનું હોવાથી, મારે લેહમેન બ્રધર્સે ચૂંટેલા એક્ઝક્યુટીવ અને બોર્ડના સભ્યો લેવા પડ્યા હતા. આ માણસો પાસે બધી યોગ્યતા હતી. પરંતુ તેઓ માત્ર આંકડાઓ પર જ કેન્દ્રિત હતા. જો કોઈ મને એમ કહેત કે તેઓ ઉત્પાદન વિશે કશું જ જાણતા નથી, તો મને આશ્ચર્ય ન થાત. તેમાંથી કોઈએ ઉત્પાદનનો ઉપયોગ પણ ન કર્યો. એ એની નિશાની છે કે તેઓ કંપનીની દૃષ્ટિ કે દિશા સમજ્યા જ ન હતા.

પરંતુ સ્ટીવ તેના નવા બોર્ડ માટે પોતાની સાથે એક દૃઢ માન્યતા લાવ્યો હતો, કે જેને મોટા ભાગની કંપનીઓને ટાળવાનું પોસાય નહીં : એક કંપની એક કરતાં વધારે પ્રકારનાં ઉત્પાદનો બનાવતી હોય તો પણ તેના કેન્દ્રસ્થ વ્યાપારને વળગી રહી શકે. તે હવે તે તરફ જઈ રહ્યો હતો.

૯

# સમગ્ર ઉત્પાદનનો વિકાસ

એમ કહેવાય છે કે ક્રીસ્ટોફર કોલંબસ એક જ ગામમાંથી વહાણો બાંધવાવાળા તથા તેને સજાવવાવાળા જુદી જુદી કુનેહ ધરાવતા લોકો, જેમકે સુથાર, હલેસાં બનાવનાર, દોરડાં બનાવનાર, વહાણના સાંધા પૂરનાર કારીગરો વગેરે તેમજ નાવીકો પણ શોધી શક્યો.

આજે કોઈપણ ઉત્પાદન, પછી તે ગમે તેટલું ગુંચવણભર્યું હોય કે સીધું સાદું, તેમાં જે જુદા જુદા ભાગો અથવા સામગ્રીઓનો સમાવેશ હોય છે, તે તે જ સ્થળે બનાવેલા નથી હોતા, પરંતુ બીજે ક્યાંકથી કોઈક બીજી કંપનીમાંથી ખરીદેલા હોય છે.

આજ કારણ છે કે એન્ડ્રોઈડ ફોન, આઈફોન જેટલું સારું કામ નથી આપતા. કારણ કે એન્ડ્રોઈડના સોફટવેર્સ ગુગલવાળા બનાવે છે પછી તેને સંખ્યાબંધ જુદા જુદા ઉત્પાદકો વડે હાર્ડવેર પર ચલાવવામાં આવે છે. સેલફોનના ઉત્પાદકો સોફટવેરની ડીઝાઈન પર કાબુ નથી રાખતા અને ગુગલપાસે હાર્ડવેરની ડીઝાઈન ડ્રોઈડ સોફટવેર સાથે સ્પર્ધામાં ઉતરી શકે તેની ખાતરી કરવા માટે કોઈ માર્ગ નથી. (હું જરા પાછળથી આ મુદ્દા પર પાછો આવીશ.)

જીલેટ શેવીંગ ક્રીમના કેનની ઉપરની ધાર હંમેશા કાટ ખાઈ જાય છે તેનું પણ આજ કારણ છે. જીલેટ શેવીંગ ક્રીમ બનાવે છે, પરંતુ તેને માટેના ડબ્બા તે કોઈ નનામા ઉત્પાદક પાસેથી ખરીદે છે. જેણે જીલેટ ગ્રાહકો પાસેથી કોઈ ટીકા કે નીંદા મેળવવાની હોતી નથી. (અને લોકોને નવાઈ લાગે છે કે શું જીલેટના ઉચ્ચ પદાધિકારીઓ તેમનું પોતાનું ઉત્પાદન વાપરતા નહીં હોય ? જો વાપરતા હોય તો તો તેમણે ઘણા સમય પહેલા આ સમસ્યાનો ઉકેલ ન શોધ્યા હોત?)

એપલમાં પાછો ફર્યો ત્યાં સુધીમાં સ્ટીવ એ સમજવા લાગ્યો હતો કે તે ક્યા પ્રશ્નને પાયાનો અને આવશ્યક ગંણશે. જો સોફટવેર બનાવતું જુથ અને હાર્ડવેર બનાવતું જુથ એકબીજાથી સંપૂર્ણ પણે સ્વતંત્ર રીતે કામ કરે તો એક સારી રીતે કામ કરતું ઉત્પાદન ઉત્પાદિત કરવું, તેથી કેવી રીતે શક્ય બને ?

તેનો જવાબ : એ શક્ય નથી.

પરંતુ જો તમે એમ વિચારતા હો કે આ પ્રશ્ન માત્ર હાઈટેક કંપનીઓને જ લાગુ પડે છે, તો આશ્ચર્ય પામશો. આપણે ઝડપથી એ સમયમાં પહોંચી રહ્યા છીએ, જ્યારે ઘણી ભૌતિક રોજબરોજની ઉત્પાદનોની અંદર કોમ્પ્યુટર ચીપ હશે અને આ ઉત્પાદનો આપણે હજી તો વિચારવાનું શરૂ કરીએ ત્યાં જ એકબીજા સાથે વિચારોનું આદાન પ્રદાન કરશે.

ઘણા કપડાં ધોવાના મશીનોનું વર્ષોથી કોમ્પ્યુટર ચીપ્સ વડે ઉત્પાદન કરાય છે અને પ્રીયસ અથવા લેક્ષસ મોટરકારના માલીકો કેવી રીતે તેમની કારને ખોલે છે અને શરૂ કરે છે તે તમે જોયું છે? તેઓ ચાવી વડે નથી ખોલતા પરંતુ એક કોમ્પ્યુટર ચીપ ધરાવતા ચાવી વગરના સાધન વડે તેમ કરે છે. મોટરની અંદર રહેલા ઈલેક્ટ્રોનિક્સ એ સાધન વડે બહાર ફેંકાયેલા સંકેતો ઓળખે છે અને ચાલક નજીક આવે ત્યારે કારને ખોલે છે અને પછી તેને માત્ર ઈગ્નીશન બટન દબાવીને જ મોટર ચાલુ કરવા દે છે.

આ ભવિષ્યનો પૂર્વાસ્વાદ છે.

તો પછી આ પ્રકરણ કોના વિશે છે તે વિચારો : તે તમારાં પોતાનાં ઉત્પાદનોની આવતીકાલની આકૃતિ વિશે પણ હોઈ શકે.

હું આ સોફટવેર તથા હાર્ડવેરના જોડાણ સંબંધને "સમગ્ર ઉત્પાદનના વિકાસ" સંદર્ભ કહેવા પર આવ્યો છું. તે સ્ટીવની તથા મારી પણ ઉત્પાદન ફીલોસોફીનો એક આવશ્યક ભાગ બની ગયો છે. અને તમે હાઈટેકમાં ન હો તો પણ, તમે કલ્પના કરો તેની પણ પહેલા તે તમારો ભાગ બની જવો જરૂરી બનશે.

(મને ખબર નથી સ્ટીવ 'સમગ્ર' શબ્દ પર કેવી રીતે આવ્યો, પરંતુ મને એક દિવસ એકાએક ભાન થયું કે તે આ શબ્દને સંપૂર્ણ ઉત્પાદન વિકાસ પ્રક્રિયાને વર્ણવવા માટે ઉપયોગ કરતો હતો.)

## નવીન વસ્તુ સ્વીકારવી

સ્ટીવ માને છે કે જ્યારે તમે ખરા અર્થમાં મૌલિક બનવાનો પ્રયત્ન કરવા માગતા

હો, તો તમે જુથો સાથે મળીને એક ઉત્પાદન ડીઝાઈન ન કરી શકો. તેને હેન્રી ફોર્ડને ટાંકવાનું ઘણું પ્રિય હતું. જેણે એક વખત કંઈક આવું કહ્યું હતું. "જો મેં મારા ગ્રાહકોને પૂછયું હોત કે તેઓ શું ઈચ્છે છે, તો તેમણે મને જવાબ આપ્યો હોત, એક વધુ ઝડપી ઘોડો."

જ્યારે પણ હું સ્ટીવને આ ટાંચણ વિશે બોલતો સાંભળું ત્યારે, તે મને મારા રેન્ચ ૫૫૨ના કામના વળતર રૂપે મેળવેલી ૧૯૩૨ની 'મોડેલ A' ફાર્ડ વિશે વિચારતો કરી મૂકતો. માત્ર પંદર વર્ષની ઉંમરે પણ હું માલિક માટેની માર્ગદર્શીકા વગર પણ તેનું સમારકામ કરી શકતો હતો. તે બધું ઘણું સીધું સાદું હતું. જો તમારી પાસે પૂરતું પાયાનું જ્ઞાન હોય અને પૂરતા પ્રમાણમાં સામાન્ય બુદ્ધિ હોય તો તમારે આ બે વસ્તુની જ જરૂર પડતી. 'મોડેલ A' એક સારી રીતે ડીઝાઈન કરેલું ઉત્પાદન હતી અને ફોર્ડ ગાડીની સીટો તથા તળીયા માટે માળખાગત તત્ત્વો તરીકેના ભાગો પહોંચાડવા માટે જે ખોખાંનો ઉપયોગ કરતી હતી તે સમગ્ર ઉત્પાદન વિકાસનું બીજું ઉદાહરણ આપતી હતી. જો સ્ટીવ જોબ્સ અને હેન્રી ફોર્ડ મળ્યા હોત, તો મને ખાતરી છે કે તેમણે એકબીજામાં ઘણું સામ્ય જોયું હોત અને એકબીજા માટેના ઘણા પ્રેમભાવ સાથે છૂટા પડ્યા હોત.

ફોર્ડની ઘોડા વિશેની ટિપ્પણી એવો ચરિતાર્થ ધરાવે છે, જે સ્ટીવ સહજ જ્ઞાનથી સમજે છે. જો તમે લોકોના એક જુથને – એક એવાં જુથને જેમને ઉત્પાદન વિશે કોઈ અસંતોષ નથી, તેમને પણ એક ઉત્પાદનને કેવી રીતે વધુ સારું બનાવવું તે પૂછશો તો, વિચિત્ર એ છે કે તેઓ તેમનો મોટા ભાગનો સમય તેમાં શું ખોટું છે તે વિશે વિચરવાનો પ્રયત્ન કરવામાં ગાળશે. દોષ શોધવાનું પણ કાંઈક મુલ્ય હોય છે. પરંતુ વધારાનો સુધારો કેવી રીતે કરવો તે વિશે થોડુંક માર્ગદર્શન મેળવવું તે શ્રેષ્ઠ રહેશે. તે તમને આખી બાજી પલટાવી દે તેવા નાટકીય નવા ઉત્પાદનો માટેના વિચારો નહીં આપે. તે કોઈ નવી શોધ નથી.

શા માટે નહીં? કારણ કે પરિસ્થિતિ એવી છે કે, મોટા ભાગના લોકો તેમને જે વિચારવાનું સોંપાયું હોય તેટલું જ વિચારવા પર એકાગ્ર થાય છે. તેઓ વિચારે છે કે તેમને તેમનો અનુભવ શું છે તેના પર જ ધ્યાન કેન્દ્રિત કરવાનું સોંપાય છે. આ ખોટી કેન્દ્રિતતા છે.

તમારે એવા લોકોની જરૂર છે જેઓ તેમનો અનુભવ *કેવો હોઈ શકે* તેના પર ધ્યાન કેન્દ્રિત કરે.

જે વસ્તુ દ્દષ્ટાઓને મોટાભાગની માનવ જાતથી અલગ પાડે છે તે, તેઓ શું કરી શકે અથવા તેમની જિંદગી અથવા તેમનાં ઉત્પાદનો કેવી રીતે અલગ પાડી શકે તે વિશે

વિચારવાની તેમની વૃત્તિ છે. જો આવી વ્યક્તિઓને તમે નવા સાધનો અથવા નવી ટેકનોલોજી આપો, તો તેઓ તરતજ એવાં ઉત્પાદનો બનાવવા વિશે વિચારવા લાગશે, જે તેમને સંપૂર્ણપણે નવી વસ્તુઓ કરવા સક્ષમ બનાવશે.

શોધકો એવાં ઉત્પાદનો સર્જે છે જે તેમની કલ્પનાની શાખા જેવાં હોય, એવી વસ્તુઓ જે તેમને એવી દુનિયા સર્જવામાં મદદ કરે જેમાં તેઓ વસવાનું પસંદ કરે. આ ભૂતકાળમાં જે થયું છે તેમાં કેવી રીતે સુધારો કરવો તે ગણતરી કરવા કરતાં સખત રીતે જુદી વિચારસરણી છે.

મોધાવી ઉત્પાદન ડેવલપર્સ, ફેરફાર, બધાંથી અલગ, વધુ સારા અને વિશિષ્ટ હોય તેવી વસ્તુઓ તથા અનુભવો માટેની આકાંક્ષાથી પ્રેરિત હોય છે. સ્ટીવ જોબ્સ જેવા ઉત્પાદન ડેવલપર્સમાં એક કલ્પનાશક્તિ હોય છે. જે તેમને નવાં ઉત્પાદનો અથવા જીવન જીવવાના નવા માર્ગો જોઈ શકવાની શક્તિ અર્પે છે. પછી તેઓ પૂછે છે, *શા માટે નહીં ?* આ વાત હંમેશા મને રોબર્ટ કેનેડીની એક પંક્તિ યાદ અપાવે છે. "કેટલાક લોકો વસ્તુને તે જેવી છે તેવી જોવે છે અને પૂછે છે 'શા માટે?'." હું ક્યારેય નથી હોતી તેવી વસ્તુઓના સ્વપ્ન જોવું છું અને પૂછું છું 'શા માટે નહીં?'

કેનેડી જેવા દષ્ટિબિંદુ વાળા લોકો, જ્યારે એ શોધી કાઢે કે એક નાટકીય રીતે અલગ ઉત્પાદન બનાવવાનું શક્ય થઈ ગયું છે, ત્યારે પૂછશે "શા માટે રાહ જોવી?"

શા માટે નહીં? શા માટે રાહ જોવી?

થોરીયો એ કહ્યું છે, "સીમ્પ્લીફીકેશન ઓફ મીન્સ એન્ડ એલીવેશન ઓફ એન્ડસ ઈઝ ધ ગોલ." આ દષ્ટિની ઉત્પાદન વિકાસ આવૃત્તિ એટલે કશાક સંપૂર્ણ રીતે અલગ અને વધુ સારા વિશે વિચારવું અને પછી તે કેવી રીતે બનાવી શકાય તે ગણતરી માંડવી.

મેં વારંવાર સ્ટીવને એપલનાં ઉત્પાદનો શા માટે આટલાં સારાં દેખાય છે અને શા માટે આટલું સારું કાર્ય કરે છે તે સમજાવવા માટે "પ્રદર્શનમાં મૂકેલી મોટર વિશેની રમૂજ કહેતા સાંભળ્યો છે. તે કહેતો, "તમે પ્રદર્શનમાં મૂકેલી મોટર ગાડી જોવો છો, (હું અહીં શાબ્દિક રૂપાંતર કરું છું, પરંતુ તે તેના શબ્દોની ઘણા નજીક છે.) અને વિચારો છો કે તેની ડીઝાઈન અદ્દ્ભૂત છે. આ કોઈ મહાન વાત નથી, ચાર પાંચ વર્ષ પછી તે ગાડી શોરૂમમાં અને ટેલીવિઝન પરની જાહેરખબરમાં દેખાય છે, પરંતુ તે બદલાઈ ગયેલી હોય છે અને તમને નવાઈ લાગે છે કે આમ કેમ થયું? તે લોકો પાસે તે હતી તે હતી, જ અને તેમણે તે ગુમાવી દીધી."

અને પછી સ્ટીવ શું ખોટું થયું તે વિશે પોતાની દૃષ્ટિથી વાત કરશે. "જ્યારે તે ડીઝાઈન બનાવનારાઓ તે મહાન વિચાર લઈને ઈજનેરો પાસે ગયા, ત્યારે ઈજનેરોએ કહ્યું, 'કોઈ રીતે નહીં - અમે આ કરી ન શકીએ, તે અશક્ય છે.' આથી તેમને ચાલ્યા જવાની અને જે તેમને શક્ય લાગતું હોય તે કરવાની છૂટ આપવામાં આવે અને પછી તેઓ 'પોતાના' આયોજનો ઉત્પાદન ક્ષેત્રમાં હોય તે માણસોને પહોંચાડે. ઉત્પાદન લોકો કહે, "અમે આ બનાવી શકીશું નહીં." છેલ્લે તેને આમ કહીને પુરું કરવાનું ખૂબ ગમતું કે, "તેમણે જીતના જડબામાંથી હાર આંચકી લીધી હતી."

ઘણું કરીને સ્ટીવ કહેશે કે સંભાવાના એ સમસ્યા નથી. સમસ્યાએ  છે કે તે કાર બનાવતી કંપનીએ તેઓ જ્યારે તેની કલ્પના કરી શક્યા હતા ત્યારે પણ, શ્રેષ્ઠ ઉત્પાદન અથવા કશુંક ખરેખર નવું અને અલગ સર્જવાનું બીનશરતી વચન ન આપ્યું.

એક સમગ્ર ઉત્પાદન વિકસાવનાર બનવા માટે, તમારે કશું નવું કલ્પવા કરતાં કશું ક વધારે કરવું પડે, તમારે નવીનતાને ગળે વળગાડવી પડે, તેને માટે વચનબધ્ધ થવું પડે. તમને એવું લાગવું જોઈએ કે કશુંક અલગ, વધુ સારું અને વિશિષ્ટ બનાવવું તે સૌથી મહત્ત્વની બાબત છે.

ઘણીબધી પેઢીઓમાં એવા કલ્પનાશીલ લોકો હોય છે. જેમના મેધાવી વિચારોને જેમ છે તેમ સ્થિતિ જાળવી રાખવા માટે થઈને રદ કરવામાં આવે છે. એવા સમાજમાં કે જ્યાં નવી શોધને રાબેતામુજબ તાળીઓ પાડીને વધાવી લેવાય છે, ત્યાં મોટા પ્રમાણમાં ઉમદા વિચારો દરરોજ  વિઘ્ન ઊભા કરે છે અને તે વેડફાઈ જાય છે. આજ કારણસર તમે વારંવાર એવા કિસ્સા વાંચો છો કે જેમાં ઉમદા નવા ઉત્પાદનો વાળા ઉદ્યોગ-સાહસિકો એટલા માટે કંપની છોડી જાય છે, કારણ કે તે કંપની વાળાઓને તેમના સર્જનાત્મક વિચારોમાં કોઈ રસ ન હતો.

એવો સમય પણ હતો, જ્યારે એપલમાં પણ લગભગ આવું જ બનેલું. ૧૯૯૭માં જ્યારે સ્ટીવ કંપનીમાં પાછો ફર્યો પછી તેણે અને જોનાથન ઈવ, ડીઝાઈનનો વડો, આઈમેકની પ્રતિકૃતિ વિકસાવી. તે એક ઉજ્જવલ, નિઓન કલરવાળા કેથોડ કિરણોના ડીસ્પ્લેથી બનાવેલું કોમ્પ્યુટર હતું. તે એક ચીબાવલા, કલ્પનાશીલ બાળક વડે દોરાયેલા એક સાય-ફાય કાર્ટુનનું એક હોય તેવું લાગતું હતું.

પછીથી સ્ટીવે *ટાઈમ્સના* લેવ ગ્રીસમેનને કહેલું, "મને યાદ છે કે... જ્યારે અમે તેને ઈજનેરો પાસે લઈ ગયા, ત્યારે તેમણે તે શા માટે ન કરી શકાય તેના *૩૮ કારણો ઉભા કર્યા*. અને મેં કહ્યું, "ના, ના આપણે આ કરીએ જ છીએ." અને તેમણે પૂછયું, "શા માટે?" મેં કહ્યું, "કારણ કે હું આ કંપનીનો સીઈઓ છું. અને મને લાગે છે કે આ થઈ શકે

અને આથી તેઓએ જખ મારીને કહેવાય તેવી રીતે તે કામ કર્યું. પરંતુ પછી તે ખૂબજ પ્રસિદ્ધિ પામ્યું."

આ કિસ્સામાં 'પ્રદર્શિત કરાયેલી ગાડી' બનાવાઈ પણ ગઈ હતી.

## ભાગીદારી કરવી

સ્ટીવની સર્જનાત્મક સ્ફૂરણાના સ્રોતો કેટલીક વખત ખૂબ જ આશ્ચર્યજનક રહેતા. તમને ઘણું વિચિત્ર લાગશે તે છતાં, તે ગ્યુટેનબર્ગનો ઘણો મોટો ચાહક હતો અને જે રીતે ગ્યુટેનબર્ગનું છાપખાનું કાર્ય કરતું હતું તે વિશે અને આ એક શોધની સમગ્ર માનવ સમાજ પર પડેલી અસર માટેના તેના આકર્ષણ વિશેની વાતો અવારનવાર અમારી વાતચિતમાં કર્યા કરતો.

એક દિવસ તેને ઓચિંતું સૂઝયું : મેકિન્ટોશ બીજાં કોમ્પ્યુટરોની માફક માત્ર અક્ષરો અને આંકડાઓ જ દર્શાવશે કે છાપશે નહીં, પરંતુ તે ગ્રાફીક્સ પણ બનાવશે. ઉપભોક્તાઓ કંપનીના લોગો જાહેરખબરના ચોપાનીયા અને બીજી ઘણી કલાકારીગરીથી સજ્જ વસ્તુઓ બનાવી શકશે. આથી દેખીતી રીતે જ મેકને એક સાથીદાર પ્રીન્ટરની પણ જરૂર પડશે, જે ડોટ-મેટ્રીક્સ પ્રીન્ટર જે કરી શકતું હતું, તેનાથી કંઈક જુદી રીતે પ્રીન્ટ કરી શકતું હશે.

સ્ટીવે કહ્યું, "ગુટેનબર્ગે કહ્યું હતું તેવું કશું કરવાની આપણે જરૂર છે."

મેં એક તરફ વિચાર્યું "ઓહ, એ કેટલું અસંભવ છે !" બીજી તરફ, 'જ્યાં સ્ટીવ ત્યાં રાહ !'

તેણે બોબવિલે સાથે આ સમસ્યા વિશે વાત કરી. બંને જાણતા હતા કે "આવા યોગ્ય પ્રીન્ટરની શોધ કરવા માટે પૂરતો સમય નહોતો, કારણ કે મેકને લોન્ચ કર્યા પછી, તરતમાં જ ગમે ત્યારે વેંચી શકવા માટે તે પ્રીન્ટર તૈયાર નહીં હોય."

બોબવીલે પારો એક ઘણું ઉમદા લાગે તેવું સૂચન હતું. તેના એક જાપાન પ્રવાસ દરમ્યાન તેણે કેનનની મુલાકાત લીધી હતી અને ત્યાં તેને લેસર કોપીયર્સ બતાવવામાં આવ્યા હતા. તેણે કહ્યું કે એક લેસર કોપીયર લઈને તેને, એવી રીતે ઢાળવું કે જેથી તે મેક પરની પ્રીન્ટ કાઢી શકે. આ કદાચ શક્ય થઈ શકે જો એ બરાબર ચાલે તા., આ બંને વચ્ચે ઈન્ટરકેસ કરી શકે, એટલે કે મેકમાંથી ડેટા લઈને પ્રીન્ટરને જે પણ પ્રકારની જરૂર હોય તેમાં અનુવાદિત કરી શકે તેવા કાર્ડ બનાવવા માટે ઈજનેરોના જુથને એકત્રિત કરી શકે.

સ્ટીવે આની કલ્પના કરવાનું શરૂ જ કરી દીધું હતું. તેણે કહ્યું "ચાલો, આપણે તેને જોઈ આવીએ."

કેનનને ફોન કરવામાં આવ્યા, બધી વ્યવસ્થા ગોઠવાઈ ગઈ અને એર જાપાનની ફલાઈટનો આખો પ્રથમવર્ગનો વિભાગ બુક કરાવી લીધો. અમે છ વ્યક્તિઓ જવાની હતી. સ્ટીવ, બોબ, બીજા ત્રણ ઈજનેરો અને હું.

ઉડાન દરમ્યાન ઈજનેરોના જુથો અમે ઉપયોગમાં લઈ શકીએ તેવા મોટામાં મોટા કદના એડેપ્ટર કાર્ડનું પ્રતિનિધિત્વ કરે તેવું એક મેક-અપ કાર્ડ કાર્ડ બોર્ડમાંથી તૈયાર કર્યું. જે કેનન પ્રીન્ટરની અંદર જે ઉપલબ્ધ જગ્યા હોય તેમાં બંધ બેસે.

જ્યારે અમે ટોક્યો પહોંચ્યા ત્યારે જેવા અમે હોટેલમાં પ્રવેશ્યા કે કેટલીક યુવતીઓ સ્ટીવને ઓળખી ગઈ અને તેની સહી લેવા માટે દોડી આવી. હું ડઘાઈ ગયો : યુનાઈટેડ સ્ટેટસ્‌ના મોટા સમાચાર પત્રકોમાં સ્ટીવ એક પરિચિત ચહેરો હતો. પરંતુ કોઈએ ક્યારેય તેની સહી (ઓટોગ્રાફ) માગી નહતી. અહીં જ્યારે અમે લગભગ અડધી દુનિયા જેટલા દૂર હતાં ત્યારે સ્ટીવને માત્ર ઓળખી લેવામાં જ નહોતો આવ્યો, પરંતુ તે જાણે એકાએક સ્ટાર હોય તેમ વધાવવામાં આવ્યો હતો !

હું નક્કી ન કરી શક્યો કે તેના પ્રત્યાઘાતો કેવા હશે આથી મેં નજદીકથી નિરિક્ષણ કર્યું, જો આ તેને તેની અંગતતાની તીવ્ર લાગણી ઉપર અતિક્રમણ થયું હોવાનું લાગ્યું હોય તો તેને કારણે તે ચિડાયો પણ હોય, છતાં પણ તેણે તેવું દર્શાવ્યું નહીં. હકીકતમાં મને એવી સ્પષ્ટ લાગણી થઈ જાણે કે તે છુપી રીતે ખુશ થયો હોય, જો કે હું જાણતો હતો કે આ વાત તે ક્યારેય કબુલ નહીં કરે. (અને એ પણ જાણતો હતો કે હું પૂછીશ તો તે પણ તેને નહીં ગમે.)

જ્યારે હું મારા રૂમમાં ગયો, ત્યારે મને ખૂબ આશ્ચર્ય થયું. હું કેવા પ્રકારનો રૂમ ઈચ્છું છું તે અગાઉથી કહ્યું હતું અને હું સ્થાનિક સંસ્કૃતિમાં રસ ધરાવતો હોય તેવો પ્રવાસી હોવાથી મારે માટે "પારંપારિક જાપાનીઝ" પ્રકારના રૂમ માટે કહ્યું હતું. મારા રૂમમાં કોઈ પલંગ જ નહોતો, બસ માત્ર જમીન પર એક ચટાઈ-સાદડી પાથરેલી હતી. મેં તે ગમે તેમ લગાવી તો લીધું, છતાં તે મારી શ્રેજ઼ રાત્રીઓમાંની એક નહતી તે નક્કી છે.

## સાંસ્કૃતિક તફાવતો

બીજી સવારે અમારાં ટોળાંને લીમોસીનમાં ટોક્યોમાં કેનનના હેડક્વાર્ટર પર લઈ જવામાં આવ્યું, અમે ત્યાં દસ વાગે પહોંચ્યા. સભાખંડમાં અમારું ચા, કોફી અને પેસ્ટ્રી વડે

સ્વાગત કરાયું. દરેક વ્યક્તિ સ્ટીવ તરફ ખૂબ જ આદરભાવ ધરાવતી હતી. ફરી વખત જાણે તે એક 'રોક સ્ટાર' હોય તેવી રીતે તેને ટ્રીટ કરવામાં આવતો હતો, ભલે આગલી રાત્રે પેલી યુવતીઓ વર્તન કરતા આ જુદા પ્રકારનું હતું.

પછી કેનનના અધ્યક્ષ અને સીઈએ અમારી સાથે જોડાયા અને ઓળખવિધિ થઈ, જે ઘણી પ્રાસંગિક અને ઔપચારિક હતી. અધ્યક્ષ ચાલ્યા ગયા પછી અમે સીઈઓ તથા બીજા અડધો ડઝન લોકો સાથે ધંધાદારી ચર્ચા શરૂ કરવા માટે ગોઠવાયા. જેમાં સ્ટીવ અમે શું કરવા ઈચ્છીએ તે સમજાવતો હતો. પરંતુ દરેક વાક્યે અનુવાદ માટે રાહ જોવી પડતી હોવાને કારણે તે થોડો અધૈર્યવાન થઈ ગયો હતો.

પરંતુ અનુવાદન કરતાં સાંસ્કૃતિક પ્રશ્ન વધારે મોટો થઈ ગયો. જાપાનિઝ લોકો કોઈ પ્રતિક્રિયા જ નહોતા આપતા. હકીકતમાં એવું લાગતું હતું જાણે તેઓ સૂઈ ગયા હતા. તેઓ માથાં ઢાળીને અને આંખો બંધ કરીને બેઠા હતા. સ્ટીવ મારા તરફ સતામણી ભરી નજરનાં તીર છોડતો, હતાશ થવા લાગ્યો હતો. અમે આટલે દૂર સુધી આવ્યા હતા અને શું તે (તેનાં ભાષણ વડે) તેમને ઉંઘાડી રહ્યો હતો !!

ભાગ્યવશાત રસ્તામાં મેં એર જાપાન વડે પરદેશીઓ માટે તૈયાર કરાયેલ ચોપાનીયું વાંચ્યું હતું. જેમાં સમજાવ્યું હતું કે ધંધાદારી મિટિંગોમાં ક્યારેક જાપાનીઓ દૃશ્યથી વિચલિત ન થઈ જવાય અને શબ્દોનો પૂરો અર્ક પામી શકાય તે માટે આંખો બંધ કરી દેશે. મેં તેને આ ધીમેથી કહ્યું. તેણે મને, તે સમજી ગયો છે અને આ વાતની કદર કરે છે તેવું નાનકડું સ્મીત આપ્યું અને ફરી પાછો તેના કામમાં ડુબી ગયો.

ભોજન સમયે એવું દેખાતું હતું કે જાણે કેનનના લોકો સ્ટીવને રાજી કરવા માટે પ્રયત્ન કરી રહ્યા હતા. તેને શું ખાવાનું ભાવે છે તે તેમણે જાણી લીધું હતું અને અમને એક આગળપડતી સુશી રેસ્ટોરન્ટમાં વિપુલ પ્રમાણમાં ભોજન કરાવવામાં આવ્યું. દેખીતી રીતે શિષ્ટાચારની માગ હતી કે ભોજન દરમ્યાન અંગત વાતચિતની તરફેણમાં ધંધાદારી વાતોને એક તરફ મૂકવામાં આવે. પરંતુ સ્ટીવ આખો વખત ધંધા વિશે વાત કરવા માગતો હતો અને તેણે તેમ જ કર્યું.

કેનનના અધ્યક્ષ, વિકાસ ઉપરી અને એટર્ની સાથે બપોરની વાતચિત કેટલાક ચિકાશવાળા મુદ્દાઓ પર અટકી. એપલ ટેકનોલોજીએ માલિકી હક્ક ધરાવતી કંપની છે, અને માટે અમે અમારી ચીપ્સ તેમના પ્રીન્ટરમાં દાખલ કરવા માટે તેમને નહીં મોકલીએ તેમ કહેવાયું, તેને બદલે, તેઓ મશીનના આંતરિક ભાગો યુ.એસ. મોકલશે, જ્યાં એપલના પ્લાન્ટમાં એપલ ચીપ્સ તેમાં ઈન્સ્ટોલ કરવામાં આવશે અને પછી એ આખી વસ્તુ એપલ વડે ડીઝાઈન કરેલ ખોખામાં મૂકવામાં આવશે. આ તેમને ન ગમ્યું.

અધ્યક્ષને આ વાત સામે વાંધો હતો, પરંતુ થોડાક સ્ટીવીયન પ્રકારના દબાણ પછી તેણે જતું કર્યું અને સંમત થયા.

તેના પછી, સ્ટીવે જે વાત મુલાકાતનો સૌથી મોટો મુદ્દો બનશે તેમ ધાર્યું હતું, તેના પર ચર્ચા થઈ. તેણે કહ્યું કે ખોખાં ઉપર એપલનો લોગો લાગશે, કેનનનું નામ દેખાશે નહીં. સ્ટીવ સાચો પડ્યો. આ એક ભયંકર ચર્ચાનો મુદ્દો બન્યો. કેનનના લોકો સાથે લગભગ એક કલાક સુધી તેણે ખેંચતાણ કરી.

કેનન માટે આવડો મોટો સોદો કરવાનું કારણ એ હતું કે તેને તેઓ એપલ કોમ્પ્યુટર, એક એવી કંપની જે જાપાનમાં ખૂબ વખણાતી હતી, અને આદર પામતી હતી, તેની સાથે સહયોગ તરીકે ગણતા હતા. જેથી તે તેમને માટે પણ આદર ઉભો કરે અને તેમની આબરૂ તથા વેચાણમાં વધારો કરે. સ્ટીવે થોડી છૂટછાટ મૂકી : તેઓ એવી જાહેરખબર કરી શકે છે કે એપલ લેસર પ્રીન્ટરને ચલાવનાર એન્જીન ‘કેનને’ બતાવ્યા હતા અને તેઓ પ્રીન્ટરની અંદર રહેલા ડ્રાઈવ એન્જીન પર તેમનું નામ રાખી શકે. પરંતુ મૂળ મુદ્દા બાબત તે અચળ હતો અને તેણે પોતાની મનાવવાની શક્તિને ભરપૂર ઉપયોગ કર્યો.

કેનનની એક વ્યક્તિ – મને યાદ નથી કે તે અધ્યક્ષ હતા કે વિકાસ વડા - એ બીજો મુદ્દો ઉભો કર્યો. તેઓ એવું ઈચ્છતા હતા કે સ્ટીવ કાંઈક એવો માર્ગ વિકસાવે જેથી મેક ‘કાન્જી’ અક્ષરો ડીસ્પ્લે કરી શકે. જે વસ્તુ મેકિન્ટોશને આખા જાપાનમાં ઉપયોગી બનાવે. (‘કાન્જી’એ ચાઈનિઝ અક્ષરો છે, જેનો આધુનિક જાપાની લેખન પદ્ધતિમાં બહોળો ઉપયોગ થાય છે) સ્ટીવે બોબ સામે જોયું, જેણે કહ્યું કે તેણે ક્યુપર્ટીનોમાં તેના ઈજનેરો સાથે વાત કરવી પડશે.

આ ફોન કરવા માટે મીટીંગને સ્થગિત કરવામાં આવી. દરમ્યાનમાં મને કેનનના મારી સાથે સમકક્ષ હોદ્દાવાળા માનવ સંસાધનના ઉપરી સાથે બેસાડવામાં આવ્યો, જેની પાસે મારે માટે, અમે અમારા શ્રમિકોને કેટલું વળતર આપીએ છીએ, તેમને કેવી રીતે પ્રેરિત કરીએ છીએ, બઢતીનો નિર્ણય કેવી રીતે કરીએ છીએ, વગેરે અનેક પ્રશ્નો હતા. હું નથી ધારતો કે કેનનને અમારી કોઈ પણ કાર્યપ્રણાલી અપનાવી હોય, પરંતુ તેઓ જાણવા માગતા હતા તે વાતથી હું આકર્ષાયો હતો.

જ્યારે મૂળ મિટિંગ ફરી શરૂ થઈ ત્યારે બોબે જાહેર કર્યું કે તેના ઈજનેરો સંમત થયા હતા કે તે ખરેખર મેકિન્ટોશને ‘કાન્જી’નો ડીસ્પ્લે તથા ઉપયોગ કરવાની ક્ષમતા આપી શકશે.

આખરે કેનનના અધ્યક્ષે કહ્યું કે તેઓ પ્રીન્ટરના ખોખાં પર કેનનનું નામ નહીં દેખાય તેવી સ્ટીવની શરત સાથે સંમત થાશે. આ નિર્ણય એટલા માટે નહોતો લેવાયો, કારણ કે તેમણે એમ નક્કી કર્યું હતું તે તે જ યોગ્ય વસ્તુ હતી, પરંતુ એટલા માટે લેવાયો હતો, કે તેમને સ્ટીવ જોબ્સ માટે તથા એપલ કોમ્પ્યુટર્સ માટે ખૂબ જ માન હતું.

મને ખાતરી થઈ છે કે સ્ટીવ આ અનુભવમાંથી એક બોધપાઠ શીખ્યો. તેણે તેના વિચારોમાં પરિવર્તન આણ્યું. આ પ્રથમ વખત એવું બન્યું કે મેક એક ડેવલપમેન્ટ પાર્ટનર શોધવા માટે કંપનીની બહાર ગયું હતું અને તેના કારણે, આ લેસર રાઈટર સ્ટીવ સોફ્ટવેર અને હાર્ડવેર જુથોને શૂન્યમાંથી પોતાના લેસર પ્રિન્ટર વિકસાવવાની યોજના પર કામે લગાડ્યા હોત, તેના કરતાં ઘણા વહેલાં શક્ય બન્યા.

ત્યાર પછીથી સ્ટીવ ખાસ કરીને એક ધમાકેદાર ઉત્પાદનની પ્રથમ આવૃત્તિ માટે, હંમેશા બહારના ઉત્પાદનોમાંથી ઉપાયો શોધવાની વાતને આવકારતા શીખ્યો. અને ભલે, તે સમયે તે હજી તેના સમગ્ર ઉત્પાદન વિકાસ વિશેની સમજણ પર નહોતો આવ્યો, છતાં તે એ ખ્યાલના સિદ્ધાંતને અનુસરી રહ્યો હતો. આ અનુભવ વત્તા ટ્વીગીવાળો બોધપાઠ એ તેના વિચારો બદલનાર બે મુખ્ય પાસાંઓ હતા.

આ પ્રવાસમાં અમે ક્યોટોમાં સોનીની મુલાકાત પણ લીધી. હવે, પરસ્પર પ્રશંસા કરતા સમાજ વિશેની વાત. સોની વોકમેન એ એક એવું ઉત્પાદન હતું જે સ્ટીવને પ્રિય હતું. તે તેની સાદગી તથા ડીઝાઈન અને કાર્ય વિશે અનંતપણે વાત કરી શકતો. મેક ઈજનેરો સાથેની બેઠકમાં તે તેનો પ્રિય વિષય રહેતો. તે ઘણી વખત સોની વિશે અને તેના અકલ્પ્ય મૌલિક ઉત્પાદનો બહાર પાડવા માટેના તેના મોડેલ વિશે જાપાનનું એપલ કહીને વાત કરતો.

અમે દરેક જગ્યાએ જોયું તેમ, જ્યારે કેનનની ઈમારતો પારંપારિક જાપાનીઝ પદ્ધતિની હતી, ત્યારે સોનીની ઈમારતોના સ્થાપત્યો તેમને લોસએન્જલસ, શીકાગો અથવા મેનહટ્ટનને યોગ્ય હોય તેવા દેખાતા હતા. છતાં, એક વખત અમે અંદર પ્રવેશ્યા એટલે અમને તે ઘણાં જ આડંબર રહિત, અમેરિકન ધોરણો મુજબ ડીઝાઈનમાં થોડા ઠંડા લાગ્યા.

સીઈઓ 'આકીસો મોરીટા'ની ઓફિસ એ એક મોટા અપવાદરૂપ હતી. અમે અંદર ગયા, કે તરત જ અમે તેની દિવાલ પર લટકતાં મૂળ વાન-ગોઘનાં ઓરિજિનલ ચિત્રની નોંધ લીધા વગર ન રહી શક્યા. મને તેઓ ખૂબ જ પશ્ચિમાત્ય, ખૂબ જ બુદ્ધિશાળી, વક્તૃત્વ શક્તિવાળા, ઉદ્યોગ-સાહસિકતાવાળા તથા વ્યવહારદક્ષ લાગ્યા. મોરીટા સાન, તેના બધા

ઉચ્ચ અધિકારીઓની માફક સરસ ઈંગ્લીંશ બોલતા હતા અને પછીથી જાણવા મળ્યું કે તેઓ એક એવા જુના સ્થાપિત કુટુંબમાંથી આવતા હતા, જે લગભગ ચારસો વર્ષથી જાપાનીઝ ચોખાના દારુ-બ્રેવીંગ સાકેના ધંધામાં હતું.

કેનનના અધિકારીઓની જેમ જ સોનીના અધિકારીઓ પણ સ્પષ્ટપણે સ્ટીવના બહુ મોટા ચાહકો હતા અને તેની સાથે એવા ઉચ્ચ આદરભાવથી વર્તતા હતા, જાણે તે એક રાજ્યનો વડો હોય. તે સાંજે તેઓ અમને મેં ક્યારેય ન લીધું હોય તેવા અસામાન્ય ભોજન માટે લઈ ગયા. મોરીટા-સાન અને તેના બીજા પાંચ ઉચ્ચ અધિકારીઓ વડે અમને છ જણાને તે માટે લઈ જવાયા હતા. આ પ્રસંગે બોબ બેલવીલે ટેક્નોસાવી હોવાને કારણે તથા તેમની સામાજિક આવડત બંને કારણ સર શ્રેષ્ઠ સાથીદાર નિવડ્યો. તે સારી સૂઝબૂઝ ધરાવતો, સાંસ્કૃતિક રીતે વ્યવહારદક્ષ હોવાથી તેણે સ્ટીવને વ્યાવસાયિક રીતભાતથી લઈને ભોજનની પારંપારિકતા વિશે યોગ્ય રીતે શાલીનતા પૂર્વક શીખવ્યું અને સ્ટીવે તે સાંભળ્યું પણ ખરું.

સોનીનું ભોજન એક એવી વિરલ રેસ્ટોરન્ટમાં હતું, જેમાં માત્ર થોડાં જ ટેબલ છે અને ત્યાં જમવાનો વિશેષાધિકાર પેઢી દર પેઢી સોંપવામાં આવે છે. પરંતુ એક અડચણ છે. જ્યારે પિતાનું મૃત્યુ થાય ત્યારે તેઓ પુત્રને સ્વીકારશે જ તેની કોઈ ખાતરી નથી.

તે સાંજની વાનગીઓમાં બ્લોફીશનો પણ સમાવેશ હતો. તમે કદાચ જાણતા હશો તેમ, તેને કોઈક ખરેખર જાણકાર રસોયા વડે ખૂબ જ સંભાળપૂર્વક બનાવવામાં ન આવે તો બ્લોફીશ પ્રાણઘાતક છે. તે દુનિયાનું બીજું સૌથી વધુ જીવલેણ પ્રાણી ગણાય છે. અમે બધાએ એમ માન્યું કે જો અમારા જાપાનીઝ યજમાને રસોયા પર તે ખાવા જેટલો ભરોસો મૂક્યો હોય, તો અમારે પણ ડરવું ન જોઈએ અને હું ધારું છું કે જો અમારામાંથી એક પણ વ્યક્તિ પોતાનામાં તે ખાવાની હિંમત નથી તેમ કહેત, તો તે તેમનામાં વિશ્વાસનો અભાવ દર્શાવીને અપમાન કર્યા જેવું થાત. જો કે તમે ક્યારેય વિચાર્યું નહીં હોય, પરંતુ તે એકદમ સફેદ અને કંઈક અંશે કોડ માછલી જેવી નીકળી અને મને એકને તો છેવટે તે ખાસ સ્વાદ વગરની પણ લાગી. છતાં, સ્ટીવે અમારા યજમાનોને માત્ર તેને ખૂબ ભાવી તેમ જ ન કહ્યું, પરંતુ એમ પણ કહ્યું, કે તે યુનાઈટેડ સ્ટેટ્સમાં પણ ક્યાંક પીરસાતી હોય તેવી આશા રાખે છે, જેથી તે ફરી તેનો સ્વાદ માણી શકે. (યોગ્ય પ્રકારની રેસ્ટોરન્ટમાં હું પોતે પણ ફરીવાર તેને ચાખી જોઈશ, પરંતુ માત્ર એટલું જોવા માટે જ કે શું બીજી વખતમાં મને તેનો સ્વાદ થોડોક પણ વધારે સારો લાગે છે !)

અમારા સોની સાથેના દિવસમાંથી હું એવી લાગણી સાથે છૂટો પડ્યો કે સંસ્કૃતિમાં

અને કદાચ સ્ટીવ અને મોરીટાની ઉંમરમાં પચાસ વર્ષનો તફાવત હોવા છતાં, તેમની વચ્ચે મૂલ્યોમાં અદ્‌ભુત સમાનતા હતી. તમે જોયું કે મોરીટા - સાન તેમને પોતાને ઈચ્છા હોય તેવા જ ઉત્પાદનો બનાવવા માટે કહેતા - સ્ટીવની જેમ જ અને તેમણે બંનેએ પોતપોતાની કંપનીઓને સમગ્ર ઉત્પાદન વિકાસનું જ્વલંત ઉદાહરણ બનાવી હતી.

સ્ટીવનો જે મુદ્દો હતો તેને આ અલગ સંસ્કૃતિ તરફથી મળતી માન્યતા હતી. તમારા કામને પ્રેમ કરો, તમે જે બનાવો છો, તેને પ્રેમ કરો, તેને સંપૂર્ણ બનાવો.

અને તેમને બંનેને વાતો કરતા સાંભળવા એ બીજા બધા માટે વ્યાપાર મૂલ્યોના પાઠ શીખવા જેવું હતું. અંતમાં દુઃખદ ભાગ એ છે કે એપલ સોની સંબંધો ક્યારેય તેની ખરી તાકાત સુધી ન પહોંચી શક્યા. સ્ટીવ બહુ ટુંક સમયમાં એપલ છોડવાનો હતો અને તે પાછો ફર્યો ત્યાં સુધીમાં મોરીટા સાને સોની છોડી દીધું હતું.

## જથ્થા કરતાં ગુણવત્તા

બધા લોકો નવી શોધો અને શોધકોને વધાવી લે છે. કારણ કે આપણે બધા માનીએ છીએ કે મહાન ઉત્પાદન મહાન નફા તરફ દોરી જાય છે. તે ઉપરાંત આપણને જે વસ્તુ ઓચિંતી સફળ થઈ જાય અને ખૂબ ગમે તેવી હોય તેવા કશાકથી અભિભૂત અને આનંદિત થઈ જવાનું ગમે છે, કારણ કે તે આપણા દુનિયા વિશેના ખ્યાલોને વિસ્તારે છે અને આપણે જે પહેલાં નહોતા કરી શકતા તે હવે કરી શકશું તેવો ભાવ જગાડે છે. આપણને બધાને નાવિન્યનું બંધાણ હોય છે. તે અર્થમાં આપણે બધા ઝડપથી અપનાવનાર છીએ.

પરંતુ એવા લોકો કે જે ઉત્પાદનો સર્જે છે તેમની ઈચ્છામાં શરૂઆતથી તડાં પડવા લાગ્યા હોય છે. તેમણે ઉત્પાદનને તેની સાથે રમત કરવા અથવા તેમાંથી આનંદ મેળવવા માટે બનાવવું જોઈએ. માત્ર સૌથી અલગ ઉત્પાદન બનાવવા વિશે વિચારવું તે જ પુરતું નથી, તે કરવા માટે સક્ષમ હોવું જરૂરી છે. આ ક્ષમતા ક્યાંથી આવે છે?

સ્ટીવના કિસ્સામાં તો અલબત્ત તેની મોટાભાગની ક્ષમતા તેની વ્યુહરચના તરફની તેની ધ્યાન કેન્દ્રિતતા અને તેની અચલિત સમર્પિતતામાંથી ઉતરી આવી છે. પરંતુ સ્ટીવ પણ એક ધંધાદારી માણસ છે. કંઈક અંશે એપલની નવી શોધો તેની ધંધામાં જરૂરી બાંધછોડ માટેની સાહજિક પકડ અને તેવી ધંધાકિય બાંધછોડ કરવાની તેની તૈયારી - ઈચ્છાનું પરિણામ છે. તે તેની દૃષ્ટિને વાસ્તવિકતામાં બદલવા માટે દંગ થઈ જવાય તેવા જોખમો ઉઠાવવા તૈયાર હોય છે. જે કોઈપણ નવી શોધ માટે વચન આપવા કૃતનિશ્ચયી હોય, તેને તે ગમે તેટલી કિંમત ચૂકવવા તૈયાર હોય છે.

વચગાળાનો સીઈઓ થયો ત્યારે સ્ટીવે કેટલાયે ડઝન ઉત્પાદનો વેચવાનું અટકાવવાનું કામ પહેલું કર્યું હતું તે યાદ કરો. નેપકીનના પાછળના ભાગમાં એક સારાં ઉત્પાદનના સ્કેચ દોરવો અથવા મીટીંગમાં તેના વિશે આતુર ડીઝાઈનરો - જે તમારા એક પ્રકારના શિષ્ય જેવા હોય - તેમની સાથે વાત કરવી તે એક વાત છે. પરંતુ જે સ્થિરતાપૂર્વક વેંચાઈ રહ્યાં છે તેવા બક્ષિસરૂપ ઉત્પાદનોનું શું?

આવાં ઉત્પાદનો કદાચ આઈપોડ્સ કે આઈફોન્સ ન પણ હોય, છતાં એપલની સૌથી નિસ્તેજ ચીજવસ્તુ પણ આવક અને કમાણી લાવતી હતી. તેઓ તેમને પોતાને માટેના પૈસા ઉભા કરતાં હતા અને એપલને આર્થિક રીતે સધ્ધર રાખવામાં મદદરૂપ થતાં હતા. એ નિસ્તેજ વસ્તુઓમાંની દરેક એપલને આવકના એક ભરોસાપાત્ર પ્રવાહ સાથે જોડતી હતી, તેમ છતાં, કેટલાક કિસ્સાઓમાં તે માત્ર 'ઉપનદી' અથવા માત્ર 'ગળતર' જેવી પણ હતી. આવા સ્થાપિત થઈ ગયેલા, તમારાં ઉત્પાદનોને ખેંચી જતા ઘોડાની જેમ સ્થિરતાપૂર્વક વેંચાણ કરતાં ઉત્પાદનો પર લગામ ખેંચવી, તે એક ભયજનક ચાલ છે.

પરંતુ આપણે જોયું તેમ, સ્ટીવે એ મુજબ કર્યું. તેણે ડઝનબંધ ઉત્પાદનો ઓછા કર્યા અને તેના સ્ત્રોતો માત્ર ચાર ઉત્પાદનને ફાળવ્યા. બોર્ડ માટે પણ આ વાત આશ્ચર્યજનક હતી. એડગર વુલાર્ડ ડ્યુપોન્ટના સીઈઓ, તે સમયે એપલના અધ્યક્ષ હતા, જેમણે કહ્યું "અમે જ્યારે તે વાત સાંભળી, ત્યારે અમારા મોઢા આશ્ચર્યથી ખૂલ્લા રહી ગયા." ઉદ્યોગ વિવેચકો અને વોલસ્ટ્રીટના વિશ્લેષણો એ વારંવાર સ્ટીવને રોજિંદા વપરાશની ચીજો હોય તેવા ઉત્પાદનો વેંચીને અથવા કંપનીને જ્યાં તે આગળ પડતી ન હોય તેવા સેગમેન્ટમાં લઈ જઈને તેના માર્કેટ શેરમાં વૃદ્ધિ કરવાનું દબાણ કર્યું છે. સ્ટીવ ક્યારેય આવા દબાણની પકડમાં આવી નથી ગયા.

તેણે વારંવાર કહ્યું છે કે, "મને આપણે જે કરીએ છીએ, તેનો જેટલો ગર્વ છે, તેટલો જ ગર્વ આપણે જે નથી કરતા. તેને માટે પણ છે."

આ ઉક્તિનું અર્થઘટન કરવાની અલગ અલગ રીતો છે. પરંતુ મેં હંમેશા એમ વિચાર્યું છે કે આમ કહેવા પાછળ તેનો અર્થ આપણે જે ન કરવાનું પસંદ કર્યું છે તેના વડે આપણાં મૂલ્યો તથા આપણી દૃષ્ટિ દર્શાવવાનો છે. આપણે બધા લોકો માટે બધી વસ્તુ કરવાનો પ્રયત્ન નથી કરતા. જો કે દરેકને ખુશ કરવાની ઈચ્છા રોકવી તે ઘણી વખત કપરું હોય છે, અને તે પૈસા પાત્ર થવાના માર્ગ જેવું દેખાઈ શકે છે. સ્ટીવે બીઝનેસ વીકને કહ્યું, "જથ્થા કરતાં ગુણવત્તા વધારે મહત્ત્વની છે અને એ વધુ સારો નાણાંકીય નિર્ણય છે. બે વખત બે બે રન કરવા કરતાં એક વખત હોમરન (ચોક્કા ફટકારવા) વધુ સારો છે.'

મને લાગે છે કે, સ્ટીવની ભવિષ્યને જોઈ શકવાની ક્ષમતા અને તેની તે મુજબ કરવાની ચાલકબળ જેવી જરૂરિયાત તેને ધ્યાન કેન્દ્રિત થવા સક્ષમ કરે છે. એક બીજું પાસું પણ છે, હરીફાઈ અથવા એક વધુ સારું છટકું ધરાવવાની માન્યતા. સ્ટીવે બહુ શરૂઆતથી જ દરેક નવા મહાન ઉત્પાદનને વધુ લોકોને વીન્ડોઝ કોમ્પ્યુટર્સ દૂર લઈ જવા અને મેકના ઉપભોક્તા બનવાની શક્તિ ધરાવનાર તરીકે જોયા છે.

મને લાગે છે કે, જે સ્ટીવ જોબ્સને હું આટલાં બધા વર્ષો પહેલાંથી ઓળખું છું. તે જ્યાં સુધી કોમ્પ્યુટર વેંચાણમાં ઓછામાં ઓછો અડધો ભાગ મેકિન્ટોશનો નહીં હોય ત્યાં સુધી સંતુષ્ટ થવાનો નથી.

## એક સમગ્રતાની ભાવનાવાળી કંપની શરૂ કરવી

એક સાચા અર્થમાં નવી શોધ મેળવવા માટે, તમારે તેને ટેકારૂપ સંસ્કૃતિ ઘડવી જોઈએ. કેપીટલ 'આઈ' સાથેનો શબ્દ 'ઈનોવેશન' એ ધંધામાં સૌથી વધારે વપરાયેલો શબ્દ છે. કારણ કે નવા પ્રકારના ઉત્પાદનો હોવા તે તમે કોઈક રીતે સ્પર્ધાને પાછી પાડો છો તેવું કહેવાનો સંકેત છે. ઘણી બધી કંપનીઓ વાસ્તવમાં કોઈ નવી શોધ કર્યા વગર અથવા તેમ કરે તેવા થયા વગર માત્ર 'ઈનોવેશન' શબ્દના ઉપયોગ વડે એક 'સંદેશ' આપે છે. આ એક માર્કેટીંગ ચક્ર અથવા તેમની પલટનને પ્રેરિત કરવાના અધૂરા, પારદર્શક પ્રયત્ન સિવાય કશું જ નથી.

એક ઉદ્યોગ સાહસિકતાવાળી કંપની બનવા માટે નવા વિચારો યુક્તિઓ તમારા તંત્રના જીવનરક્ત જેવા બની જવા જોઈએ. એક પારંપારિક કોર્પોરેટ સંસ્કૃતિમાં તમે નવા વિચારોને કેવી રીતે ઉછેરી કે પોષી શકો?

તમે તેમ ન કરી શકો. તે કામ જ ન આવે. ઉદ્યોગ સાહસિકતા ધરાવતી કંપનીઓ અને પારંપારિક કંપનીઓ એ બંને મૂળભૂત રીતે બે અલગ રચનાઓ છે. એક પારંપારિક કંપની પાસેથી તમે નવી શોધો ન મેળવી શકો. મોટાભાગના સમયે, સામાન્ય રૂઢિવાદી કંપનીઓમાં એક કર્મચારી તેનો અથવા તેણીનો વિચાર તેના કરતાં વધારે વરિષ્ઠ હોય તેવા વ્યવસ્થાપક પાસે લઈ જાય, જે કદાચ આ નવા વિચારનું શ્રેય પોતેજ લઈ લે અને કદાચ તેને માટે તેને બઢતી પણ મળે. રિવાજ મુજબ વધુ વરિષ્ઠ વ્યવસ્થાપક તે યોજનાને સંભાળે છે અને જેણે તે યોજના વિચારી હતી તે વ્યક્તિની માત્ર પીઠ થપથપાવવામાં આવે છે, પરંતુ તેનાથી વધારે કાંઈ જ નહીં. આ સંયોજિત તંત્રની રીતે કામ કરતી પારંપારિક કંપનીઓની વર્તણુકની વિઘાતક રીત છે. તે લોકો સારા વિચારો પેદા નથી કરતા તેવું

નથી. જ્યાં પણ તમારી પાસે વિચારક લોકો હોય, ત્યાં સારા વિચારો ઉદ્‌ભવે જ છે અને આવા લોકો બધે હોય જ છે. પરંતુ પારંપારિક કંપનીઓમાં મોટે ભાગે આવા વિચારોમાં અવરોધ ઉભા કરવામાં આવે છે. તેને નિરર્થક ગણાય છે, ખરાબ રીતે વિકસાવાય છે અથવા અયોગ્ય રીતે લેવાય છે.

તેનાથી વિપરિત, એક ઉદ્યોગ સાહસિકતા ધરાવતાં વાતાવરણમાં નવા વિચારોની સ્વીકાર્યતા અને તેને માટે અપાતો બદલો એ લોકોને તેમનામાં જે શ્રેષ્ઠ હોય તે આપવા માટે ઉત્તેજન આપવાનો તથા તેમનો પણ કંપનીમાં હિસ્સો છે તેવું તેમને લગાડવાનો એક માર્ગ છે. વિચારો દ્વારા, લોકો એકબીજા સામે દ્વેષભાવ ન જન્મે તે રીતે પડકાર આપે છે. તમે દરેક વ્યક્તિ તેની - તેણીની પોતાની રીતે સર્જનાત્મકતા વ્યક્ત કરી શકે છે – તેવી તમારી માન્યતા દર્શાવીને સ્પર્ધા તથા આકાંક્ષાને પ્રગટાવી શકો છો. આવું હિસાબી ખાતામાં, ઉત્પાદનની ડીઝાઈન તૈયાર કરવામાં, અથવા કર્મચારીઓ માટે પ્રોત્સાહનો પૂરાં પાડવાની નવી રીતોમાં પલટાઈ શકે.

તમારી પાસે લોકો જેને અનુસરે તેવી એક દૃષ્ટિ હોવી અત્યંત જરૂરી છે. એક અનંત સુધી લંબાતા માર્ગનો નકશો હોવો જરૂરી છે. આ દૃષ્ટિ તથા માર્ગના નકશા સાથે જોડાયેલ હોય તેવા વિચારોને તમે પ્રોત્સાહિત કરો અને પછી લોકોને તેનો એક ભાગ બનવાની તક આપો.

તમારે લોકોને સજાપાત્ર ઠરાવ્યા વગર ભૂલો સહન પણ કરવી જ જોઈએ. જ્યારે કોઈકે એક વિચાર આપ્યો હોય અને કંપનીએ તેને અપનાવ્યો હોય અને તેમાં પૈસાનું રોકાણ કર્યું હોય, તેને જ્યારે ઉતારી પાડવામાં આવે અથવા કદાચ કાઢી પણ મૂકવામાં આવે ત્યારે મારું માનો તો, ખૂબ જ ખોટી છાપ પડે છે.

જ્યારે કિસ્સો આનાથી વિપરિત હોય, ત્યારે બધા એક સંદેશ મેળવે છે : સર્જનાત્મક બનવું, કશુંક નવું કરવું તે બરાબર છે– તમારી નોકરી દાવ પર નથી.

કર્મચારીઓને તથા તેમના વિચારોને પ્રોત્સાહિત કરીને, તમે એક પાયાનું બુદ્ધિશાળી માળખું મેળવો છો. કર્મચારીઓ બજારમાં નવી મૂકાયેલ વસ્તુઓ તેના વિશે વાત કરવા માટે, તેમના ફાયદાઓ તથા ગેરફાયદાઓ ચર્ચવા માટે, તેમને ચકાસી જોવા માટે, તેની સાથે રમવા માટે... લઈ આવશે અને પછી વિચારશે, આપણે એવું શું કરી શકીએ જે એક વધુ સારો આવિર્ભાવ હોય?

પારંપારિક કંપનીઓમાં, લોકોના મગજ ઉત્પાદકતા તથા નફા પર એટલા બધા

કેન્દ્રિત થયેલાં હોય છે કે તેમની પાસે બીજી વસ્તુઓ તરફ તદ્દન જુદા જ પરિપ્રેક્ષ્યથી જોવા માટે સમય જ હોતો નથી. મોટા ભાગની કંપનીઓમાં ઓછામાં ઓછા મોટાભાગના કર્મચારીઓને તો એવો સમય નથી જ હોતો અને કર્મચારીઓમાં ક્રોસ - પોલીનેશન - નથી થતું. કારણ કે ખૂબ બધી કંપનીઓ જે ખરેખર મેધાવી છે તેવા લોકો માટે, કોઈ જુદી પ્રયોગશાળા અથવા વિસ્તારમાં દૂર ખાસ જગ્યા રાખે છે, જ્યાં તેઓ વ્યાપારની વસ્તુઓ સાથે ભળી ન શકે. તેઓ વિલક્ષણ મેધાવીઓને ખાસ હેતુપૂર્વક અલગ રાખીને તેમની પ્રતિભાને નવી શોધો કરવા માટે મર્યાદિત કરી નાખે છે. આ કાર્યપ્રણાલી એવી રીતે તંત્રબદ્ધ કરાય છે કે તે સર્જનાત્મકતાને સમગ્ર તંત્રમાં પ્રોત્સાહિત કરવાને બદલે હતાશ અથવા મર્યાદિત કરી નાખે છે.

કદાચ હું સ્વપ્નસેવી હોઉં, પરંતુ હું માનું છું કે ઉદ્યોગ સાહસિકતાવાળાં તંત્રો ભવિષ્યનું પ્રતિનિધિત્વ કરે છે. કારણ કે લોકો આ પ્રકારનું પર્યાવરણ માગે છે. મેં આ મારી પોતાની કંપનીઓમાં તેમજ બીજી જગ્યાઓએ પણ જોયું છે. લોકો વધુ માનવીય પર્યાવરણ ઈચ્છે છે, જ્યાં છેવટે તેમના પ્રયત્નોની કદર તો થાય. જ્યાં તેમને કશાકનો એક ભાગ હોવાની લાગણી થાય. કર્મચારીઓની સૌથી યુવાન પેઢી અને ખાસ કરીને જે સૌથી વધુ પ્રતિભાવાન છે તેવા લોકો, નવથી પાંચની નોકરી કરતાં કશુંક વધારે ઈચ્છે છે. તેઓ કશુંક હેતુપૂર્ણ ઈચ્છે છે.

## નવી શોધો માટેના કેટલાક બોધ પાઠો

આઈમેકની શરૂઆતની વાત નવી શોધો કેવી રીતે બને છે તે વિશેના ત્રણ બોધપાઠ આપે છે. એક સહયોગ કરવા વિશે, એક નિયંત્રણ રાખવા વિશે અને એક કર્મચારીઓને પ્રેરણા આપવા વિશે.

એપલના કર્મચારીઓ આખો સમય 'ઉંડાણપૂર્વકના સહયોગ' 'ક્રોસ પોલીનેશન' અથવા 'સહવર્તી ઈજનેરી' વિશે વાતો કરતા હોય છે. તેઓ એમ કહેવા માગે છે કે કોઈ ભેદભાવ, રેખામયતા અથવા પરંપરાનુંસાર તબક્કાઓ નથી હોતા. તેને બદલે, તે સમસમયિક તથા સમગ્ર હોય છે. ઉત્પાદનો પર બધા વિભાગો ડીઝાઈન, હાર્ડવેર અને સોફટવેર માત્ર એક જ સમયે અનંત વખત અવલોકન થવાનું સમાંતરે ચાલતું હોય છે. ઉત્પાદનો એક જુથથી બીજા જુથના હાથમાં પસાર થતાં નથી. જેમણે રોકાણ કર્યું છે તે બધા કાયમ માટે રોકાણકર્તા જ રહે છે. કોઈને તેમના સમાવેશમાંથી ચાલ્યા જવાનું કહેવાતું નથી.

બીજી જગ્યાઓના વ્યવસ્થાપકો તેઓ મિટિંગો પાછળ કેટલો ઓછો સમય બગાડે છે, તેના ફાંકા મારે છે. એપલ તે બધા કરતાં ઉપર છે અને તેને તેનો ગર્વ છે. "જ્યારે તમે અમે છીએ તેટલા મહત્વાકાંક્ષી હો તો, ઉત્પાદનોને વિકસાવવાનો રૂઢીગત માર્ગ કામ નથી કરતો." આ શબ્દો છે, અસામાન્ય ડીઝાઈનર જોનાથન ઈવ ના. તેઓ આગળ કહે છે. 'જ્યારે પડકારો વધુ ગુંચવણભર્યા હોય, ત્યારે તમારે ઉત્પાદનો વધુ સહકારભર્યા, અખંડભાવે વિકસાવવાં જોઈએ.'

આ ઉદાહરણમાંથી મળતો બીજો બોધપાઠ નિયંત્રણ રાખવા વિશે છે. જ્યારે એ સ્પષ્ટ છે કે સ્ટીવે આગ્રહ રાખ્યો કે આઈમેક બનશે જ અને તે માટે બધાને ઉપરતળે કરી નાખ્યા, ત્યારે તે વાત પર ધ્યાન કેન્દ્રિત કરવું તેનાથી નવી શોધો માટે તેની નિર્ણાયત્મકતા કેટલી સજ્જ હતી તે વાત તરફ આપણે દુર્લક્ષ કરી નાખીએ છીએ. જેનો પહેલાં ઉપયોગ થઈ ચૂક્યો હોય તેવી એક વ્યુહરચના એક વલણ અથવા એક ઉત્પાદન રેખા જેટલું અંતરાય ઉભું કરે તેવું બીજું કશું નથી. સફળતા જો તમને તમારી જાતનું પુનરાર્વન કર્યા કરવાની રૂઢીને અનુરૂપ થવા તરફ લઈ જતી હોય, તો તે આત્મચ્યુત કરનાર થઈ જાય છે. ઘણી વખત એવું બને છે કે આપણે એક જુદી દુનિયા કલ્પી જ નથી શકતાં, કારણ કે આપણને અગાઉ જે બન્યું છે તેની જ માનસિકતા સાથે આપણી દુનિયા તરફ જોવાની ટેવ પડી ગઈ હોય છે.

જ્યારે સ્ટીવે એપલને આઈમેકની નવી પ્રતિકૃતિનું વચન આપ્યું ત્યારે, તે કંપની ખૂલ્લાં મનની, પ્રયોગાત્મક અને નવી વસ્તુઓ અપનાવવા માટે ઈચ્છા ધરાવતી હોય તેવો આગ્રહ સેવતો હતો. "એક સદીની જૂની, એક સરખી જુની વસ્તુઓ"નું અવારનવાર પુનરાવર્તન કર્યા કરવાને બદલે કામ જુદી રીતે કરવું અથવા અલગ વસ્તુઓ બનાવવાથી ઘણી વખત વશીકરણ થાય તેવી દૃષ્ટિ ઉદ્ભવે છે, જે આપણને લલચાવે છે. આ એજ વસ્તુ છે જે નવી વ્યક્તિઓ કરી શકે. તે આપણને ઝાટકાપૂર્વક એક એવી દુનિયામાં લઈ જઈ શકે, જ્યાં ક્ષિતિજો આપણને એવી જગ્યાએ લઈ જઈ શકે જ્યાં જવા માટે આપણે આતુર છીએ. જ્યાં સર્જનાત્મકતા છે. જ્યારે સ્ટીવ એવો આગ્રહ સેવતો હતો કે તે આવું રમતીયાળ લાગતું કોમ્પ્યુટર બનાવે, ત્યારે તે આવશ્યક નિતિ નિયમોનું કડક પાલન પણ કરાવતો હતો.

એ વધુ અગત્યનું છે કે, કંપનીને નવા આઈમેકનું વચન આપીને તે આખા એપલને એક સર્વથા પ્રશંસનિય અને સશક્તિકરણ કરતું પ્રોત્સાહક બળ આપતો હતો. તે કહેતો કે એપલમાં તમે જેની પણ કલ્પના કરો તે બનાવી શકાય. સારા કર્મચારીઓને તે ખૂબ જ પ્રેરણાત્મક લાગતું

આ હતો ત્રીજો બોધપાઠ

અલબત્ત, તમારે બીજું બધું પણ કરવાનું હોય જ, સમયને માન આપતી એવી વસ્તુઓ, જે કર્મચારીઓને વ્યસ્ત રાખે અને સંતોષે. તમે તેમની પહોંચમાં રહેવા જોઈએ, તમને તેમના વિશે જાણકારી હોવી જોઈએ અને કઈ વસ્તુ તેમને પ્રેરિત કરે છે તે શીખવું જોઈએ. તમારે તેમના વિચારો, પછી ભલે તે પેકેજિંગ અથવા લખાણ વિશેના જ હોય તો પણ તેમની કદર કરવી જોઈએ. (ઉત્પાદનના પેકેજીંગ અથવા ઉપભોકતા માર્ગદર્શિકા જેવી નાની વિગતોની પણ ઉત્પાદનની સફળતા પર ઘણી મોટી છાપ ઉભી થઈ શકે છે. કેટલી વખત એવું બન્યું છે કે તમે કશુંક ખરીદ્યું હોય અને વપરાશ માટેની માર્ગદર્શિકા એટલી બધી ગુંચવણભરી લાગી હોય કે તમે તે ઉત્પાદનને એસેમ્બલ કરવાનું અથવા ઉપયોગ કરવાનું શીખવામાં કલાકો ગાળ્યા હોય?)

પરંતુ મહત્ત્વનો અંશ એ છે કે સૌ પ્રથમ તો જો તમે યોગ્ય પ્રકારના કર્મચારીઓ કામ પર રાખ્યા હોય, તો એવા પ્રકારની સંસ્કૃતિનું નિર્માણ કરવું જ્યાં તેમના વિચારોને સમજી શકવાની ખૂબ ઉંચી સંભાવના હોય. સ્ટીવના શક્તિશાળી જાદુમાં સૌથી વધુ 'રેડીયો એક્ટીવ આઈસોટોપ્સ' એ હકીકત છે કે તેણે તેના કાર્યકરોને ગળે ઉતારી દીધું છે કે તે નવી શોધોને સમર્પિત રહેશે.

સ્ટીવે ૨૦૧૦માં ઓલ થીંગસ ડીજીટલ કોન્ફરન્સમાં કહ્યું હતું, “એપલ એ એક અકલ્પનીય રીતે સહકારી કંપની છે. તમને ખબર છે એપલમાં અમારી પાસે કેટલી કમીટીઓ છે? શૂન્ય. અમારું માળખું નવું શરૂ કરનારાઓ જેવું છે. અમે આ ગ્રહ પર સૌથી મોટા નવું શરૂ કરનાર પ્રારંભકો છીએ. હું આખો દિવસ લોકોના જુથોને મળું છું અને નવાં ખ્યાલો પર અને નવા ઉત્પાદનો સાથે ઊભી થનારી નવી સમસ્યાઓ પર કામ કરું છું.”

તેનાથી વિપરિત, કેટલીક કંપનીઓ નવી શોધો માટે કચરો દાટવાની જગ્યા જેવી હોય છે. તે કચરાના ઢગલા જેવી હોય છે. જ્યાં મહાન વિચારો મૃત્યુ પામે છે. છઇઝમાં, મુખ્ય ડેવલપમેન્ટ માણસો કંપની છોડી જતા હતા, કારણ કે તેમણે ક્યારેય તેમનાં ઉત્પાદનો માર્કેટ સુધી પહોંચતાં જોયા ન હતાં. તેઓ તેમના નવસર્જિત ઉત્પાદનો, જે મને તેમણે સેવ્યાં હતા, તેને ઉપભોકતાના હાથમાં પહોંચતાં જોવા હતા, તેનો ગર્વ અને આનંદ અનુભવવા હતાં, પરંતુ તેમ બન્યું નહીં. આથી જ PARCનો ટર્નઓવરનો દર ઘણો ઊંચો હતો.

પત્રકાર લેવ ગ્રોસમેને ટાઈમ્સ મેગેઝીનમાં તે જે રીતે વર્ણવ્યું છે, તે મને ખૂબ ગમે છે. “જો તમે માઈક્રોસોફટ, ડેલ અને સોનીને એક કંપનીમાં ભેગી કરી દો, તો તમને એપલ ટેકનોલોજી સૃષ્ટિ મંડળની વૈવિધ્યતા જેવું કશુંક મળી શકે.”

૧૦

# નવસર્જનને ઝનૂનપૂર્વક ટેકો આપવો

સ્ટીવ જોબ્સની દુનિયામાં એક અથવા બે અથવા ત્રણ ઉત્પાદન વિશે વિચારનાર લોકો, કે જેને હાથ પરના ઈજનેરોના ટોળાં અથવા કારીગરો, કે જેઓ તે વિચારોને કામ કરતાં ઉત્પાદનોમાં ફેરવે છે, તેમના વડે ટેકો આપી બનાવાતાં નથી. તે સ્ટીવ જોબ્સની રીત નથી અને ક્યારેય ન હતી.

આ કશુંક એવું નથી, જેના પર થોડીકવાર વિચાર કર્યો, અને આખરે તેના વિશે તેને કોઈક ખૂબ સારો વિચાર આવી ગયો. તે હિંમતપૂર્વક સાહજિકતાથી કામ કરે છે અને પહેલેથી જ જાણતો હતો કે જો તે યોગ્ય જુથને એકત્રિત કરશે, તો તેઓ ભેગા થઈને તેનાં સ્વપ્નને વાસ્તવિક જીવનના ઉત્પાદનમાં ફેરવવા માટે પૂરતું સર્જનાત્મક બળ પૂરું પાડશે.

સ્ટીવની દુનિયામાં નવસર્જન એ એક જુથક્રિયા છે. મારે માટે આ વધુ નોંધપાત્ર હતું, કારણ કે મેં કહ્યું તેમ, આઈબીએમમાં મેં નવસર્જનની કાળી બાજુ, હતાશ કરી દે તેવી બાજુ જોઈ હતી. બીગ બ્લ્યુ પાસે દુનિયાના કેટલાક સૌથી વધારે સર્જનાત્મક વૈજ્ઞાનિકો તથા ઈજનેરો હતા. એક પછી એક બધી જ પ્રયોગશાળાઓ આવા અતિશય કુનેહવાળા લોકો વડે ભરેલી હતી. લગભગ અકલ્પ્ય કહી શકાય તેવી શ્રેષ્ઠ શ્રેણીની પ્રતિભાઓનો સમૂહ હતો. મને તે મગજ ફેરવી નાખે તેવું લાગતું. તો પછી શા માટે મને પણ તે હતાશાજનક લાગતું?

સાચી વાત : આ બધા દંગ કરી દે તેવા નવસર્જનની શક્તિવાળા લોકો નવાં ઉત્પાદનો અને વર્તમાન ઉત્પાદનોમાં સુધારા માટેના વિચક્ષણ વિચારો સાથે આવતા, જેમાંથી ભાગ્યેજ કોઈએ ક્યારેય દિવસનું અજવાળું જોયું હશે. અલબત્ત, આ મુંગી, બહેરી દુનિયામાં આઈબીએમ એક જ એવું ન હતું. કોડાક, જે ફોટોગ્રાફીના ઉત્પાદનોમાં સૌથી

આગળ હતું, તેણે તેઓ ખૂબ સારી રીતે જે કરવાનું જાણતા હતા, તે જ કરવાનું ચાલું રાખ્યું... અને ડીજીટલ પીક્ચરકીંગ અને ડીજીટલ ઈમેજ પ્રોસેસીંગના યુગને સંપૂર્ણપણે ચૂકી ગયા. જો કોડાક ઉપર છોડાયું હોય તો, આપણે હજી પણ એક કૌટુંબિક વેકેશન અથવા બાળકના સ્નાતક સમારોહ પછી ફિલ્મના રોલ સ્ટુડીયોમાં ધોવા આપતા હોતા.

સ્ટીવ એ વિશે વિચાર્યા વગર પણ સમજી ગયો હતો કે નવસર્જન એ માત્ર એક જુથ રમત નથી, આંતરિક રીતે તેમજ બહારના ભાગીદારો બંને માટે તેને ઝનૂનપૂર્વક ટેકો આપવો જરૂરી છે. જ્યારે તમે નવસર્જનને બહારના સ્રોતો માટે ખૂલ્લું મૂક્યું હોય, ત્યારે તેના પર તમારા જુથના એક ભાગ તરીકે કામ કરાયું હોય તે જરૂરી છે. એક જુથે તેના શરૂઆતના દિવસોમાં જ અમલમાં મૂક્યું હતું. જ્યારે એક "એવેન્જલીસ્ટસ્"નું જુથ એપ્લીકેશન બનાવવા માટે ડેવલપર્સ સાથે નગારા વગાડતું બહાર પડ્યું હતું.

## સંપૂર્ણ ઉત્પાદન થીયરી

પહેલા જ દિવસથી સ્ટીવ એક ફીલોસોફીને જીવી રહ્યો છે, જે સમગ્ર ઉત્પાદન વિકાસ ખ્યાલનું વિસ્તરણ છે. આ ફીલોસોફી એમ કહે છે કે તમે સફળ ટેકનોલોજી પ્રોડક્ટસનું ઉત્પાદન ન કરી શકો - એવા ઉત્પાદનો જે સારું કામ આપે અને અપેક્ષા મુજબ ટકે - સિવાય કે જે કંપની હાર્ડવેર બનાવે છે તે જ કંપની સોફ્ટવેર પણ બનાવે. મેં તેના આ વાક્યને 'ધ હોલ પ્રોડક્ટ થિયરી' નામ આપ્યું.

એક વખત તો આ સિદ્ધાંત - માન્યતા વિશે મેં સ્ટીવ સાથે દલીલ કરી. મેં વિચાર્યું કે માઈક્રોસોફ્ટ વેચે છે, તે રીતે જો અમે અમારાં સોફ્ટવેર વેચીએ તો અમારી પાસે વધુ સારા ઉત્પાદનો હોઈ શકે અને અમે સોફ્ટવેર માર્કેટ પર નિયંત્રણ કરી શકીએ.

તેણે મને હું ખોટો હતો તે બાબત ગળે ઉતારી અને આ વસ્તુ તેણે માત્ર કારણો સાથેના સ્પષ્ટીકરણ વડે જ ન કરી, પરંતુ સમયાંતરે એપલના ઉત્પાદનોની સફળતા તથા બીજા બધાની નોંધપાત્ર ઉણપ વિશેનો હું સાક્ષી બન્યો, તેવી રીતે પણ કર્યું. સોફ્ટવેરના હાર્ડવેર પર કામ કરવા શ્રેષ્ઠ દેખાવ મેળવવા માટે તમારું સમગ્ર પદ્ધતિ - સીસ્ટમ પર નિયંત્રણ હોવું જરૂરી છે. આ સિદ્ધાંત માત્ર ટેકનોલોજી કંપનીઓ માટે જ નથી, જો સ્ટીવ ગાદલાં બનાવતો હોત, તો તે માત્ર તેની ફ્રેમ તૈયાર કરીને પછી સૌથી ઓછી બોલી બોલનાર પાસેથી તેની સ્પ્રીંગ ન ખરીદત.

જો માઈક્રોસોફ્ટે હાર્ડવેર પર નિયંત્રણ રાખ્યું હોત તો તેમણે આપણે જાણીએ છીએ તે 'વિન્ડોઝ સોફ્ટવેર' કરતાં ઘણા વધુ સારા ઉત્પાદનો ઉત્પાદિત કર્યા હોત. તેઓ કોમ્પ્યુટર

હાર્ડવેર વિકસાવવાના પ્રશ્ન પર ખંતપૂર્વક સંશોધન કરતા ન હોવાથી, સોફટવેર અને હાર્ડવેરને સારી રીતે સાથે કામ કરતા કરવા માટે શું જરૂરી છે તે ક્યારેય ન સમજી શકે. વીન્ડોઝ ઓપરેટીંગ સીસ્ટમની દરેક આવૃત્તિને સતાવતો, પજવતી સમસ્યાઓ છે.

આ કંપનીએ તેમના ઉપભોકતા ઉત્પાદનો બાબતમાં તો હજી ઘણું વધારે ખરાબ કર્યું છે. તેમણે એક પછી બીજાં એવાં ઉત્પાદનો બહાર પાડ્યાં છે જે બહુ ખરાબ રીતે નિષ્ફળ ગયાં છે. ૨૦૧૦ના મધ્યભાગમાં તેમણે લગભગ બે મહિના પછી તેમના નવા સેલફોન - 'ધ કીન' માર્કેટમાંથી પાછા ખેંચી લીધા. એક ખબરપત્રીએ ઉપહાસ કર્યો હતો તેમ 'કીન'ની પછી કશું બહાર નહીં આવે - 'ધેર વીલ બી નો નેકસ્ટ ઓફ કીન.' : પરંતુ પછી તમે નવો વળાંક લો તે પહેલાં, રેડમોન્ડના માણસો આ વખતે સંપૂર્ણપણે જુદા - બીજા પ્રયત્ન - સાથે આવ્યા. 'વીન્ડોઝ ફોન ૭'ના-નવા નામ સાથે તેણે ઝડપથી ન્યુયોર્ક ટાઈમ્સના મથાળાના લેખમાં કોઈપણ જાતના વખાણ વગરના પ્રત્યાઘાત મેળવ્યા છે, 'વચન મુજબનો ફોન, પણ ખોડખાંપણ સાથેનો.' આ લેખે એવી પણ ફરિયાદ કરી કે તેનું નામ પણ ગેરમાર્ગે દોરનારું છે. તે વિન્ડોઝ નથી. તે વીન્ડોઝની જેવો દેખાતો કે કામ કરતો નથી. વીન્ડોઝ સોફટવેર ચલાવતો નથી અને તેને માટે એક વીન્ડોઝ પીસી પણ જરૂરી નથી અને જ્યારે તે 'ખરેખર કંઈક ચમકારો દેખાડે છે, ત્યારે પણ તે આઈફોન તથા એન્ડ્રોઈમાં જે સ્ટાન્ડર્ડ ફીચર્સની લાંબી લચક સૂચિ છે તે ગુમાવે છે.''

મોટાભાગના સોફટવેર લખતા ડેવલપર્સ બીજી કંપનીનાં ઉત્પાદનોમાં જવા માટે, ગોઠવણ સાથે વ્યાપારિક વલણ લે છે, જેનો ઉદ્દેશ તેમની પોતાની કંપની માટે, નહીં કે ઉપભોક્તા માટેનાં શ્રેષ્ઠ ઉત્પાદન માટે શ્રેષ્ઠ સોદો કરવાનો હોય છે.

આ દશ્યની કલ્પના કરો : તમે મોટોરોલામાં ઉત્પાદન વિકાસના વડા છો અને વીન્ડોઝ મોબાઈલ વાયરલેસ હેન્ડસેટ બનાવવા માટે તમારા ડ્રોઈડ ઉત્પાદનના માર્ગનો નકશો ચર્ચવા માટે તમે માઈક્રોસોફટ સાથે મિટિંગમાં સમય નક્કી કર્યો છે. મિટિંગ સારી જાય છે. રજુઆત વ્યાવસાયિક છે. અને માઈક્રોસોફટેના વિન્ડોઝ મોબાઈલ માટે ''લાઈસન્સ ફીમાં ખરેખર આક્રમણકારી બનવા'' વિશે વાત કરવા સાથે તેનો અંત આવે છે. તેઓ એકમ દિઠ લાઈસન્સ ફી પર ૨૦ ટકા સુધી વળતર આપવાની ઈચ્છા ધરાવે છે.

તમારી માઈક્રોસોફટ સાથેની મીટીંગના પગલે તમે ગુગલને તેમના એન્ડ્રોઈડ ઓપરેટીંગ સીસ્ટમનો તમારા સેલ ફોન માટે ઉપયોગ કરવા માટેના આયોજનો વિશે ચર્ચા કરવા માટે મળો છો. અહીં ફરી વખત, તેમની રજુઆત સારી થાય છે અને તે ખૂબ જ વ્યાવસલાયિક હોય છે. બંને પેઢીઓ પાસે શ્રેષ્ઠ સોફટવેર ડેવલપર્સ છે.

પરંતુ જ્યારે એન્ડ્રોઈડના લોકો બીઝનેસ ટર્મસ વિશે ચર્ચા કરે છે ત્યારે એક વિચિત્ર બનાવ બને છે. તેઓ સ્પષ્ટ કહે છે કે તેઓ એક ઓપન સોર્સ એન્વાયરમેન્ટ હોવાને કારણે તેઓ કોઈ પણ પ્રકારની ‘લાઈસન્સ ફી’ લેતા નથી. તેને બદલે તેઓ તમે કોઈપણ જાતની ફી વગર એન્ડ્રોઈડ હેન્ડસેટ‘ઉત્પાદિત કરો તેવું ઈચ્છે છે. ‘મફત’ એ ઘણો સારો સોદો છે. હવે ખાતરી કરવા માટે, જો એન્ડ્રોઈડ કંઈ કામનું ન હોય, તો મફતનો કોઈ અર્થ નથી, પરંતુ જો આ સોફ્ટવેર પથ્થર જેવું નક્કર નીવડે, તો ‘મફત’વાળો સોદો ખરેખર ખૂબ સારો સોદો હશે.

ડ્રોઈડના ઉપભોક્તાઓ તેમના ફોનને પરેશાન કરતી સમસ્યાઓ વડે હતાશ હોવાનું વલણ ધરાવે છે. હું એક જોડીયા ભાઈઓને જાણું છું, જે બંને મોટોરોલા ડ્રોઈડ ખરીદી લાવ્યા. તેમની બંનેની વચ્ચે *આઠ* ફોન હતા. મોટોરોલા, તેના એકમો બરાબર કામ ન આપતા હોવાને કારણે તે બદલાવી આપતું હોય છે. ફોનને ‘ફેક્ટરી ફોલ્ટ સ્ટેટસ’માં પાછા આપવા જેવા કોઈ પણ પગલાં વડે સમસ્યા ઉકેલી શકાઈ નહીં. તો પછી વાંકમાં કોણ છે - મોટોરોલા કે ગુગલ / ગ્રાહકને ખબર નથી કે તેણે કોને દોષ દેવો.

આઈફોનના વપરાશકર્તાઓ ડ્રોપ્ડ કોલ્સને લીધે પરેશાન હોઈ શકે છે, પરંતુ તે મુખ્યત્વે એ ટી એન્ડ ટીની સેવાનો દોષ છે. ડ્રોઈડના પ્રકારની સમસ્યાઓ કે જેમાં સાધન આપવું જોઈએ તેવું કામ આપતું નથી તેવું જવલ્લેજ બને છે. હા, આઈફોન-૪ને જ્યારે બહાર પાડવામાં આવ્યો ત્યારે તેના એન્ટેનાનો પ્રશ્ન હતો ખરો. મેં તેને થોડીક હદ સુધી દબાવી દીધો. સ્ટીવ તેની તબીયતના કારણે વધુ સમય તેનાં કુટુંબ સાથે વિતાવતો હતો અને વિગતો પર અસામાન્ય સ્તરનું ધ્યાન આપવાની કેટલીક સત્તા જે તે ભૂતકાળમાં હંમેશા પોતાના ખભા પર રાખતો હતો, તે પોતાના વિશ્વાસુ અમલદારોને સોંપી હતી.

બીજું, ધંધાનાં બધાં પાસાંમાં જ્યારે તમને પ્રથમ નંબરના સ્થાન ધરાવનાર ગણવામાં આવે, ત્યારે તમારે પ્રથમ નંબરની જેમ વર્તવું જરૂરી છે. માધ્યમોને સીધા વાર્તાલાપની ઉંચી અપેક્ષા હોય છે. એપલ તત્કાલ પ્રત્યાઘાતો સાથે આગળ આવતું ન હતું અને બધાએ અપેક્ષા રાખી હતી તે મુજબ જવાબદારી સ્વીકારતું ન હતું. અને આ મૌનના શરૂઆતના સમયગાળા દરમ્યાન માધ્યમો આખી કંપની પર તુટી પડ્યા. એક અંદરના સ્ત્રોતે મને કહ્યું કે જેવા એન્ટેના સમસ્યા વિશેના સમાચારો વેબ પર અને માધ્યમોમાં દેખાવા શરૂ થયા કે આઈફોનના વડા ઉપાધ્યક્ષ ને સ્ટીવનો એક ટૂંકા સંદેશ સાથેનો ફોન મળ્યો. “આપણે એપલમાં આવી રીતે કામ કરતા નથી.” હું તે સમજ્યો છું ત્યાં સુધી તે ઉપાધ્યાક્ષને નોકરીમાંથી બહાર કરવામાં આવ્યો, તે હવે એપલમાં કામ કરતો નથી.

## કંપનીની બહાર જવું

એપલમાં 'સંપૂર્ણ ઉત્પાદન' એ વાક્યાંશનો અર્થ માત્ર સાધન કરતાં ઘણો વધારે છે. તેનો અર્થ તે સાધનના ઉપયોગનો સમગ્ર અનુભવ એવો થાય છે. ઉત્પાદનને એવી રીતે ડીઝાઈન કરવાનું ધ્યેય છે, જેથી તે જીવનમાં સ્વાભાવિક રીતે બંધબેસી જાય. લોકો તેને અપનાવી લે તેવી અપેક્ષા રાખવાને બદલે લોકો રાબેતા મુજબ વસ્તુઓનો ઉપયોગ કરે. એક સ્વાભાવિક, સાહજિક અને સરળ સંતોષની ભાવના સર્જવાનું લક્ષ્ય છે.

૨૦૦૦ની સાલ સુધીમાં એપલે 'સંપૂર્ણ ઉત્પાદન' વલણ વિશે પડકારનો સામનો કર્યો. કોઈપણ કંપની બધું જ ન કરી શકે, ખાસ કરીને જ્યારે તે ગંભીર નાણાંકીય પરિબળનો સામનો કરતી હોય અને એપલની ખાતાવહીનું એક પાનું સતત કંગાળ દેખાતું હતું. મેકિન્ટોશ હજી પણ કોમ્પ્યુટર માર્કેટમાં ૩ ટકા કરતાં ઓછો હિસ્સો ધરાવતું હતું. સ્ટીવ એવી એપ્લીકેશન્સ મેળવવા માટે વ્યાકુળ હતો, જે વિન્ડોઝના વપરાશકારોને મેક પર આંવી જવા માટે ખેંચી લાવી શકે.

એ સ્વાભાવિક છે કે સંગીતનો ચાહક સ્ટીવ તમારી સુરાવલીઓના સંગ્રહ રાખવા માટે, અને તમે ઝડપથી તેનું સ્થાન શોધી કાઢો અને તમે જેને શોધતા હો તે તરત જ સંગ્રહી શકો તે માટે એક ચઢીયાતું મ્યુઝીક સોફ્ટવેર પેકેજ આપવાના વિચાર પર આવશે જ.

કેનન સાથે લેસરરાઈટરનો સોદો થયો ત્યારથી જ સ્ટીવને ગળે ઉતરી ગયું હતું કે કંપનીની અંદર જ વસ્તુ વિકસાવવાનો એક સમય હોય છે અને બહાર પહેલેથી જ શું છે તે જોવાનો પણ સમય હોય છે.

તે સમયે માર્કેટમાં કસાડી એન્ડ ગ્રીન (સી એન્ડ જી) વડે વિકસાવાયેલ સાઉન્ડ જામ એમપી, એ આગળ પડતું એમપીઉ મ્યુઝીક સોફ્ટવેર ઉત્પાદન હતું. તે સીલીકોન વેલીની એક નાની પેઢી હતી. જેણે ઘણી બધી મેકિન્ટોશ ગેમસ પણ બનાવી હતી. સાઉન્ડજામના મુખ્ય પ્રોગ્રામર જેફ રોબીને એક સમયે એપલમાં કામ કર્યું હતું. સાઉન્ડજામ એમપી માર્કેટનો ૯૦ ટકા હિસ્સો ઉત્પાદિત કરતું હતું અને મોટી સફળતા બની રહ્યું હતું.

એપલે સાઉન્ડજામના હક્કો ખરીદવા વિશે 'સી એન્ડ જી'નો સંપર્ક કર્યો. આ સોદાના ભાગરૂપે જેફ રોબીનને એપલમાં પાછો લેવામાં આવ્યો અને તેને નવા ઈન્ટરફેસ બનાવવાનું સોંપવામાં આવ્યું. જ્યારે સોફ્ટવેરની એપલ આવૃત્તિ "આઈટ્યુન્સ" નામથી મેકવર્લ્ડમાં જાન્યુઆરી ૨૦૦૧માં મૂકવામાં આવી, ત્યારે તે અત્યંત લોકપ્રિય પુરવાર થઈ.... છતાં તે ઉપભોક્તાઓની ટેવોમાં જે ક્રાંતિ લાવવાની હતી તેની કલ્પના બહુ ઓછા

કરી શક્યા હશે, અથવા કદાચ સ્ટીવ જોબ્સ અને તેની આઈટ્યુન્સ જુથ સીવાય બીજા બહુ ઓછા લોકો તે કલ્પના કરી શક્યા હશે.

તે સમયે આઇ-ટ્યૂન્સ એકલ ઉત્પાદન જેવું લાગતું હતું. આજે આપણે તેને સ્ટીવની ઉત્પાદન વ્યૂહરચનાના પ્રથમ હપ્તા તરીકે ઓળખીએ છીએ.

## ઉત્પાદન વિશેના નિર્ણયો

સ્ટીવ કાર્નેગી મેલન યુનિવર્સિટીમાં માક કેર્નેલ નામથી ઓળખાતા વધુ સારાં સોફટવેર ઉપર થતાં કામ સાથે સંપર્કમાં રહેતો હતો : કેર્નેલ એ ઓપરેટીંગ સીસ્ટમનો કેન્દ્રવર્તી ભાગ છે અને સ્ટીવે કાર્નેગી મેલનમાં થઈ રહેલા કામ વિશે પુરતી જાણકારી મેળવી હતી. અને તે માનતો હતો કે આ પેકેજ પર્સનલ કોમ્પ્યુટર માટે નવી પેઢીની ઓપરેટીંગ સીસ્ટમનો પાયો બનવા માટે શ્રેષ્ઠ પ્રાપ્ય સોફટવેર બને તેવી શક્યતા છે. આથી એપલ છોડતાં પહેલાં તેણે એક 'ક્રે' સુપર કોમ્પ્યુટરને માક કેર્નેલ આધારિત ઓપરેટીંગ સીસ્ટમ વિકસાવવાનું કામ શરૂ કરવાનો આદેશ આપ્યો હતો. (તે કેટલાંક ઘર્ષણોનું કારણ બન્યો હતો. સ્ટીવ પાસે વધુમાં વધુ ૧૦મીલીયન ડોલર્સ સુધી ખર્ચ કરવાની સત્તા હતી અને 'ક્રે' ૧૨ મીલીયન ડોલર્સની કિંમતે પડ્યું હતું.)

માક કેર્નેલ સાથે તે એપલમાં કામ કરી ન શક્યો, પરંતુ તે નેક્સ્ટમાં જે નવાં કોમ્પ્યુટર બનાવવાનો હતો તેને માટે તેને જેની જરૂર પડવાની હતી તે ઓપરેટીંગ સીસ્ટમનો પાયો બનાવવા માટેના દ્વાર ખૂલી ગયા હતા. તેણે કાર્નેગી મેલન પર માર્ક કેર્મેલ પર થઈ રહેલા કામના એક નેતાને શોધી કાઢ્યો. તેનું નામ અવાડીસ તેવેનીયન, જુનીયર અવી હતું, અને તે ગણિતમાં પૂર્વસ્નાતકની ઉપાધી તથા કોમ્પ્યુટર સાયન્સમાં સ્નતકોત્તર તથા પી.એચ.ડી.ની ઉપાધી ધરાવતો હતો અને તેના પૂર્વ સ્નાતક દિવસોથી તે માક કેર્નેલના મુખ્ય વિકાસકર્તાઓમાંનો એક હતો. અવીએ કહ્યું કે, 'તે સીલીકોન વેલી આવી જશે અને એપલ માટે કામ કરશે.'

એવી પાસે સ્ટીવ જે કરવા જઈ રહ્યો હતો તે માટેની ચાલાકી, અનુભવ, ચાલકબળ તથા ઉત્સાહ હતાં. આ તેમને બંનેને માટે સારો નિર્ણય પુરવાર થયો. એવી નેકસ્ટસ્ટેપ ઓપરેટીંગ સીસ્ટમ સોફટવેર બનાવવા પાછળનું મુખ્ય ભેજું બનવાનો હતો. (અલબત્ત તે માક કેર્નલ પર આધારિત હતું). તે સોફટવેર નેકસ્ટ માટે તથા સ્ટીવ માટે હેઈલ મેરીના પાસ જેવું પૂરવાર થશે. જ્યાં તે મેકિન્ટોશ ઓપરેટીંગ સીસ્ટમ, ઓએસ એક્સ ('ઓએસ નેટ')ની નવી આવૃત્તિના સર્જનનો વડો બનશે. તે સમયે સ્ટીવ અથવા અવી કોઈ પણ

કલ્પના નહીં કરી શક્યા હોય કે ઓએસ એકસની બનાવાયેલી આ આવૃત્તિ દુનિયાના સૌથી ગ્રાહક પ્રિય, સૌથી વિકસિત સેલફોનના વિકાસને શક્ય બનાવશે.

કોઈ પણ વર્ષમાં, સ્ટીવના ઈજનેરો અને ઉત્પાદન જુથના નેતાઓ સેંકડો વિચારો ધ્યાન પર લેતા, જેમાંથી થોડાક જ તેજસ્વી જણાતા. પરંતુ એક ક્ષણ માટે, મને એક ચોક્કસ વિચાર જે સ્ટીવના નિર્ણય 'આપણે *આ* કરવા જઈ રહ્યા છીએ'ની તરફ દોરી જનાર વિચારનાં મૂળ તરફ નજર કરવાનું ગમશે.

હંમેશા ટેકનોલોજીની કટીંગ એજ પર બારીક નજર રાખીને એપલનું જુથ જ્યારે કોઈ ચોક્કસ નવા ઉત્પાદન બનાવવા માટેના બધા તત્ત્વો ઉપલબ્ધ બને ત્યારે તુટી પડવા તૈયાર હોય છે. એક વખત આઈટ્યુન્સ અસ્તિત્વમાં આવ્યું એટલે સ્ટીવ, રૂબી અને તેનું જુથ આઈટ્યુન્સનો ઉપયોગ થાય તેવા એક એમપી-૩ જેવા સાધન કે જે મુળ મેકિન્ટોશ જેવું આકર્ષક અને નવા ચીલો પાડે તેવું હોય, તેના ઉત્પાદન વિશે વિચારવા લાગ્યા. પરંતુ તેને માટે જરૂરી ભાગો તેમની પાસે ન હતા.

સ્ટીવે વચગાળાના સીઈઓ બન્યા પછી કેવી રીતે એપલ ઉત્પાદનોમાંથી ઘણા બંધ કરાવ્યાં, તે વિશે આપણે અગાઉ જોઈ ગયા છીએ. જે રાખ ભરેલા ડબ્બા જેવા થઈ ગયા હતા, તેવા ઉત્પાદનોમાં તેમાં એક કંપનીનું નવો ચિલો પાડનાર 'પીડીએ ન્યુટન' હતું, જેને સ્ટીવે કચરામાં ફેંકી દીધું હતું. કારણ કે તેને લાગ્યું કે તે એક મધ્યવર્તી ઉત્પાદન ન હતું.

છતાં થોડા વર્ષો પછી, જ્યારે એપલ નાણાંકીય રીતે વધુ સધ્ધર સ્થિતિમાં હતું. ત્યારે ચિત્ર બદલાઈ ગયું હતું. પીડીએ માટેની માર્કેટ વધી રહી હતી. સહેલાઈથી લઈ જવાય તેવા મ્યુઝીકલ પ્લેયર્સનું વેંચાણ ખોડંગાઈ રહ્યું હતું. પીડીએ મ્યુઝીકપ્લેયર કરતાં વધુ સારી તક તરીકે જોવાઈ રહ્યા હતા. પરંતુ સ્માર્ટ ફોન્સની બજાર ચાલી નીકળી તેના ઘણા સમય પહેલાં સ્ટીવને ખ્યાલ આવી ગયો હતો કે લોકો પીડીએનો જેને માટે ઉપયોગ કરતા હતા, તે વસ્તુઓ સેલફોન કરી શકશે. તે એવી અપેક્ષા રાખવા લાગ્યો કે પીડીએની માર્કેટ ધોવાઈ જશે. તેણે પીડીએ તરફ પીઠ ફેરવી લીધી અને તેની દૃષ્ટિ બીજે ક્યાંક ટેકવી.

સ્ટીવ અને રૂબીન્સ્ટેઈન જ્યારે નવાં ઉત્પાદન માટે આસપાસ નજર કરતા હતા, ત્યારે તેમણે ડીજીટલ સ્ટીલ, વીડીયો કેમેરા, મ્યુઝીક પ્લેયર્સ અને સેલફોન વડે બનતી સર્જનાત્મક ડીઝાઈન્સ જોઈ. માત્ર એ જોવા માટે કે તે ક્યાં સુધી લઈ જાય છે, રૂબીએ આ બધાં સાધનો માટે વિવિધ કંપનીઓ જે હાર્ડવેર તથા સોફટવેરનો ઉપયોગ કરતી હતી તેના મૂલ્યાંકનનું કામ કરવા માટે જુથો ગોઠવ્યા. તેણે જાણ્યું કે કેમેરા પાસે પૂરતાં ઉચિત સોફટવેર હતા, પરંતુ ડીજીટલ મ્યુઝીકપ્લેયર માટે રૂબીએ કોર્નેલ એન્જીનીયરીંગ

મેગેઝીનને કહ્યું કે, "ત્યાં જે હતું તે ભયાનક હતું. તે મોટા અને ભારેખમ હતા. વપરાશકર્તા માટેના ઈન્ટરફેસ ભયાનક હતા."

દરમ્યાન સ્ટીવ મ્યુઝીકલ પ્લેયરનાં માર્કેટના ચૂંબકત્વની ભાવનાની પકડમાં આવી ગયો હતો. તેનાથી પણ વધુ સારી વાત એ હતી કે તે માર્કેટ ઘણું આકર્ષક હતું કારણ કે સ્પર્ધા ખાસ ડરામણી ન હતી અને એવું લાગતું હતું કે માર્કેટ ઉપભોકતાઓના અનુભવોમાં ક્રાંતિ લાવી દે તેવાં એક ઉત્પાદન વડે સંપૂર્ણ તાબે થવા તૈયાર હતી.

કેટલીક વખત મોટાભાગે બધી વસ્તુ એક વિચારને સક્રિય વિકાસ યોજનામાં બદલવા માટે યોગ્ય લાગે છે. સિવાય કે ટેકનોલોજીમાં થોડું અંતર હોય અને એક-બે આવશ્યક વસ્તુઓ એપલના ધોરણો મુજબ ન હોય. પરંતુ આ વખતે બધા ગ્રહો સવળા હતા.

જાપાનમાં તોશીબાની મુલાકાત લીધે બહુ વખત નહોતો થયો, કંપની વિવિધ એપલ ઉત્પાદનો માટે હાર્ડડ્રાઈવ્સ પૂરાં પાડતી હતી. તે વિશે રૂબી ચર્ચા કરતો હતો, જ્યારે એક નાનકડા ૧.૮ ઈંચના હાર્ડ ડ્રાઈવ - એક વિકાસ પામતા ઉત્પાદનનો ઉલ્લેખ કરવામાં આવ્યો. શું રૂબીન્સ્ટેન સાનને લાગ્યું કે તે કદાચ આનો કોઈ ઉપયોગ શોધી શકશે ? જાણવા મળ્યું હતું કે આ નાનું ડ્રાઈવ પાંચ ગીગાબાઈટના ડેટા સંગ્રહી શકે છે. તે સમયે તે ખૂબ જ આશ્ચર્યકારક હતું. હવે એપલે આ હાર્ડ ડ્રાઈવ માટે તોશીબા સાથે માત્ર પોતાની રીતનો હોય તેવો સોદો કર્યો.

તદ્દન નાની બેટરી ઉપલબ્ધ બની ગઈ હતી, કે જે આ સાધનને પૂરતા લાંબા સમય સુધી ઉર્જા આપી શકે જેથી ઉપભોક્તાને માત્ર થોડાંક ગીતો સાંભળ્યા પછી ફરી બેટરી ચાર્જ કરવા માટે પ્લગ ભરાવવાં નહીં પડે.

અને એક વધુ આવશ્યક તત્ત્વ - ટેકનોલોજીનો એક નાનકડો ભાગ જેના વિશે બહુ ઓછા લોકો જાગ્રત હશે, પરંતુ બધા તેની ઉજવણી કરશે. વર્તમાન એમપી-૩ પ્લેયર્સમાં તમારી સંગીત લાયબ્રેરી ડાઉનલોડ કરવામાં કલાકો લાગી જતા, પરંતુ 'ફાયરવાયર' ટેકનોલોજી, જેને વિકસાવવામાં એપલે આગળ પડતો ભાગ ભજવ્યો હતો, તેણે હવે તે મીનીટોમાં ડાઉનલોડ કરવાનું શક્ય બનાવ્યું હતું. આ તત્ત્વો સાથે મળીને એક નાના, આકર્ષક આઈપોડની વાસ્તવિકતાનું સર્જન કરશે.

એપલના સોફ્ટવેર તજજ્ઞો એક નાટકીય રીતે વધુ સારું પોર્ટેબલ સંગીત માટેનું સાધન સર્જી શક્યા. તે ઉપરાંત કંપની પાસે ઉમદા ઈન્ડસ્ટ્રીયલ ડીઝાઈન માટે માણસો તથા

નાનકડી વસ્તુઓ ઘડનાર પ્રખર બુદ્ધિશાળીઓ હતા.

રૂબીએ કહ્યું, ''આમ સ્ટીવે મને કહ્યું કે જા, અને એક મ્યુઝીક પ્લેયર બનાવ.''

એક ખૂબજ ઈચ્છિત ઉત્પાદન પર કામ કરવાની કલ્પના કરો કે જેને વિકસાવનાર જુથના સભ્યો તેને પુરું કરવાની ધીરજ પણ રાખી શકતા ન હતા, જેથી તે દરેકને તેમનું પોતાનું એક સંગીત સાધન મળે. અને પછી જે બન્યું, તે આઈપોડ કહેવાયું. તમારી મ્યુઝીક લાયબ્રેરીનો એક મોટો ભાગ તમારી સાથે લઈને ફરી શકવાનો વિચાર અત્યંત મોહક હતો.

જોનાથન ઈવ તેને વર્ણવે છે તે મુજબ, ''યોજના પર કામ કરતા બીજા બધાની જેમજ હું પણ મચી પડ્યો હતો. એટલા માટે નહીં કે તે એક પડકાર હતો, પડકાર તો હતો જ, પરંતુ મારે પણ એક (આઈપોડ) જોઈતું હતું. અને મને યાદ નથી કે છેલ્લે ક્યારે અમે સામુહિક રીતે આઈપોડ પછી જે મોજ મજા કરી હતી તેવી બીજાં કયાં ઉત્પાદન પછી કરી હતી.''

પરંતુ સ્ટીવે આ ઉત્પાદનને તરતું મૂકવા માટે તૈયાર રાખવાની માગણી કરી હતી, જેથી તેને ૨૦૦૧ની ક્રીસમસની ખરીદીની મોસમ દરમ્યાન વેંચી શકાય. તેણે આઈપોડ ટીમને તે બનાવવા માટે માત્ર દસ મહિના જેટલો સમય આપ્યો. એક ન માની શકાય તેટલું ટુકું સમયપત્રક !

એપલ માટે ડીઝાઈનનો પડકાર એ સિદ્ધ કરવાનો હતો કે ઘણા વધુ સારા દેખાવ સાથે સર્કીટને સંકોચીને એવડા પેકેજમાં મૂકવી કે સીગરેટના એક પેકેટ કરતાં તે ખાસ વધુ મોટું ન હોય.

મૂળભૂત ખ્યાલને યોગ્ય જગ્યાએ મૂકવામાં બહુ સમય ન લાગ્યો, પરંતુ પછી એપલને એવા કાંઈકની જરૂર હતી, જે ડીઝાઈનમાં મદદ કરે. આ ક્રિયાની ઘણો નજીક હતો તેવા એક સભ્યના કહેવા મુજબ, રૂબીએ બેઠક બોલાવી. એક શક્ય ઉમેદવારે હમણાં જ બીજે ક્યાંક નોકરી લીધી હતી, પરંતુ તેણે રૂબીને ટોની ફેડેલ સાથે વાત કરવાનું સૂચવ્યું. રૂબીએ કેટલાક ફોન કર્યા અને તેને એક સ્કી પ્રવાસની અધવચ્ચે આંતર્યો. તે વાતચીત કરવા માટે આવ્યો. ટોનીએ પછીથી કહ્યું હતું કે રૂબીએ તેને શેના પર કામ કરવાનું છે તે કહ્યું ન હતું, પરંતુ શરૂઆતમાં તેને એક સલાહકાર તરીકે કામ પર રાખ્યો.

એપલની બધી યોજનાઓની માફક બધા મુખ્ય ખેલાડીઓ - સ્ટીવ, રૂબી, જેફ રોબીન્સ અને ફીલ સ્કીલર આ બધું એક સાથે કેવી રીતે મૂકવું તેના પર ભેજું કસતા હતા.

પરંતુ અલબત્ત સ્ટીવ 'એક ઓફીસમાં બેસીને તેનું જુથ પુરું થયેલ ઉત્પાદન સાથે આવે' તેની રાહ જોતો બેસી રહે તેવો નિષ્ક્રિય અમલદાર ન હતો. તમે આ પાનાંઓમાં તેના વિશે જે વાંચ્યું છે તે ઉપરથી તમે અપેક્ષા રાખી હશે તેમ, આઈપોડના વિકાસમાં તેનો ઘનિષ્ટ અને સતત સમાવેશ હતો. તે તેની માર્કેટીંગ માટેની જરૂરિયાતો માટેની સહજ સમજણ અને આંખ આંજી નાખે તેવી ડીઝાઈન માટેની માંગણી વડે ટીમને આગળ દોરી જતો હતો.

આ યોજનાઓમાં તે તેની આખી કારકિર્દીનો આગ્રહ, કે ઉત્પાદન ઉપયોગમાં નોંધપાત્ર રીતે સરળ હોવું જોઈએ - લાવ્યો. જો તે ઈચ્છતો હોય તે ગીત મેળવવા માટે ત્રણ વખત બટન દાબવાં પડે તો તે મિજાજ ખોઈ બેસતો, જો મેનુ બરાબર ઝડપથી ન દેખાય તો આગબબુલા થઈ જતો અને જો સંગીતની તદ્રુપતા વખણાય તેવી ન હોય તો તે તકાજો કરતો.

ભલે ઉત્પાદન સમય પત્રકને અનુસરતું હતું, પરંતુ આઈપોડને વિકસાવવાના પાછલા સમયમાં, જુથે એક પ્રાણઘાતક ખામી શોધી કાઢી, તે સાધન જ્યારે બંધ કરી દેવામાં આવે ત્યારે પણ બેટરીમાંથી ઉર્જા ખેંચતું હતું. એક વખત ચાર્જ કર્યાના ત્રણ કલાકમાં બેટરી ખાલી થઈ જતી, વપરાઈ જતી હતી. જ્યારે ઈલેક્ટ્રોનિક સર્કીટ પૂરી થયેલી જાહેર કરવામાં આવી અને એસેમ્બલી લાઈન્સ ગોઠવાઈ ગઈ હતી ત્યારે અચાનક આ શોધ આવી પડી. આ સમસ્યાને કેમ સરખી કરવી તે ગણતરી કરવામાં અઠવાડિયાંઓ લાગ્યાં. એક બહારની કંપનીમાંથી આવેલ મુખ્ય કાર્યકર્તા યાદ કરે છે, 'આઠ અઠવાડિયા સુધી તેમણે વિચાર્યું કે તેમની પાસે એક માત્ર ૩ કલાક ચાલે તેવું આઈપોડ હતું.'

## સમય સાચવવાનો પડકાર

બાહ્ય ઘટનાઓની શ્રેણીએ આવનારા આઈપોડ લોન્ચને ધુંધળું કરી નાખ્યું. ઓક્ટોબરના અંત ભાગમાં ઈન્ટેલે તેઓ ઉપભોક્તા ઈલેક્ટ્રોનિક વ્યાપારમાંથી બહાર નીકળી જાય છે, તેવું જાહેર કર્યું. ઈન્ટેલ તેની ઈજનેરી તેજસ્વીતા અને માર્કેટીંગ સાવી લોકોને કારણે વિખ્યાત હતું... છતાં હવે તે સ્વીકારતું હતું કે ઈલેક્ટ્રોનિક્સના ધંધામાંથી કેવી રીતે પૈસા બનાવવા તે તે નક્કી કરી શકતું નહતું. અને તેના એક વિભાગના ઉત્પાદનોમાં એક હતું, પોર્ટેબલ એમપી-૩ પ્લેયર.

ઈન્ટેલનો આ નિર્ણય બીજા કાયદાકીય તથા આર્થિક સંદર્ભોના કામકાજના પગલે આવ્યો હતો. 'ડોટ કોમ'નો પરપોટો ફૂટી ગયો હતો અને તેની સાથે જ હાઈટેક ઉદ્યોગને

નિષ્ફળ ગયેલી કંપનીઓના કાટમાળ અને બેકાર તથા ઘાયલ જેવા થઈ ગયેલા ઈજનેરોની સેનાને છોડી ગયો હતો. એ બધા ઉપરાંત સંગીતના કોપીરાઈટનું ઉલ્લંઘન તથા રોયલ્ટીની ચૂકવણીમાં નિષ્ફળતાના દાવાથી કોર્ટો ઉભરાતી હતી.

સૌથી ખરાબ બાબત એ હતી કે તે ૨૦૦૧નું વર્ષ હતું. વર્લ્ડ ટ્રેડ સેન્ટર પર ૧૧ સપ્ટેમ્બરે થયેલ કરૂણ આતંકવાદી હુમલો આઈપોડના લોન્ચના સમયના બરાબર એક મહિના પહેલાં જ થયો હતો. અમેરિકનો આવી ઘટનાનો અમેરિકા માટે શું અર્થ થાય તે વિચારીને સ્તબ્ધ, ભયત્રસ્ત અને ડરેલા હતા. રાષ્ટ્રના શોકગ્રસ્ત લોકો, આવો જ વિનાશક હુમલો બીજે ક્યાંક કરવાનું આયોજન થઈ ચૂક્યું હતું અને તે કરવાની તૈયારી જ હતી કે શું તે વાતથી ચિંતિત હતા.

હાઈ પ્રોફાઈલ આઈપોડને રજુ કરવાના, જે માત્ર એક મહિના પછી જ કરવાનું હતું, બધાં આયોજનો તૈયાર થઈ ગયા હતા. સ્ટીવે તેના ફાંડકાં નાનકડાં મ્યુઝીક પ્લેયરની પ્રથમ ઉપસ્થિતિ માટે આગળ વધવું કે નહીં તે નિર્ણયનો સામનો કરવાનો હતો.

છતાં, એક નવા જન્મની જાહેરાત કરવા જેવું હૃદયસ્પર્શી કશું જ નથી. ભલે દુનિયા તહસ નહસ થઈ જતી હોય, પરંતુ સ્ટીવ જોબ્સ તેના આયોજનને વળગી રહ્યો.

## તમારાં ઉત્પાદન માટે પરિવર્તનકર્તા બનવું

સ્ટીવીયન પરંપરા મુજબ એપલનાં મુખ્યમથક પર ઓક્ટોબરની ૨૩મીએ સ્ટીવ માત્ર આમંત્રિતોના શ્રોતાગણ સામે ઉપસ્થિત થયો અને દુનિયાને તેનું સુંદર નવું બચ્ચું, આઈપોડ આપ્યું જે જાણે ફ્રેડ એસ્ટાયરના ટેપ ડાન્સ જેવું હળવું અને ચપળ હતું.

બહુ જલ્દી એપલના નવરચનાકારો અને સ્ટીવ પોતે આખી દુનિયાના લોકોને તેના ખૂબ સુંદર, શ્વેત ઈયરફોન પહેરીને ઝુમતા જોવાના હતા.

સ્ટીવ જોબ્સ તેના જુથને નવસર્જનના એક નવા ધોરણ તરફ દોરી ગયો હતો અને સંપૂર્ણ ઉત્પાદન જુથ – માત્ર આંતરિક લોકા જ નહીં બહારના લોકોમાં પણ પરિવર્તન આણ્યું હતું.

હું તેને જાણતો હતો ત્યાં સુધી હંમેશા એક ઉત્પાદનને તરતું મૂકતી વખતનો તેનો દેખાવ મારા મનમાં ‘એલ્મર ગેન્ટ્રી’ પીક્ચરની યાદ અપાવતો, જેમાં બર્ટ લાન્કેસ્ટર ‘હેલફાયર એન્ડ બીમ સ્ટોન’ની ભૂમિક ભજવતો હતો, જે વિશ્વાસુ લોકોને મુગ્ધ કરવા તથા શંકાશીલ લોકોના મત ફેરવી નાખવા માટે બહાર પડેલો પરિવર્તનકાર હતો. સ્ટીવ

જોબ્સ, એપલને વફાદાર લોકોને મુગ્ધ કરવામાં અને કોઈ પણ શંકાશીલ વ્યક્તિનું મન ફેરવી નાખવામાં નિપુણ એવો શ્રેષ્ઠ ઉત્પાદન પરિવર્તનકાર હતો.

## વધુ મોટા વર્તુળોમાં

જ્યારે સંજોગોનો તકાજો હોય ત્યારે, સ્ટીવે એક સામે એક અથવા એક સામે થોડાકની પરિસ્થિતિમાં એકદમ પરિવર્તનકાર શો-મેન જેવો છે. તેની સંગીત ઉદ્યોગના મોટા ખેલાડીઓ સાથેની વાટાઘાટો, જે આઈટ્યુન્સ મ્યુઝીક સ્ટોરને શક્ય બનાવવા માટે ઘણી કટોકટીભરી હતી, તે નવસર્જનનને પરિવર્તિત કરવાની અને સંપૂર્ણ ઉત્પાદનને સંપૂર્ણ અનુભવ તરીકે જોવાનો કેસ સ્ટડી પૂરો પાડતી હતી. સ્ટીવની ગ્રાહકો સાથે સંપૂર્ણ તદાત્મ્યની સ્થાપના એટલે તે આઈટ્યુન્સ મ્યુઝીક સ્ટોરના અનુભવના દરેક ભાગને, તેનાં સર્જનથી લઈને તેના વેચાણ, તેના ઉપયોગ, તેની રોજ રોજની ખરીદી સુધી જાણે વધુ ને વધુ એક સમગ્ર પદ્ધતિના ભાગ તરીકે જોતો હતો.

તે સમયે સંગીતમાંથી મળતો નફો હવામાં લટકતો હતો અને તેણે માત્ર ૨૦૦૨માં શેરબજારમાં ૮.૨ ટકાની ચેતવણી ભરી ડુબકી મારી હતી. પાંચ મોટી રેકોર્ડ કંપનીઓ અને તેના ધંધાદારી સાથીદારો, 'ધી રેકોર્ડીંગ ઈન્ડસ્ટ્રી એસોસીએશન ઓફ અમેરિકાએ' (RIAA), આ અવનતીનોં દોષ નેપસ્ટર અને તેના સંબંધીઓ વડે શક્ય બનાવાયેલ પાયરસી પર ઢોળ્યો.

RIAA કોર્ટમાં ગઈ અને તેણે નેપસ્ટરને બંધ કરાવ્યું. પરંતુ બીજી આવી ફાઈલમાં હિસ્સેદારી કરતી સેવાઓ, જેવી કે 'કાઝા' કે જે મધ્યવર્તી સર્વર વગરનાં મોડેલના વિતરણોનું કામ કરતી હતી. તેમાંથી છૂટકારો મેળવવો તે ઘણું વધારે મુશ્કેલ સાબિત થઈ રહ્યું હતું. આરઆઈએએના વ્યક્તિગત અને સંસ્થાગત નિયમભંગ કરનારાઓ સામેના કાયદેસર પગલાં જનસંપર્ક માટે હોનારત પૂરવાર થઈ રહ્યાં હતાં, જે સંગીતના વ્યાપારને તેના ચાહકો, તેમના ગ્રાહકો માટે મોંઘા પડી રહ્યા હતા.

દરમ્યાન, ઉદ્યોગની મહત્ત્વશીલ વ્યક્તિઓ તેમની પોતાની ઓનલાઈન સંગીત વિતરણ પદ્ધતિ બનાવવાનો પ્રયત્ન કરી રહી હતી. મોટી પાંચ રેકોર્ડ કંપનીઓમાંની ત્રણ કંપનીઓ ટાઈમ વોર્નર, ઈ.એમ.આઈ. તથા બર્ટલસ્માને તેમનું પોતાનું સાહસ 'મ્યુઝીક નેટ' બહાર પાડ્યું. જ્યારે બાકીની બે 'સોની' અને 'યુનિવર્સલ' સ્પર્ધાત્મક 'પ્રેસપ્લે' સાથે બહાર આવી. દરેક જુથે મુર્ખતાપૂર્વક પોતાનાં નેટવર્ક પર બીજાના સંગીતને છૂટ આપવાની ના પાડી દીધી. તેમણે બીજી પાયાની ભૂલ માસિક લવાજમ ફી લાદવાની કરી, જેનો અર્થ થતો હતો કે ગ્રાહકો ક્યારેય વાસ્તવમાં તેઓએ જે સંગીત પ્રાપ્ત કર્યું હતું તેના માલીક

બનતા ન હતા. તમારું લવાજમ ભરવાનું બંધ કરો અને તમે તમારા કોમ્પ્યુટર પર જે સંગીત ડાઉનલોડ કરવા માટે પહેલાં જ પૈસા ચૂકવ્યા છે તે હવે વગાડી ન શકો !

પોર્ટેબલ એમપી-૩ મ્યુઝીક પ્લેયર્સ પર સંગીત ડાઉનલોડ કરવા પર પણ નાપસંદગી ઉતારવામાં આવી હતી. મ્યુઝીક નેટે સૌથી પહેલાં તે અશક્ય બનાવ્યું અને પ્રેસપ્લેની અવરોધક નીતિઓ પણ વધુ સારી ન હતી. આ બંને હરીફ કંપનીઓએ એક બીજાને સંગીતનું લાઈસન્સ આપવાનું નક્કી કર્યું ત્યાં સુધીમાં ઘણું મોડું થઈ ગયું હતું. ડાઉનલોડ કરવાના અવરોધો થોડાક ઢીલા પડ્યા હતા, પરંતુ તે ખરેખર પૂરતા ન હતા અને પહેલા ક્યારેય ન હતા તેટલા ભ્રમમુક્ત થયા હતા. રેકોર્ડીંગ ઉદ્યોગ ગ્રાહકોની જરૂરિયાતને અવગણવાની સૌથી પાયાની ધંધાદારી ભૂલને શક્ય બનાવી રહી હતી.

જો તમે એમ કહ્યું હોત કે હાઈટેકમાંથી કાંઈક વ્યક્તિ તેમના 'વ્હાઈટ નાઈટ' તરીકે ઉભરી શકે છે, તો સંગીતના વ્યવસાયમાં રહેલા લોકો તમારા પર હસ્યા હોત. આખરે તો કોમ્પ્યુટર્સ અને વેબ તેમના દુશ્મનો હતા. જે તેમની જીવંતતાને નષ્ટ કરી રહ્યા હતા. બીજો કોઈપણ ટેક ગુરુ આ અવરોધને ખાળવામાં મોટેભાગે નિષ્ફળ ગયો હતો. પરંતુ સ્ટીવ તો સ્ટીવ જ હતો. અને સ્ટીવ હોવાને કારણે તે માત્ર સાચો જ નહીં પરંતુ દૃઢાગ્રહી પણ હતો.

તેણે અને તેની એપલમાંની મંડળીએ આગ્રહ રાખ્યો કે સંગીતની પાયરસી મૂળભૂત રીતે સંગીત ઉદ્યોગ માનતો હતો તેમ ટેકનોલોજીકલ ન હતી, પરંતુ વર્તણુક આધારિત હતી. ટેકનોલોજીને દોષ દેવાનો ન હતો. પરંતુ લોકો તેનો કેવી રીતે ઉપયોગ કરે છે તેને દોષ દેવાનો હતો. તે ઉપરાંત ટેકનોલોજી ચાલી જવાની ન હતી અને તેને નિયંત્રણ હેઠળ બાંધી રાખવાની આશા રાખવી તે માત્ર ઈચ્છિત વિચારો હતા - જે નુકશાનકર્તા હતું.

બીઝનેસ વીકના ખબરપત્રી એલેક્ષ આલ્કેવરે એપ્રીલ ૨૦૦૩માં લખ્યું હતું તેમ, "સ્ટીવે એવું વલણ અપનાવ્યું છે જેણે ઓનલાઈન સંગીત ખરીદવાનું એટલું સહેલું બનાવી દીધું કે તેના કરતાં તો જે વ્યક્તિ પાઈરેટીંગ કરવાનો પ્રયત્ન કરે, તેને વધારે અઘરું પડે." સમોવડીયાઓમાં પરસ્પર ફાઈલની વહેંચણીની સેવાના કાયદેસર ઉપયોગ, સંગીતની ચાંચીયાગીરી કરતાં ઘણા જુદા છે તેવો ૨૦૦૩નો ફેડરલ કોર્ટનો નિર્ણય પણ સ્ટીવની 'ટેક્નોલોજી નહીં પણ વર્તણુક' વળી દલીલના ટેકારૂપ હતો.

સાવ સાદી રીતે, સ્ટીવે જોયું કે દુશ્મન એ બધા જ લોકો હતા જે ગેરકાયદેસર રીતે સંગીત ડાઉનલોડ કરતા હતા - તેમને સમાપ્ત કરવાના પ્રયત્નો કરવા તે વ્યર્થ સમયનો બગાડ, નિશ્ચિત નિષ્ફળતા અને રેકોર્ડીંગ ઉદ્યોગને પોતાની જાતને ખરાબ રીતે ધંધાકીય વેરણછેરણ કરવા તરફ દોરી જાય તેવા હતા.

આ અગાઉ યોગ્ય દલીલોએ રેકોર્ડ ઉદ્યોગની દુશ્મનાવટને બહાર લાવવા માટે થોડુંક કામ કર્યું હતું. નવી ટેકનોલોજી અતિશય વિચ્છેદક હતી, તેમાં કોઈ પ્રશ્ન ન હતો અને તેણે સંગીતના વ્યાપારનાં સ્થાપિત નાણાંકીય મોડેલ્સને ખેદાન મેદાન કરી નાખ્યા હતા.

સ્ટીવે રેકોર્ડીંગ ઉદ્યોગને કહ્યું કે ટકી જવાનું શક્ય હતું, પરંતુ તો જ જો તેઓ કંઈક નવાં માટે પ્રયત્ન કરવા પૂરતા ખુલ્લા મનના હોય. વ્યાપારમાં કશું જ એક સમાન રહેતું નથી અને નવી સજાવટ સુધી પહોંચવા માટે નવી સજાવટ કરવી એજ એક માત્ર માર્ગ છે.

સ્ટીવ બહુ મજબૂત સ્થિતિમાંથી નહોતો આવતો. એ વાતે તેને જરા પણ નિરુત્સાહ ન કર્યો. સમયના તે બિંદુએ એપલનો માર્કેટ હિસ્સો હજી માત્ર ૩ ટકા જ હતો અને હીલરી રોસન, જે તે સમયે આર.આઈ.એ.એ.ના વડા હતા, તેણે ખાસ્સી નિખાલતા સાથે કહ્યું, "એપલ પાસે માર્કેટનો એટલો નાનો હિસ્સો હતો કે તેણે રેકોર્ડ કંપનીના જોખમને સારું એવું ઘટાડી દીધું."

ઉદ્યોગના નેતાઓના અનુભવો એ તેમને દેખાડી દીધું હતું કે ટેકનોલોજીના ક્ષેત્રમાંથી આવતા લોકોને સંગીત ઉદ્યોગોનાં બંધારણ અથવા તેના નાણાંકીય આધારની જરાક ઓછી સમજણ હોય છે. સ્ટીવ અલગ હતો, તેણે બરાબર ઘરકામ કર્યું હતું અને તે અંદરની પૂર્ણ સમજણ સાથે આવ્યો હતો. જે તેની વ્યાપારના આવશ્યક તત્ત્વની નોંધપાત્ર ઝડપી પકડને આભારી હતું. સ્ટીવ ફોન ઉપાડીને બોનો તથા માઈક જગર જેવા સ્ટાર સંગીતકારો વિશે પ્રશ્નો પૂછતો તેમાં પણ કંઈ વાંધા જેવું નહતું.

આખરે, આખા દિવસની મુખ્ય વાત શું હતી? આર.આઈ.એ.એ.ના રોસેન વર્ણવે છે તે રીતે ઉદ્યોગની સંમતિ "સ્ટીવની નિર્ભેળ ઈચ્છાશક્તિને કારણે, તેનો નિર્ભળ જાદુ અને તેની તીવ્રતા સંપૂર્ણપણે એક તફાવત ઉભો કરતી હતી." આખરે એક ઈએમઆઈ અમલદાર દેખીતી રીતે અઠવાડીયાઓ સુધી સ્ટીવ કેટલો મહાન હતો તે વિશે વાત કરવા સિવાય બીજું કાંઈ ન કરી શકે.

જ્યારે ડમરી બેસી ગઈ, ત્યારે સ્ટીવે ઉદ્યોગના નેતાઓ તેમની વચ્ચે જે ન કરી શક્યા તે કરવાની વ્યવસ્થા કરી લીધી. તેણે પાંચેય મોટી રેકોર્ડીંગ કંપનીઓને એક જ વ્યવસ્થા, જેમાં તે બધા સંમત હોય - ઉપર આવવા મનાવી લીધી આ વ્યવસ્થા હતી. સ્ટીવને તેમનું બધું જ સંગીત એપલના નવા આઈટ્યુન્સ મ્યુઝીક સ્ટોર દ્વારા આપવાની છુટ આપવી.

આ મોટી પાંચ કંપનીઓએ એવી સમજુતી વડે કે આઈટ્યુન્સ મ્યુઝીક સ્ટોર સાથેનો

કરાર માત્ર એક વર્ષ સુધી જ લંબાવવો. સીવાય કે રીન્યુ કરવામાં આવે - તેવી શરત સાથે પોતાને સુરક્ષિત કરી.

સંગીત ઉદ્યોગ એક સ્ટીવ જેવા ડીઝાઈન અને સ્ટાઈલના વળગણવાળા, હજી ઉંમરમાં નાના કાર્યપાલક, જેનામાં ટેકનોલોજીનાં જ્ઞાન અને સંગીત પ્રેમનો અસામાન્ય સંગમ હતો અને સંગીત ઉદ્યોગના સંપૂર્ણ સમજણ હતી, તેવા ધંધાદારી માણસો સાથે સંકલિત થઈ શક્યો.

અલબત્ત, આઈટ્યુન્સ મ્યુઝીક સ્ટોર્સ એટલા વિસ્તૃત રીતે સફળ થયા કે રેકોર્ડ કંપનીના નેતાઓમાંથી કોઈએ પણ તેમના કરાર રીન્યુ ન કરવાના હક્ક ભોગવવાનું સ્વપ્ન પણ જોયું નથી. વર્ષના અંતે તેઓ કરાર રીન્યુ કરાવવા હાથમાં પેન લઈને લાઈનમાં ઉભા હતા.

## તમારાં પોતાના ઉત્પાદનનાં પરિવર્તનકાર બનવા વિશે

સ્ટીવ જોબ્સ પાસે નવસર્જનમાં પરિવર્તન કરવાની પેટન્ટ નથી, પરંતુ બીજી બધી વસ્તુમાં છે તેમ, તે આપણને બધાંને એક નમૂનો પૂરો પાડે છે. હું સતત મારી જાતને એમ જોવા માટે ચકાસતો રહું છું કે મારી કંપનીની અંદર અને બહાર, વિચારોના બધા શક્તિવાન સ્રોતો તરફ ખૂલતો રહીને - શું હું સંપૂર્ણ ઉત્પાદન વિકાસની રીતે વિચારું છું? મારાં પોતાનાં ઉત્પાદનોના પરિવર્તનકાર તરીકે, હું દરેક સૂચન સાથે સંપર્ક કરવા પ્રયત્ન કરું છું. કે જે ઉત્પાદનને "આપણે કરી શકીએ એવા વલણ સાથે સુધારી શકે - એક એવું વલણ, કે દરેક વિચાર ધ્યાન આપવા લાયક છે અને હાથમાંથી ત્યજી દેવા જેવો નથી.

મારી માફક તમારે પણ તમારી જાતને માત્ર તમારા કર્મચારીઓ તરફથી આવતા ઈનપૂટ જ નહીં પરંતુ બીજા લોકો તરફથી આવતાં સૂચનો તરફ પણ ખૂલ્લા રહેવા વિશે યાદ કરાવવાની જરૂર છે. તમારે હંમેશા સજાગ રહેવું જોઈએ કે તમે તમારા ઉત્પાદનના પરિવર્તનકાર છો. - ઋણમુક્તિની તક, ઉદ્યોગ બહારના લોકો અને એવા લોકો કે જે ઉત્પાદન માટેના સંભાવિત ગ્રાહકો ન હોય તે સહિતનાનું પણ પરિવર્તન કરવું. હું તેમને બધાને મારા વિચારો વિશે બોધ આપું છું. હું જેમને ભાગ્યે જ જાણું છું તેવા લોકો તરફથી આશ્ચર્યજનક ઈનપુટ મળે છે.

ઉત્પાદનના પોતાના માટે તથા દરેક ધારણકરી શકાય તેવા સુધારા માટેના માપદંડ છે, શું આ ખરીદનારને મદદ કરશે? અને આનો જવાબ આપવાનો મુખ્ય માર્ગ છે, "શું અંગત રીતે હું આ વસ્તુ ઈચ્છું છું. શું હું આ ઈચ્છીશ અને તેનો ઉપયોગ કરીશ?" જો જવાબ

ના હોય, તો તે રસ્તાનો અંત છે. અહીં જ અટકી જવું.

સ્ટીવની માફક, હું જ્યારે કોઈ વિચાર મારી સામે મૂકવામાં આવે ત્યારે તેને વધારે સારી રીતે પકડી શકું છું. હું મારા માણસોને કહું છું, તમારા વિચારો મારી પાસે એક મોડેલ અથવા મૂળ આવૃત્તિની નકલના રૂપે લઈ આવો અથવા એક ડેમોરૂપે, જે હું મારા કોમ્પ્યુટર પર જોઈ શકું. માત્ર મને કહેવું અથવા લખાણમાં આપવું તેનો અર્થ એવો કે મારે તમારા મગજમાં શું છે તે કલ્પના કરવાનો પ્રયત્ન કરવો. જ્યારે પણ વ્યવહારું લાગે ત્યારે મારે તેને જોવું જરૂરી છે.

ઉત્પાદનના ડિઝાઈનના તબક્કામાં હું હંમેશા મારી જાતને પ્રથમ સંપૂર્ણ ઉત્પાદન કંપનીની અંદર જ વિકસાવવાની રીતે વિચારવાનું યાદ કરાવું. અને જ્યારે તે વ્યવહારુ ન હોય, જ્યારે કોઈ મોટાં તત્ત્વો બહારના ફેરીયા પાસેથી લાવવા જરૂરી હોય તે માટે ફરજ પાડતાં કારણો હોય છતાં પણ મારે એ ખાતરી કરવાના ઈન્ચાર્જ હોવું જરૂરી છે કે ઉત્પાદન અને તે બધું જ અમારી મેળે ડીઝાઈનનું કર્યું હોત તો કરત તેટલું જ સારું કામ કરશે. બહારની ટેકનોલોજી ત્યારે જ બરાબર છે, જ્યાં સુધી મારા હાથમાં નિયંત્રણ હોય કે જે ખાતરી આવે કે સંપૂર્ણ ઉત્પાદન મેં ધાર્યું હતું તેમજ કામ કરશે.

# ભાગ ૪

# 'કુલ' બનવું : વેંચાણનો અલગ દૃષ્ટિકોણ

## ૧૧

# બ્રાન્ડીંગ

સ્ટીવ જોબ્સ અને સ્ટીવ વોઝનીયાકે એચપીના સ્થાપકો બીલ હ્યુલેટ અને ડેવપેકાર્ડની રીતમાં બંધ બેસે તેવી રીતે મહાન સીલીકોન વેલીની પરંપરામાં એક ગેરેજમાં બે માણસની બનેલી એપલ કંપની શરૂ કરી.

આ સીલીકોન વેલીના ઈતિહાસનો એક ભાગ છે, કે ગેરેજના શરૂઆતના સમયગાળા દરમ્યાન એક દિવસ સ્ટીવ જોબ્સે ઈન્ટેલની એક જાહેર ખબર જોઈ, જે એવાં ચિત્રોનો ઉપયોગ કરતી હતી કે જેની સાથે બધા જોડાણ અનુભવે. દાખલા તરીકે હેમ્બર્ગર અને પોકર ચીપ્સ. તેમાં ટેકનીકલ વસ્તુઓ અને પ્રતિકો તેમની ગેરહાજરી છતાં સ્પષ્ટ રીતે જોઈ શકાતાં હતાં. સ્ટીવ આ વલણોથી એટલો બધો પ્રભાવિત થઈ ગયો હતો કે જેણે આ જાહેરખબરને આકાર આપ્યો હતો તેને શોધી કાઢવાનું નક્કી કર્યું. ભલે એપલ હજુ રડારની દૃષ્ટિ મર્યાદા કરતાં ક્યાંય નીચે ઉડતું હતું, છતાં તે ઈચ્છતો હતો કે આ જાદુગર એપલ બ્રાન્ડ માટે આવો જ મંત્ર ગૂંથે.

સ્ટીવે ઈન્ટેલમાં ફોન કર્યો અને કોણે તેમની જાહેરખબર તથા જનસંપર્ક કર્યા છે તે પૂછયું. તેને ખબર પડી કે આ જાહેરખબર પાછળનું મુખ્ય ભેજું રેગીસ મેક્કેના નામનો એક માણસ હતો. તેણે મેક્કેનાના સહાયકને એપોઈન્ટમેન્ટ માટે ફોન કર્યો. પરંતુ તેનો અસ્વીકાર થયો. આથી તેણે ફોન કરવાનું ચાલુ જ રાખ્યું. ચાલું જ રાખ્યું, દરરોજ - એકેએક દિવસ - ચાર વખત તે ફોન કરતો. સહાયકે છેવટે માત્ર સ્ટીવને તેના માથા પરથી ઉતારી નાખવા માટે, તેના ઉપરીને આ બેઠક યોજવા વિનંતી કરી.

સ્ટીવ અને વોઝ તેમની વાત રજુ કરવા મેક્કેનાનાં કાર્યાલય પર ઉપસ્થિત થયા.

મેક્કેનાએ નમ્રતાપૂર્વક તેમની વાત સાંભળી અને તેમને જણાવ્યું કે તેને રસ ન હતો. સ્ટીવ જરાપણ ચસક્યો નહીં. તેણે મેક્કેનાને એપલ કેટલું મહાન બનવાનું હતું, - દરેક રીતે ઈન્ટેલ જેટલું મોટું તે કહેવાનું ચાલું જ રાખ્યું. મેક્કેના ઘણા જ વિનમ્ર હતા તેથી તેમણે સ્ટીવને બારણા બહાર ધકેલી ન દીધો અને છેવટે સ્ટીવનો દૃઢાગ્રહ કામ કરી ગયો. મેક્કેનાએ એપલને તેના અસીલ ગ્રાહક તરીકે લેવાની સંમતિ આપી દીધી.

ઠીક છે, આ એક સારી વાર્તા છે, પરંતુ આ હકીકત વિવિધ પુસ્તકોમાં કહેવાઈ હોવા છતાં, તે ખરેખર તે રીતે બની ન હતી.

રેગીસ કહે છે કે આ ખરેખર એવી રીતે બન્યું કે તેણે એવા સમયે કામ શરૂ કર્યું હતું. જયારે ટેકનોલોજીને લગતી જાહેરખબરો ઉત્પાદનની ટેકનોલોજી વિગતોનું અનૌપચારિક વેંચાણ કરતી હતી. તેણે જયારે ઈન્ટેલને એક ગ્રાહક તરીકે સ્વીકારી ત્યારે તેણે 'રંગીન અને આનંદપ્રદ' હોય તેવી જાહેરખબરો બતાવવા માટે તેમની સ્વીકૃતિ મેળવવાની વ્યવસ્થા કરી. બુદ્ધિશાળી પ્રહાર એ હતો કે 'એક ઉપભોક્તા ઉદ્યોગની બહારનો એક ક્રીએટીવ ડાયરેક્ટર જે માઈક્રોચિપ અને બટેટાંની ચીપ્સ વચ્ચેનો ભેદ ન કરી બતાવી શકે, તેને કામ પર રાખવો. આથી તેણે એવી જાહેરખબરો સર્જી જેણે લોકોની દૃષ્ટિ ખેંચી છતાં ગ્રાહકોને મનાવવા તે રેગીસ માટે હંમેશા એટલું સહેલું ન હતું. 'એન્ડી ગ્રોવ અને ઈન્ટેલમાં રહેલા બીજા બધાને તે વેંચવું ઘણું અઘરું પડ્યું.'

આ એ પ્રકારની સર્જનાત્મકતા હતી, જેની સ્ટીવને શોધ હતી. પ્રથમ બેઠકમાં વોઝે પોતે જાહેરખબરના આધાર તરીકે લખેલો એક કાગળ રેગીસને દેખાડ્યો. તે ટેકનીકલ ભાષાથી ભરેલો હતો અને 'કોઈ તેની સામગ્રી 'ફરી લખે' તે વિશેનો વોઝને વાંધો હતો. આથી રેગીસે કહ્યું કે તેને નથી લાગતું કે તે તેમને માટે કશું કરી શકે.

આ લાક્ષણિક સ્ટીવ હતો - તે શું ઈચ્છે છે તે જાણતો હોય અને તે માટેનો આગ્રહ છોડી ન દે. પહેલી વખત નામંજુર થયા પછી, તેણે ફરી ફોન કર્યો. અને બીજી એપોઈન્ટમેન્ટ ગોઠવી. (આ વખતે વોઝને જણાવ્યા વગર). તેમની બીજી બેઠક દરમ્યાન, રેગીસ ઉપર સ્ટીવની એક જુદી છાપ પડી, એક એવી છાપ જેના વિશે તેણે ત્યારથી આટલાં વર્ષો દરમ્યાન વાતો કર્યા કરી છે, 'મેં વારંવાર કહ્યું છે કે સીલીકોન વેલીમાં જો હું કોઈ સાચા દૃષ્ટિવાન માણસને ક્યારેય મળ્યો હોઉં તો તે છે બોબ નોયસ્ (ઈન્ટેલનો) અને સ્ટીવ જોબ્સ. જોબ્સ, વોઝ ઈજનેરીનો મેધાવી હોવાને કારણે તેની ઘણી પ્રશંસા કરે છે પરંતુ એ

સ્ટીવ હતો, જેણે રોકાણકારો નો વિશ્વાસ મેળવ્યો અને એપલની દષ્ટિને આગળ વધારવાનું અને પ્રેરવાનું ચાલું રાખ્યું.''

સ્ટીવ રેગીસ પાસેથી એપલને ગ્રાહક તરીકે લેવાની સંમતિ સાથે એ બીજી બેઠકમાંથી બહાર નીકળ્યો. રેગીસ કહે છે, 'સ્ટીવ જયારે કશુંક સિદ્ધ કરવા ઈચ્છતો હોય ત્યારે સખત દઢાગ્રહી બનતો અને હજી છે. ઘણી વખત તેની સાથેની બેઠકમાંથી બહાર આવવું મારા માટે મુશ્કેલ બનતું.''

(એક આડવાતઃ વ્યાપાર માટે ભંડોળ ઉભું કરવા રેગીસે સ્ટીવને વેન્ચર ઈન્વેસ્ટર પુંજીપતી ડોન વેલેન્ટાઈન પાસે મોકલ્યો. ડોન તે સમયે સેક્યુઓઈઆ વેન્સર્ચના જનરલ ભાગીદાર હતો. રેગીસ યાદ કરે છે, 'પછીથી ડોને મને બોલાવ્યો અને કહ્યું માનવજાતમાંથી આવા દગાબાજને તમે મારી પાસે શા માટે મોકલ્યો?' પરંતુ સ્ટીવે તેને પણ જીતી લીધો. વેલેન્ટાઈન આવા 'દગાબાજ'માં રોકાણ કરવા નહોતો માગતો. પરંતુ તેણે તેને માઈક માર્કુલ્લા પાસે મોકલી આપ્યો. જેણે તેનાં પોતાનાં રોકાણ વડે કંપનીને જમીનથી અધ્ધર કરી દીધી. આ રોકાણે તેને બે સ્ટીવ સાથે સમાન ભાગીદાર બનાવી દીધો. તેણે તેમને કંપનીના પ્રથમ મોટા નાણાંકીય રાઉન્ડ સાથે, ઈન્વેસ્ટમેન્ટ બેંકર આર્થક રોક સાથે ગોઠવી આપ્યા અને આપણે જોયું, તેમ તે કાર્યકારી સીઈઓ પણ બન્યો.)

સ્ટીવ વડે રેગીસને શોધી કાઢવાના અને પછી તેને એપલને ગ્રાહક તરીકે સ્વીકારવા માટે મનાવવાના આ પ્રસંગનું મારા માટે એક વધુ નોંધ પાત્ર પાસું છે. તે એ છે કે ત્યારે સ્ટીવ હજી ઘણો નાનો હતો અને કદાચ અત્યારે જે વાચકો છે તેના કરતાં તે સમયે ઘણો ઓછો અનુભવી હતો, છતાં કોઈક રીતે તેણે બ્રાન્ડીંગનું કટોકટીભર્યું મૂલ્ય સમજી લીધું હતું. કોઈ યુનિવર્સિટી અથવા બીઝનેસમાં ડીગ્રી આપતી ઉચ્ચ શ્રેણી વાળી શાળામાંથી તે બહાર પડ્યો ન હતો અથવા તેના ઉછેરમાં કોઈ એવું ન હતું જે વ્યાપાર જગતમાં વ્યાવસ્થાપક કે કાર્યપાલક હોય, જેમની પાસેથી સ્ટીવ આ શીખ્યો હોય. છતાં કોઈક રીતે તેને બહુ પહેલેથી સૂઝ પડી ગઈ કે એપલ જો એક બ્રાન્ડ તરીકે પરિચિત થઈ જાય તો જ તે મોટી સફળતા મેળવી શકે.

હું જાણું છું તેવા મોટાભાગના વ્યાપારના માણસોને હજી સંચાલનનો આ સિદ્ધાંત સૂઝ્યો નથી.

## સ્ટીવ અને બ્રાન્ડીંગની કળા

એપલ એક એવું નામ જેને બધા જાણશે તેને એક બ્રાન્ડ તરીકે સ્થાપિત કરવામાં રેગીસ સાથે કામ કરવા માટે એક જાહેરખબર સંસ્થા ચુંટી કાઢવી તેમાં કંઈ ખાસ પડકાર ન હતો. શિયાટ/ડે ૧૯૬૮થી કોઈએ જોઈ ન હોય તેવી ખૂબ જ સર્જનાત્મક જાહેરખબરોમાંથી કેટલીક બનાવતા હતા. પત્રકાર ક્રીસ્ટી માર્શલે આ સંસ્થાનું ખૂબ સુંદર શબ્દોમાં વર્ણન કર્યું છે, 'એક એવું સ્થાન જ્યાં સફળતા માટે અહંકાર જન્મે છે, જ્યાં ઉત્સાહીપણું ઝનુન જેવું હોય છે અને જ્યાં તીવ્રતા ન્યુરોસીસ જેવી શંકાસ્પદ લાગે છે. તે મેડીસન એવન્યુના ગળામાં ફસાયેલું હાડકું પણ છે, જે તેની સર્જનશક્તિ મોટેભાગે બીજા જવાબદાર અને બીનઅસરકારક જાહેરખબરોને રીવેટ વડે જોડીને બનાવેલી અને પછી તેમની નકલ કરે છે તેનો ઉપહાસ કરે છે.' (ફરી એક વખત કહી દઉં કે શીઆટ/ડે એ જ એજન્સી હતી, જેણે એપલને ૧૯૮૪ જાહેરખબરનું નિર્દેશન કર્યું હતું અને આ પત્રકારનું વર્ણન એ કડી પૂરી પાડે છે કે સ્ટીવે તેને જ શા માટે ચૂંટી.)

કોઈપણ વ્યક્તિ કે જેને એક ચાલાક, નવી, સર્જનાત્મક જાહેરખબરની ક્યારેય જરૂર હોય અને મોઢા પર કહી દેવાનાં વલણનો બહાદુરી ભર્યો ઉપયોગ કરવાની હિંમત હોય, તો આ પત્રકારનું વર્ણન, શું શોધવું જોઈએ તેની એક અસામાન્ય છતાં આકર્ષક સૂચી પૂરી પાડે છે.

જેણે ૧૯૮૪ નું સ્વપ્ન સેવ્યું તે માણસ શીઆટ/ડેનો જાહેરખબર બનાવતો માણસ બી કલોવ હતો. (જે અત્યાર સુધીમાં વૈશ્વિક જાહેરખબર કોન્ગ્લો મરેટ ટીબીડબલ્યુએનો વડો છે) તેને સર્જનશીલ લોકોની સંભાળ લેવા અને પોષવા બાબત પોતાના ખ્યાલો છે. તે કહે છે કે તેમાં '૫૦ ટકા અહંકાર અને ૫૦ ટકા અસલામતી છે. તેમને સતત કહેતા રહેવું જરૂરી છે કે તેઓ સારા છે અને બધા તેમને પ્રેમ કરે છે.'

જ્યારે સ્ટીવ એવી વ્યક્તિ અથવા કંપની શોધી કાઢે છે જે તેની ધોરણોમાં બંધ બેસે, ત્યારે તે શ્રધ્ધાપૂર્વક સંનિષ્ઠ બની જાય છે. લી કલોવ સમજાવે છે કે મોટા ભાગની કંપનીઓ માટે વિસ્મયકારક રીતે સફળ પ્રચારનાં વર્ષો પછી પણ ઓચિંતી જાહેરખબર સંસ્થા બદલી નાખવી એ બહુ સામાન્ય છે. પરંતુ તે કહે છે કે એપલ સાથેની પરિસ્થિતિ ઘણી અલગ હતી. એ શરૂઆતમાં જ એક ખૂબ જ અંગત સોદો હતો. એપલનું વલણ હંમેશા 'જ્યાં સુધી અમે સફળ થશું, તમે પણ સફળ થશો... જ્યારે અમે સારું કામ કરતા હોઈશું, ત્યારે તમે

સારું કામ કરવાના જ છો. અને તમે માત્ર ત્યારે જ ધંધો ગુમાવશો, જો અમે વ્યાપારમાંથી બહાર જશું.' એવું રહ્યું.

કલોવ જેનું વર્ણન કરતો હતો તે રીતે સ્ટીવ જોબ્સ એકદમ શરૂઆતથી અને વર્ષોપરાંત તેના ડીઝાઈનર્સને તથા સર્જક જુથોને સંનિષ્ઠ વફાદાર રહ્યો છે. કલોવ આ સંનિષ્ઠતાને "તમારા વિચારો અને તમારા ફાળા" માટે આદરભાવ હોવાની એક રીત કહે છે.

●●●

કલોવ જેના વિશે વાત કરી રહ્યો હતો તે સંનિષ્ઠતાની લાગણી સ્ટીવે તેની શીયાટ/ડે સાથેના સંબંધોમાં દર્શાવી. જ્યારે સ્ટીવ નેકસ્ટ શરૂ કરવા માટે એપલ છોડી ગયો, ત્યારે એપલની નેતાગીરીએ તરત જ જાહેરખબર સંસ્થાની તેની પસંદગીને કચરાના ડબ્બામાં નાખી દીધી. દસ વર્ષ પછી તે જ્યારે એપલમાં પાછો ફર્યો ત્યારે સ્ટીવની શરૂઆતની ક્રિયાઓમાં એક હતી શીયાટ/ડે ને ફરી કામ પર લેવાની. વર્ષોપરાંત નામો અને ચહેરાઓ બદલાઈ ગયા છે, પરંતુ સર્જનાત્મકતા હજી ત્યાં જ છે અને સ્ટીવને હજી તેમના વિચારો તથા ફાળા માટે તેટલું જ સંનિષ્ઠ માન હતું.

## પોસ્ટર બોય

બહુ ઓછા લોકો 'કવર ગર્લ' અથવા 'કવર બોય' બનવાની વ્યવસ્થા કરી શકે છે. તેમના ચહેરાઓ મેગેઝીનનાં પહેલા પાનાંઓથી, છાપાંના લેખોથી અને ટેલીવિઝિનની વાર્તાઓથી પરિચિત બને છે. જે આવું કરી શકે છે તેમાંના મોટાભાગના લોકો અલબત્ત રાજ્યકારણી અને ખેલાડીઓ, અભિનેતાઓ અથવા સંગીતકારો હોય છે. આ પ્રકારનો પ્રતિષ્ઠિત દરજ્જો એ એવું કશુંક નથી, જેની વ્યાપાર જગતમાં કોઈપણ વ્યક્તિ અપેક્ષા રાખે. સ્ટીવ માટે, પ્રયત્ન કર્યા વગર આવું બન્યું.

જેમ જેમ એપલ વૃદ્ધિ પામતું ગયું. જેય શીયાટે, જે શીયાટ/ડેનો વડો છે, એક પ્રક્રિયા ચાલુ રાખી, જે તેણે પોતે જ શરૂ કરી હતી : સ્ટીવને એપલ અને તેના ઉત્પાદનોના ચહેરા તરીકે આગળ લાવવાની, જેવી રીતે ક્રીસલરની ક્રાંતિના વર્ષો દરમ્યાન લી ઈઆકોકા તેના ઉત્પાદનનો બન્યો હતો. આમ કંપનીના શરૂઆતના દિવસોથી જ સ્ટીવ-પ્રેરિત, મુશ્કેલ, વિવાદાસ્પદ સ્ટીવ - એ એપલનો *ચહેરો* રહ્યો હતો.

શરૂઆતના દિવસોમાં જ્યારે મેક બરાબર વહેચાતું ન હતું ત્યારે મેં સ્ટીવને કહ્યું કે કંપનીએ તેનો ચહેરો દર્શાવતી જાહેરખબરો કરવી જોઈએ. જેવી રીતે ઈઆકોકા, ક્રીસ્લર માટે સફળતાપૂર્વક કરતો હતો. છેવટે, સ્ટીવ એટલા બધા સામાયિકોનાં પ્રથમ પાના પર ચમક્યો હતો કે ક્રીસલરની જાહેરખબરો દેખાડવાનું શરૂ થયું ત્યારે લી જાણીતો બન્યો હતો તેના કરતાં તે ક્યાંયે વધારે જાણીતો ચહેરો હતો. સ્ટીવને આ વિચાર સ્પર્શી ગયો હતો પરંતુ એપલની જાહેરખબર અંગે નિર્ણયો લેનાર કાર્યાપલકો વડે તે રદ કરવામાં આવ્યો.

માન્યું કે શરૂઆતનાં મેકમાં નબળાઈઓ હતી, જે મોટાભાગનાં ઉત્પાદનોમાં સામાન્ય છે. (માઈક્રોસોફ્ટ તરફથી આવેલી લગભગ કોઈપણ પ્રથમ આવૃત્તિની વસ્તુઓ માટે વિચારો.) જો કે ઉપયોગની સરળતાએ મેકની મર્યાદિત યાદશક્તિ અને શ્યામ-શ્વેત પટલને સહેલાઈથી ધુંધળા બનાવી દીધાં. એપલના સંનિષ્ઠ ચાહકો અને મનોરંજન ઉદ્યોગમાંના સર્જનાત્મક પ્રકારના લોકો તથા ડીઝાઈન વ્યવસાયના પૂરતાં અનુયાયી મંડળે આ મશીનનાં શરૂઆતનાં વેચાણને આગળ ધપાવ્યું. ત્યારપછી મેકે ડેસ્કટોપ પ્રકાશનની આખી અસાધારણ ઘટના કલા પ્રેમીઓ તથા વ્યાવસાયીકો માટે તરતી મૂકી.

મેક પર 'મેઈડ ઈન યુએસએ'ની જે ચીટકી હતી તેણે પણ વેચાણમાં મદદ કરી તે હકીકત છે. મેકનો એસેમ્બલી પ્લાન્ટ એ સ્થળે આવેલો હતો જ્યાં જનરલ મોટર્સ, જે એક સમયે તે વિસ્તારનો મુખ્ય આર્થિક આધાર હતો, નો પ્લાન્ટ બંધ થવાનો હતો. એપલ સ્થાનિક તેમજ રાષ્ટ્રીય હીરો બની ગઈ.

મેકિન્ટોશ અને મેક બ્રાન્ડે ચોક્કસપણે સંપૂર્ણ નવા એપલનું સર્જન કર્યું. પરંતુ સ્ટીવની વિદાય પછી તે ચમક ચાલી ગઈ, કારણ કે એપલ એક 'હું પણ' વાળી કોમ્પ્યુટર કંપની બની ગઈ, જે બીજા બધા પ્રતિસ્પર્ધીઓની માફક પરંપરાગત વેચાણ કડીઓ દ્વારા વેંચાણ કરતી હતી અને ઉત્પાદનના સર્જનને બદલે માર્કેટનો હિસ્સાને માપતી હતી. એક માત્ર સારા સમાચાર એ હતા કે મેકિન્ટોશના વફાદારો તે મુશ્કેલ સમયગાળા દરમ્યાન પણ વફાદાર રહ્યા હતા.

## બ્રાન્ડને વધારે ઘડવી

બ્રાન્ડીંગની કલાના પાઠ માટે સ્ટીવ જોબ્સનો અભ્યાસ કરતાં, તમને તરત જ ખ્યાલ આવશે કે તેનામાં તેના ગ્રાહકોના મન પર એકરૂપ, હકારાત્મક છાપ સર્જવાના ઉત્તમ કસબની ક્ષમતા હતી. તે શ્રેષ્ઠતાને વળગી રહેવા સાથે, જનતાને ઉત્પાદન વડે માહિતગાર

કરવા માટે બરાબર શું જોઈએ તેની સહજ ભાવનાને જોડે છે. તે સમજે છે કે આ કાંઈ માત્ર ઉત્પાદનને કેટલી સારી રીતે ડીઝાઈન કરાયું છે અથવા તે કેટલી સરળતાથી કામ કરે છે, તેટલો જ પ્રશ્ન નથી. અલબત્ત આ પણ કટોકટીભર્યાં પાસાં છે, તેમ છતાં તે ઉપભોક્તાઓ વડે કેવી રીતે જોવાય છે તે પ્રશ્ન છે, જે અલબત્ત ઉત્પાદનની સફળતા માટેની ચાવી છે.

જ્યારે સ્ટીવે ૧૯૭૬માં એપલ-II બહાર પાડ્યું, ત્યારે તેણે ડીક કાવેટ, જે એક પ્રતિષ્ઠિત ટેલિવિઝન ટોક-શોનો યજમાન હતો, તેને કંપનીનો પ્રથમ પ્રવક્તા બનાવ્યો હતો. કાવેટની એપલ-II ના શિક્ષિત લક્ષ્ય બજારમાં પ્રચંડ આબરૂ હતી. ૧૯૮૦ સુધીમાં એપલ-II નો માર્કેટ હિસ્સો ૮૦ ટકા હતો અને તે એટલું મજબૂત ઉત્પાદન હતું કે ડેવલપર્સ તેના પર ચલાવવા માટે હજારથી વધારે એપ્લીકેશન્સ તૈયાર કરી હતી.

હકીકતમાં એપલ-IIના બ્રાન્ડીંગમાં જે જ્વલંત સફળતા - પ્રેસે એપલ પર (તેમજ સ્ટીવ પર) જે કીર્તિની વર્ષા કરી તે આઈબીએમને તેમણે પીસી માર્કેટમાં પ્રવેશવું જરૂરી છે તેવા નિર્ણય તરફ ખેંચી ગઈ. તેઓ આ સ્પર્ધા સ્થળમાં સાવ નવ પ્રવેશ કરનાર નહતા. મેં ૧૯૭૬ જેટલા શરૂઆતના દિવસોમાં આઈબીએમની પ્રયોગશાળામાં પર્સનલ કોમ્પ્યુટર ઉત્પાદનો જોયાં હતાં. પરંતુ તેઓ મેઈન ફ્રેમ કોમ્પ્યુટર્સને મોટી કંપનીઓને ભાડા પટ્ટે આપવાના વ્યવસાયમાં હતા. આઈબીએમ પ્રતિસ્પર્ધી બનતાં શરૂઆતમાં સ્ટીવ મુંઝાયો. પરંતુ આઈબીએમ એ વસ્તુઓ સમજી જ ન શક્યું, જે સ્ટીવના સ્વભાવ જેવું હતું. પ્રથમ આઈબીએમ પીસી ૧૯૮૧માં બહાર પડ્યું, ૯ વર્ષ પછી આઈબીએમે તેનો પીસી વ્યવસાય બંધ કર્યો.

દરમ્યાનમાં ઉપર ચડતાં એપલે ફોર્ચ્યુન ૫૦૦ની ખાલી થઈ ગયેલ શ્રેણીઓ ઈતિહાસમાં બીજી કોઈ પણ કંપનીઓ કરતાં ટુંકા સમયમાં ઉપર ચડવાનું શરૂ કર્યું.

## જે ચાલે છે તેને વળગી રહેવું

સ્ટીવના રેગીસ મેકકેના અને જેય શિયાટ સાથેનાં સંગઠને તેમને બધાને સર્જનાત્મકતા દર્શાવવાની એવી પ્રચંડ તક આપી, જેણે એપલ બ્રાન્ડના ગુણો વર્ણવવાનું ચાલું રાખ્યું છે. '૧૯૮૪'ની શરૂઆત તો માત્ર શરૂઆત હતી. સ્ટીવના પાછા ફર્યા પછી શીઆટ/ડેએ સર્જનાત્મક કલા દિગ્ગદર્શક લી કલોવને એપલના ખાતાના વડો નિમ્યો. તે એપલના બીજા અત્યંત લોકપ્રિય 'થીંક ડિફરન્ટ' 'કંઈક અલગ વિચારો' પ્રચારથી ઉપર આવ્યો.

વધુ તાજેતરમાં પ્રીન્ટમાં અને બીલબોર્ડસ્ બંનેમાં રંગબેરંગી પાશ્ચાદ્ભૂ સામે કાળી આકૃતિ : ઓળા રૂપે દેખાતી કાળી આકૃતિ, ધારણ કરેલા આઈપોડે જનતાના મનમાં એવી જ અમીટ છાપ છોડી છે.

જાહેરખબરના વ્યવસાયમાં દિર્ઘાયુ પ્રાપ્ત કરવું એ એક સ્વીકૃત ધોરણ નહીં પણ અપવાદ છે. લી કલોવે દર્શાવ્યું છે તેમ, સ્ટીવ સંનિષ્ઠતાના નમૂનારૂપ છે : જો તે કામ આપતું હોય, તો તેમાં ભેળસેળ ન કરો. શીઆટ /ડે, જેણે હવે ટીબીડબ્લ્યુએ સાથે એકીકરણ કર્યું છે અને જે હવે ઓએમડી વર્લ્ડવાઈડ એડવર્ટાઈઝીંગ કોન્ડલોમરેટનો એક ભાગ છે, તે હજી પણ એપલની જાહેરખબર કરતી સંસ્થા તરીકે રહી છે. હકીકતમાં તેણે તેના પાયા ડેલ રે સ્થળે એ કંઈક અંશ ગુપ્તતા જાળવતી મીડીયા આર્ટસ લેબ (ખાસ એપલના ખાતા માટે બતાવાયેલ નવસર્જનોને ચકાસવા માટે) બનાવી છે.

એપલ જ્યારે સમીકરણ સાચું પડે ત્યારે મળતા બદલાનું સર્વોત્તમ ઉદાહરણ છે : આ સમીકરણ એટલે એવાં ઉત્પાદનો જે લોકો ઈચ્છતા હોય અને ખૂબ સરસ બ્રાન્ડીંગ જે લોકોને તે ઉત્પાદન માટે જાગૃત કરવા માટે દ્વાર ખોલનાર છે.

## ૧૨

# રીટેઈલના રથ પર સવારી કરવી

સ્ટીવે તેનાં ૧૯૯૬માં પુનરાગમન પછી, જ્યારે તેનાં અને એપલનાં આધિપત્યને રીલોન્ચ કર્યું, ત્યારે તે બે દિશામાં ખેંચાઈ રહ્યો હતો. તેના ડાબા હાથ વડે તે તેના વ્યાપાર અનુભવનો ઉપયોગ ઉત્પાદન રેખાને નવેસરથી આકાર આપવાનો તથા નિગમને ટકી રહે તેવા કદમાં સાફ સૂફી કરતો હતો, ત્યારે જમણા હાથે તેણે એવું તળીયાનું કામ શરૂ કર્યું જેને કેટલાક દિર્ઘદષ્ટિ તરીકે ગણશે અને ઘણા મૂર્ખાઈ ગણશે. તે હતું છુટક વેંચાણ તરફ જવાનું.

એપલના ઉપભોક્તાઓ સાથે સીધા જોડાયેલા હોવાનું તેનું સ્વપ્ન હતું. સ્ટીવ જોબ્સ, જેની છુટક વેચાણની કોઈ પાશ્વાદ્ભૂ ન હતી અને આ છુટક વેંચાણનું કામકાજ કેવી રીતે થાય છે તેનું કોઈ વાસ્તવિક જ્ઞાન ન હતું, તે વચેટીયાઓને ઉખેડી નાખવાનો પ્રયત્ન કરવા જઈ રહ્યો હતો. તેનાં પુનરાગમનનાં થોડાં જ અઠવાડિયામાં તેણે તેની સૌથી વધુ જોખમી યોજના શરૂ કરી.

મોટી કોમ્પ્યુટર કડીઓ અને બીજા પુનઃવેચાણકર્તાઓ એપલનાં ઉત્પાદનો વેંચાય તેના દરેક ઉપર ૩૫ થી ૪૦ ટકા આવક ઉસેડી લેતા હતા. તેના ડીઝની સાથેના વ્યવહાર દ્વારા સ્ટીવને ગ્રાહકને વસ્તુ સીધી વેંચવાની શક્તિ માટે પોતાની વધતી જતી ગુણગ્રાહ્યતામાં અંતિમ કડી હોવાનો અનુભવ કર્યો હતો. અને પોતાની અંદર એક ઉપભોક્તા માર્કેટરની આગ હતી તે શોધી કાઢ્યું હતું.

તેણે ટેકનોલોજીને લગતાં વલણો પર કામ કરવા માટે એક જુથ નક્કી કર્યું. નવેમ્બર ૧૯૯૭માં તેનો કંપનીના નવા વડા તરીકે રાજ્યાભિષેક થયો તેના એક વર્ષ કરતાં ઓછા સમયમાં અને છુટક વેચાણ ઉદ્યોગની અનંતતા સામે હતી ત્યારે એપલે તેનો ઓનલાઈન સ્ટોર ખોલ્યો. આ અકલ્પનીય ટુંકું સમયપત્રક મોટેભાગે સ્ટીવ પોતાની સાથે જ સોફટવેર લાવ્યો હતો તેના ઉપયોગ વડે શક્ય બન્યું હતું. આ સોફટવેર હતું વેબઓબ્જેક્ટસ, એક વેબ

સર્વર અને એપ્લીકેશન માળખું જે નેકસ્ટમાં વિકસાવાયું હતું.

થોડાજ સમયમાં સ્ટીવ જાહેર કરતો હતો કે નવા એપલ ડોટ કોમ ઓનલાઈન સ્ટોરે *તેના પ્રથમ મહિનામાં* જ ૧૨ મીલીયન ડોલર્સના ઓડર્સ મેળવ્યા હતા.

**સૂઝ :**

ઓનલાઈન વેંચાણે મહાન સમાચારનું નિરૂપણ કર્યું. પરંતુ પારંપારિક છૂટક વેચાણ ચેનલ દ્વારા થતા વેચાણમાં હતાશા રહેવાનું ચાલું રહ્યું. એપલનો કોમ્પ્યુટર માટેનો માર્કેટ હિસ્સો બંધાઈ ગયો હતો. સ્ટીવ માનતો હતો કે કંપનીના ઉત્પાદનો વેંચવાની રીત તેની મુખ્ય સમસ્યાઓમાંની એક હતી. મોટા કોમ્પ્યુટર ચેઈન સ્ટોર્સ એપલને તેમના સ્ટોરમાં શ્રેષ્ઠ જગ્યા અથવા ચોક્કસ પણે કહીએ તો અત્યાકર્ષક ડીસ્પ્લે નહોતા આપતા. વળી પાછું, આ ચેઈનને સંજોગોની શ્રેષ્ઠતા હેઠળ સ્ટાઈલની સૂઝ ઓછી હતી અને તેઓ વેચાણકર્તા લોકોના ઉંચા ટર્નઓવરથી પરેશાન હતા. તેજ સમયે મોટાભાગના ખરીદારો ઉત્તમ સોદા માટે જોતા હતા અને બ્રાન્ડ તરફની વફાદારી, સંનિષ્ઠતા ઘણી ઓછી હતી. આ પરિસ્થિતિ ૧૯૮૪માં જ્યારે મેકને બહાર પાડ્યું ત્યારે હતી તેના સમાન હતી.

આપણે અગાઉ ફેડએક્સના ડાયરેક્ટર ડીલીવરી ખ્યાલ પર સ્ટીવની પ્રતિક્રિયા જોઈ છે. તે મુજબ તે લાંબા સમયથી માનતો હતો કે જો એપલ તેનું પોતાનું વિતરણ તથા વેંચાણ કરી શકવા સમર્થ હોય તો તે કદાચ માર્કેટનો હિસ્સો નોંધપાત્ર રીતે વધારી શકે. હંમેશની જેમ તેને ગળે ઉતરી ગયું હતું કે એપલ અને મેક તો શક્તિશાળી જ હતા, પરંતુ તેમને યોગ્ય રીતે વિકસાવીને આર્થિક લાભ મેળવાયો નહોતો.

એપલ-II વિશે તો એવું જ હતું કે લોકો તેમને પસંદ આવી તે વસ્તુ ખરીદતા હતા. વર્ષો દરમ્યાન મેકના ઉપભોક્તાઓ એપલની પ્રણાલીમાં સ્વયં સંયોજિત થઈ ગયા હતા. પરંતુ મેગા સ્ટોર્સનું માર્કેટીંગનું લક્ષ્ય સૌથી નીચેના સામાન્ય ભાજક તરફ હતું. આથી સ્ટીવે તે જે શ્રેષ્ઠ રીતે કરે છે તે જ કરવાનો નિર્ણય કર્યો, કશુંક નવું, કશુંક આઈલીડરશીપની રીતે.

તેણે તેની દલીલ વિશે ૨૦૦૭ના *ફોર્ચ્યુન*ના ઈન્ટરવ્યુમાં સમજાવ્યું, 'હું ડરવા લાગ્યો હતો... કંપનીની મેગારીટેલર્સ પરની આશ્રિતતા વધતી જતી *હતી.* અને એવી કંપનીઓ જેમની પાસે ઓછા પ્રોત્સાહકો હતાં... તેમના એપલના ઉત્પાદનોને કશાક અજોડ તરીકે ગોઠવવા માટે તેણે કહ્યું તેનો ઉપસંહાર એ હતો કે "આપણે કશુંક કરવું જ પડશે નહીંતર આપણે પ્લેટોની અથડામણનો શિકાર થઈ જશું.. આપણે અહીં નવસર્જન કરવું જ પડે."

## રીટેઈલમાં કુદકો મારવો

સ્ટીવે ઉપભોક્તાઓ સાથે સીધા જોડાવા માટે એક છૂટક વેચાણની વ્યુહુરચના ઘડી કાઢવાનો સાહસિક નિર્ણય લીધો. આ માર્ગ ઉબડ ખાબડ હોવાની ખાતરી હતી.

આ અગાઉ એપલે કોમ્પ્યુએસએ દ્વારા વેચાણનો પ્રયત્ન કર્યો હતો. જ્યાં તેમણે દરેક સ્ટોરની અંદરજ અલગ એપલ વિભાગો બનાવ્યા હતા. આ પ્રયાસ *મોં* ભેર પછડાયો હતો. એજ વર્ષ દરમ્યાન ૨૦૦૧ માં ગેટવે ચેઈને તેમના સ્ટોર્સની સંખ્યા ૧૦ ટકા ઓછી કરી નાખી અને ૨૦૦૪ સુધીમાં તે સંપૂર્ણપણે વ્યવસાયની બહાર થઈ જવાનું હતું. જ્યારે સ્થાપિત ખેલાડીઓ પણ રસ્તાની બાજુ પર ફેંકાઈ જતા હતા, ત્યારે એક કોમ્પ્યુટર રીટેઈલર બનવું તે પણ ખાસ કરીને એક શિખાઉ માટે તે શક્ય તેટલા ખરાબ સમય જેવું લાગતું હતું.

જ્યાં સુધી તેના પ્રતિસ્પર્ધિઓનો તેમને એ માનવું ખૂબ ગમ્યું હોય કે તે આંધળુકીયા કરે પરંતુ સ્ટીવ કંઈ આંધળુકિયું જ નહોતો કરતો. જ્યારે પ્રતિભાશોધની વાત આવે, ત્યારે સ્ટીવજોબ્સ આપણામાંના બાકીના બધા માટે મહાન મોડેલ પુરું પાડે છે. તેણે તેની કુનેહને ટેકનિકલ ઓછી પરંતુ દુનિયામાં વિખ્યાત રીટેઈલ જુથ બનાવવાના એટલા જ પડકારરૂપ કાર્યોના પ્રતિભા ચૂંબક તરીકે લીધી. પહેલ માટે, તે જે લોકોને આદર આપતો હતો અને આધાર રાખતો હતો તેવા લોકોને માટે પૂછતો હતો. આ શોધખોળ તેને એક શન જહોન્સન નામની વ્યક્તિ તરફ દોરી ગઈ, જે હાર્વર્ડથી એમબીએની ડીગ્રી ધારી હતો અને તે સમયે તે ટાર્ગેટ માટે વધારાની ચીજવસ્તુઓનો ઉપાધ્યાક્ષ હતો. તેને ટાર્ગેટના ખૂબ જ સફળ એફોર્ડેબલ ડીઝાઈનની શરૂઆત કરવાનું શ્રેય આપવામાં આવે છે. જે એક સસ્તા પરંતુ સુંદર મીશેલ ગ્રેવલ ટીપોટથી શરૂ થઈ અને બહુ ઝડપથી ટાર્ગેટ બ્રાન્ડનો અતૂટ હિસ્સો બની ગઈ.

અત્યાર સુધીમાં તમે સમજી ગયા હશો કે સ્ટીવ એક તેજસ્વી નિયોક્તા હતો. તેને એમજ 'ના' કહી દેવી તે જરાય સહેલું ન હતું. કારણ કે તે કોઈ પણ આમંત્રણને કેવી રીતે અત્યંત મોહક બનાવવું તે બરાબર સમજે છે. આનું મૂર્તિમંત ઉદાહરણ 'સાકરનું પાણી વેચવું છે, કે દુનિયા બદલવા માટે તેની સાથે જોડાવું છે' એ પંક્તિ છે.

થોડા જ સમયમાં જહોન્સન ક્યુપર્ટીનો આવી રહ્યો હતો અને એપલ માટે નવા રીટેઈલ કામ સર્જવાના સોંપાયેલા કામ સાથે વેપારમાટેની ચીજવસ્તુઓ માટેનો સ્ટીવનો વરિષ્ઠ ઉપાધ્યક્ષ બન્યો.

સ્ટીવનું સંશાધન તેને 'ગેપ'ના સીઈઓ મીકી ડ્રેક્સલર ભણી દોરી ગયું, જે સર્વોત્તમ ગણાતો હતો. સ્ટીવે બહારથી જાણ્યું હતું કે ડ્રેકસલર તેનું ૧૫ બીલીયન (અબજ) ડોલર્સની

કંપનીનું સીઈઓનું પદ છોડવાનો નહતો. પરંતુ, હું વાટાઘાટ ને અંતે સ્ટીવના સ્મીતનું કલ્પના ચિત્ર જોઈ શકું છું. ડ્રેક્સલર એપલના બોર્ડ પર હોદ્દો સ્વીકારવા માટે સંમત થયો. તેનો અર્થ એ થયો કે સ્ટીવ તેના છૂટક વેચાણના લક્ષ્ય તરફ આગળ વધતો હતો, ત્યારે તેને ડ્રેક્સલરની સલાહનો લાભ મળશે.

ફરી એક વખત સ્ટીવ જોબ્સે પોતાને એક અસરકારક અને તેજસ્વી નિયોક્તા સાબિત કર્યો.

## પ્રતિકૃતિના નમૂના લાગુ કરવા

જહોન્સન એપલના ઉત્પાદનોને એપલના છુટક વેચાણ સ્ટોર્સની એક શૃંખલા બનાવીને તેને સીધા ઉપભોક્તા સુધી પહોંચાડવાનો પડકાર ઉપાડવાનો હતો. તેના નમૂના માટે તેણે બહુ દૂર જોવાની જરૂર ન હતી. સ્ટીવ પણ એવું ઇચ્છતો નહોતો. આવું એક મોડેલ તેમની પાસે તેમના જ વાડામાં હતું. ૧૯૮૪માં ક્યુપર્ટીનોમાં બેન્ડલી ડ્રાઈવ પર શરૂ કરાયેલ એપલના કર્મચારીઓ માટેના સ્ટોર પર એપલનાં બધાં જ ઉત્પાદનો આકર્ષક રીતે પ્રદર્શિત કરાયાં હતાં, અને ઉપભોક્તા કર્મચારીઓને તે અજમાવી જોવાની છૂટ હતી. હકીકતમાં તે એક પારંપારિક છૂટક વેચાણ સ્થળ કરતાં હાથ પરનાં ડેમો કેન્દ્ર જેવું વધારે હતું.

આ સંસ્કૃતિ આખેઆખી નવા સ્ટોર્સમાં લઈ જવાની હતી. આ એવાં સ્થળો બનાવવાનાં હતાં જ્યાં તમે કોઈ પણ દબાણ વગર આ ઉત્પાદનો અજમાવી શકો અને ખરીદી પણ શકો. સ્ટીવે તેનાં ઉત્પાદનો તેની રીતે વેંચવાનો આગ્રહ રાખ્યો.

ગેપના મીકી ડ્રેક્સલરે સ્ટીવને બહારની દુનિયા માટે એક સ્ટોર ડિઝાઈન કરવાનો પ્રયત્ન કરતાં પહેલાં એક પ્રતિકૃતિ જેવો સ્ટોર તેમની વખારમાં (વેરહાઉસ) બાંધવાની સલાહ આપી. આ રીતે એપલ તેમની ભૂલો ખાનગી રાખી શકે. અને ચોક્કસપણે ભૂલો થઈ જ.

પ્રથમ પ્રતિકૃતિરૂપ સ્ટોરમાં પ્રવેશતાં જાણે સ્ટીવનું હૃદય બેસી ગયું. સ્ટોરમાં ઉત્પાદનો તેના પ્રકારો અને શ્રેણીઓ મુજબ ગોઠવવામાં આવ્યાં હતાં. આમ કરવાથી કદાચ એપલના કર્મચારીઓને સમજણ પડે. પરંતુ એપલના ઉપભોક્તાને માટે વાસ્તવમાં તેઓ શું ખરીદવા માગે છે તે શોધવાનું સહેલું બનવાનું ન હતું. તે પછીના કેટલાક મહિનાઓ સુધી સ્ટોરની તે મૂળ પ્રતિકૃતિને તોડી નાખવાનું કામ થયું અને તે જ સ્થળે એક નવો સ્ટોર બનાવવામાં આવ્યો.

દરમ્યાનમાં સ્ટીવ અને તેનાં જૂથે આવા સ્ટોર્સ ક્યાં સ્થળે હોવા જોઈએ તે મુદ્દાનો

સામનો કર્યો. જેણે ક્યારેય પણ છૂટક વેચાણ કાર્ય કર્યું હશે તે દરેક વ્યક્તિ જાણે છે કે મુખ્ય પાસાંઓ અદ્દલ એક ઘર ખરીદતી વખતે જે સૌથી મહત્ત્વની ત્રણ વિચારવા લાયક બાબતો તરીકે એક જૂનો જમીન જાયદાદનો એજન્ટ જોતો હતો તે જ છે.

'સ્થિતિસ્થાન, સ્થિતિસ્થાન અને સ્થિતિસ્થાન.'

પ્રથમ સ્ટોરને હાઈએન્ડ મોલ્સમાં મૂકવાનો નિર્ણય કરાયો, જે મૂળભૂત રીતે ગેટવે જે વ્યૂહરચનાને અનુસર્યો હતો તેનાથી વિરુદ્ધ હતી. એપલ હંમેશાં જીવનશૈલી અને ઉપભોક્તા સાથે તદાત્મયની સ્થાપના વિશે રહ્યું છે અને એપલ સ્ટોર્સ દરેક રીતે આ પાયા પર જ ચણાશે. લક્ષ્ય,એક ખરીદીનો મહાન અનુભવ કે જે એપલ જેના પાયામાં હોય તેવા સમુદાયની ભાવનાને પોષી અને વિસ્તારી શકે, તેવું બનાવવાનો હતો. જે તેને એક પ્રણાલીમાંથી એક સામૂહિક હિલચાલમાં બદલી નાખે.

## તરતું મૂકવાનો સમય

૧૫મે ૨૦૦૧ના દિવસે સ્ટીવનાં આમંત્રણ પર ખબરપત્રીઓનાં એક કલબલાટ કરતાં ટોળાંએ વર્જીનિયાના મેક્લીનના ટાયસન કોર્નર સેન્ટર પર આવેલા પ્રથમ એપલ સ્ટોરનો પ્રવાસ કર્યો. શરૂઆતનાં સ્થળો માટે જરા અસામાન્ય સ્થાનો પસંદ કરાયાં હતાં. બધી જ ખંતપૂર્વકની ડીઝાઈન તથા આયોજન કરાયેલાં હોવા છતાં, જો સ્ટીવે એવી આશા રાખી હોય કે આ પ્રસંગ પણ તેના મેક વર્લ્ડનાં વાર્ષિક પ્રેઝન્ટેશન જેવો ઊર્મિશીલ રીતે લોકપ્રિય બનશે, તો તે ખૂબ જ નિરાશ થયો હતો. સ્થિતિસ્થાન માંડ એક મોલના છૂટકવેચાણના ખૂણા જેવું હતું. બીજા માળ સુધી કૂચકદમ કર્યા પછી સ્ટોરના શિખર પર ડોકિયું કરીએ ત્યાં, એક એલ.એલ.બીનની તરત બાજુમાં સ્ટોર મૂકવામાં આવ્યો હતો, અને તેથી અપ્રભાવિત થયેલા પત્રકારોમાંથી ઘણા સંશયી બની રહ્યા. થોડો સમય તો એવું લાગ્યું કે જાણે તેમની નકારાત્મક છાપ સાચી હોઈ શકે.

અંદર પ્રવેશ કરતાં સાથેની મારી શરૂઆતની પ્રતિક્રિયા શાંત ઉત્તેજનાની લાગણીની હતી. એ સ્થળ એટલી સારી રીતે ડીઝાઈન કરાયેલ, એટલું આમંત્રક અને એટલું સુવ્યવસ્થિત દેખાતું હતું કે તમે જે કાંઈ પણ શોધવા માટે આવ્યા છો તેને માટે ક્યાં જવું તે તમને તરત જ ખબર પડી જાય. વીડીયો એડીટીંગ એક વિસ્તારમાં, ફોટોગ્રાફી બીજા ક્ષેત્રમાં, સંગીતનાં ઉત્પાદનો તેમનાં પોતાના વિભાગમાં અને સ્ટોરના સાઇડના આખા ભાગમાં રમત (ગેમ)નો વિસ્તાર. દરેક વિસ્તારમાં ઉત્પાદનોનો પૂરતો જથ્થો હતો જે તમારે છૂટથી ઉપયોગ કરી જોવા માટે, તેની સાથે રમવા માટે, મજા કરવા માટે ગોઠવાયો હતો અને તમને ખરીદવાનો નિર્ણય લેવા માટે દબાણ કરનાર કોઈ હતું નહીં. સ્ટોર પરના

માણસો દેખીતી રીતે જ ખૂબ જ સારી રીતે તાલીમ પામેલા હતાં. દરેકે દરેક તત્ત્વની પુષ્કળ કાળજી લેવામાં આવી હતી, અને તે હું અનુભવી શક્યો. હું એવી છાપ સાથે બહાર આવ્યો કે ,એક અભિવાદન-ધન્યવાદ તરીકે સ્ટોરને'સ્ટીવનો સ્ટોર' કહેવો જોઈએ. મેં વિચાર્યું, *તેણે તે યોગ્ય કર્યું છે અને નિષ્ફળતાના માર્ગ પર આનો અંત થવાનો નથી.*

એક સમયે આઈબીએમે પણ આઈબીએમ પીસી માટે છૂટક વેચાણ સ્ટોર્સ ખોલ્યા હતા. બીગ બ્લ્યૂ જે એપલ કરતાં અનેક ગણું વિશાળ છે અને જેને તેનાં પ્રદાન માટે કેટલાંયે મહાન સ્ત્રોતો છે, તેણે પણ દેખીતી રીતે સ્ટીવના પ્રકારના સંશોધનો કે નિમણૂંકો કરી ન હતી.

મેં ખરેખર લોકો તે પ્રથમ એપલ સ્ટોરમાંથી નવું આઈમેક, આઈપોડ અથવા એસેસરી લઈને બહાર નીકળતા હોય અને વિચારતા હોય કે, 'મારે થોડીક એપલની વસ્તુઓ ખરીદવી જોઈએ' અથવા 'થોડીક વધારે વસ્તુઓ ખરીદવી જોઈએ' તેવી કલ્પના કરી.

એક તેના જેવો જ સ્ટોર - આઉટલેટ - કેલીફોર્નિયાના ગ્લેન્ડલેમાં એક ઊંચા મોલ 'ગેલેરીયા'માં ચાર દિવસ પછી જ ખૂલ્યો.

એક સોફ્ટવેર અને હાર્ડવેરમાં હોય તેવી કંપની માટે, છૂટક વેચાણમાં જવું તે એક સ્પષ્ટ ચાલ સિવાય બીજું પણ કંઈ લાગતું હતું. બીઝનેસ પ્રેસમાં ઘણાને ખાતરી હતી કે એપલનો તેના પોતાના રીટેઈલ સ્ટોર્સ ખોલવાનો વિચાર સ્ટીવની મૂર્ખાઈ હતી. છેવટે, સ્ટીવ અને એપલ પાસે છૂટક વેચાણનો એવો કયો અનુભવ હતો ? બીલકુલ નહીં. અથવા લગભગ એવું જ - અને નવા છૂટક વેચાણ વ્યવસાયોનો નિષ્ફળતાનો દર ખૂબ જ ઊંચો હોય છે, ખાસ કરીને જ્યારે નવા ખેલાડીઓ વડે શરૂ કરાય ત્યારે. આ વખતે સ્ટીવ, જે અદ્ભૂત શક્તિ ધરાવતા બાળક જેવો હતો, તેણે ચોક્કસપણે પોતાની હેસીયત કરતાં મોટું કામ ઉપાડ્યું હતું.

બીઝનેસ વીકે આ પહેલનું આ મથાળાં સાથે અભિવાદન કર્યું. 'સોરી સ્ટીવ, એપલ સ્ટોર્સ શા માટે નહીં ચાલે તેનાં કારણો નીચ મુજબ છે :' એક ખૂબ જ ઊંચા દરજ્જાના છૂટક વેચાણના સલાહકારે ભવિષ્ય ભાખ્યું હતું કે એપલ તેના આ ગેરમાર્ગે દોરાયેલા, વચેટીયાઓને કાઢીને સીધા ઉપભોક્તાને વૈચાણ કરવાના પ્રયત્નમાંથી નોંધપાત્ર ખોટ કરશે તેથી તેને થોડાં વર્ષોમાં આ કાર્ય બંધ કરવાની ફરજ પડશે.

એપલ સ્ટોર્સ વડે સ્ટીવ જોબ્સ આ ઉપભોક્તાને સીધુ વેચાણ કરવાના માર્ગ પર એક વધુ વિરાટ પગલું ભરી રહ્યો હતો. આ એક એવી દિશા હતી જે પુષ્કળ ઉત્પાદન

કંપનીઓએ અજમાવી જોઈ હતી અને તેમાંથી મોટાભાગનીને બહુ ઓછી સફળતા મળી હતી. ઘણા બધા લોકો ધ્યાનપૂર્વક જોઈ રહ્યા હતા કે એપલનો આ દિગ્ગજ નેતા આ વખતે મોંભેર પછડાય છે કે નહીં.

છૂટક વેચાણ ક્ષેત્રના તજજ્ઞો વડે અને બીજા બધા વડે ભયાનક ભવિષ્યવાણી છતાં, વર્જિનિયા સ્ટોરે તેના પહેલા જ દિવસે સાતહજાર કરતાં વધુનું વેચાણ કરી નાખ્યું. અને આ તો માત્ર શરૂઆત હતી.

હું લખું છું ત્યારે ૨૦૧૦ની પાનખર ચાલે છે અને એપલ પાસે હવે ચાઈનામાં સહિત ત્રણસોથી વધારે સ્ટોર્સ છે. મેનહટ્ટનમાં ફીફ્થ એવન્યૂ પર આવેલ 'શોકેસ' સ્ટોર્સ આખા વર્ષના દરેક દિવસે ચોવીસેય કલાક ખૂલ્લો રહે છે અને તમને એ જાણીને આશ્ચર્ય નહીં થાય કે આ સ્ટોર્સ પર તેની ડીઝાઈન માટેના એવોર્ડસના ઢગલા થયા છે.

શરૂઆતનાં પરિણામોએ ખ્યાલને સાચો સાબિત કરનાર તરીકે કામ કર્યું. તે પછી, વધુ સરળતાથી પહોંચી શકાય તેવા હાઈએન્ડ મોલ્સમાં એપલ સ્ટોર્સ બનાવવાના ચાલુ રહ્યા. પરંતુ સ્ટીવે હજુ પોતાની જાતને તેની મૂળભૂત જામીન-જાગીર-વાળી વ્યૂહરચના વડે અસ્વસ્થ થવા નથી દીધી. સંખ્યાબંધ મુખ્ય વેચાણ સ્થળો ન્યૂયોર્ક, લંડન, પેરીસ, મ્યુનિચ, ટોક્યો અને શાંઘાઈ જેવાં વિવિધતાવાળાં સ્થળોએ બાંધવામાં આવ્યાં છે. આ વર્ણપટલને બીજે છેડે ભારે વાહન-વ્યવહારવાળા વિસ્તારો જેવાં કે સાનફ્રાંસિસ્કોની માર્કેટ સ્ટ્રીટમાં પીસીના ઉપભોક્તાઓને એપલની નાતમાં જોડાવા માટે લલચાવવાના પ્રયાસ તરીકે પ્રમાણમાં નાના એવા 'મીની સ્ટોર્સ' બાંધવામાં આવ્યા. *તેઓ વિચારશે આમ પણ હું ત્યાંથી પસાર થાઉં છું તો સ્ટોરમાં ડોકિયું કરવામાં મારી આખા દિવસમાંથી માત્ર થોડીજ મીનીટો જશે.*

થોડો સમય લાગ્યો, પરંતુ સ્ટોર્સ અત્યાર સુધીની સૌથી મહાન છૂટક વેચાણ સફળતા બની રહ્યા છે. ૨૦૦૬માં એપલના સ્ટોર્સે દર વર્ષના દર ચો. ફૂટ લેખે ૪૦૦૦ ડોલર્સથી વધારેનું વેચાણ ઉત્પાદિત કર્યું છે જે 'બેસ્ટબાય' અને એપલના મેન હટ્ટન પર આવેલા મુખ્ય સ્ટોરમાંથી માત્ર પાંચ એવન્યૂ નીચે આવેલા આવા છૂટક વેચાણના પ્રતિનિધિ જેવા ટીફેની અને સાક્સ વડે લણી લેવાતા હોય તેના કરતાં નોંધપાત્ર રીતે વધુ સારા ટર્નઓવર માટેના આંકડાઓ કરતાં લગભગ ચાર ગણા જેટલા વધારે છે. એપલ સ્ટોર્સ તેમનાં કાર્યનાં ત્રીજા વર્ષમાં એક વર્ષના ૧ અબજ ડોલર્સના વેચાણ આંકડાએ પહોંચી ગયા, જે ઈતિહાસમાં કોઈપણ બીજા છૂટક વેચાણ કાર્ય કરતા વધુ ઝડપી હતું. માત્ર બે વર્ષ પછી તેઓ આટલો ધંધો દર *ત્રણ મહિને* કરી લેતા હતા અને તે પણ ૨૦૦૮માં આઈફોનની રજૂઆત થઈ તે પહેલાં !

એપલ સ્ટોર્સનું સર્જન કરવામાં અને ઉત્પાદનના સંદર્ભથી લઈને બનાવટ તથા વેચાણ બિંદુ સુધી આ સમગ્ર મૂલ્ય શૃંખલાનું નિયંત્રણ રાખીને, સ્ટીવે એપલને હાઈટેક ડીઝનીમાં ફેરવી નાખ્યું અને આ બરાબર એ જ વસ્તુ હતી જે કરવાની તેની નેમ હતી.

## ગ્રાહક માટે છૂટક વેચાણની જગ્યા ડીઝાઈન કરવી

ડીઝાઈન જે સ્ટીવના બધાં ઉત્પાદનોમાં સર્વોપરી રહી છે, તે સ્ટોર્સનાં સર્જનમાં પણ તેટલી જ કેન્દ્રવર્તી રહી. ગ્રાહકો, તેઓ પોતે પણ નથી જાણતા હોતા કે શા માટે, પરંતુ એપલ સાથે સંકળાયેલી કોઈ પણ વસ્તુ વડે પ્રોમાસક્ત હોય છે.

સ્ટોર્સની પોતાની બાબતમાં એપલની ડીઝાઈન જૂથે દુનિયાની સૌથી મહત્ત્વની સ્થાપત્ય પેઢીઓમાંથી કેટલીક સાથે નવા વિચારો અને ઊર્જાથી ભરપૂર, ધારદાર દેખાય તેવી ડીઝાઈન તથા પ્રયોજનો બનાવવામાં સહયોગ કર્યો હતો. તેમના વ્યવસાયમાં સર્વોચ્ચ સ્થાને રહેલા સપ્લાયર્સ અને ઠેકેદારો પણ કહે છે કે સ્ટીવ સાથે કામ કરતી વખતે તેમને વધારે મહેનત કરવી પડતી હતી.

મૂળભૂત કર્મચારી સ્ટોરની માફક છૂટક વેચાણ માટેના સ્ટોર્સે પણ નિર્દેશન માટેનાં કેન્દ્રોની ભાવના ઊભી કરી, જે પછીથી ઉત્પાદનો વેચવા લાગ્યાં. અને જ્યારે તમારે જે જોઈએ છે તે તમને મળી જાય, પછી તમારે બહાર નીકળવા માટે લાઈનમાં ઊભા રહીને રાહ જોવાની જરૂર નથી. આખા કર્મચારીગણ પાસે પોર્ટેબલ ક્રેડીટ કાર્ડ રીડર હોય છે, જે તમને ત્યાં જ ચૂકવણી કરવાની સવલત આપે છે.

એપલ સ્ટોર્સની દરેક બાબત, ઉત્પાદનોથી માંડીને ખરીદીના અનુભવથી લઈને સમારકામ સુધી બધું જ વપરાશકર્તાઓને માફક આવે તેવું છે. ટાર્ગેટના પૂર્વ એક્ઝીક્યુટીવ રોન જહોન્સનની એક મહાન શોધ હતી, 'જીનિયસ બાર'. આ નામ પોતે પણ જિનિયસ છે. જોહન્સને કેટલાક સંશોધકોને લોકોને એ પૂછવા માટે મોકલ્યા કે તેમણે શ્રેષ્ઠ સેવાનો અનુભવ ક્યાં મેળવ્યો, લગભગ દરેક વ્યક્તિએ એક જ સારી હોટેલમાં ઉતરવાના આનંદનો ઉલ્લેખ કર્યો.

જહોન્સનના મગજમાં ચમકારો થયો. એપલ સ્ટોર્સને જેની જરૂર હતી તે હતી કોન્સીઅર્જ સેવા, જેનું મુખ્ય કાર્ય એપલના ગ્રાહકોને તેમનાં એપલ ઉત્પાદનો સાથે જે સમસ્યા હોય તેમાં મદદ કરવાનુ હોય - ભલે પછી તે સમસ્યા એક તે સાધનનો કેવી રીતે ઉપયોગ કરવો, જેવો દેખીતા જવાબવાળો સાવ મૂર્ખ જેવો પ્રશ્ન હોય. પરંતુ થોડીક મિનિટો માટે જિનિયસ બારમાં આવા પ્રશ્નો-જવાબોનાં આદાન-પ્રદાનને સાંભળો અને તમને ખ્યાલ આવશે કે ત્યાં કામ કરનાર લોકો માટે કોઈ પણ પ્રશ્ન મૂર્ખ જેવો નથી.

શું તમારી પાસે કોઈ એવું એપલ ઉત્પાદન છે, જે ખામીયુક્ત હોય ? જો કર્મચારીગણ એક છોડી દેવાયેલ અથવા યોગ્ય રીતે ન બનાવાયેલ ઉત્પાદનને સરખું ન કરી શકે તો, મોટે ભાગે એવી શક્યતા છે કે તેઓ તે પાછું લઈ લેશે અને બદલામાં તમને તદ્દન નવું ઉત્પાદન આપશે.

અકલ્પનીય રીતે, તાલીમ, સમારકામ અથવા બદલાવી આપવા માટે અહીં કોઈ રકમ લેવામાં આવતી નથી.

## લોકોને 'બ્રાન્ડ' તરફ વાળવા

૨૦૧૦માં એપલના ૪૬૦૦૦ કર્મચારીઓમાંથી અડધા-કરતાં વધારે છૂટક વેચાણમાં કાર્ય કરે છે. એપલ સ્ટોરનો સંપૂર્ણ કર્મચારીગણ એપલ બ્રાન્ડ શાને માટે પ્રતિષ્ઠિત છે તે સમજવા માટે તથા કંપનીના મૂલ્યોને અપનાવવા માટે તાલીમ પામેલો છે. વેચાણ કર્તા લોકો એ એવો ચહેરો છે, જે કોઈપણ કંપની પોતાના ગ્રાહકોને દેખાડે છે.

એપલ પોતાની ઓનલાઈન ભરતી કરવાની નકલમાં ભાર મૂકે છે તેમ, 'તમે એક મફત કાર્યશાળાની આગેવાની કરતા હો, એક અંગત તાલીમ બેઠકમાં શિક્ષણ આપતા હો, અથવા જિનીયસ બારમાં એક તજજ્ઞ તરીકે ટેકનીકલ સલાહ આપતા હો, એક એવી વસ્તુ છે જે તમે ચોક્કસપણે જોશો - જ્યારે તમે લોકોને કશુંક એવું દેખાડશો. જે તેઓ કરી શકે તેવું તેમણે વિચાર્યું પણ ન હોય, ત્યારે તેમના ચહેરા ચમકી ઊઠશે. તમે આનાથી ટેવાઈ જશો, પરંતુ ક્યારેય તેનાથી કંટાળશો નહીં.'

અમેરિકામાં - અથવા આખી દુનિયામાં - કેટલી એવી કંપની હશે, જે તેમની ભરતી કરવાની પદ્ધતિમાં પ્રમાણિકપણે આવા પ્રકારની વાત મૂકી શકે ?

આ એક સૂચના છે કે તમારા આગલી હરોળના લોકોનું વલણ એ લાંબાગાળે તમારા ગ્રાહકો તમારી કંપની માટે જે મત ધરાવે છે. તેને આકાર આપે છે.

## ઉત્પાદન હરોળનો પુનઃઆવિષ્કાર કરવો

ભૂતકાળની મોટી ઉપભોક્તા ઈલેક્ટ્રોનિક પેઢીઓ - દાખલા તરીકે જનરલ ઈલેક્ટ્રીક - એ સેંકડો, અરે હજારો ઉત્પાદનો વિકસાવ્યાં છે અને વેચ્યાં છે. એપલે તો ૨૦થી ઓછા વિકસાવ્યાં તથા વેચ્યાં છે. એક ૩૦ અબજ ડોલર્સની કંપની માટે લગભગ માની ન શકાય તેટલી નાની આ સંખ્યા છે. (મને એ નોંધ કરતાં રમૂજ થાય છે કે, એપલ અત્યંત નાની સંખ્યામાં ઉત્પાદનોનું વેચાણ કરે છે તે ઉપરાંત દરેક નવાં પુનરાવર્તન સાથે તેનાં ઘણાં ઉત્પાદનોનું કદ અત્યંત નાનું અને નાનું થતું જાય છે.)

સ્ટીવ લોકો જોતાંવેંત જે લઈ લેવાની ઈચ્છા કરે છે તેવાં કેટલાંક ઉત્પાદનો પર ધ્યાન કેન્દ્રિત કરવાની ક્ષમતાને એપલની સફળતાની ચાવી તરીકે જોવે છે. આ બિંદુ પર આવ્યા ત્યાં સુધીમાં એપલના ગ્રાહકોનો પાયો શરૂઆતના વર્ષોના 'મેક કલ્ટ'ને ઘણો આગળ વટાવી ગયો છે. હવે લગભગ દરેક વ્યક્તિ એપલનો ગ્રાહક થવા ઈચ્છે છે.

ઉપભોક્તાને ઉત્પાદનો સીધાં વેંચવા માટે એક નવી વેચાણ શૃંખલા દાખલ કરીને અને 'બેસ્ટ બાય' તથા 'ફ્રીઝ' જેવા વચેટીયાઓને કાપી નાખીને સ્ટીવે કોમ્પ્યુટર્સ,એમપી ૩ પ્લેયર્સ અને ફોન માટે છૂટક વેચાણનો આખો ચહેરો ધરમૂળથી બદલી નાખ્યો છે. કોમ્પ્યુટર્સ ઉદ્યોગ માટે હરીફાઈ કરવાનો ખૂબ કઠીન સમય આવવાનો છે. દરમ્યાનમાં દરેક બીજા ઉદ્યોગને છૂટક વેચાણના પાઠ ભણાવવામાં આવી રહ્યાં છે.

હવે સ્ટીવે 'સીધું ઉપભોક્તાને' વાળી સંપૂર્ણ વ્યૂહરચના બનાવી છે અને તે કામ કરે છે. આઈટ્યુન્સ સાથે એપલ ઓનલાઈનમાં અને એપલ સ્ટોર્સમાં મોટું બળ છે. મેં ભાગ્યે જ શંકા કરી હોત કે સ્ટીવ, એક અજોડ ખરીદદાર, ખરીદીને એક અજોડ અનુભવ બનાવશે.

સ્ટીવના છૂટક વેચાણનાં વલણનું એક 'ટ્રોજન હોર્સ' પાસું પણ છે. એટલે કે એપલનાં ઉત્પાદનો વીન્ડોઝ સાથે હરીફાઈ કરી શકે તેવાં છે. જો ગ્રાહકોને તેમના આઈફોન્સ ઉપર માઈક્રોસોફ્ટ એક્સચેન્જ મળે, તો તેમનાં નવા કોમ્પ્યુટર તરીકે મેક લેવાના અડધા રસ્તે તેઓ આવી ગયા છે. અને જ્યારે તમે એપલ સ્ટોરમાં એક આઈફોન ખરીદો અથવા તેને અપગ્રેડ કરવો કે તરત જ તમે. એ ટી એન્ડ ટીના આઉટલેટ પર ગયા વગર ત્યાંને ત્યાં જ સેવા (સર્વિસ) માટેનો કરાર સહી કરો છો. બીજા કોઈ પણ કેરીયર આ નહીં આપે. એ ટી એન્ડ ટી પણ બીજા કોઈ પણ ફોન માટે આ સેવા પૂરી પાડતું નથી. આ 'વન સ્ટેપ શોપિંગ'નું ઉમદા ઉદાહરણ છે.

સ્ટીવ તેની બ્રાન્ડનું નિયંત્રણ કરે છે કારણ કે તે તેની ઉત્પાદન હરોળને ખૂબ જ અસરકારક રીતે વેચી તથા વિકસાવી શકવા સમર્થ છે. એક બ્રાન્ડ પર સંપૂર્ણ નિયંત્રણ કરી શકવાનો આ એક માત્ર માર્ગ છે.

આજના અર્થતંત્રમાં એ અકલ્પનીય છે કે ઘરગથ્થુ છૂટક વેચાણનાં મોટાં નામો, જેવાં કે સર્કીટ, સીટી, શાર્પર ઈમેજ, માર્વીન્સ અને ગેટવે જેવાની નિષ્ફળતા સાથે - એક નવા છૂટકવેચાણ કર્તા ને અભૂતપૂર્વ સફળતા મળે ઉત્પાદન સીધાં ગ્રાહકને વેચવા, અને યોગ્ય માળખું તૈયાર કરવું એ વ્યાપાર જગતનો સૌથી કઠીન પડકાર છે, અને સ્ટીવે તેમાં નિપુણતા પ્રાપ્ત કરી છે. ઉત્પાદન પર સંપૂર્ણ નિયંત્રણનો તેનો નિર્ણય એ એક સફળ છૂટક વેચાણ વ્યૂહરચનાની ચાવી છે.

૧૩

# 'કુલ'ની વ્યાખ્યા સિદ્ધ કરવી

## 'તેને માટે એક એપ છે'

વ્યાપારમાં એક એવાં ઉત્પાદન સર્જન કરવું જે લાખો લોકો તરત જ ખરીદવા ઇચ્છે. અને બીજા એવા ઘણા જેઓની પાસે તે ઉત્પાદન ન હોય, તેઓ જેમની પાસે છે તેમની ઈર્ષા કરે છે, તેના કરતાં વધારે 'કૂલ' કોઈ વસ્તુ નથી.

અને એક એવી વ્યક્તિ હોવું જે આ પ્રકારનું ઉત્પાદનની કલ્પના કરી શકે, તથા તે સર્જી શકે તેનાથી વધારે 'કુલ' પણ કશું જ નથી.

અને વધુ એક તત્ત્વ ઉમેરો : આવા પ્રકારની 'કુલ' વસ્તુઓની એક શ્રેણી સર્જવી અને તે પણ એક અલગ અથવા એકલા પાડી દેવાયેલા પ્રયત્ન તરીકે નહીં, પરંતુ ઉચ્ચસ્તરના ખ્યાલને વળોટી જવાના ભાગ તરીકે.

### સૌથી મહત્ત્વનો મુદ્દો પકડવો

સ્ટીવના ૨૦૦૧માં અપાયેલા મેક વર્લ્ડનાં સૌદ્ધાંતિક ભાષણનું સાનાફ્રાન્સિસ્કોમાં આવેલા મોસ્કોન સેન્ટર પરથી હજારો શ્રોતાઓને માટે અને આખી દુનિયાના સેટેલાઈટ શ્રોતાઓ માટે જીવંત પ્રસારણ કરાયું. તેણે મને સંપૂર્ણપણે આશ્ચર્યમાં મૂકી દીધો. તેણે એક એવી દૃષ્ટિ રજૂ કરી જે એપલના વિકાસનાં આવતાં પાંચ અથવા તેનાથી વધુ વર્ષોને આવરી લે. તે કઈ તરફ આગળ વધી રહ્યો હતો, તે હું જોઈ શક્યો : તે એક એવા માધ્યમ કેન્દ્ર તરફ આગળ વધી રહ્યો હતો. જેને તમે તમારા હાથમાં રાખી શકો. ઘણા લોકોને આ વ્યૂહરચના દુનિયા કઈ તરફ આગળ જશે તેની શક્યતાના ઝળહળતા નજારા જેવી લાગી. છતાં, મારા મતે મેં જે સાંભળ્યું તે તેણે ૨૦ વર્ષ અગાઉ Xerox - ARCની મુલાકાત પછી તેણે જે દૃષ્ટિ વ્યક્ત કરી હતી તેનું જ વિસ્તરણ હતું.

તેનાં ૨૦૦૧નાં ભાષણ સમયે પીસી ઉદ્યોગ કળણમાં ડૂબી રહ્યો હતો; નિરાશ લોકો બૂમો પાડી રહ્યા હતા કે ઉદ્યોગ ભેખડના કિનારા ભણી ધસી રહ્યો હતો. સમગ્ર ઉદ્યોગમાં ફેલાયેલી ચિંતા-જેમાં પ્રેસનો પણ સમાવેશ હતો - એ હતી કે પીસી અપ્રચલિત થઈ રહ્યાં હતાં, જ્યારે એમ.પી.૩ પ્લેયર્સ, ડીજીટલ કેમેરા, પીડીએ તથા ડીવીડી પ્લેયર્સ પણ અદશ્ય થઈ રહ્યાં હતાં. પરંતુ જ્યારે સ્ટીવના ડેલ અને ગેટવેમાંના દુશ્મનોએ આ પ્રકારે વિચારીને પોતાની જાતને ધંધામાંથી ખસેડી લીધી, ત્યારે સ્ટીવે તેમ ન કર્યું.

તેણે તેનું ભાષણ ટેકનોલોજીના ઈતિહાસનાં ટૂંકા ચિત્રણ વડે શરૂ કર્યું. ૧૯૮૦ – પર્સનલ કોમ્પ્યુટરના પ્રથમ સુવર્ણયુગ-ને તેણે ઉત્પાદકતાનો યુગ કહ્યો. ૯૦ની સદી એ ઈન્ટરનેટ યુગ હતો. ૨૯મી સદીનો પ્રથમ દસકો 'ડીજીટલ જીવનશૈલી'નો યુગ બની રહેવાનો હતો, એક એવો કાળ જેમાં ડીજીટલ સાધનો - જેવાં કે કેમેરાઓ, ડીવીડી પ્લેયર્સ... અને સેલફોન્સના વિસ્ફોટ વડે ચલિત હોય. તેણે આ સમયને 'ડિજિટલ હબ' નામ આપ્યું. અને અલબત્ત મેકિન્ટોશ નિયંત્રણ કરતું, પરસ્પરને અસર કરતું, અને બીજાં બધાં સાધનોમાં મૂલ્યો ઉમેરતું - આ બધાંનાં કેન્દ્રમાં હશે. (તમે તેનાં ભાષણનો આ ભાગ યુ ટ્યુબ પર 'સ્ટીવ જોબ્સ ઈન્ટ્રોડ્યુસીસ ધ ડીજીટલ હબ સ્ટ્રેટેજી' પર સર્ચ કરવાથી જોઈ શકશો.)

સ્ટીવને ખ્યાલ આવી ગયો કે માત્ર એક પીસી જ ગુંચવણ ભરી એપ્લીકેશન્સને ચલાવવા માટે પૂરતું સ્માર્ટ હતું. કારણ કે તેનો મોટો પડદો વપરાશકારોને એક વિશાળ ફલક પૂરું પાડતો હતો અને તેની ચીપના ડેટા સ્ટોરેજ બીજાં કોઈ પણ ઉત્પાદનો તેમની પોતાની મેળે આપી શકે તેના કરતાં ઘણાં વધારે ચઢિયાતા હતા. અને એપલના માર્ગના નકશા વિશે તે પારદર્શક હતો.

તેના કોઈપણ પ્રતિસ્પર્ધી આ નકશાની સ્પર્ધા કરી શક્યા હોત. પરંતુ કોઈએ તે મુજબ કર્યું નહીં, જેણે એપલને વર્ષો સુધી આગેવાની અર્પી : એક ડીજીટલ હબ તરીકે મેક - અણુના કેન્દ્ર જેવું એક શક્તિશાળી કોમ્પ્યૂટર, જે ટેલિવિઝન સેટ્સથી લઈને ફોન સુધીનાં સાધનોની શ્રેણીને પરસ્પર જોડી શકે, જેથી તેઓ આપણી રોજ-બરોજની જીંદગીનો અખંડ ભાગ બની શકે.

'ડીજીટલ લાઈફ સ્ટાઈલ (જીવનશૈલી)' વાક્યનો ઉપયોગ કર્યો હોય તેવી સ્ટીવ એકમાત્ર વ્યક્તિ નથી. લગભગ તે જ સમયની આસપાસ બીલ ગેટ્સ પણ ડીજીટલ

જીવનશૈલી વિશે વાત કરતો હતો, પરંતુ તે કઈ તરફ જઈ રહી છે, અથવા તે બાબતમાં શું કરવું તે વિશે તેને કોઈ ભાન હોય તેવું દર્શાવ્યા વગર. સ્ટીવની સંપૂર્ણ માન્યતા હતી, કે જો તેની કલ્પના કરી શકાય તો તેને બનાવી પણ શકાય. તે એપલનાં હવે પછીનાં વર્ષોને આ કલ્પના સાથે જોડી દેશે.

## એક મ્યાનમાં બે તલવાર

શું એક જ સમયે એક જૂથના નેતા અને બીજા જૂથના ખેલાડી બનવું એ શક્ય છે ? ૨૦૦૬માં વોલ્ટ ડીઝની કંપનીએ પીક્સર ખરીદી લીધું. સ્ટીવ જોબ્સ ડીઝનીના બોર્ડનો સભ્ય બન્યો અને કુલ ખરીદ કિંમત ૭.૬ અબજ ડોલર્સમાંથી અડધા તેને મળ્યા, જેમાંથી મોટાભાગની રકમ ડીઝનીના શેર્સ રૂપે હતી. આ શેર્સ તેને કંપનીનો સૌથી મોટો શેરધારક બનાવવા માટે પૂરતી હતી.

ફરી એક વખત સ્ટીવ શું શક્ય છે તે દર્શાવવા માટેનો આદર્શ-ધારણકર્તા સાબિત થયો. ઘણા બધા એ વિચાર્યું કે તેની એપલ તરફની સમર્પિતતાનો અર્થ એવો થશે કે ડીઝનીમાં તે એક 'અદશ્ય હાજરી' જેવો બની રહેશે. તેને બદલે જ્યારે તેણે હજી સુધી આવરણ હેઠળ રહેલ ભવિષ્યનાં આંખ-ઉઘાડનાર ઉત્પાદનોના વિકાસને આગળ ધપાવ્યો, ત્યારે નવા ડીઝની - એપલ યોજનાઓના વિકાસ વિશે તે ક્રીસમસની સવારે ભેટ ખોલતાં બાળક જેટલો જ ઉત્તેજિત હતો. સોદાની જાહેરાત થયા પછી ટૂંક સમયમાં જ તેણે બીઝનેસ વીકને કહ્યું, 'અમે ઘણી બધી વસ્તુઓ વિશે ચર્ચા કરી રહ્યા છીએ. આવતા પાંચ વર્ષ પછીના વર્ષોને ધ્યાન પર લેતાં, દુનિયા ઘણી ઉત્તેજક બની રહેવાની છે.'

## દિશા બદલવી : ખર્ચાળ પરંતુ કેટલીક વખત જરૂરી

સ્ટીવ ડીજીટલ હબનાં પગથિયાં ચડવા વિશે વિચારી રહ્યો હતો તેથી, તેણે એ બાબત પર ધ્યાન આપવાનું શરૂ કર્યું કે તે જ્યાં જોવે ત્યાં લોકો તેમના હાથમાંથી નવી વસ્તુ સાથે રમત કરતા દેખાતા હતા. કેટલાક લોકો એક ખીસ્સામાં સેલફોન અને બીજામાં પીડીએ અને ક્યારેક તો આઈપોડ પણ, વડે લદાયેલા હતા અને તે બધા સાધનોમાંથી લગભગ મોટાભાગનાં 'કદરૂપા'ની શ્રેણીમાં જીતી જાય તેવા હતાં. તે ઉપરાંત તેમનો ઉપયોગ કેવી રીતે કરાય તે શીખવા માટે તમારે એક સ્થાનિક કૉલેજમાં એક રાત્રીનો કોર્સ કરવા માટે દાખલ થવું પડતું. ભાગ્યે જ કોઈએ સૌથી વધુ પાયાનાં અથવા સૌથી વધુ જરૂરી હોય તેવાં કાર્યો કરતાં વધારેમાં નૈપુણ્ય મેળવ્યું હતું.

તેને કદાચ એ ખબર નહીં હોય કે મેકની શક્તિ દ્વારા ડિજિટલ હબ કેવી રીતે ફોન

અથવા આપણી ડીજીટલ જીવનશૈલીમાં ઇંધણ પૂરી શકશે, પરંતુ તે એ જાણતો હતો કે વ્યક્તિનો વ્યક્તિ સાથેનો સંપર્ક એક આવશ્યક ભાગ હતો. તે જયાં જયાં જોતો ત્યાં તેની બરાબર સામે એવું એક ઉત્પાદન હતું, જે નવસર્જન માટે ચીસો પાડતું હોય. તેને માટેની બજાર ઘણી વિશાળ હતી અને તેણે જોયું કે સંભાવનાઓ આખી દુનિયામાં ફેલાયેલી અને અમર્યાદિત હતી. એક વસ્તુ કરવાનું જે સ્ટીવ જોબ્સને ગમે છે, *ગમે છે*, તે એક ઉત્પાદન શ્રેણીને હાથમાં લેવી અને એક નવા પ્રવેશ તરીકે બહાર આવવું, જે બધી સ્પર્ધાને ઉડાડી મૂકે. અને એ જ વસ્તુ કરતાં આપણે હવે તેને જોઈએ છીએ.

તેનાથી પણ વધુ સારું એ હતું કે આ એક એવી ઉત્પાદન શ્રેણી હતી, જે નવસર્જન માટે તૈયાર હતી. એ વાત ખરી કે સેલ ફોન્સ તેનાં શરૂઆતના મોડેલ્સ કરતાં ઘણા આગળ વધી ચૂક્યા હતા. એલ્વીસ પ્રીસલી પાસે આવો એક શરૂઆતનો ફોન હતો જે એક બ્રીફકેસમાં મૂકેલો હતો, અને તે એટલો વજનદાર હતો કે તેણે એક કર્મચારી રાખ્યો હતો, જેણે માત્ર એ બ્રીફકેસ ને ઊંચકીને તેમને અનુસર્યા કરવા સિવાય બીજું કશું કરવાનું નહતું. જયારે સેલફોનનું કદ ઘટીને માણસના જૂતા જેટલું થઈ ગયું ત્યારે તે બહુ આગળ વધી ગયા જેવું લાગતું હતું, પરંતુ હજી તેને તમારા કાન પાસે ધરી રાખવા માટે તમારે બે હાથની જરૂર પડતી હતી. જયારે છેવટે તે તમારા ખીસ્સાં અથવા પાકીટમાં સમાય તેટલા નાના બની ગયા ત્યારે તે ખરેખર ગાંડાની માફક વેચાવા લાગ્યા.

ઉપ્તાદકોએ વધુ શક્તિશાળી મેમરી ચીપ્સ, વધુ સારા એન્ટેના અને એવા બધાંનો લાભ ઉઠાવવામાં ઘણું મોટું કામ કર્યું હતું, છતાં વપરાશકારના ઈન્ટરફેસની ગણતરી માંડવામાં તેઓ આખે આખા ભોંયે પછડાયા છે. નિયંત્રણ માટેના ઢગલાબંધ બટનો,અને કેટલાક કિસ્સામાં તેમાંથી એક પર પણ ચીટકી લગાડેલી નહીં. એટલા બધા ભાગો કે તેનો કેવી રીતે ઉપયોગ કરવો તે કોઈ સમજી શક્યું નહીં.

અને તેઓ 'કલ્ટઝી' હતા, પરંતુ સ્ટીવને 'કલ્ટઝી' પસંદ હતા. તે તેને કશુંક વધું સારું કરવાની પ્રેરણા આપે છે. જો દરેક વ્યક્તિ કોઈક પ્રકારનાં ઉત્પાદનને ધિક્કારે છે તો તેનો અર્થ થાય છે, ત્યાં હોય તેટલા દરેક 'સ્ટીવ' માટે તક છે.

## ખરાબ નિર્ણયોમાં બહાર આવવું

એક સેલફોન બનાવવાનો નિર્ણય કરવો કદાચ સહેલો હોઈ શકે, પરંતુ યોજના સહેલી નહીં હોય. પામે તેના ટ્રેઓ ૬૦૦ સાથે માર્કેટમાં વધુ વહેલી પકડ જમાવી હતી જેણે બ્લેકબેરી સાથે જોડાઈને સેલફોન બનાવ્યા. પ્રારંભિક ઉપભોક્તાઓએ ઝડપી લીધા હતા.

ઉત્પાદનને માર્કેટમાં લઈ જવા માટેનાં સમયપત્રકને ટૂંકાવવા માટે, તેણે તેના પ્રથમ વારમાં/પ્રહારમાં બહુ ખરાબ રીતે ઠોકર ખાધેલી. તેની પસંદગી પૂરતી બુદ્ધિગમ્ય દેખાતી હતી. પરંતુ તેણે તેના પોતાના જ સિદ્ધાંતો - જેને મેં 'સમગ્ર ઉત્પાદન થીયરી' તરીકે દર્શાવ્યા છે - નો ભંગ કર્યો. યોજનાના બધાં પાસાં પર નિયંત્રણ રાખવાને બદલે, તે સેલફોનના વપરાશના વિસ્તારના સ્થાપિત નિયમો તરફ એકનિષ્ઠ રહ્યો. એપલ આઈટ્યુન્સ સ્ટોર્સમાંથી સંગીત ડાઉનલોડ કરવા માટેના સોફ્ટવેર પૂરાં પાડવાની વાત સાથે ચીટકી રહ્યો, જ્યારે મોટોરોલાએ હાર્ડવેર બનાવ્યું અને ઓપરેટીંગ સીસ્ટમ સોફ્ટવેર વડે તેને ભર્યું.

આ ડાકણ જેવાં તરકટમાંથી જે બહાર આવ્યું તે એક સંયુક્ત સેલફોન મ્યુઝીક પ્લેયર હતું. તે ખરાબ રીતે ઉત્પાદિત થયેલા નામ વાળો 'ROKR' હતો. સ્ટીવે જ્યારે ૨૦૦૫માં તેને 'એન આઈપોડ શફલ ઓન યોર ફોન' તરીકે બહાર પાડ્યો ત્યારે તેણે તેના અણગમાને કાબૂમાં રાખ્યો. પરંતુ તે જાણતો જ હતો કે 'ROKR' એ અશુભ આગાહી કરનાર હતો અને સ્ટીવના સૌથી વધુ ઉત્સાહી ચાહકોને લાગતું હતું કે તે ફોન આગમન સમયે જ મૃત જેવો હતો. *વીર્ડ* મેગેઝીને તેના એક ઈસ્યુમાં જેનાં મુખપૃષ્ઠ પર વિભૂષિત કરેલુ હતું કે 'શું તમે આને ભવિષ્યનો ફોન કહો છો ?' મહેણાં સાથે રમૂજ ઘૂસાડી કે 'ડિઝાઈન ચીસો પાડે છે કે 'એક કમીટીએ મને બનાવી છે.'

સૌથી ખરાબ બાબત એ હતી કે 'ROKR' કદરૂપો - બેડોળ હતો. જે સુંદર ડીઝાઈન માટે આટલી બધી કાળજી રાખતો હતો, તેવા માણસ માટે આ ખાસ કડવી દવા હતી.

પરંતુ હજી તેની બાંયમાં એક પત્તુ હતું. તેને પહેલાં જ ખબર હતી કે 'ROKR' એક કૂતરા જેવો બનવાનો છે. બહાર પાડવાના મહિનાઓ અગાઉ તેણે તેના જૂથનેતાઓના ટ્રાયો રૂબી, જોનાથન અને અવીને એકઠા કર્યાં હતાં અને તેમને કહ્યું હતું કે તેમને એક નવું કામ સોંપવામાં આવે છે : મને ભંગારમાંથી પણ એક નવો સેલફોન બનાવી આપો.

દરમ્યાનમાં સ્ટીવ સમીકરણના બીજા આવશ્યક અડધા ભાગને ગોઠવવાનાં કામે લાગ્યો. તે હતું, જેની સાથે ભાગીદારી કરી શકાય તેવો એક સેલ ફોન પૂરા પાડનાર શોધવો.

## આગેવાની કરવી, નિયમોને ફરી લખવા

કંપનીઓ તમને તેમના ઉદ્યોગના નિયમો પુનઃલેખન કરવા છૂટ આપે તેવું તમે કેવી રીતે કરી શકો, જ્યારે તે નિયમો ગ્રેનાઈટમાં ટાંકણાથી કોતરેલા હોય ?

સેલફોન ઉદ્યોગના શરૂઆતના દિવસોથી જ 'કેરીયરો'નો દબદબો હતો. લોકોનાં ટોળાં ને ટોળાં જ્યારે સેલફોન ખરીદી રહ્યા હોય અને દર મહિને કેરીયર્સને વિશાળ અને વધતો જતો નાણાનો પ્રવાહ રેડી રહ્યા હોય, ત્યારે કેરીયર્સ રમતના નિયમોનો નિર્ણય કરવાની સ્થિતિમાં હોય. ઉત્પાદકો પાસેથી ફોન ખરીદવા અને ખરીદનારને તે વળતરથી આપવા તે ખરીદનારને પારંપારિક રીતે બે વર્ષના કરારમાં બાંધી લેવાની રીત હતી. નેક્સટેલ, સ્પ્રીન્ટ અને સીંન્ગ્યુલર જેવાં પ્રોવાઈડર્સ દર મીનીટે એટલા બધા પૈસા બનાવતા હતા કે તેઓને ફોનની કિંમત ઘટાડવાનું પરવડી શકે તેવું હતું. આનો અર્થ એ કે તેઓ ચાલકના સ્થાન પર હતા અને ઉત્પાદકને ફોન ક્યાં ફીચર્સ આપશે અને તેઓ કેવી રીતે કામ કરશે તે હુકમ આપી શકે તેમ હતા.

પછી આવ્યો આ ગોન્ઝો સ્ટીવ જોબ્સ, એ જુદી જુદી સેલફોન કંપનીઓના કાર્યપાલક અમલદારો સાથે બેઠકો કરતો હતો. કેટલીક વખત સ્ટીવ સાથે વ્યવહાર કરવાનો અર્થ એવો થતો કે, તે જ્યારે તમારી કંપનીમાં તમારા ઉદ્યોગમાં શું ખોટું છે તેમ પોતે વિચારે છે તે વિશે બધું જ કહે ત્યારે ધૈર્યવાન બની રહેવું.

તે કંપનીઓમાં ચક્કર લગાવતો અને તેના ટોચ પર રહેલા લોકોને કહેતો કે તેઓ 'જણસ' વેંચતા હતા અને લોકો તેમનાં સંગીતની સાથે, તેમનાં કોમ્પ્યુટર્સ સાથે અને તેમનાં મનોરંજન સાથે કેવી રીતે જોડાણ કરે છે, તે વિશે અંધારામાં હતા. પરંતુ એપલ વિશે તેમ ન હતું – એપલ સમજે છે. અને પછી તે જાહેર કરતો કે કેવી રીતે એપલ તેમનાં માર્કેટમાં પ્રવેશવાનું હતું, પરંતુ જુદા નિયમો હેઠળ - *સ્ટીવના નિયમો*. મોટાભાગના કાર્યપાલકોને આમાં રસ ન હતો. તેઓ કોઈને પોતાની ગાડી (સ્થાન)ને હચમચાવવા દે તેમ ન હતા. સ્ટીવ જોબ્સને પણ નહીં. એક પછી એક એમ દરેક તેને નમ્રતાપૂર્વક ત્યાંથી ચાલ્યા જવાનું કહ્યું.

૨૦૦૪નાં ક્રીસમસ વેકેશનની મોસમ સુધીમાં - જ્યારે 'ROKR'ને બહાર પાડવાને હજું કેટલાક મહિનાઓની વાર હતી - તે તેની શરતો પર સોદો કરવાની ઈચ્છા ધરાવતો કોઈ સેલફોન સર્વિસ પૂરી પાડનાર હજી શોધી શક્યો નહતો. બે મહિના પછી, ફેબ્રુઆરીમાં, સ્ટીવ ન્યૂયોર્ક ગયો અને ત્યાં મેનહટ્ટનની એક હોટેલના સ્વીટમાં 'સીંગ્યુલર' (જેને પછીથી એ ટી એન્ડ ટીએ ખરીદી લીધી)ના કાર્યપાલક અમલદારોને મળ્યો. તેણે પૂર્ણ જોબ્શીયન શૈલી મુજબ તેમને પરચો બતાવ્યો. તેણે તેમને કહ્યું કે એપલનો ફોન બીજા કોઈ પણ સેલફોન કરતાં કેટલાય પ્રકાશવર્ષ જેટલો આગળ હશે. જો તે ઇચ્છે છે તેવો સોદો તેને

નહીં મળે, તો એપલ, અત્યારે જે માત્ર કેટલીક નાની કંપનીઓ કરી રહી છે તે રીતે જથ્થાબંધ રીતે વાયરલેસ મિનિટો ખરીદવાની સર્વિસ પૂરી પાડીને તેમની સાથે સ્પર્ધામાં ઉતરશે. એ નોંધી લો કે તે કોઈ પ્રેઝન્ટેશન અથવા સભામાં પાવર પોઈન્ટ પ્રેઝન્ટેશન અથવા વિવરણાત્મક ફરફરીયાંના અવલંબન સાથે અથવા નોંધોના કાગળનાં વિંટા સાથે ક્યારેય નથી જતો. બધી હકીકતો તેના મગજમાં જ ભરેલી હોય છે, અને મેક વર્લ્ડ અથવા એક ઉત્પાદન બહાર પાડતી વખતે કરે છે તેમ જ, તે ઘણો વધારે પ્રભાવક હોય છે. કારણ કે તે લોકોને પોતે જે કહે છે તેના પર સંપૂર્ણપણે કેન્દ્રિત રાખે છે.

સીંગ્યુલર અંકુશમાં આવી ગયું. તેમણે એવો સોદો કર્યો, જેણે ફોન ઉત્પાદક - સ્ટીવને કરારની શરતો નક્કી કરવાનો મુખત્યાર બનાવ્યો. સીંગ્યુલરને એવું લાગશે જાણે તેણે 'સ્ટોર જ આપી દીધો હોય' સીવાય કે એપલ વિરાટ સંખ્યામાં ફોન વેચે, જે સીંગ્યુલર માટે માસીક મિનિટો ખરીદે તેવા તેવા ટન બંધ નવા ગ્રાહકો લઈ આવે. સ્પષ્ટપણે આ એક વિરાટ જુગાર હતો. ફરી એક વખત સ્ટીવના આત્મવિશ્વાસ અને પ્રભાવકતાએ જીતે મેળવી હતી.

જેને બાકીની કંપની વડે ધ્યાનચલિત થવાથી અથવા ચંચુપાત થવાથી દૂર રાખી શકાય, એવું એક અલગજૂથ રચવાનો ખ્યાલ મેકિન્ટોશ માટે એટલો સારો નિવડ્યો કે સ્ટીવ હવે પછીનાં બધાં જ મહત્ત્વનાં ઉત્પાદનો માટે તે જ વલણ ચાલુ રાખશે. જ્યારે આઈ ફોન ઉપર કામ થઈ રહ્યું હતું, તેને વિકસાવાઈ રહ્યો હતો, ત્યારે સ્ટીવ સલામતી માટે ખૂબ જ ચિંતિત હતો - તે એ વાતની ચોક્કસાઈ રાખતો હતો કે પ્રતિસ્પર્ધીઓ તેની ડીઝાઈન અથવા ટેકનોલોજીનાં કોઈપણ પાસાં વિશે અગાઉથી કોઈ જાણકારી ન મેળવે. આથી આ 'એકલા પાડી' દેવાના વિચારને તે છેવટની હદ સુધી લઈ ગયો. આઈ ફોનનાં એક પાસાં પર કામ કરતાં જૂથને બીજાં પાસાં પર કામ કરતા જૂથથી દૂર રખાયું.

આ જરા વધારે પડતું લાગી શકે છે, જરા અવ્યવહારુ પણ લાગી શકે છે, પરંતુ તેણે એમ જ કર્યું, એન્ટેના પર કામ કરતા લોકો એ જાણતા નહતા કે ફોનમાં નિયંત્રણ માટે કેટલાં બટન છે, જે લોકો પડદા તથા બાહ્ય આવરણ માટે વપરાનારી સામગ્રી પદાર્થો પર કામ કરતા હતા તેઓ સોફ્ટવેર, વપરાશકર્તાના ઈન્ટરફેસ, પડદા પરના પ્રતિકો વગેરે વિશેની કોઈ પણ વિગત સુધી પહોંચે તેમ ન હતા. કંપનીનાં બોર્ડ સુધી પણ આ જ સ્થિતિ હતી. તમારે જેટલું જાણવાની જરૂર હોય તેટલું જ જાણવા મળે.

૨૦૦૫ની ક્રીસમસની રજાઓ આવી ત્યાં સુધીમાં આઈફોન પર કામ કરતાં જૂથે તેમની કારકીર્દિના સૌથી મોટા પડકારનો સામનો કરવો પડ્યો. ઉત્પાદન હજી તૈયાર ન

હતું પરંતુ સ્ટીવે તેને બહાર પાડવાની તારીખ નક્કી કરી નાખી હતી, જે માત્ર ચાર જ મહિના દૂર હતી. દરેક વ્યક્તિ એટલી બધી થાકેલી હતી, એટલી બધી તણાવગ્રસ્ત હતી કે ગુસ્સો ભભૂકી ઊઠતો. અને 'હોલવે'માં બરાડાના પડઘા સંભળાવવા લાગ્યા. દબાણ નીચે બેવડાઈ ગયેલા લોકો કામ પડતું મૂકીને ઘેર ચાલ્યા જતા, સૂઈ જતા, વળી થોડા દિવસ પછી લથડિયાં ખાતા પાછા ફરતા અને જ્યાંથી છોડી ગયા હોય ત્યાંથી કામ શરૂ કરતા. સમય ઓછો રહ્યો હતો ત્યારે સ્ટીવે પૂર્ણ સ્તરનો ડેમો કર્યો ને તે સારો ન ગયો. પ્રતિકૃતિ ચાલી જ નહીં, કોલ કપાઈ જતા હતા. બેટરી બરાબર ચાર્જ નહોતી થતી. એપ્લીકેશન્સ એટલી ધીમી હતી કે તે અડધી જ પૂરી કરાઈ હોય તેવી દેખાતી હતી. સ્ટીવના પ્રત્યાઘાતો નરમ અને શાંત હતા. જૂથ તેના ગુસ્સો માથા પર ચડી જવાથી - આગ બબૂલા થઈ જવાથી - ટેવાયેલું હતું, પરંતુ આ વખતે તેણે તેમ ન કર્યું. તેઓ જાણતા હતા કે આ વખતે તેઓ તેની અપેક્ષાને પૂરી કરવામાં નિષ્ફળ ગયા હતા, તેમણે તેને નીચો પાડ્યો હતો, તેઓ એવી લાગણી સાથે ચાલ્યા ગયા કે તેઓ એક વિસ્ફોટને લાયક હતા કે જે થયો નહીં. પરંતુ તે તેનાથી પણ વધારે ખરાબ થયું હોય તેમ લાગતું હતું. તેઓ જાણતા હતા કે હવે તેમણે શું કરવું પડશે.

માત્ર થોડાં અઠવાડિયા પછી, જ્યારે મેકવર્લ્ડ શરૂ થવામાં જ હતું અને આઈફોન ને બહાર પાડવાનું આયોજન થોડાં જ અઠવાડિયાં દૂર હતું ત્યારે અને જ્યારે નવા ગુપ્ત ઉત્પાદનોની અફવાઓ બ્લોગ અને વેબ દ્વારા ઘુમરાઈ રહી હતી, ત્યારે સ્ટીવ એ ટી એન્ડ ટીને પ્રતિકૃતિ દેખાડવા લાસ વેગાસ ગયો. આ ટેલિફોન માંધાતા વડે સીંગ્યુલરને ખરીદી લેવાઈ ત્યાર પછી એ ટી એન્ડ ટી આઈફોન માટેના એપલના નવા ભાગીદાર હતા.

ચમત્કારિક રીતે, તે એ ટી એન્ડ ટીનાં જૂથને એક ચળકતા કાચના સ્ક્રીન અને જથ્થાબંધ તથા આકર્ષક એપ્લીકેશન વાળો છટાદાર અને સુંદર રીતે કાર્ય કરતો આઈફોન દર્શાવી શક્યો. એક રીતે આ ફોન કરતાં કંઈક વધુ હતું. આ બરાબર એ જ હતું, જેનું તેણે વચન આપ્યું હતું : એક કોમ્પ્યુટરને સમાન અને તમારા હાથની હથેળીમાં સમાઈ જાય તેવડો ફોન. પછીથી સ્ટીવે કહ્યું કે એ ટી એન્ડ ટીના વરિષ્ઠ વ્યક્તિ રાલ્ફ દ લા વેગાના ઉદ્ગારો હતા, 'મેં ક્યારેય ન જોયું હોય તેવું સર્વોત્તમ સાધન.'

સ્ટીવે એ ટી એન્ડ ટી સાથે જે સોદો ઠોકી બેસાડ્યો હતો તેણે તેમના પોતાના કેટલાક કાર્યપાલકોને ગભરાવી દીધા હતા. તેણે તેમને 'વીઝ્યુઅલ વોઈસમેલ' વિકસાવવા માટે કેટલાક લાખ ખર્ચવામાં ઉતારી દીધા હતા. તેણે માગણી કરી કે તેઓ ગ્રાહકોને સેવા મેળવવા માટે તથા નવા ફોન માટે જે ત્રાસદાયક રીતે અગવડ ભરેલી નોંધણી કરાવવાની

પ્રક્રિયામાંથી પસાર થવું પડતું હતું, તેને સંપૂર્ણપણે બદલીને તેને વધુ ઝડપી પ્રક્રિયા કરી નાખવી. આવકનો પ્રવાહ વળી વધુ જોખમી હતો. એ ટી એન્ડ ટી જ્યારે એક નવો ગ્રાહક આઈફોનનો બે વર્ષ માટેનો કરાર સહી કરે તે દરેક વખતે બસ્સો ડોલર્સથી વધારે ચાંઉ કરી જશે. તે ઉપરાંત દરેક આઈફોન ગ્રાહક માટે એપલની તિજોરીમાં દર મહિને દસ ડોલર્સ આપવાના હતા.

વાયરલેસ ઉદ્યોગમાં એક નક્કી થયેલી કાર્યપ્રણાલી છે કે દરેક સેલફોન માત્ર ઉત્પાદનનું નામ જ નહીં પરંતુ સેવા પૂરી પાડનારનું નામ પણ ધરાવતો હોય. જેમ વર્ષો અગાઉ કેનન અને લેસર રાઈટરમાં સ્ટીવે તે મુજબ નહોતું કર્યું, તેમ આઈફોનની ડીઝાઈનમાંથી પણ એ ટી એન્ડ ટીનું ચિહ્ન પણ કાઢી નાખ્યું હતું. વાયલેસ વ્યાપારની આ ૧૦૦ પાઉન્ડનાં વજનવાળા ગોરીલા જેવી વિશાળ કંપનીને આ વાત ગળી જવાનું ખૂબ અઘરું પડ્યું, પરંતુ કેનની જેમ તેઓ પણ સંમત થયા હતા.

જ્યારે તમે યાદ કરો કે સ્ટીવ એ ટી એન્ડ ટીને આઈફોન માર્કેટ પર એક એપલના ફોનને પાંચ વર્ષ સુધી - એટલે કે ૨૦૧૦ના અંત સુધી વેચવાનો ચોખ્ખો હક્ક આપવા તૈયાર હતો ત્યારે આ કાંઈ દેખાય છે તેટલું સમતુલા રહિત ન હતું.

છતાં, જો આઈફોન એક બોમ્બ નિવડ્યો હોત તો શક્ય છે કે ઘણા માથાં ધડથી અલગ થઈ ગયાં હોત, એ ટી એન્ડ ટીને પડેલી કિંમત પ્રચંડ હોત, એટલી મોટી કે તેમના રોકાણકારોને કંઈક સર્જનાત્મક ખૂલાસો આપવો પડે.

આઈફોન માટે સ્ટીવે એપલ ઉત્પાદનોમાં નવી ટેકનોલોજી વધુ ઝડપથી મેળવવાના માર્ગ તરીકે બહારના સપ્લાયર્સ માટે એપલનાં દ્વાર પહેલાં ક્યારેય ન હતાં તેટલા વધારે ખોલી નાખ્યાં હતાં. હકીકતમાં, જે કંપનીએ આઈફોન બનાવવાનાં કરાર કર્યા હતા તેમણે કબૂલ્યું હતું કે તેઓ તેમની પડતી કિંમત કરતા એપલ પાસેથી ઓછા પૈસા લેવા સંમત થયા હતા, કારણ કે સમય જતાં જથ્થો એટલો મોટો થવાનો હતો કે તેમની દર એકમ દીઠ કિંમત પૂરતી ઓછી થઈ જશે જેથી તગડો નફો દેખાશે. ફરી એક વખત એક કંપની સ્ટીવ જોબ્સની યોજનાઓની સફળતા પર જુગાર રમવા ઇચ્છતી હતી. મને ખાતરી છે કે આઈફોનનો વેચાણના જથ્થાનો આંકડો તેમણે ક્યારેય ધાર્યો હોય કે આશા રાખી હોય તેના કરતાં ઘણો વધારે ઊંચો નિવડ્યો હશે.

૨૦૦૭ના જાન્યુઆરીની શરૂઆતમાં લગભગ આઈપોડ બહાર પાડ્યાના છ વર્ષ પછી, સાનફ્રાન્સીસ્કોના મોસ્કોન સેન્ટરના શ્રોતાગણે જેમ્સ ટેલરની 'આઈ ફીલ ગુડ'ની શક્તિશાળી ઘોષણા સાંભળી. પછી કીકીયારીઓની અને અભિવાદનની ગર્જના વચ્ચે

સ્ટીવ મંચ પર પ્રવેશ્યો અને કહ્યું, 'આજે અમે એક ઈતિહાસ સર્જવા જઈ રહ્યા છીએ.'

તેની દુનિયા સામે આઈફોનનો પરિચય કરાવવાની આ પહેલ હતી.

રૂબી, અવી અને તેમના જૂથે, સ્ટીવની કાયમી ઝીણામાં ઝીણી વિગત પર હંમેશની તીવ્ર કેન્દ્રીતતા સાથે કામ કરીને, જે કદાચ ઈતિહાસની સૌથી વધુ આઈકોનીક અને ઈચ્છિત હતું તેવું ઉત્પાદન સર્જ્યું હતું. બજારમાં ગયા પછીના પ્રથમ ત્રણ મહિનામાં આઈફોનના લગભગ ૧.૫ મીલીયન એકમો વેચ્યા. ભલે ઘણા બધા લોકોએ ફોન કપાઈ જવાની તથા સીગ્નલ ન મળવાની ફરિયાદો હતી, પરંતુ ફરી એકવખત, તે એ ટી એન્ડ ટીનાં સ્પોટી નેટવર્ક કવરેજનો દોષ હતો.

૨૦૧૦ના મધ્યભાગ સુધીમાં એપલે અકલ્પ્ય એવા ૫૦ મિલિયન આઈફોન્સ વેંચ્યા હતા.

સ્ટીવ તે મેકવર્લ્ડના મંચ પરથી નીચે ઉતર્યો ત્યારે તે જાણતો જ હતો કે તેની હવે પછીની મોટી જાહેરાત શું હશે. તેના પેટમાં સળગતી આગ, એપલ તરફથી હવે પછી આવનાર મહાન વસ્તુ માટેની તેની દૃષ્ટિ-કલ્પના- એ એવા કશાક વિશે હતી, જે સંપૂર્ણપણે અનપેક્ષિત હોય – એક 'ટેબ્લેટ પીસી'. જ્યારે એક ટેબ્લેટ બનાવવાનો વિચાર પહેલી વખત સ્ટીવનાં મગજ પર પછડાયો, તેણે તરત જ તેને પકડ્યો અને નક્કી કર્યું કે તેને બનાવવાનો જ હતો.

અહીં એક આશ્ચર્ય છે : આઈપેડની કલ્પના વાસ્તવમાં આઈફોનની પહેલાં કરાઈ હતી અને તેને વર્ષોથી વિકસાવાઈ રહ્યું હતું... પરંતુ તેને માટેની ટેક્નોલોજી તૈયાર ન હતી. આવાં મોટા સાધનને એકી સાથે કલાકો સુધી ચલાવવા માટેની બેટરી ઉપલબ્ધ ન હતી. ઈન્ટરનેટ સર્ચીંગ માટે અને એક ફિલ્મ જોવા માટે પ્રોસેસીંગ પાવર બહુ જ મર્યાદિત હતો.

તેનો એક ખૂબ નજીકનો સહયોગી અને સમર્પિત પ્રશંસક કહે છે, 'એપલ વિશે અને સ્ટીવ વિશે જે વસ્તુ મહાન છે, તે એ છેકે જ્યાં સુધી ટેકનોલોજી તૈયાર ન હોય, ત્યાં સુધી તેઓ તેમના ઉત્પાદનને બહાર મોકલશે નહીં અને આ એવી વસ્તુઓમાંની એક છે, જેને માટે તમારે તેની પ્રશંસા કરવી પડે.'

પરંતુ જ્યારે ટેબ્લેટ પીસી બનાવવાનો સમય આવ્યો, ત્યારે તેમાં સંકળાયેલા દરેક માટે એ સ્પષ્ટ હતું કે તે બીજાં કોઈ પણ ટેબ્લેટ કોમ્પ્યુટર કરતા જુદું હશે. તેમાં આઈફોનનાં બધાં જ ફીચર્સનો હશે જ, પરંતુ વધારે પણ હશે. હંમેશની જેમ, એપલ એક નવી શ્રેણી

સર્જશે : એક એપલ સ્ટોરમાં રહેલ હાથમાં પકડેલું માધ્યમ કેન્દ્ર.

●●●

છતાં, ખરેખર એ શું હતું જે તેણે આઈપોડમાં જોયું ? જ્યારે તે ઉત્પાદન માર્કેટમાં રજૂ કરવા માટે શીયાટ/ડેના સંદર્ભ જૂથ સાથે બેસવાનો વખત આવ્યો, ત્યારે તેણે કહ્યું કે તે જાણતો હતો કે આ એવું બીજું ઉત્પાદન બનશે જેને માટે લોકો બૂમરાણ મચાવી દેશે - બીજું 'મારી પાસે હોવું જ જોઈએ' તેવું ઉત્પાદન - પરંતુ આ વાર્તા કેવી રીતે કહેવી તેની તેને ખબર નહતી.

બીજો એક અંદરનો માણસ કહે છે, 'આઈપોડ અથવા આઈફોન પણ, ચોક્કસ સફળ બનશે તે વિશે અમે ગણતરી કરી નહતી. તે એટલા મોટા પૂરવાર થઈ શકે તેવો અમને જરાપણ ખ્યાલ ન હતો. અમને માત્ર એટલું લાગ્યું તે ઘણાં 'કુલ' છે અને અમે બધા જાણતા હતા કે અમે પણ તે સાધન મેળવવા ઇચ્છતા હતા.'

તે એમ પણ કહે છે કે કોઈ જાણીતું નથી કે આ ઉત્પાદનો શેમાં પરિણમશે. 'દસ વર્ષમાં દરેક વ્યક્તિ મોબાઈલ સાધનોનો ઉપયોગ કરવાની છે. કદાચ ત્યાર પછી આપણે કોમ્પ્યુટર ન પણ વાપરતા હોઈએ.'

## લોકોનાં ટોળાં પૈસા બનાવવામાં મદદ કરે છે

જ્યારે એક વિમાન, મોટરકાર અથવા ટ્રેક્ટર બનાવતી કંપની સફળ થાય છે, ત્યારે ડઝનબંધ સપ્લાયર કંપનીઓ પણ તેમની પુંછડીએ વળગીને સફળ થઈ જાય છે. આ જ વાત પ્રત્યક્ષ રીતે દરેક ઉત્પાદન માટે પણ સાચી છે. બીજા વડે બનાવાયેલા ભાગો અથવા સામગ્રીઓ વગર ભાગ્યે જ કોઈ વસ્તુ ઉત્પાદિત થાય છે.

શ્રેષ્ઠ ગુણવત્તાવાળા ઉત્પાદનો બનાવવા માટે તથા તમારા માર્કેટમાં આગેવાન બનવા માટે, તમારે તમારી સાથે કામ કરવા માટે શ્રેષ્ઠ સપ્લાયર્સને લલચાવવા જરૂરી છે. આજ વસ્તુ સ્ટીવે આઈફોન માટે એપ્લીકેશનના ડેવલપર્સ સાથે સિદ્ધ કરી - પરંતુ તેને ૧૦૦૦૦ ગણી મોટી દેખાડીને. એ સાચું છે કે લગભગ ૮૦થી ૯૦ ટકા આઈફોન એપલ્સ મર્યાદિત રસના છે. પરંતુ આ ધ્યાન ખેંચવા માટેની ગાંડી ધમાલમાં તે બાબત ધ્યાન બહાર જાય તે શક્ય છે. પરંતુ તેનાં વહેણ તરફ જોવો. આ લખાઈ રહ્યું છે ત્યારે વેબ પર અને એપલ સ્ટોર્સ પર રોજના ૩૦૦ના દરે નવી એપ્લીકેશન્સ ધસમસતી આવી રહી છે, અને કુલ ૨,૦૦,૦૦૦ જેટલી એપ. હોય છે, જેમાંથી તમે પસંદ કરી શકો. અને અકલ્પ્ય રીતે, તમે કદાચ જાણો છો તેમ, આ એપ્લીકેશન્સમાંની મોટા ભાગની નાનકડી શરૂ થતી

કંપનીઓ તરફથી અથવા કોઈ વ્યક્તિ તરફથી આવે છે. જેમણે ક્યારેય કલ્પના નહોતી કરી કે તેમની પાસે કોઈ પ્રકારનું એવું ઉત્પાદન હોય, જે માર્કેટ પર જાય.

ત્રણ વર્ષમાં, આઈફોન એપ્લીકેશન્સ એક ૩ અબજ ડોલર્સનો ઉદ્યોગ બની ગયો. અકલ્પનીય !

અને અલબત્ત, આઈફોન એપ્લીકેશન્સ વીન્ડોઝના ડેવલપર્સ તરફથી પણ આવે છે.

તમને કદાચ ખબર હશે કે આઈફોન માટે એપ્લીકેશન લખવા માટે કોમ્પ્યુટર સાયન્સમાં સ્નાતકોતર ઉપાધીની જરૂર નથી. માઈક્રોસોફ્ટના દિવસોમાં, એપ્સ માત્ર ડેવલપર કંપનીઓ વડે રેડમોન્ડમાંના બીલ ગેટ્સના માણસો તરફથી મળેલાં પરવાના હેઠળ જ બનાવાતી.પરંતુ એપલે પ્રક્રિયાને એટલી બધી ગુંચવણારહિત બનાવતી પ્રોગ્રામીંગ સહાય બનાવી છે કે જે કોમ્પ્યુટરથી ડરતું ન હોય તેવી લગભગ કોઈ પણ વ્યક્તિ આઈફોન એપ્સ બનાવી શકે.

હું લગભગ અકસ્માતે આ બધામાં ભરાઈ ગયો. મારો એક મિત્ર, જેને લકવો થયો હતો. તેણે એક પેનીક બટન સર્વિસ નખાવી હતી, તે ખૂબ જ મોંઘી હતી અને અલબત્ત જયારે તે ઘરમાં હોય ત્યારે જ તે ઉપયોગી થઈ શકે અને તે પણ તેની ખોટી કિંમત ત્યારે જ હતી જયારે એક કટોકટીના સમયે તે સાધન સુધી પહોંચવાનો માર્ગ તે કાઢી શકે અને તે બટન દબાવી શકે. આ વસ્તુએ મને આઈફોન માટે એક મોબાઈલ-ડીસટ્રેસ એપ્લીકેશન વિશે વિચારતો કર્યો - એક એવું સાધન જે હંમેશાં તમારી સાથે હોઈ શકે.

લગભગ તે જ સમયે, એક કૉલેજનો વિદ્યાર્થી જે મારાં ઉદ્યોગ સાહસિકતાં પરનાં ભાષણમાં હાજરી આપી રહ્યો હતો, તેણે એક વિચાર સાથે મારો સંપર્ક કર્યો. તે તેણે આઈફોન માટે પેનીક-બટન બનાવવા માટે લખેલી એક એપ્લીકેશન હું વાંચું તેમ ઈચ્છતો હતો. અમે જોડાઈ ગયા.

અમારી આઈફોન એપ-SOSનું આયોજન કરી શકાય, જેથી જયારે ફોનમાંથી બટન દબાવવામાં આવે ત્યારે તે ૧૯૧૧ને, એક કોલસેન્ટરને, તમારા ડોક્ટરને, કુટુંબના સભ્યને અથવા આમાંથી કોઈનાં પણ સંયોજનને એક મદદ માગતો સંદેશો મોકલી શકે. જીપીએસની સગવડને કારણે તે દરેક તમે બરાબર ક્યાં છો તે જાણી શકે છે, ને તે તમારી પરિસ્થિતિના ફોટા તથા વીડીયો પણ પાઠવી શકે તે રીતે આયોજિત કરી શકાય, જે એક વાહનના અકસ્માતમાં, તમારા ઘરમાં કે ફલેટમાં આગ લાગી હોય તેવા કિસ્સામાં પ્રચંડ અસ્ક્યામત બની રહે. અને એવા વૃદ્ધો અથવા અશક્ત લોકો, જેમને પેનીક-બટન સર્વીસ

માટે દર મહિને ૩૦થી ૪૦ ડોલર્સ ન પરવડે તેમને માટે એપની આ નાની ફી એક સલામતીની ભાવનાનુ નવસર્જન કરી શકે.

આજના દિવસોમાં તો બાળકો તથા હજી વીસીમાં હોય તેવા યુવાનો પણ એપ્લીકેશન ડેવલપર્સ હોય છે.

## કીર્તિ તરફ બીજું પગથિયું

હું નાનો હતો ત્યારથી મને લાગતું કે જેના કથન-ટાંચણ *'બાર્ટલેટ્સ'*માં સ્થાન મેળવે અથવા જેના નવા શબ્દો અથવા વાક્યાંશો *'મેરીઅમ-વેબસ્ટર'*માં સ્થાન મેળવે, જેવાં કે 'કેચ-૨૨', તેઓ જાણે એક રોમાંચક અથવા દંતકથાત્મક કહેવાય તેવાં પદ પર પહોંચી ગયા છે.

સ્ટીવ આ કરતો પરંતુ તે તરફ તેનું ધ્યાન પણ ન જતું. જ્યારે આઈફોન બહાર પાડવાની નજીક જઈ રહ્યો હતો, અને ડેવલપર્સ તરફથી એપ્લીકેશન્સ ઠલવાઈ રહી હતી, ત્યારે તેણે તેનાં જૂથ સાથે વાર્તાલાપ કરવાનું ચાલુ રાખ્યું હતું, 'ધેર ઈઝ એન એપ ફોર ધેટ' અને તરત જ આખું જૂથ એ પંક્તિનો ઉપયોગ કરવા લાગતું ત્યાર પછી એપલની એક જાહેરખબરમાં આ પંક્તિનો ઉપયોગ થયો હતો. અને પછી - સૌથી પ્રતિષ્ઠિત *'ધ યેલ બુક ઑફ ક્વોટેશન્સ'* આ વાક્યાંશને ૨૦૦૯નાં દસ સૌથી વધુ નોંધપાત્ર કથનની સૂચિમાં સ્થાન આપ્યું.

દરમ્યાનમાં આઈફોન રાતોરાત એટલો બધો આઈકોનીક-પ્રતિકાત્મક-બની ગયો હતો કે બીજી ઘણી કપનીઓએ આઈફોનનો ઉપયોગ કરતી વ્યક્તિઓને જાણે તે એમ કહેતી હોય, 'અમને જોવો, જોવો અમે કેટલા કુલ છીએ' દર્શાવતી જાહેરખબરો ઉત્પાદિત કરવાનું શરૂ કરી દીધું અને આ પ્રક્રિયામાં એપલ માટે થયેલી તે બધી જ મફત જાહેરખબરોએ આઈફોનનું વેચાણ એકદમ વધારી દીધું.

નાણાકીય વર્ષ ૨૦૧૦ માટેના એપલના કમાણીના અહેવાલે વોલ સ્ટ્રીટમાં એપલ પર નજર રાખતા લોકોને દિગ્મૂઢ કરી નાખ્યા. આઈફોન અને આઈપોડનું વેચાણ ઉચકાયું તેથી ચોખ્ખા વેચાણે ૫૦ ટકાનો આશ્ચર્યજનક કુદકો માર્યો, જેની આગેવાની એશિયા-પેસીફિક ક્ષેત્રમાં ૧૬૦ ટકા વેચાણ વૃદ્ધિએ લીધી હતી.

ચાઈનામાં આઈફોનની લોકપ્રિયતાએ એક કુતુહલજનક ગેરકાયદેસર વેપાર ઉત્પાદિત કર્યો છે, જેને કારણે મેનહટ્ટનમાં એપલના સ્ટોરની બહાર દરરોજ સવારે લાંબી લાબી લાઈનો, ક્યારેક તો એક બ્લોક જેટલી લાંબી લાઈનો શરૂ થાય છે. આ લાઈનો

મૌન, મુંઝાયેલા ચાઈનીઝની હોય છે, જેઓ દરવાજા ખૂલવાની રાહ જોતા હોય છે, જેથી તેઓ સંપૂર્ણ છૂટક વેચાણ કિંમતે એક આઈફોન ખરીદી શકે અને એપલનો આભાર કે તેને માટે કોઈ સેલફોન સેવાની જરૂર હોતી નથી. તેમને આ ફોનને ક્રિયાશીલ કરવાની જરૂર નથી કારણ કે તેઓ તેનો ઉપયોગ કરવાના નથી. તેને બદલે તેઓ તરત જ તે ફોનને એક વચેટિયાને વેચી દે છે. જે તેને મોટાં ખોખાંઓમાં પેક કરીને ચાઈનાની મુખ્ય ભૂમિ પર પહોંચાડવા માટે વહાણમાં ચડાવી દે છે. જ્યાં એક આઈફોન ધરાવતા હોવાની આબરૂ એટલી વધારે છે કે દરેક ફોન લગભગ ૧૦૦૦ ડોલર્સમાં વેચાય છે. આઈફોનનો વધુ એક માપદંડ માણસ વડે અત્યાર સુધીમાં બનાવાઈ હોય તેવા ‘કુલેસ્ટ’ અને ‘આઈકોનિક’ ઉત્પાદન તરીકે છે.

બહુ ઓછા લોકોએ ક્યારેય સ્ટીવ વિશે એક સદાચારના આદર્શ નમૂના તરીકે, મૂલ્યોના આદર્શ વહનકર્તા તરીકે લખ્યું છે, જે કારણે જ્યારે સીબીએએન્યૂઝે સ્ટીવને એક વેબરાઈટર અને એડીટર રયાન ટાટે સાથે જે ઈમેઈલની આપ-લે થઈ હતી તેના વિશે અહેવાલ આપ્યો તેનાથી હું ખુશ થયો હતો તથા ગુંચવાયો પણ હતો.

ટાટેએ સ્ટીવને મોકલેલ સંદેશો કઈક આવું કહેતો હતો, ‘જો ડીલાન આજે ૨૦ વર્ષનો હોત, તો તે તમારી કંપની વિશે કેવું અનુભવત? શું તે એમ વિચારત કે આઈપોડને ક્રાંતિ સાથે કોઈ આછો પાતળો પણ સંબંધ હોય ? ક્રાંતિઓ સ્વતંત્રતા માટે કરવામાં આવે છે.’

મને એ વાતનું હંમેશાં આશ્ચર્ય થાય છે કે સ્ટીવ હંમેશની માફક વ્યસ્ત હોવા છતાં, કોઈ અજાણ્યા તરફથી તેના પર આવેલા ઈ-મેઈલના પ્રત્યાઘાત આપવાનો સમય કાઢી જ લે છે. તેણે એ પ્રત્યાઘાતનો વળતો ફટકો માર્યો. ‘હા, એવા પ્રોગ્રામ્સ જે તમારા અંગત ડેટા ચોરી લે છે, તેમના તરફથી મુક્તિ, પોર્નમાંથી મુક્તિ, એવા કાર્યક્રમો જે તમારી બેટરી ખરાબ કરી દે તેનાથી મુક્તિ. હા, મુક્તિ-સ્વતંત્રતા. તે સમયને બદલી રહ્યું છે, અને કેટલાક પારંપારિક પીસી લોકોને એવું લાગે છે જાણે તેમની દુનિયા સરકી જઈ રહી છે. તેમ જ છે.’

આ આદાન પ્રદાન, સ્ટીવે દેખીતી રીતે નક્કી કર્યું કે હવે બહુ થયું, ત્યાં સુધી ચાલુ રહ્યું. ટાટેને ‘ખોટી રીતે માહિતગાર’ કહીને તેણે લખ્યું, ‘માઈક્રોસોફ્ટને તેમના મંચ માટે તેઓ ઈચ્છે તેવા ગમે તે નિયમો લાદવાનો દરેક હક્ક હતો (છેઃ. જો લોકોને તે ન ગમે તો તેઓ બીજા કેટલાકે કર્યું છે તેમ બીજા મંચ માટે લખી શકે છે. અથવા બીજા કેટલાકે કર્યું છે તેમ તેઓ બીજા મંચ ખરીદી પણ શકે છે. અમારે માટે તો, અમે જે કલ્પી શકીએ છીએ તે

વપરાશકર્તાના અનુભવને બનાવવા અને સાચવી રાખવા અમારાથી થાય તે પ્રયત્નો માત્ર કરીએ છીએ. તમે અમારી સાથે અસંમત હોઈ શકો, પરંતુ અમારાં પ્રયોજનો શુદ્ધ છે.'

## સામગ્રી જ રાજા

એમ કહેવાય છે કે કેટલાક લોકો પોતાની જાતનું પુનઃસર્જન કરતા રહે છે. મેં સ્ટીવ જોબ્સને આવી એક આત્મ-પુનઃસર્જક જેવા એક તરીકે લાંબા સમયથી જોયો છે. પરંતુ થોડા જુદા અર્થમાં એવું ખાસ નથી કે આ વર્ષો દરમ્યાન સ્ટીવ પોતે બદલાઈ ગયો છે, પરંતુ તેની દૃષ્ટિ બદલાઈ છે.

બધા માટેના કોમ્પ્યુટર તરીકે મેકિન્ટોશ એ જાણે ફર્સ્ટ જનરેશન સ્ટીવ જેવું હતું. આઈફોન અને આઈપેડની પહેલાંના બધામાં સ્ટીવ એક જ એવા ઉત્પાદનના સર્જક તરીકે હતો, જે તમારી કલ્પનાને પકડી રાખે - આકર્ષે.

આજે સ્ટીવની દૃષ્ટિ *વિષય* પર ધ્યાન કેન્દ્રિત કરવા માટે સજ્જ થઈ ગઈ છે.

એપલના પ્રતિસ્પર્ધીઓ આઈપેડને એક ટેબ્લેટ તરીકે જોવે છે. બધા ટેબ્લેટ બનાવે છે. પરંતુ તેમને તે સમજાતું નથી.

ઉદ્યોગના પંડિતો અને બધા પ્રતિસ્પર્ધીઓને આઈપેડ એક ટેબ્લેટ જેવું લાગી શકે છે. છતાં, સ્ટીવની દૃષ્ટિએ તે માધ્યમનું સાધન છે. આઈપેડ એ એક *ડીલીવરી પ્લેટફોર્મ* છે... વિષયને ઉપભોક્તા સુધી લઈ જતું સાધન છે. તે આઈફોન વિસ્તરણ તરીકે પણ છે.એક એપ્લીકેશન માટેનો મંચ-એક એવા તફાવત સાથે કે આઈપેડ પરની મોટા ભાગની એપ્સ કોઈ પણ વિષયના ઉપયોગ કરવા અને આપણે તેના સુધી કેવી રીતે પહોંચીએ તે સુધારવા માટે મોકલી આપવા માટેની હતી.

ગુગલ જાહેરખબરોમાંથી અને સેલફોન એપ્લીકેશન્સ આપીને પૈસા બનાવે છે, પરંતુ પોતાને બીજાને વિષય આપવા માટે છુટ આપતાં વાહન તરીકે જોવે છે. તેનાથી વિરુદ્ધ, સ્ટીવે તેના પીક્સર અને ડીઝનીના અનુભવ પરથી શોધી કાઢ્યું કે વિષય જ દુનિયા પર શાસન કરે છે. આ દિવસોમાં તમે જ્યાં જોવો ત્યાં લોકો તેમનાં આઈપોડ્સ પર સંગીત સાંભળે છે અથવા તેમનાં આઈપોડ પર ફિલ્મ જોતા હોય છે... અને આ સગવડ માટે એપલને નાણાં ચૂકવે છે.

સ્ટીવે એવી દુનિયાની કલ્પના કરી છે, જેમાં વિષય જ રાજા છે. ભવિષ્યમાં એપલ વધુ ને વધુ એવી કંપની બનશે, જે આપણા હાથમાં એવાં સાધનો મૂકશે જે વિષય પહોંચાડે.

રાબેતા મુજબ, સ્ટીવ જોબ્સે ભવિષ્ય જોયું છે અને તે તેને પોતાનું બનાવી રહ્યો છો.

જો તમે શબ્દકોષમાં અમુક તમુક શબ્દ વિશે જોવો અને તમને ફલાણા-પૂંછડાનું ચિત્ર મળે તો ?એ પંક્તિ યાદ કરો. જો શબ્દકોષમાં વાસ્તવમાં આઇકોનિક ચિત્રોનો સમાવેશ કરવામાં આવે, તો એમાં ચોક્કસપણે કોઈ શંકા નથી કે સ્ટીવ જોબ્સનાં ચિત્ર વડે 'કુલ' શબ્દની વ્યાખ્યા વધુ ચમકી ઉઠશે. એક પછી એક, તેણે એવાં સમાજ બદલી નાખતાં ઉત્પાદનો આપ્યાં છે કે લાખો લોકો માત્ર યુનાઈટેડ સ્ટેટ્સનાં જ નહીં પરંતુ આખી દુનિયાનાં, માત્ર યુવાન પેઢીનાં જ નહીં, પરંતુ દરેક ઉંમરનાં લોકોને ખ્યાલ આવ્યો છે કે એક આઈમેક એક આઈપોડ એક આઈફોન અને હવે એક આઈપેડ સાથે દેખાવાંથી તેઓ પોતાની જાતને એક 'કુલ' તરીકેના તેજપુંજમાં તરબોળ કરી શકે છે.

●●●

પરંતુ અહીં સૌથી નીચેના પંક્તિ આવે છે : સ્ટીવ જોબ્સનો કંઈ 'કુલ' હોવાનો ઈજારો નથી. તે બીજી કંપનીઓ, બીજા ઉત્પાદન વ્યવસ્થાપકો અને ઉત્પાદન ડીઝાઈનર્સ માટે પણ ખરેખર ખૂબ જ પ્રભાવક, ખૂબ સહજ, ખૂબ ક્રિયાશીલ ઉપયોગ કરતાં ખૂબ આનંદ આપે તેવાં અને ઉપભોક્તાની જરૂરિયાત સાથે સંપૂર્ણપણે સુમેળસાધે તેવા નવા યુગનાં ઉત્પાદનો કે જેને માટે લોકો ઝંખે છે તે બનાવવાનું શક્ય છે.

તમારી પાસે એવું કયું ઉત્પાદન છે અથવા ક્યાં ઉત્પાદન વિશે તમે વિચારો છો કે જે એટલાં સફળ  થાય કે જેની સ્ટીવ જોબ્સ પણ નોંધ લે ?

# ભાગ ૫

# સ્ટીવીયન બની જઈએ ત્યારે

૧૪

# તેના પગલે ચાલવું

શું તમે ખરેખર હંમેશ માટે તમે સર્જો છો તે ઉત્પાદનોમાં સુધારો કરીને તથા તમારી વ્યાપાર કરવાની રીત સુધારીને આ પાનાંઓમાં સમજાવાયેલ સિદ્ધાંતો લાગુ કરીને - સ્ટીવ જોબ્સનાં પગલાંનું અનુસરણ કરી શકો ?

મારો જવાબ છે હા, અને એનો પુરાવો એ છે કે મેં જાતે આવું વારંવાર કર્યું છે.

૧૯૮૭માં મને ફોર્ચ્યુન-૧૦૦ સીઈઓના વીલીયમ્સ બર્ગમાં યોજાયેલાં અધિવેશનમાં કર્મચારી ઉદ્યોગ સાહસિકતા વિશે બોલવા માટે આમંત્રણ મળેલું. ત્યાં લગભગ સો વ્યક્તિઓ ભાગ લેનાર હતી અને હું ખાસ્સો ડરેલો હતો કારણ કે શ્રોતાવર્ગમાં ઉદ્યોગની ઘણી વિદ્વાન વ્યક્તિઓ હાજર હતી.

કાર્યપાલકો બહુ સહેલાઈથી કહી દીધું કે, ‘ઠીક છે, આ બધું એપલમાં કદાચ ચાલે, પરંતુ અમારી કંપનીમાં ક્યારેય ચાલે નહીં.’ તેમ છતાં, લગભગ એક અઠવાડિયાં પછી જીઈના માનવ સંસાધનના ઉપાધ્યક્ષે મારો સંપર્ક કર્યો. તેમની કંપની કર્મચારીઓના વધુ ઈનપુટને આગળ લાવવા માટે એક કાર્યક્રમ વિકસાવી રહી હતી અને શું મને તેમાં ભાગ લેવામાં રસ હતો ? તેમ મને પૂછવામાં આવ્યું.

હું આ નવા કાર્યક્રમને ઘડનાર જૂથને મળવા માટે ન્યૂયૉર્ક ગયો, અને જેક વેલ્ચ આ જૂથને સંબોધવા માટે આવ્યા. વેલ્ચ એક ખૂબ જ દઢ-ઈચ્છાશક્તિ ધરાવતા વ્યાપારી માણસ હતા જેની છાપ એક કડક વલણવાળી તથા કોઈનું સાંભળે નહીં તેવી વ્યક્તિ તરીકેની હતી. મેં તેને તે રીતે ન જોયા. તે એક એવું વાતાવરણ ઊભું કરવા માગતા હતા જેમાં જીઈના કર્મચારીઓ એવું અનુભવે કે તેઓ પણ આ વ્યાપારનો એક ભાગ છે અને તેથી તેઓ કંપનીની સમસ્યાઓને ઉકેલવામાં પણ ભાગ લેશે. આ કાર્યક્રમનો હેતુ-લક્ષ્ય-

કંપનીની કાર્યપ્રણાલી સુધારવા માટે કર્મચારીઓ પાસે હોય તેવા સારા વિચારો મેળવવા અને તેના પર અમલ કરવો તથા આ પદ્ધતિ એક સૂચન પેટી કરતાં વધારે આકર્ષક અને વધારે અસરકારક બનાવવી. બીજા શબ્દોમાં કહીએ તો, જીઈના કર્મચારીઓને શરૂઆતમાં જ 'પાયરેટ' હોવાના અનુભવ જેવું કશુંક આપવું.

બોસ્ટનની એક સલાહકાર પેઢી સાથે કામ કરીને અમે આ લક્ષ્ય સિદ્ધ કરવા માટે 'વર્ક આઉટ' નામનો કાર્યક્રમ બનાવ્યો. આ કાર્યક્રમની ચકાસણી અમે જીઈના બફેલોમાં આવેલા કારખાનાં પર કરી, જેની છાપ કંપનીના સૌથી વધુ અમલદારશાહીવાળાં કાર્ય સ્થળમાં થતી હતી.

'વર્કઆઉટ' કાર્યક્રમ એક અભૂતપૂર્વ સફળતા સાબિત થયો. જોકે પોતે કહ્યું, 'વર્કઆઉટ' લોકોને વિશાળ તંત્રમાં વૃદ્ધિ પામતી વિસંગતીની સરહદો સાથે માથાફોડ-કુસ્તી-કરતા અટકાવવા મદદ કરવા માટે છે. આપણે બધા આ વિસંગતિઓથી પરિચિત છીએ, જેવી કે વધુ પડતી બહાલી આપવી, નકલખોરી, ડોળ, બગાડ વગેરે. તેમણે આ કાર્યક્રમને કંપનીને ઉંધી ચત્તી કરી નાખનાર કે જેથી કર્મચારીઓ ઉપરીઓને શું કરવું તે કહે તેવો, એટલે કે કંપનીમાં લોકો જે રીતે વર્તન કરતા તેને હંમેશ માટે બદલી નાખનાર કહ્યો.

મારા માટે, આ અનુભવ એ લોકો વડે આઈલીડરશીપના સિદ્ધાંતો કોઈ પણ સ્તરે લાગુ કરી શકાય અને એક ગહન અને લાંબુ ચાલે તેવો ફેર પાડી શકે તે વાતની વધુ એક સાબિતી રૂપ રહ્યો.

જીઈ સાથેના આ કાર્યક્રમે મને એક નવો આત્મવિશ્વાસ આપ્યો કે હું સ્ટીવ પાસેથી જે શીખ્યો હતો તે મારી જિંદગીમાં અતિ મૂલ્યવાન બની રહેવાનું હતું. ધીમે ધીમે મને એક એપલ જેવાં વાતાવરણવાળી કંપની, જે મહાન ઉત્પાદનના વિચારોની આસપાસ ઊભી કરાઈ હોય - શરૂ કરવાની ઇચ્છા સતાવવા લાગી. હું સ્ટીવ પાસેથી શીખ્યો હતો કે તમારે સતતપણે નવા નવા વિચારો માટે શોધ કર્યા કરવી જરૂરી છે, જે સમસ્યાઓને ઉકેલે તથા વપરાશકારની ઉત્પાદકતામાં વૃદ્ધિ કરે. અને તમારામાં એ દૃષ્ટિ હોવી જ જોઈએ કે એવું કોઈ ઉત્પાદન છે, જેને તમે ધ્યાનમાં રાખ્યું છે, તે દુનિયાને વધુ સારી બનાવવામાં મદદ કરશે.

એક તબક્કે હું UCLA મેડીકલ સેન્ટર સાથે એક 'ઇલેક્ટ્રોનિક મેડીકલ રેકોર્ડ્સ અને વોઈસ-રેકોગ્નીશન પ્રોજેક્ટ' પર કામ કરતો હતો જેના કારણે મારે દર અઠવાડિયે લોસ એન્જલસ જવું પડતું હતું. એક દિવસ હું મારી હોટલ પર પહોંચ્યો અને મને ખ્યાલ આવ્યો કે હું મારું લેપટોપ પ્લેનમાં મૂકી આવ્યો હતો. મને તે લેપટોપને બધે ઘસડી જવાનું જરાપણ ગમતું ન હતું.

કોઈકે મને એક નાનકડું સાધન દેખાડ્યું, જે મેં આ પહેલાં ક્યારેય જોયું નહતું. તે એક યુએસબી ડ્રાઈવ હતું. જેમાં તમે તમારા બધા ડેટા તમારી સાથે લઈ જઈ શકો. કેટલી અસાધારણ વિલક્ષણ યુક્તિ ! આ એવો સમય હતો, જ્યારે આ ડ્રાઈવ, જે ૨૫૬ મેગાબાઈટ ધરાવતી હતી તે મોટા ભાગના લોકો માટે તેમની બધી જ મુસાફરી દરમ્યાન પૂરતી હતી. તમે તમારા બધાં જ લખાણોનાં ફોલ્ડર્સ એક લેપટોપને બદલે એક ફ્લેશ ડ્રાઈવ પર લઈ જઈ શકો

સ્ટીવ હંમેશાં જે પૂછતો, 'આ ટેકનોલોજી વડે શું થઈ શકે ?' તેના પરથી હું પણ શીખ્યો હતો. બે દિવસ પછી ઘરે પાછા જતાં, મેં જાણ્યું કે મને એક મહાન ઉત્પાદનનો વિચાર ઉદ્ભવ્યો હતો - યુએસબી ડ્રાઈવ પર તમારું આખેઆખું ડેસ્કટોપ. જ્યારે તમે તે ડ્રાઈવ તમારા કોમ્પ્યુટરમાં ભરાવો, ત્યારે હજી જેને વિકસાવવાનો હતો તે કાર્યક્રમ, ઓપરેટીંગ સીસ્ટમનો કબજો લઈ લેશે અને એ ફ્લેશ ડ્રાઈવને માત્ર તમારી ફાઈલો વડે જ નહીં પરંતુ તમારાં સંપૂર્ણ ડેસ્કટોપ તથા સોફ્ટવેર વડે પણ લાદી દેશે. જ્યારે તમે આ ફ્લેશ ડ્રાઈવને બીજા કોમ્પ્યુટરમાં ભરાવો, ત્યારે તે કાર્યક્રમ તમને તમારું પોતાનું ડેસ્કટોપ દેખાડશે. તમારા બધા જ પ્રોગ્રામો તથા બધી જ ફાઈલો ત્યાં ઉપલબ્ધ હશે. જ્યારે તે ડ્રાઈવને કાઢી લેવાય, ત્યારે ડેસ્કટોપ પાછું તેની મૂળ સ્થિતિમાં આવી જશે. એ બીજું કમ્પ્યુટર ધરાવનારની કોઈ પણ ફાઈલ અથવા કોઈ પણ કાર્ય તમે આવ્યા તે પહેલાં હતાં તેનાથી જરા પણ બદલાયાં નહીં હોય.

સ્ટીવનું તેનાં ઉત્પાદનો માટેનું અકલ્પ્ય ઝનૂન એ મારો આદર્શ હતું અને સ્ટીવની માફક મેં પણ મારી જાતને ઉત્સાહી લોકો વડે ઘેરાયેલી રાખી. હેન્ડસ્પ્રીંગની સીઈઓ ડોના ડ્યુબીન્સ્કીએ મને મારા પ્રથમ ડેવલપર સાથે મુલાકાત કરાવી આપી - તે બ્રાઉન યુનિવર્સિટીમાંથી આવતો એક યુવાન  હેકર અને તેજસ્વી પ્રોગ્રામર હતો. તે દિવસના કોઈપણ વિચિત્ર સમયે તેના સ્કુટર પર આવતો, આખી રાત કામ કરતો અને પછી ક્યારેક દિવસો સુધી દેખાતો નહીં કે તેના તરફથી સાંભળવા મળતું નહીં. પરંતુ હું 'પાઈરેટ્સ' સાથે કેમ કામ કરવું તે સ્ટીવ પાસેથી શીખ્યો હતો. અને મેં જોયું કે તે એક એવો યુવક હતો, જેણે એક સફળ ઉત્પાદન ઘડવા માટે જરૂરી બધાં જ તત્ત્વો સમજી લીધાં હતાં. 'પાયરેટ્સ' વિશેની સૌથી મોટી વાત એ છે કે તમે કહી શકો કે, 'મારે ખરેખર આ ઉત્પાદનની એક કામ કરતી પ્રતિકૃતિ જોવી જરૂરી છે' અને તેઓ તે તમને શક્ય તેટલી ઝડપથી આપવા માટે અગણીત કલાકો સુધી કામ કરશે.

તે સમયનાં યુ.એસ.બી. ડ્રાઈવ એટલાં કદરૂપાં અને કઢંગા - બેડોળ - હતાં કે મેં

મારું પોતાનું ડ્રાઈવ બનાવવાનું નક્કી કર્યું. મારો એક મિત્ર હતો, જેણે મારાં વિવરણ મુજબ લાકડાંમાંથી છોલીને એવું સાધન બનાવ્યું અને પછી હું તે નમૂનો ઉત્પાદક પાસે બનાવરાવવા માટે લઈ ગયો.

મેં તે ઉત્પાદનનાં નામ માટે મથામણ કરી. એપલ અથવા સોની જેવું નામ સાદું, અજોડ અને ગ્રાફીક ડીઝાઈન માટે ઘણું સારું છે. હું એક આવું નામ ઈચ્છતો હતો - 'ફેન્સી' અથવા 'ટેકી' નામ નહીં, પરંતુ એવું નામ જે રણકી ઊઠે. આખરે મેં 'મીગો' નામ નક્કી કર્યું. જેના ઉચ્ચારણમાં 'ઓન ધ ગો'માં છે તેમ 'મી' અને 'ગો' બંને આવે. એ સાદગી અને જોશ બંનેનું યોગ્ય સંયોજન લાગે છે.

હંમેશની માફક, ઢગલો એક ટેકનિકલ સમસ્યાઓ ઉકેલવાની હતી. મીગો બધી જ ઓપરેટીંગ સીસ્ટમ અને વર્લ્ડ તથા એક્ષેલની બધી જ આવૃત્તિઓ સાથે હરીફાઈ કરી શકે તેવું હોવું જોઈએ. તે ઉપભોક્તા માટે સુરક્ષિત ૧૦૦ ટકા ભરોસાપાત્ર તથા ભૂલચૂક વગરનું બનવું જોઈએ.

ચાંચીયાઓ (પાઈરેટ્સ)ને પણ પ્રથમ સારા મદદનીશની જરૂર પડે છે. હું જાહેરખબરના મેધાવી માણસ શીઆટ/ડેના તેજસ્વી સર્જનાત્મક સહસ્થાપક, જેય શીયાટને મળવા ગયો. આ એ સંસ્થા છે જેણે એપલનાં બ્રાન્ડીંગમાં અદ્‌ભુત ફાળો આપ્યો હતો. અને તે 'મીગો'ના બ્રાન્ડીંગને સંભાળવા માટે સંમત થયા. મારું આ પગલું બરાબર બીજાં બધાંની જેમ હું સ્ટીવ પાસેથી જે સિદ્ધાંતો શીખ્યો હતો તેની લાઈનમાં જ હતું. તે કહેતો કે તમે શોધી શકો તેટલી અતિ ઉત્તમ પ્રતિભા તથા સ્ત્રોતો શોધો - સર્વ શ્રેષ્ઠ - અને જો તમે કરી શકો તો તેને તમારાં કામ માટે સંમત કરો. અને તમે ભૂતકાળમાં જેનો ઉપયોગ કર્યો હોય તેવા અથવા તમે જેની ભરપૂર પ્રશંશા સાંભળી હોય તેવા લોકો તથા સ્ત્રોતોને ભૂલી ન જશો.

છેવટે જે તૈયાર થયું તે ઉત્પાદન સુંદર અને સંપૂર્ણપણે સરળ હતું. તેનો કેવી રીતે ઉપયોગ કરવો તે નિશાનીઓ પડદા પર ચાલ્યા કરતી હતી. વપરાશકાર માટેની એક માર્ગદર્શિકા હતી ખરી, પરંતુ તમારે તેની જરૂર પડે તેમ ન હતી. ફરી એક વખત, આ કશુંક એવું હતું જે હું મેકિન્ટોશના અનુભવમાંથી શીખ્યો હતો. આ ઉત્પાદનને *પીસી વર્લ્ડ, ન્યૂઝ વીક* અને *કન્ઝ્યુમર ઈલેક્ટ્રોનિક*-શોમાં ડીઝાઈન માટે વપરાશકર્તાના ઈન્ટરફેસ માટે તથા તે જેમાં આવતું હતું તે ખોખાં માટે પણ પુરસ્કાર મળ્યા અને અમને બહુ નજીવી કિંમતે અકલ્પનીય બ્રાન્ડીંગ અને પીઆર અપાવ્યા.

ઉદ્યોગના પંડિત એવા વોલસ્ટ્રીટ જર્નલના વોલ્ટર મોસબર્ગે તેને તમારા જીવન

માટેનું એક મહાન નાનકડું ઉત્પાદન કહીને એક લેખ લખ્યો. આ અભિપ્રાયે મીગોના સ્ટોકની કિંમત એક જ દિવસમાં ૧.૫૦ ડોલર્સથી ૬.૫૦ ડોલર્સ પર પહોંચાડી દીધી. જહોન ડર્વોકે પણ *પીસી મેગેઝીન* માટે અમારા પર સરસ લેખ લખ્યો અને ત્યાર પછી *બીઝનેસ વીકનો* સ્ટીવ વાઇલ્ડસ્ટ્રોમ પણ તેને અનુસર્યો.

તેના પછી જે બન્યું તે હજી વધારે સારું હતું. મોસબર્ગે મીગો વિશે લખ્યું તે એક વાત હતી, પરંતુ જ્યારે તેણે ટીવી પર તેની પ્રશંસા કરી તે ઘણું વધારે સારું હતું. તેણે તેના 'CNBC' શોમાં મીગોને તેમની આંગળીઓ વચ્ચે ઊંચું પકડીને રાખ્યું અને કહ્યું, 'આ એક મહાન નાનકડું ઉત્પાદન છે' મને લાગ્યું કે જાણે હું અને સ્ટીવ ફરી એકવખત સાથે છીએ,કારણ કે એપલમાં મારામાં જે ઊર્જા હતી તે જ હું અત્યારે ફરી મારામાં અનુભવી રહ્યો હતો.

આ વાર્તાનો અંત સુખદ નથી. પૈસા બચાવવા માટે, હું ખોખાંઓ તથા ઈન્સ્ટોલેશન બોર્ડ માટે એક નીચી કિંમતવાળા પ્રોવાઈડર પાસે ગયો હતો, અને તેમણે ઉત્પાદિત કરેલાં અડધા એકમોએ કામ ન આપ્યું, નકામા ગયા - પરંતુ એક વધારે મોટી સમસ્યા હતી. મેં જ્યારે આ યોજના શરૂ કરી ત્યારે ૨૫૬ મેગાબાઈટવાળા એક ફલેશ ડ્રાઇવની કિંમત ૧૫૦ ડોલર હતી. મીગો બહાર આવ્યું ત્યા સુધીમાં એક ફલેશ ડ્રાઈવની કિંમત આખા ગીગાબાઈટ માટે - લગભગ ૪ ડોલર્સ જેટલી ઘટી ગઈ હતી. એક ગીગાબાઈટ એટલે ચાર ગણી ક્ષમતા. મીગો સોફ્ટવેર સાથેનાં એક ફલેશ ડ્રાઈવ માટેની વધારાની કિંમત જો તમે ૧૫૦ ડોલર્સ ખર્ચતા હો તો નોંધપાત્ર ન હતી. પરંતુ એક વખત ફલેશ ડ્રાઈવ એક રોજિંદા વપરાશની જણસ બની ગઈ, અને દુકાનમાં પસંદગી કરવા માટે બીજાં ડઝનબંધ મળતાં હતાં ત્યારે ઉપભોક્તાઓને અટકાવીને મીગોની કિંમત શા માટે સૂચક રીતે વધારે હતી તે સમજાવવાનો પ્રયત્ન કરવો તે કપરાં ચઢાણ ચડવા જેવું હતું.

એક બીજી ભૂલ થઈ હતી, જેવી સ્ટીવે એપલમાં કરી હતી. મેં અગાઉ ઉલ્લેખ કર્યો છે તેમ, લેહમેન બ્રધર્સે મને એક એવા પરિપક્વ વ્યવસ્થાપિત જૂથને લઈ લેવા માટે મનાવી લીધો, જેણે જાહેર કંપનીઓ ચલાવી હતી. ઠીક છે, તે સારું હતું. પરંતુ તેમનામા ઉત્પાદન માટેનું કોઈ ઝનૂન નહતું. મને હું જાણે પાછો આઈબીએમમાં પહોંચી ગયો હોઉં તેવું લાગ્યું. એ લોકો ચપળ હતા. પરંતુ તેઓ ઉત્પાદનથી એટલા બધા દૂર ચાલ્યા ગયા હતા કે ખરેખર શું મહત્ત્વનું હતું તે તેમની દૃષ્ટિ બહાર થઈ ગયું. તેમને માત્ર કંપનીના શેરની કિંમતની જ પડી હતી. હવે મારા શીખેલા છેલ્લા બોધપાઠનો સમય હતો : જો તમે એક એવા બોર્ડ અથવા રોકાણકારો સાથે ભરાઈ પડ્યા હો જે કાંઈ કરતા ન હોય, તો તે મોટે ભાગે તેમાંથી

નીકળી જવાનો સમય છે. મેં મારા હવે પછીના ઉત્પાદનનાં નવસર્જન માટે મીગો છોડી દીધું અને એક બીજી નાની કંપની શરૂ કરી.

મીગોના અનુભવે પૂરવાર કર્યો તેવા મારા સ્ટીવ સાથેના અનુભવોમાંથી એક બીજી યાદ : તેનું વલણ હંમેશાં એવું હતું કે જો તે ટેક્નોલોજીને લગતું ઉત્પાદન હોય તો તે થઈ જ શકે. આથી જ જ્યારે તેના ઈજનેરોએ કહ્યું કે તેઓ બધાં જ જુદાં જુદાં કાર્યો માટે સંખ્યાબંધ બટનો વગરનો ફોન ન બનાવી શકે, ત્યારે તેણે પૂરતી મક્કમતા પૂર્વક અને વારંવાર દૃઢ આગ્રહ રાખ્યો, અને છેવટે તેઓ પહોંચી વળ્યા.

મીગો એક મહાન ઉત્પાદન માટેનાં મહાન જનૂનમાંથી બહાર પડ્યું. આ ઝનૂન મારામાં સ્ટીવ જોબ્સે ઉત્પાદિત કર્યું હતું.

સ્ટીવ જોબ્સના બીજા કેટલાક સિદ્ધાંતો જેણે મીગોમાં મારા માટે સારું કામ કર્યું :

તમે જેના પર કામ કરો છો તે ઉત્પાદન માટે ઝનૂની બનો.

એક તક વડે પ્રેરિત થાવ અને તેને માટે એક ઉત્પાદન સર્જો.

મદદરૂપ થઈ શકે તેવી પ્રતિભાઓ માટે હંમેશાં ખુલ્લા રહો.

ઉત્પાદનને સહજ બનાવવા માટે તમારાથી બનતું બધું જ કરો. જેથી વપરાશકર્તા માટેની માર્ગદર્શિકાની જરૂર ન પડે.

તમારાં ઉત્પાદન વિશે તમારી જાત સાથે ખરેખર પ્રમાણિક રહો.

ઉત્પાદન તમને અને તમારી લાક્ષણિકતાઓને એક વ્યક્તિ તરીકે નિરૂપે તેની ખાતરી કરો.

તમારા લોકો દ્વારા કામ કરો અને દરેક સફળતા મળવાની સાથે એક એકમ તરીકે તેની ઉજવણી કરો.

તમારા આદર્શ તથા તમારી સંપૂર્ણતા માટેની દૃષ્ટિ કે જે વર્તમાનમાં સિદ્ધ કરી શકાય તેવી વાસ્તવિકતાની પેલે પાર જાય છે તેની નજીક અને નજીક જવા માટે નવસર્જન ચાલુ રાખો.

જેઓ એમ કહે છે કે આ ન થઈ શકે, તેવા લોકોને સાંભળો નહીં.

હું આ લખી રહ્યો છું ત્યારે, મેં એક બીજી શરૂ થતી કંપની - નુવેલ- માટે મૂડીભંડોળ ઊભું કરવાનું પૂરું કર્યું છે. આ કંપની એક એવા ઉત્પાદન પર આધારિત છે જે ‘લાસ્ટ

માઇલ' કનેક્ટીવીટી સુધારીને ઇન્ટરનેટનું કાર્ય તથા ઝડપ નાટકીય રીતે વધારે છે. તેમજ બધા કોમ્પ્યુટીંગ તથા મોબાઈલ સાધનો માટે વપરાશકર્તાનો અનુભવ પણ વધારે છે. આ નુવેલ ઉત્પાદન આઈપી આધારિત નેટવર્ક ઉપરના *બધા* વ્યવહારનો વેગ બસ્સો ગણા વધુ સુધી આગળ વધારે છે.

એક સામાન્ય માણસના શબ્દોમાં કહીએ તો આ ઉત્પાદન, ડેટાનું ફ્લાય ઉપર કદ ઘટાડે છે અને એ ડેટાને અત્યંત ઝડપે નુવેલ વડે બનાવાયેલ સલામત ઈલેક્ટ્રોનિક ટનલ દ્વારા ધક્કો મારે છે, જે નેટવર્કનું કાર્ય, વિશ્વસનિયતા તથા સલામતીને નોંધપાત્ર રીતે સુધારે છે.

પછીથી કરાયેલ વધારા રૂપે મેં એક નુવેલ એપ સ્ટોર બનાવ્યો જેથી તેમાં આઈફોન્સ અને આઈપોડ જેવાં મોબાઈલ સાધનો માટે અમારાં ઉત્પાદનો પ્રાપ્ય કરાવી શકીએ. સ્ટીવ તરફથી બીજો પાઠ : 'કઈ વસ્તુ ઉપભોક્તાઓને આવતો ચાલુ રાખે છે ' એમ તમારી જાતને પૂછીને તમારી દૃષ્ટિને સજ્જ રાખતા રહો તથા તમારી જાતને પડકાર આપતા રહો.

અલબત્ત, હું ફરી વખત એવા સિદ્ધાંતોનો ઉપયોગ કરું છું જે સ્ટીવમાંથી આવ્યા છે. સહુથી અગત્યનું એ છે કે, તંત્રમાંથી દરેક વ્યક્તિ તથા અમે જેની સાથે વ્યવહાર કરીએ છીએ તે દરેક જાણે છે કે હું એક ઉત્પાદન સમ્રાટ છું, એટલે કે ઉત્પાદન, વપરાશકારના ઈન્ટરફેસ તથા બીજાં બધાં જ પાસાંઓ વિશેના અંતિમ નિર્ણયો મારા વડે લેવાય છે.

તમે શરત મારી શકો કે જૂથમાં રહેલ દરેકે દરેક વ્યક્તિ જાણે છે કે વપરાશકાર ઈન્ટરફેસ એક ઉત્પાદન માટે અતિ આવશ્યક છે. તેઓ કદાચ મારા પર સ્ટીવ જોબ્સ જેવા લાગવાનો દોષ મૂકી શકે છે, જો તેઓ તેમ કરે, તો મને તેની કંઈ પડી નથી. વપરાશકર્તાના ઈન્ટરફેસને શક્ય તેટલા સાદા બનાવવા ફરજિયાત છે, અને આખું જૂથ જાણે છે કે આ જીવન દૃષ્ટિ ક્યાંથી આવી છે, અને તેઓ તે થઈ શકે તે માટે પ્રતિબધ્ધ છે.

એક બીજી વસ્તુ જે હું સ્ટીવ પાસેથી શીખ્યો તે હતો શ્રેષ્ઠ ઉચ્ચ જાહેર સંબંધો (પીઆર) ખાસ કરીને જ્યારે તમારી પાસે પુષ્કળ ભંડોળ ન હોય ત્યારે ઉત્તમ પીઆર બજારમાં શ્રેષ્ઠ પગલું પ્રથમ મૂકવા જેવું છે. સૉફ્ટવેરના માણસો જેમણે મારી સાથે 'મીગો' પર કામ કર્યું હતું તેઓ જ છે. તેઓ માત્ર પાઈરટ્સ અને મહાન કલાકારો જ નથી. તેનાથી ઘણું વધારે છે. તેઓ મારી ઉત્પાદન માટેની માગણીઓ સમજે છે અને શ્રેષ્ઠ ગુણવત્તાવાળાં સોફ્ટવેર ઉત્પાદનો લાગુ કરે છે અને તેનામાં પ્રતિબદ્ધતા છે : જો મારે એક ઉત્પાદનમાં સોમવારે સવારે ફેરફાર થયેલો જોઈતો હોય, તો તે જરૂર પડે તો આખા શનિ રવિ પણ કામ કરશે.

## સ્ટીવ વતી બોલવું

જે લોકોએ સ્ટીવ સાથે ખૂબ નજીકથી કાર્ય કર્યું છે માત્ર તેઓ જ એવી અજોડ પરિસ્થિતિમાં છે, જે તેને જેણે આટલો બધો સફળ બનાવ્યો તે દાર્શનિકતા તથા વિચારો-ખ્યાલો ને બીજાં સુધી પહોંચાડી શકે, જેવી રીતે મેં આ પાનાંઓમાં કરવાની કોશિશ કરી છે. મારી દૃષ્ટિએ સ્ટીવનાં તત્ત્વને પામી શકે તેવી બીજી એકમાત્ર વ્યક્તિ છે, એપલનો સીઈઓ ટીમ કુક. તેણે એક એવું વિધાન કર્યું છે, જે મારા મતે સ્ટીવ જોબ્સે જે વલણોન પોષ્યાં છે તેની જરા અલગ પરંતુ શક્તિશાળી સમજણ પૂરી પાડે છે, એ વલણો જેણે એપલને આટલી મહાન બનાવી છે - અને હું માનું છું કે તે દરેક વડે અપનાવી શકાય તેમજ ઉપયોગમાં લઈ શકાય તેમ છે.

અમે સતત નવસર્જન પર ધ્યાન કેન્દ્રિત કરીએ છીએ. અમે સાદગીમાં માનીએ છીએ, જટીલમાં નહીં. અમે માનીએ છીએ કે અમારે અમે જે બનાવીએ છીએ તે ઉત્પાદનોની પ્રાથમિક ટેકનોલોજી ધરાવવી જરૂરી છે, તથા તેના પર નિયંત્રણ રાખવું જરૂરી છે. અને માત્ર એવાં માર્કેટમાં ભાગ લેવો જોઈએ જ્યાં અમે નોંધપાત્ર ફાળો આપી શકીએ.

અમે હજારો યોજનાઓને 'ના' કહેવામાં માનીએ છીએ. જેથી અમે જે અમારે માટે સાચેસાચ મહત્ત્વના તથા અર્થપૂર્ણ છે તેવી થોડીક યોજનાઓ ઉપર ધ્યાન કેન્દ્રિત કરી શકીએ. અમે અમારા જૂથનાં ઉંડાણભર્યા સહકાર અને ક્રોસપોલીનેશનમાં માનીએ છીએ. જે અમને એ રીતે નવસર્જન કરવા દે છે, જે બીજા નથી કરી શકતા.

અને નિખાલસતાપૂર્વક કહું તો અમને કંપનીનાં દરેક જૂથમાં શ્રેષ્ઠ સિવાય કશું જ ખપતું નથી અને અમારામાં એ સ્વીકારવાની પ્રમાણિકતા છે કે અમે ક્યારે ખોટા છીએ અને અમારામાં તે બદલવાની હિંમત પણ છે.

આથી મારો અંતિમ પ્રશ્ન આ છે : તમારા વિશે શું ? તમારું ઉત્પાદન, સેવા, નોકરી તમને કેવી રીતે રજૂ કરે છે ? તમે તેની સાથે કેવી રીતે જોડાવ છો ?

તમે જે કરો છો,તમે જે બનાવો છો, તમે જે ઉત્પાદિત કરો છો, એક વ્યક્તિ તરીકેનાં તમારા સૌથી ઊંડા હાર્દ સાથે જેટલું વધારે સંબંધિત હશે, તેટલી તમે તેની વધુ સંભાળ લેવાના છો તથા દરેક ઉત્પાદન જેને લાયક છે તે સંપૂર્ણતા માગવા માટે તમે તેટલું વધારે કષ્ટ ઉઠાવશો. અને તમારા ઉપભોક્તા તેને યાદ રાખે તથા તેને પ્રેમ કરે તે માટે તમે તેનાથી પણ વધારે કષ્ટ ઉઠાવશો.

ઉત્પાદન માટેનાં ઝનૂનની પ્રથમ નંબરની નિશાની એ છે કે તમે પોતે તેના ઉત્સુક વપરાશકાર છો કે નહીં. તમારે તમારી જાત સાથે પ્રમાણિક બનવાનું છે. જો તમને જ તમારાં ઉત્પાદનની પડી ન હોય, તો તમે ગળે ઉતારી શકે તેવા વકીલ કેવી રીતે બનશો? તમે કોઈને ગળે એ વાત કેવી રીતે ઉતારી શકશો કે તે ઉત્પાદન તેમને કામ આપશે, સંતુષ્ટ કરશે અને આનંદ આપશે ?

હું માનું છું કે વ્યાપાર એ તેના આગેવાન તેના સમર્થકનું પ્રતિબિંબ છે. બાળકની જેમ જેને ખ્યાલ આવી જાય છે કે કોઈક પોતાની વાતમાં ગંભીર નથી, તમે તેની સાથે બનાવટ ન કરી શકો. તમારે તમે જે ઉત્પાદનો બનાવો છો, જો તેનું માર્કેટીંગ અથવા વેચાણ કરો છો, જેને આગળ વધારો છો તે ઉત્પાદનો માટે ઝનૂની હોવું જરૂરી છે અને તેનો અર્થ છે તમારે એવી કંપની અથવા એવા ઉદ્યોગમાં હોવું જરૂરી છે જેના વિશે તમે ખરેખર ગંભીર હો.

સ્ટીવ જોબ્સે જે પ્રાપ્ત કર્યું છે તે ઝનૂન વગર, શ્રેષ્ઠતા માટેની પ્રતિબદ્ધતા વગર, ઉત્તમ બ્રાન્ડીંગ વગર તથા ભૂલોમાંથી શીખવાનાં ખુલ્લાપણા વગર પ્રાપ્ત કરી શક્યો ન હોત.

તેનાં પગલાંને હંમેશાં અનુસરવાનું લક્ષ્ય રાખ્યા સિવાય વધુ સારો માર્ગ આપણે ભાગ્યે જ શોધી શકીએ.

# સ્ટીવને પત્ર

વ્હાલા સ્ટીવ,

આ પાનાંઓમાં મેં *સાચા* સ્ટીવ જોબ્સને ગ્રહણ કરવાનો પ્રયત્ન કર્યો છે, પત્રકારો અથવા મેકના માણસો, જે એ ક્યારેય તારી વાસ્તવિકતાને જોઈ નથી શક્યા તેમના વડે લખાયેલા બધા પુસ્તકોમાં રહેલ અર્ધસત્ય આવૃત્તિ નહીં. મને યાદ છે, જાપાનના એક પ્રવાસના અંતભાગમાં જ્યારે આપણે સોની અથવા કેનન અથવા બીજા કોઈપણ સાથે બીજું 'સ્ટેટ ડીનર' લેવાનું નક્કી થયું હતું અને મેં કહ્યું હતું કે હું સુશીની એક વધુ રાત્રીનો સામનો કરી શકું તેમ નથી. આથી તું ચાલ્યો ગયો હતો. એ હોટેલ મને એક સુંદર ટેમ્પ્યુરા જગ્યાએ લઈ ગઈ. મને ત્યાં ગોઠવાયે અડધો કલાક થયો હશે જ્યારે તું અંદર આવ્યો અને એમ કહીને મારી સાથે જોડાયો કે તું પણ વધુ એક ઔપચારિક ભોજનની મજા ઉઠાવી શકે તેમ ન હતો. હું ક્યારેય એ સાંજ અને આપણો રાજકારણ અને દુનિયાનાં ભવિષ્યથી માંડીને લોકો, જીવનકાર્ય અને પ્રેમ સુધીની બધી વાતો વિશે ચર્ચા કરી હતી તે વાતચિતને ભૂલ્યો નથી. તું સ્વસ્થ, શાંત અને જેવો છો તેવો જ હતો. આ એવો સમય હતો જ્યારે મેં ખરા સ્ટીવને જોયો.

મને હંમેશાં આશ્ચર્ય થાય છે કે જો તને ૧૯૮૫માં કાઢી મૂકવામાં ન આવ્યો હોત તો એપલમાં શું થયું હોત ? 'મેં તને કહ્યું હતું.' એમ કહેવાનું યોગ્ય નથી પરંતુ મેં ભવિષ્ય જોઈ લીધું હતું અને મેં આપણી એક વાતચિતમાં તને કહ્યું હતું કે તું પોતે જ એક આખેઆખી રમત છો. તું બાકીના ખેલાડીઓને એકબાજુ મૂકી દે છે. તું એપલને દુનિયાની કોઈ પણ કંપનીમાં બીજા નંબરની સૌથી મોટી મૂડીકરણ વાળી કંપનીની કીર્તિ સુધી લઈ ગયો છો.

છતાં, માર્કેટનું મૂડીકરણ કાંઈ કોઈ કંપનીને બનાવતું નથી, લોકો અને ઉત્પાદનો વડે જ કંપની બને છે.

તું તારા અનુભવોમાંથી આ સ્પષ્ટપણે શીખ્યો અને તું કોર્પોરેટ તંત્રમાં એક નવું ધોરણ બનાવી શકવા સક્ષમ હતો. હું દઢપણે માનું છું કે નવા યુગની કંપનીએ ઉત્પાદન-કેન્દ્રિત હોવું જોઈએ અને દરેક દિવસ જાણે નવી શરૂઆત હોય તેમ કાર્ય કરવું જોઈએ. આથી નવું એપલ એ તંત્રને લગતાં કામોમાં એક નવું ધોરણ છે.નેતાગીરીના બધા સિદ્ધાંતો એપલમાં પ્રદર્શિત કરવામાં આવે છે, અને તે તું એપલમાં પાછો ફર્યો ત્યારથી કરાય છે. તેં નવાં એપલને એક શરૂઆત હોય તેવા જ માર્ગ પર રાખવાનું પણ વ્યવસ્થાપન  કરી લીધું છે - એક અત્યંત કઠીન કાર્ય.

મને સતત પૂછવામાં આવે છે કે જો સ્ટીવ એપલ છોડી દે તો શું થશે, અથવા તું ક્યારેક કહે છે તેમ, જો તને ‘બસની ટક્કર વાગી’ તો શું થશે. હું લોકોને કહું છું કે એક ગ્રાહક ઉત્પાદન કેન્દ્રિત કંપનીના ઉત્સાહપ્રેરક દષ્ટિવાન આગેવાન તરીકે સ્ટીવ જોબ્સનું સ્થાન કોઈ ગ્રહણ કરી શકે તેમ નથી, પરંતુ તેવી વારસાઈ બક્ષીસને આગળ વધારવા માટે ત્રણ શક્તિશાળી માણસો વડે સ્ટીવનું સ્થાન ગ્રહણ કરી શકાય. એપલને એક નવો સીઈઓ હશે, પરંતુ તે અથવા તેણી તારી ભૂમિકાનો માત્ર એક ભાગ જ ભરી શકશે. જોનાથન ઈવ, વિનયી બ્રીટીશર જેણે આઈમેક, આઈપોડ, આઈફોન અને આઈપેડની ડિઝાઈનમાં પ્રાણ ફૂંક્યા. તે દરેક વ્યક્તિ ઉપયોગ કરવા અને ધરાવવા ઈચ્છતી હોય તેવાં ઉત્પાદનો માટેની ડિઝાઈનનાં સ્વપ્ન સેવવાનું ચાલુ રાખશે. ફીલ સ્ચીલર ટેકનોલોજીનાં ભવિષ્ય માટે માર્ગ કંડારતો, ઉત્પાદનની વસ્તુ કલ્પનાનાં સ્વપ્ન જોવાનું ચાલુ રાખશે. કેટલાક દાવેદારોમાંથી એક વ્યક્તિ, અપ્રસિદ્ધ જૂથ જે દષ્ટિને સોફ્ટવેર, હાર્ડવેર, કોમ્પોનન્ટસ તથા બીજાં તત્ત્વો, જે તે વસ્તુ સંકલ્પનાને જીવંત કરે છે, તેના ઉપર પ્રેરકબળ તરીકેની તારી ભૂમિકા લઈ લેશે : સીઈઓ ટીમોથી કુક. એ સ્પષ્ટપણે એક પ્રબળ દાવેદાર છે. કારણ કે તેણે પહેલાં પણ જ્યારે તું દૂર હતો ત્યારે ખૂબ સફળતાપૂર્વક બધા જ અલગ અલગ ભાગોને કામ કરતા રાખ્યા છે.

તેં અને મેં એક વખત એક ઉત્પાદનનું સર્જન કરવું કેટલું મુશ્કેલ છે તે વિશે વાત કરી હતી, પરંતુ એક સાચા અર્થમાં અસરકારક તંત્રને ઊભું કરવું અને સંભાળવું તે તેનાથી પણ મુશ્કેલ છે. અને બંને એક જ સમયે સાથે કરવાં તે હજી વધુ મુશ્કેલ છે. હું માનું છું કે જે ઉદ્યોગસાહસિક તંત્રનો નવો પ્રકાર તેં બતાવ્યો છે તે ભવિષ્યનાં નિગમો માટે પાયાનો પથ્થર બની રહેશે.

અમે બધા આવનારાં ઘણા વર્ષો સુધી તારા પર એપલ ચલાવવાનો મદાર રાખીએ છીએ, તેથી હું તને એક પડકાર રજૂ કરીને અટકાવવા માગું છું. તું જાણે છે તેમ, હું હવે એક ગ્રાહક તરીકે સંકળાયેલ હોવા સિવાય એપલ સાથે સંકળાયેલ નથી. માટે આ એક તટસ્થ માણસ તરફથી અપાતી સલાહ છે.

હું તને 'પડદાનો રાજા' ગણું છું. તેં અમારા હાથમાં એવાં સાધનો મૂક્યાં છે, જેમાં આશ્ચર્યચકિત કરી દે તેવી માહિતીઓ પ્રદર્શિત કરાતી ક્રિયાઓ છે અને જે કોઈના પણ વડે ઉપયોગ કરી શકાય તેવાં છે. હવે અમે એક 'પડદા' (સ્ક્રીન)ના સમાજમાં રહીએ છીએ, જ્યાં અમે હંમેશાં એક બીજો પડદો અમારા ચહેરા સામે ચોંટેલો હોય તેનાથી બહુ દૂર નથી હોતા. માટે, હવે જ્યારે તેં અમને આ બધી માહિતીઓ સુધી પહોંચાડવામાં નિપુણતા મેળવી જ લીધી છે, ત્યારે હું આશા રાખીશ કે તું અમારા હાથવગાં સાધનો આઈફોન અને આઈપોડ્સ જેવાંને એવી ક્ષમતા આપવા પર કામ કરી રહ્યો છે જે અમારાં આરોગ્યની દેખરેખ રાખવા સક્ષમ હોય. જેમ કે તે જો તબીયતમાં કોઈ અચાનક ફેરફાર આવે તો અમારા ડોક્ટર્સ અને જરૂર પડે તો પેરામેડીક્સને પણ સાવધ કરે સાબદા કરે. હું આશા રાખું છું કે તારાં ભવિષ્યનાં ઉત્પાદનો અમને માત્ર માહિતીઓ સુધી જ નહીં પહોંચાડે પરંતુ સ્ક્રીન દ્વારા માહિતીઓ વાંચી તથા લખાવી પણ શકશે. જેમકે તાપમાન, રક્તચાપ, બ્લડ કાઉન્ડ આપણે શ્વસીએ છીએ તે હવાની તથા પીવાનાં પાણીની ગુણવત્તાની પણ દેખરેખ રાખશે.

બધાં અંગત રીતે આનું મૂલ્ય પારખી શકે છે. પરંતુ તે ઉપરાંત, જ્યારે આપણું ૩૫ ટકાથી પણ વધુ રાષ્ટ્રીય અર્થતંત્ર આરોગ્ય સંભાળને સમર્પિત છે, ત્યારે રાષ્ટ્રને થનાર ફાયદો પ્રચંડ હશે.

તું ઘણી બધી બાબતોમાં અમારા બાકીના બધા કરતાં ઘણો આગળ છે. કદાચ તું આ બધા વિચારો પર પહેલેથી જ કામ કરી જ રહ્યો છે. પરંતુ જો તેમ ન હોય, તો હું આશા રાખું છું કે તું આ પડકાર ઝીલી લેશે.

તારો વિશ્વાસુ

જે. ઈલીયટ.

તમારે કશાકમાં તો વિશ્વાસ મૂકવો જ પડે –
તમારી હિંમત, ભાગ્ય, જીવન, કર્મ કાંઈ પણ.
આ વલણે મને ક્યારેય નીચો પડવા નથી દીધો
અને તેણે મારા જીવનમાં બધો ફેરફાર આણ્યો છે.

*–સ્ટીવ જોબ્સ*

*પ્રસ્તાવના વક્તવ્ય*

*સ્ટેનફોર્ડ યુનિવર્સિટી, ૨૦૦૯*

# ઋણસ્વીકાર

## જે. ઈલીયટ તરફથી...

ઉદ્યોગના કેટલાક માંધાતાઓ સાથે સહયોગી બની શકવા માટે હું ઘણો ભાગ્યશાળી છું. મારા બધા અનુભવો આ પુસ્તક માટે ઘણા મહત્ત્વનાં રહ્યા અને હું આઈબીએમના અધ્યક્ષ તથા પ્રમુખ ટી. જે. વોટસન; ઈન્ટેલના સીઈઓ એન્ડી ગ્રોવ; ઈન્ટેલના સહસ્થાપકો ગોર્ડન મૂર તથા બોબ નોયસ અને અલબત્ત સ્ટીવ જોબ્સ સહિતના નેતાઓનું ઋણ સ્વીકાર કરવા માગું છું. આ બધા નેતાઓ સાથે કામ કરવાથી મેં શીખેલ બોધપાઠો મારી નેતાગીરી વિશેની વિચારસરણી માટે અમૂલ્ય છે.

હું મારા સારા મિત્ર અને વ્યાપાર સહયોગી કીમ પેટીન્ગરનો આભાર માનું છું. આ પુસ્તક લખવા માટે તેનો ટેકો તથા પ્રોત્સાહન ઉપરાંત તેની પ્રથમ રૂપરેખા એકઠી કરી આપવાની સૂઝની હું ખૂબ જ કદર કરું છું. એક અંગત 'કૉચ' અને મારી પ્રેરણામૂર્તિ તરીકે, આ પુસ્તકનાં વ્યક્તિગત વિકાસ અને સંસ્થાકીય સંસ્કૃતિ પરનાં ઘણા પાઠો ઉપર તેની આંગળીનો નિશાન અંકિત થયેલી છે. એક ઉંચા દરજ્જાના અને ખૂબ જ અનુભવી માણસ સામે ઊભા થઈને કહેવું કે, 'તમારે એક અલગ વલણ ધ્યાન પર લેવું જરૂરી છે.' તે સહેલું નથી. આ વર્ષો દરમ્યાન કીમે આ જ કર્યું છે અને હું આશા રાખું છું કે હું તેને ભવિષ્યમાં પણ આટલો જ ટેકો આપી શકું.

આ માર્ગમાં ઘણા લોકો અને ભાગીદારો સાથે રહ્યા છે. જેમનો આભાર માનવાનું

મને ગમશે. તેમાંના એક છે મીડલબરી ગ્રુપના ગ્રેગ ઓસ્બોર્ન. તેનો મારા વિચારો માટે ટેકો, મારા ઉત્પાદનો માટેના મારાં ઝનૂન અને મારી નેતાગીરીની કુનેહ માટેની તેની સમજણ મારી કંપનીઓ માટે નાણાં ઊભાં કરવામાં મહત્ત્વની રહી છે. ગ્રેગ આ મુખ્ય ગુણધર્મોને ખરેખર સમજે છે અને તેણે મને મારા વ્યાપારમાં ટેકો પૂરો પાડ્યો છે અને આ પુસ્તકને પૂરું કરવામાં ફાળો આપ્યો છે.

સ્ટીવની માધ્યમો માટેની અંગત જરૂરિયાતોમાંની સૂઝ અને આ પુસ્તક કરવા માટેનું પ્રોત્સાહન વીલ્સન નીકોલર - મારા બનેવી તરફથી મળ્યાં. જ્યારે વિલ્સન એક વીડીયો સ્ટોરનો માલિક હતો ત્યારે સ્ટીવ તેના સૌથી મોટા ગ્રાહકોમાંનો એક હતો. વિલ્સન ગુજરી ગયો તે પહેલાં અમે સ્ટીવના ફિલ્મો માટેનાં ઝનૂન અને તેની વ્યાવસાયિક સફળતા સાથે તે કેવી રીતે સંબંધિત છે તે વિશે અગણીત કલાકો સુધી ચર્ચા કરતા. વિલ્સન મને કહ્યા કરતો, 'જે, તારે આ વિશે એક પુસ્તક લખવું જોઈએ.' વિલ્સન, મેં તે કર્યું છે અને હું તારા પ્રોત્સાહનની ખૂબ જ કદર કરું છું. સાહિત્યના એજન્ટ બીલ ગ્લેડસ્ટોને આ યોજનાને ખ્યાલથી લઈને છાપવા સુધી પહોંચાડવામાં મોટી ભૂમિકા ભજવી છે. વર્ષો અગાઉ મેં અને બીલે આ વિચાર પણ ઘણી ચર્ચા વિચારણા કરી હતી પરંતુ હું જ્યાં સુધી એક પરિષદમાં બોલ્યો નહોતો અને આ પુસ્તકની રૂપરેખાનો ઉપયોગ નહોતો કર્યો જેને અભૂતપૂર્વ સફળતા મળી - ત્યાં સુધી હું બીલ સાથે ફરી નહોતો જોડાયો. તે આ પુસ્તકમાં રહેલી તાકાતથી માત્ર ખૂબ જ ઉત્તેજિત જ નહોતો થઈ ગયો, તેણે મારો બીલ સાયમન સાથે પરિચય પણ કરાવી આપ્યો. એક શ્રેષ્ઠ લેખક અને ઉત્તમ લેખન ભાગીદાર એવા બીલે તેના એ હાર્દને પકડ્યું, જેના વગર આ માત્ર વધુ એક વ્યાપાર પુસ્તક બની રહ્યું હોત, અને તેમાં ઉત્તેજના તથા પ્રાણ પૂર્યાં. હું બંને બીલનો આભારી છું.

## બીલ સાયમન તરફથી

સર્વપ્રથમ તો હું જે ઈલિયટ તરફ મારું ઋણ વ્યક્ત કરવા માગું છું, જેણે મને એક અફલાતુન કથા પૂરી પાડી અને જે એક ઉત્તમ લેખન ભાગીદાર પુરવાર થયો. જે, હું આનંદપૂર્વક ગમે ત્યારે તારી સાથે બીજુ પુસ્તક કરીશ.

સૂઝબૂઝ ધરાવતી જેનેટ ગોલ્ડસ્ટેઇન, જેને પ્રકાશક રોજર કુપર વડે મોકલવામાં આવી હતી અને જેણે આ હસ્તપ્રતનાં આખાં લખાણ દરમ્યાન અમારી સાથે કામ કર્યું છે, તેને મેળવવા માટે અમે બંને ભાગ્યશાળી હતા. આ પુસ્તક અત્યારે જે છે, તે બનાવવા માટે તેણે દરેક સ્તરે ફાળો આપ્યો છે. અને મારા માટે, ફરી એક વખત રોજર સાથે કામ કરી શકવું એ વિશેષ આનંદ હતો, ખાસ કરીને કારણ કે તેની સાથેનું મારું છેલ્લું પુસ્તક *'ન્યૂયૉર્ક ટાઈમ્સ'* બેસ્ટ સેલર બન્યું હતું.

મારા પ્રાથમિક જૂથની બીજી સભ્ય છે શાર્લોટ શ્વાર્ટ્ઝ. જેની સંભાળ, નિસ્બત અને ટેકો આ લખાણના લાંબા દિવસો દરમ્યાન અતિ આવશ્યક રહ્યાં છે. શાર્લોટ, હું આશા રાખું છું કે તારી માવજતનો મારે માટે કેટલો બધો અર્થ છે તે તને જણાવી શકવામાં હું સફળ રહ્યો છું.

આ યોજનામાં મારી સામેલગીરી માત્ર બીલ ગ્લેડસ્ટોન - એક સાહિત્ય એજન્ટ જે અદ્વિતીય છે - ને આભારી છે. બીલ, હું હંમેશા ઋણ સ્વીકારમાં તારી યોગ્ય પ્રશંસા કરવાથી એ ડરને કારણે વિમુખ રહ્યો છું કે અપૂરતી ક્ષમતા ધરાવતા લખાણો પણ તારા પર તૂટી પડશે. છતાં મને આશ્ચર્ય થાય છે કે પચ્ચીસ વર્ષથી આ જ એજન્ટ વડે કેટલા લેખકોને રજૂ કરાયા હશે અને તેમનાં વડે વ્યસ્ત રખાયા હશે !

મારાં પૌત્ર-પૌત્રી, એલેના અને વીન્સેન્ટ હવે એટલાં મોટાં થઈ ગયાં છે કે હું આ પ્રક્રિયા દ્વારા થયેલ લખાણના અનુભવને તેમની સાથે વહેંચી શકતો હતો. અને તેમના આનંદિત ચહેરા હું જોઈ શકતો હતો તે માટે 'સ્કાયપે', તારો આભાર.

મદદનીશોનાં જૂથનો ટેકો મળવા માટે હું તથા 'જે' ભાગ્યશાળી હતા, આને માટે ડેન ગેરસ્ટેઇન બીલ દુને, સ્ટીવ ફ્લેક્સ, હોવાર્ડ ગ્રીન, કેનેથ કાલે, અને ખાસ તો ટોમ લેનનો આભાર.

મેં આ લખાણમાં અગણીત લોકો, જેમણે આ પુસ્તક માટે બાતમી પૂરી પાડી છે તેમનો ઉલ્લેખ કર્યો છે, પરંતુ હું ખાસ કરીને ગીલ એમીલીયો, સ્ટીવ વોઝનીક, જહોન સ્કુલી, ડેલ યોકેમ, ડોના ડ્યુબીન્સ્કી, એલેક્સ ફીલ્ડીંગ, બીલ એડમ્સ, બર્ટ ક્યુમીંગ્સ, ઈઆન મેડોક્સ, વીની મેરેટ્સ્કી, વીન્સ્ટન હેન્ડ્રીકસન અને બીજા બધા જેઓ પોતાનું નામ ન આપવાની શરતે - જેનું કારણ ઘણા સમજી શકશે - બોલ્યા તે બધા તરફ હું મારો આભાર વ્યક્ત કરું છું.

છેવટે, તમારામાંના મને જાણે છે તે બધા સમજે છે કે હું જ્યારે આ પુસ્તકની હસ્તપ્રત ઉપર મહેનત કરી રહ્યો છું ત્યારે એરીન મારી આસપાસમાં નથી તે કેવડી મોટી ખોટ છે. ભલે તે હવે મારી જિંદગીમાં સક્રિય ભાગ લઈ શકે તેમ નથી, છતાં તેનું હંમેશા અને કાયમ માટે મારાં હૃદયમાં સ્થાન છે.

# નોંધ

પ્રકરણ : ૧

**ઉત્પાદન માટેનું ઝનૂન**

**'મને જે વાતે પ્રભાવિત કર્યો'** જેફ્રી યંગ, સ્ટીવ જોબ્સ : ધ જર્ની ઇઝ ધ રીવોર્ડ (સ્કોટ ફોર્સમેન ટૂડ, ૧૮૯૭)

**'તાણ, રાજકારણ અને હેરાનગતિ'** : આઈબીક

**'વોઝની સાથે જ હતો'** : આ વિભાગમાં આપેલી વોઝના બધા જ અવતરણ જીલ વોલ્ફસન અને જોહન લેબા વડે કરાયેલ ઇન્ટરવ્યૂ માંથી લેવામાં આવ્યા છે. જે http://www.engology.com/engintwozniak.htm and http://www.thetech.org/exhibits/online/revolution/wozniak/.

**'એક અતુલ્ય રોમાંચક અનુભવ'** : ટ્રીઅમ્ફ ઑફ ધ નર્ડઝ, રોબર્ટ એક્ષ. ફીન્ગ્લે વડે લખાયેલ PBS ત્રણ ભાગની ડોક્યુમેન્ટરીમાંથી જે પ્રથમ વખત ૧૯૮૬ના જૂનમાં પ્રસારિત થયેસ. લેખિત નકલ : http://www.pbs.org/nerds/transcript.html.

**'દૃષ્ટિની શક્તિ'** : એન્થની ઇમ્બીમ્બો, ધી બ્રીલીયન્ટ માઇન્ડ બીહાઇન્ડ એપલ (ન્યૂયોર્ક, ગારેથ સ્ટીવન્સ પબ્લીશીંગ, ૨૦૦૯)

**તે લોકોને આવું કહે છે** : ટાંચણ સામગ્રી ડેનીયલ મોરો એક્ઝીક્યુટીવ ડાયરેક્ટર, ધ કોમ્પ્યુટર વર્ક, સ્મીથ સોનીયન એવોર્ડઝ પ્રોગ્રામ : ૨૦ એપ્રિલ ૧૯૯૫ - વડે લેવાયેલ એક ઇન્ટરવ્યૂમાંથી લીધેલ.

પ્રકરણ : ૨ **વિગતોમાં સફળતા રહેલી છે.**

**'વિગત માટેની એકાગ્રતાથી એટલો જ શેહ પામી ગયો હતો'** માઈકલ કાન્ત્ઝ, 'એપલ એન્ડ પીક્સર : સ્ટીવસ ટુ જોબ્સ'. ટાઈમ, ઑક્ટોબર ૧૮, ૧૯૯૯.

પ્રકરણ : ૩ **જૂથ બનાવવું : 'પાઈરેટ્સ ! નૌકાદળ નહીં'**

**એક ઈજનેર યાદ કરે છે :** ગુપ્ત સ્તોત્ર.

**તે માટે એક સ્પર્ધક જુલ્મીની જરૂર છે :** પીટર એલ્કાઇન્ડ , ધ ટ્રબલ વીથ સ્ટીવ જોબ્સ, ફોર્ચ્યુન માર્ચ ૫, ૨૦૦૮

પ્રકરણ : ૪ **પ્રતિભાની પીઠ થાબડબી :**

**સુસાન સ્ટીવને આ રીતે યાદ કરે છે :** કેન આરોન, 'બીહાઈન્ડ ધ મ્યુઝીક' કોર્નેલ એન્જિનિયરીંગ મેગેઝીન, ફોલ ૨૦૦૫.

**'વ્યાપાર કરવાનું ખૂબ જ અલગ પરિમાણ'** : આઈલીડ

પ્રકરણ : ૫ **પાઈરેટ્સ માટે પુરસ્કાર**

**"શક્ય તેટલી મહાન વસ્તુ અથવા તેનાથી પણ થોડીક વધારે મહાન"** : એન્ડી હર્ટઝ-ફેલ્ડ, 'સાઈનિંગ પાર્ટી' ફોકલોર.ઓઆરજી, ફેબ્રુઆરી ૧૯૮૨. http:// www.folklore.org/story view.pyzproject=macintosh&story = signing_Party.txt & characters=mike...

**'એપલ એક દુર્લભ ઓલાદની કંપની છે.'** ચુક વોન રોસ્પેક. 'એન્જોય ધ શૉ, એવોઈડીંગ ધ ફ્લેમથ્રોઅર : લાઈફ ઈનસાઈડ એપલ', ગાર્ડીયન, જાન્યુઆરી ૨, ૨૦૦૯. http://

પ્રકરણ : ૬ **ઉત્પાદન માટે ચાલતું તંત્ર**

**'મારી બાકીની આખી જિંદગી માટે'** : ટ્રીઅમ્ફ ઑફ ધ **વાસ્તવિકતામાં વધતી ખાઈ :** એન્ડી હેર્ટઝફેલ્ડ, 'ધ એન્ડ ઑફ એન એરા' folklore.org મે ૧૯૮૫, http://www.folklore.org/ storyview.py?project=Macintosh&story=The_End_Of_An_ Era.txt@sortOrder=sort%20by%20Date&detail=low

**પ્રકરણ : ૭** **સંવેગ જાળવી રાખવો**

**'ગર્વ, ઊર્જા અને જુસ્સાની વ્યાપ્ત લાગણી'** : ગુપ્તસ્રોત

**'સુદિર્ઘ અને ઉત્સાહથી ભરપૂર અભિવાદન'** : ફિલિપ એલ્મર દેવીટ્ટ, 'ધ લવ ઑફ ટુ ડેસ્ક લેમ્પ્સ', ટાઇમ, ૧, સપ્ટેમ્બર ૧૯૮૬.

**કંપનીને ચાલતી રાખવા માટે** : પીક્સરના ગુપ્ત સ્રોત.

**'દર્શનીય મૂવી અને પ્રેમ ઉપજે તેવી મૂવી'** : જેફ્રી યંગ અને વીલીયમ એલ. સાયમન આઇકોન : સ્ટીવ જોબ્સ - ધ ગ્રેટ સેકન્ડ એક્ટ ઈન ધ હીસ્ટરી ઑફ બીઝનેસ (હોબોકન : જહોન વીલી એન્ડ સન્સ, ૨૦૦૫)

**પ્રકરણ : ૮** **પાછું મેળવવું**

**'અમે બંને મજા ખાતર એવું કરશું'**: ટ્રીઅમ્ફ ઑફ ધ નર્ડ્સ.

**'એ રીતે હું ખૂબ જ શરમાળ હતો'** - આઇબીડ

તે મુખ્ય શક્યતા હતી : લેખકને ગીલ એમેલીયોની ઈ-મેઈલ, નવેમ્બર, ૭, ૨૦૧૦

**'સોદો કરવાનું નકાર્યું હતું'** : આઇબીડ

**'ક્યુપર્ટીનોમાં કશુંક સડી રહ્યું છે'** : બર્ટ શ્લેન્ડર, ફોર્ચ્યુન, માર્ચ-૩, ૧૯૯૭

**'જોબ્સ વિગતોમાં ખૂંપી ગયો'** : પીટર એલ્કાઇન્ડ, અમેરિકાઝ મોસ્ટ એડમાર્ટાર્ડ કંપનીઝમાં એપલની પ્રોફાઈલ, ફોર્ચ્યુન, માર્ચ ૫, ૨૦૦૮

**પ્રકરણ : ૯** **સમગ્ર ઉત્પાદનનો વિકાસ**

**'પરંતુ પછી તે ખૂબ પ્રસિદ્ધિ પામ્યું'** : લેવ ગ્રોસમેન. 'હાઉ એપલ ડઝ ઇટ' ટાઇમ, સોફ્ટવેર ૧૬, ૨૦૦૫.

**'તે સાંભળ્યું ત્યારે અમારાં મોઢાં ખુલ્લાં રહી ગયાં'** : પીટર બેરોઝ અને રોનાલ્ડ ગ્રોવર 'સ્ટીવ જોબ્સ મેજીક કીંગડમ્', બીઝનેસવીસ, ફેબ્રુઆરી, ૬,૨૦૦૬

**'બે વખત બે રન લેવા કરતાં એક હોમરન સારો'** : આઈબીડ

**'વધુ સહકારભર્યા અખંડભાવે'** : ગ્રોસમેન, 'હાઉ એપલ ડઝ ઇટ'

**'ની વૈવિધ્યતા જેવું કશુંક'** : આઇબીડ

**પ્રકરણ : ૧૦** **નવસર્જનને ઝનૂનપૂર્વક ટેકો આપવો**

**'લાંબી લચક સૂચિ ગુમાવે છે.'** : ડેવીડ પોગ, 'અ ફોન ઑફ પ્રોમિસ, વીથ ફ્લાઉસ', 'ન્યૂયૉર્ક ટાઇમ્સ' ઑક્ટોબર, ૨૭, ૨૦૧૦

**'ત્યાં જે હતું તે ભયાનક હતું'** : કેન આરોન 'બિહાઇન્ડ ધ મ્યુઝીક', કોનેલ એન્જીનિયરીંગ મેગેઝીન ફોલ, ૨૦૦૫

**'મારે પણ એક જોઈતું હતું.'** : બ્રેન્ટ શ્લેન્ડર, 'એપલ્સ ૨૧-સેચ્યુરી વૉકમેન સીઈઓ સ્ટીવ જોબ્સ થીંક્સ હી વોઝ સમથીંગ વેરી નીફટી એન્ડ ઇફ હી ઇઝ રાઇટ હી માઇટ ઇવન સ્પૂક સોની એન્ડ માત્સુશીતા', ફોર્ચ્યુન, નવેમ્બર ૧૨, ૨૦૦૧

**'છેલ્લે ક્યારે સામૂહિક રીતે મોજમજા કરી હતી'** : માઇક હેરીસ, ફાઇન્ડ યોર લાઇટબલ્બ (મેન્કાટો એમએન:કેપસ્ટોન,૨૦૦૮) ૬૦

**'એક ત્રણ કલાક ચાલતું એમપી-૩ પ્લેયર'** : લીએન્ડર કાહની, 'ઇન્સાઇડ લુક એટ બર્થ ઑફ ધ આઇપોડ', વિર્ડ, જુલાઈ ૨૧, ૨૦૦૪, http://www.wired.com/gadgets/mac/news/2004-07/64286

**'સ્ટીવે એવું વલણ અપનાવ્યું છે'** : એલેક્ષ સાફકેવર, 'સ્ટીવ જોબ્સ, પાઇડ પાઇપર ઑફ ઓન લાઇન મ્યુઝીક, બીઝનેસ વીક, એપ્રીલ ૩૦, ૨૦૦૩, h

**'સંપૂર્ણપણે એક તફાવત ઊભો કરતી હતી'** : જેફ્રી યંગ એન્ડ વિલિયમ એલ. સાયમન, આઇકોન : સ્ટીવ જોબ્સ - ધ ગ્રેટેસ્ટ સેકન્ડ એક્ટ ઇન ધ હિસ્ટ્રી ઑફ બીઝનેસ (હોબોકન : જહોન વીલી એન્ડ સન્સ, ૨૦૦૫)

**પ્રકરણ : ૧૧** **દ્વાર ખોલનાર : બ્રાન્ડીંગ**

**'ગળામાં હાડકું'** : ક્રીસ્ટી માર્શેલ, સ્માર્ટ ગાય, બીઝનેસ મંથ, એપ્રીલ ૧૯૮૮.

**'૫૦% અહંકાર અને ૫૦% અસલામતી'** : ડેનિયલ સોક્સ, ૧૦૦ મોસ્ટ ક્રિએટીવ પીપલ ઇન બીઝનેસ, ફાસ્ટ કંપની, ૨૦૧૦. http://www.fastcompany.com/100/.

**'જે રીતે સ્ટીવ જોબ્સ વફાદાર છે'**: ક્લેવના બધાં ટાંચણ : બોબ ગાર્ફીલ્ડ, 'લી ક્લોવ ઓન વ્હોટ હેઝ ચેન્જડ સીન્સ ૧૯૮૪', એડ એજ, જૂન ૧૧, ૨૦૦૭

**પ્રકરણ : ૧૨** **રીટેઈલના રથ પર સવારી કરવી**

**'આપણે અહીં નવસર્જન કરવું જ પડે'** : જેરી યુસીમ, 'એપલઃ અમેરીકાઝ બેસ્ટ રીટેઈલર', ફોર્ચ્યુન માર્ચ, ૮, ૨૦૦૭, http://money.cnn.com/magazines/fortune/fortune_archive/2007/03/19/8402321/index.htm

**'સોરી, સ્ટીવ, એપલ સ્ટોર્સ શા માટે નહીં ચાલે તેનાં કારણો'**: ક્લીફ એડવર્ડઝ, 'કોમેન્ટરી', મે, ૨૦૦૧. http://www.businessweek.com / magazine / content / 01_21 /b3733059.htm

**'પરંતુ ક્યારેય તેનાથી કંટાળશો નહીં'** : http://www.apple.com/jobs/uk/retail.html,

**પ્રકરણ : ૧૩** **'કુલ'ની વ્યાખ્યા સિદ્ધ કરવી 'તેને માટે એક એપ છે'**

**'આ એવી વસ્તુઓમાંની એક છે જેની તમારે પ્રશંસા કરવી જ પડે'**: ગુપ્ત સૂત્રો

**'આ વાર્તા કેવી રીતે કહેવી'**: વિશ્વાસુ શિયાટ/ડિ સ્રોત

**'તે આટલા મોટા પુરવાર થઈ શકે તેવો અમને જરાપણ ખ્યાલ ન હતો'** : વિશ્વાસુ સ્રોત

**'અમારાં પ્રયોજનો શુદ્ધ છે'** : ચાર્લ્સ કુપર, 'સ્ટીવ જોબ્સ ઓન **ફ્રીડમ ફ્રોમ પોર્ન....'** સીબીએસ ન્યૂઝ, મે ૧૬, ૨૦૧૦

# JAICO PUBLISHING HOUSE

Elevate Your Life. Transform Your World.

જયકો પ્રકાશન ગૃહની સ્થાપના ૧૯૪૬માં થઈ હતી. આ સંસ્થા સાથે વિશ્વના સર્વોત્કૃષ્ટ લેખકો જોડાયેલા રહ્યા છે, જેમાં મુખ્યત્વે – શ્રી શ્રી પરમહંસ યોગાનંદ, ઓશો, દલાઈ લામા, શ્રી શ્રી રવિશંકર, સદ્ગુરુ, રોબિન શર્મા, દીપક ચોપરા, જૅક કેનફિલ્ડ, એકનાથ ઈશ્વરન, દેવદત્ત પટ્ટનાયક, ખુશવંતસિંહ, જહોન મૅક્સવેલ, બ્રાયન ટ્રેસી તથા સ્ટીફન હૉકિંગ વગેરેનો સમાવેશ થાય છે.

અમારા સ્થાપક સ્વ. શ્રી જમન શાહે જયકોની સ્થાપના એક પુસ્તક વિતરણ કંપની તરીકે કરી હતી. દેશ સ્વતંત્ર થવાનો છે એ ખ્યાલ આવતાં તેમણે કંપનીનું નામ યોગ્ય રીતે જ જયકો (જય અર્થાત્ વિજય) રાખ્યું હતું. એક વિકાસશીલ દેશમાં પોષાય એવી કિંમતનાં પુસ્તકોની માંગને પહોંચી વળવા શ્રી શાહે જયકોનું પોતાનું પ્રકાશન શરૂ કર્યું હતું. ભારતમાં અંગ્રેજી ભાષામાં પેપરબૅક પુસ્તકોનું પ્રકાશન કરનાર જયકો સૌપ્રથમ પ્રકાશન ગૃહ હતું.

સ્વ-વિકાસ, ધર્મ અને અધ્યાત્મ, મન / શરીર / આત્મા, તથા બિઝનેસ જેવા વિષયનાં પુસ્તકો અમારી નોન-ફિક્શન શ્રેણીમાં મુખ્ય સ્થાન ધરાવે છે, તો સાથે અમે પ્રવાસ, વર્તમાન પ્રવાહો, જીવનકથા તેમજ સામાન્ય વિજ્ઞાનનાં પુસ્તકો પણ પ્રકાશિત કરીએ છીએ. હવે અમે વાર્તા-નવલકથાના વિષય ઉપર પણ ધ્યાન કેન્દ્રિત કર્યું છે અને તેમાં રાષ્ટ્રીય તેમજ આંતરરાષ્ટ્રીય યુવા લેખકોનાં નવાં પુસ્તકો પ્રકાશિત થઈ રહ્યાં છે. જયકો દ્વારા તાજેતરમાં સ્થાપવામાં આવેલા અનુવાદ વિભાગ હેઠળ પસંદગીનાં અંગ્રેજી પુસ્તકોના નવ ભાષામાં અનુવાદ પ્રકાશિત થાય છે.

પોતાનાં જ પુસ્તકોનાં પ્રકાશન અને વિતરણ ઉપરાંત જયકો અગ્રણી આંતરરાષ્ટ્રીય તેમજ રાષ્ટ્રીય પ્રકાશકોનાં પુસ્તકોના મુખ્ય રાષ્ટ્રીય વિતરક તરીકે પણ કામગીરી કરે છે. જયકોનું મુખ્ય મથક મુંબઈમાં છે, તે ઉપરાંત અમદાવાદ, બૅંગલુરુ, ભોપાલ, ચેન્નઇ, દિલ્હી, હૈદરાબાદ, કૉલકાતા તેમજ લખનૌમાં પણ અમારી શાખાઓ અને સેલ્સ ઑફિસ આવેલી છે.

SINCE 1946